சந்தியா
பதிப்பகம்

திருநெல்வேலிப்பற்றி புதுமைப்பித்தன் எழுதியது ஒரு விதம்; வண்ணதாசன், வண்ணநிலவன் காட்டிய திருநெல்வேலி, இன்னொரு வசீகரம். கலாப்ரியா, தன் நினைவுகளின் வழியே அடையாளம் காட்டும் திருநெல்வேலியோ இந்த மூன்றிலிருந்தும் மாறுபட்டது. எவ்வளவு மாறுபட்ட மனிதர்கள், சுபாவங்கள். ஒரு ஆவணப்படத்தைக் காண்பது போல அத்தனை நெருக்கமாகவும் ஈரத்துடனும், திருநெல்வேலி எழுத்தில் பதிவு செய்யப்பட்டுள்ளது. அதை சாத்தியமாக்குவது, கலாப்ரியாவின் மொழி; எதிரில் அமர்ந்து உரையாடுவது போன்ற நெருக்கத்தைத் தருகிறது. வாழ்வின் துயரங்களைக் கேலிசெய்யத் தெரிந்தவனே உயர்ந்த கலைஞனாகிறான். அப்படி, தன் குடும்பத்தின் வீழ்ச்சியை, வேதனைகளை எழுதும்போதுகூட கலாப்ரியாவிடம் சுயஎள்ளல் காணமுடிகிறது.

எஸ். ராமகிருஷ்ணன்

நினைவின் தாழ்வாரங்கள்

கலாப்ரியா

சந்தியா பதிப்பகம்
சென்னை - 83

முதற்பதிப்பு: *2009*
இரண்டாம் பதிப்பு: *2016*

நினைவின் தாழ்வாரங்கள்
கலாப்ரியா

அளவு: டெமி 1 × 8 ● தாள்: 60 gsm
அச்சு அளவு : 11 புள்ளி ● பக்கம்: 384 ● விலை: ரூ.400/-
அச்சாக்கம்: அருணா எண்டர்பிரைஸஸ்,
சென்னை - 40.

சந்தியா பதிப்பகம்
ப. எண். 57, 53ஆவது தெரு, 9வது அவென்யூ,
அசோக் நகர், சென்னை - 600 083.
தொலைபேசி: 24896979

Book No. 401

ISBN: 978-81-990601-1-1

NINAIVIN THAZHVAARANGAL
KALAPRIYA

First Edition: 2009 ● Pages: 384
Second Edition: 2016

Printed at Aruna Enterprises.,
Chennai - 40.

Typeset
Nithya Krishnamurthy

Publisher
Sandhya Natarajan

Published by
Sandhya Publications
Old No. 57, 53rd Street, 9th Avenue,
Ashok Nagar, Chennai - 600 083. Tamilnadu
Ph: 044 - 24896979

Price Rs. 310/-

sandhyapublications@yahoo.com
sandhyapathippagam@gmail.com
www.sandhyapublications.com

"......மாரி மாட்டு என்னாற்றுங்கொல்லோ உலகு."
மகாலிங்கம், எம்.கே.முகம்மதுஅலி, பாவண்ணன்
மற்றும் பெங்களூரு நண்பர்களுக்கு.

புரண்டு படுக்கும் காலம்

எஸ். ராமகிருஷ்ணன்

நவீன தமிழ்க் கவிதையுலகின் முக்கிய கவி ஆளுமையான கலாப்ரியா, தனது இளமைக்கால ஞாபகங்களை, 'நினைவின் தாழ்வாரங்கள்' என்று தனது வலைப்பக்கத்தில் எழுதி வருவதை தொடர்ந்து வாசித்து வருகிறேன். 'அந்திமழை.காம்' இணைய தளத்தில் இது தொடராக வெளியாகிறது. காலம் அப்படியே புரண்டு படுத்தது போன்ற, துல்லியம்கொண்ட அற்புதமான பதிவுகள். கவித்துவமும் சுய எள்ளலும் கேலியும் கலந்த சரளமான உரைநடை. எவ்விதமான ஒளிவுமறைவுமற்று மனம் திறந்து எழுதப்பட்டிருக்கிறது. திருநெல்வேலிபற்றிப் புதுமைப்பித்தன் எழுதியது ஒரு விதம்; வண்ணதாசன், வண்ணநிலவன் காட்டிய திருநெல்வேலி, இன்னொரு வசீகரம். கலாப்ரியா, தன் நினைவு களின் வழியே அடையாளம் காட்டும் திருநெல்வேலியோ இந்த மூன்றிலிருந்தும் மாறுபட்டது. எவ்வளவு மாறுபட்ட மனிதர்கள், சுபாவங்கள். ஒரு ஆவணப்படத்தைக் காண்பது போல அத்தனை நெருக்கமாகவும் ஈரத்துடனும், திருநெல்வேலி எழுத்தில் பதிவு செய்யப்பட்டுள்ளது. அதை சாத்தியமாக்குவது, கலாப்ரியாவின் மொழி; எதிரில் அமர்ந்து உரையாடுவது போன்ற நெருக்கத்தைத் தருகிறது. வாழ்வின் துயரங்களைக் கேலிசெய்யத் தெரிந்தவனே உயர்ந்த கலைஞனாகிறான். அப்படி, தன் குடும்பத்தின் வீழ்ச்சியை, வேதனைகளை எழுதும்போதுகூட கலாப்ரியாவிடம் சுயஎள்ளல் காணமுடிகிறது. அந்தச் சிரிப்பை, வாசித்து முடிக்கையில், மனம் ஆழ்ந்த துயரையே அடைய நேரிடுகிறது. தனது ஞாபக அத்யாயங்களுக்குக் கலாப்ரியா, பழைய சினிமா பாடல்களின் வரிகளைத் தலைப்பாக வைத்திருக்கிறார். அதை வாசிக்கையில், அந்த வரிகள் தனித்து உருவாக்கும் கிளர்ச்சியும் ஈர்ப்பும் அற்புத

மானவை. இதே பாடல்களைப் பலமுறை கேட்டிருக்கிறேன்; அப்போது இல்லாமல் தனித்து அடையாளம் காட்டும்போது, அவை நினைவை மீட்டிக் கொண்டேயிருக்கின்றன. தன்னைச் சுற்றிய தினசரி வாழ்விலிருந்து அவரது கவித்துவம் எப்படி உருவாகிறது என்பதற்கு நிறைய உதாரணங்களை இந்தத் தொடரில் காணமுடிகிறது. இவ்வளவு வெளிப்படையாகத் தனது அந்தரங்களைப் பகிர்ந்துகொண்ட கவி வேறு யாருமில்லை. கலாப்ரியாவின் நினைவுகளில், அவரது சொந்தவாழ்வோடு தமிழ்சினிமாவின் மாற்றங்களும், சினிமா, நம் மனதில் என்னவிதமான கிளர்ச்சிகளை, உந்துதலை, பாதிப்பை உருவாக்கியது என்பதையும் ஒருசேர வாசிக்கமுடிகிறது என்பதே இதன் கூடுதல் சிறப்பு. இதைப் படிக்கையில், கவிஞர் விக்ரமாதித்யன் இது போல ஒரு தன் நினைவுகளைத் தனித்துப் பதிவு செய்ய வேண்டும் என்று தோன்றியது. அவரது அலைச்சலும் தேடுதலும் எண்ணிக்கை யற்ற நிகழ்வுகள், விசித்திர மனிதர்களை உள்ளடக்கியது. கவிஞர் கலாப்ரியாவின் 'நினைவின் தாழ்வாரங்களை' இலக்கிய வாசகர்களும், கவிஞர்களும், வலைப்பதிவர்களும் அவசியம் வாசிக்க வேண்டும்.

●

நினைவில் மினுமினுக்கும் பாதரசத்தூசிகள்

ஷங்கர்ராமசுப்ரமணியன்

"அந்த உலகம் மிகச்சமீபத்தில் தோன்றியது. அங்குள்ள பல பொருள்களுக்குப் பெயரில்லை. அவற்றைக் குறிப்பதற்கு, சுட்டிக் காட்டுவதுதான் அவசியமாக இருந்தது''. இது, மார்க்வெசின் 'நூற்றாண்டுகாலத் தனிமை', நாவலின் தொடக்கத்தில் மக்காந்தோ ஊரைப்பற்றி வரும் சித்திரிப்பு.

கவிஞர் கலாப்ரியாவின் பிராயகால நினைவுக்குறிப்புகளான 'நினைவின் தாழ்வாரங்கள்' நூலைப் படித்து முடித்தபோது, அதுகுறித்த பேச்சைத் தூண்டுவதற்கு இந்த விவரணை பொருத்தமாக இருக்கக்கூடும் என்று தோன்றியது.

காலமாற்றத்தில், நிலவுடைமைசார்ந்த, செல்வவளமுள்ள ஒரு குடும்பத்தின் சிதைவுதான், 'நினைவின் தாழ்வாரங்கள்' நூலின் மையப்படிமம். படிப்படியாகச் சிதையும் குடும்பம் ஒன்றின்கடைசிக் குழந்தையாக, படிப்படியாக நேரும் இழப்புகளில் பங்கேற்பவராகவும் நுட்பமான பார்வையாளனாகவும் இந்த நினைவுக்குறிப்புகளை எழுதிச்செல்கிறார் கலாப்ரியா. நிலங்கள், ஒவ்வொன்றாக விலையாகின்றன. குடும்பத்தின் அந்தஸ்துக்கு அடையாளமான நகைகள், பொருள்கள் விற்கப்படுகின்றன. தலைமுறை தலைமுறையாகப் புழங்கப்பட்டு, குடும்பநினைவின் ஒரு பகுதியாகவே மாறிவிட்ட பழைய கைவினைத்திறனுக்கு சாட்சியாக இருந்த பாத்திரங்கள், ஓவியச்சட்டகங்கள் வெளியே போகின்றன; அக்காலத்தில் செல்வ வளமையின் அடையாள மாய்ப் பாதுகாக்கப்படும் இரும்புப்பெட்டியும் விற்கப்பட்டு, அது இருந்த இடமும் வெறுமையாகிறது. இது, கலாப்ரியாவின் அகத்தில் நடப்பது.

கலாப்ரியா, இச்சிதைவு குறித்து எழுதிச்செல்வது இறந்த காலம் தொடர்பான ஏக்கத்தை உருவாக்கும் நோக்கத்தில் அல்ல; பழம்பெருமைகளையும் மரபையும் கிண்டலுடன் சீண்டவும் செய்கிறார். வீட்டின் இரும்புப்பெட்டியில் இருந்த வெள்ளி நாணயம் ஒன்றை, நண்பனுடன் சேர்ந்து விற்றுவிட்டு புரோட்டா சாப்பிடுவதற்காக செல்லும்போது, அவரால் இப்படிச் சொல்ல முடிகிறது; இதை நான் ஒரு கவிதையாக சில வார்த்தைகளை வெட்டி மடித்திருக்கிறேன்; இக்காட்சியில் வரலாற்றின் இயங்கியல் போக்கு, நிதர்சனமாகப் பதிவாகியுள்ளது.

***‘‘நெல்லையப்பர் கோயிலின்
மேற்குக்கோபுர வாசல் அது
கழுவேற்றிமுடுக்கு என்று பெயர்
அங்கே எங்கு கழு இருந்தது
எனக்குத் தெரியாது
புதிதாக ஆரம்பிக்கப்பட்டுள்ள
ஆபிரகாம் ஓட்டலில்
ரெண்டு ரொட்டியும்
சால்னாவும்
90 பைசா’’.***

தனது பழையவீட்டின் இடிபாடுகளை உதிர்த்தபடி, சமூக-கலாசார மாற்றங்கள் சுழிக்கும் முச்சந்தி வெளி, அவனை வசீகரிக்கிறது. அங்கே பழையவை, கனத்த நினைவுகளுடனும் துக்கத்துடனும் தன்னுடன் சேர்ந்திருக்கும் கதைகளை மிச்சம்வைத்து விட்டு மறைந்து கொண்டிருக்கின்றன.

•

கலாப்ரியா என்ற கவி ஆளுமையின் நிகழ்வு, தமிழகத்தில் சமூக - அரசியல் - கலாசாரத் தளங்களில் ஏற்பட்ட குறிப்பிட்ட எழுச்சி மற்றும் பண்பு மாற்றங்களுடன் தொடர்புடையது. நிலவுடைமை சார்ந்த மதிப்பீடுகளும் உற்பத்தி உறவுகளும் பலவீனப்பட்டு, நவீனமயமாதலும், அதுசார்ந்த மதிப்பீடுகளும் எழுச்சிபெறும் காலம் கலாப்ரியாவினுடையது. சமத்துவத்தை வலியுறுத்தி, பகுத்தறிவு இயக்கம் முன்னெடுத்த வெகுமக்கள் எழுச்சியும் அதுபெற்ற அரசியல் அதிகாரமும், சமூகப்பிரிவினைகளைத் தளர்த்தி, நவீனகல்வியின் மூலம் கடைப்பட்டோரும் மேம்படும் வழிகள் திறக்கப்பட்ட சரித்திர நிகழ்வு அது. இக்காலகட்டத்தில் தான் பாகுபாடுகள் நிலவிய மரபான பொதுவெளிகள் சோபை

இழந்து, அனைவரும் கூடிப் பகிரும் புதிய வெளிகளாக உணவு விடுதிகள், திரையரங்குகள், பொருட்காட்சிகள், அரசியல்மேடைகள் ஆகியவை உருவாகின்றன; புதிய வண்ணங்களுடன், புதிய துக்கம் மற்றும் பிறழ்வுகளுடன், குறுக்குமறுக்கான உறவுச்சமன்பாடுகள், கொண்டாட்டங்கள், பிரத்யேகச் சடங்குகள் மற்றும் குழூக்குறிகள் தோற்றம் கொள்கின்றன. (அப்போது அறிமுகமான பொருள் களுக்கும் நம்பிக்கைகளுக்கும் திடத்தன்மை இருந்தது; விநோதத்தின் கண்சிமிட்டலுடன் அவை இருந்ததை உணரமுடிகிறது.) இந் நிகழ்வுகளில், சராசரி பங்கேற்பாளனாகவும் நுட்பமான பார்வை யாளனாகவும் ஒரு சாதாரணனாக கலாப்ரியா கரைந்திருக்கிறார். அக்காலத்திய சினிமா, அரசியல், மாணவர்போராட்டம், தெரு அரட்டை தொடங்கிக் குடி, பெண்கள் உள்ளிட்ட சில்லரைச் சல்லித்தனங்கள்வரை தன் பிராயகால நினைவுகளாக எழுதிச் செல்லும் கலாப்ரியா ஒரு காலகட்டத்துத் தமிழ் இளைஞர்களின் மனநிலையைப் பிரதிபலிப்பவராகிறார்.

ஒரு தேவாலயத்தில் பிரார்த்திக்கும் அனுபவத்தைப் போல், கூட்டு மனஎழுச்சியையும் சந்தோஷத்தையும் அனுபவப்பகிர் வையும் சாத்தியப்படுத்தி, பின்பு மொத்தமாக தமிழ்வாழ்வையே நிர்ணயிக்கும் மதமாகவே மாறிப்போன வெகுஜனகலாசார வரலாற்றை ஒருவரால் இதில் வாசிக்க இயலும். இந்த கூட்டு மன எழுச்சியையும் ஞாபகங்களையும் பொருத்தமான பழைய பாடல் வரிகளினூடாக எழுப்ப முயல்கிறார். பொதுவாகக் கவனிக்கப் படாத சினிமா சுவரொட்டி வடிவமைப்பாளர்களின் பெயர்கள் முதல் ஒலிப்பதிவாளர்கள்வரை விஸ்தாரமாக இந்நூலில் சர்ச்சிக்கப் படுகின்றனர். கடந்த ஐம்பதாண்டுகளில் தமிழ் நினைவுமீது சினிமாவைத் தவிர வேறு எதுவும் இத்தனை தாக்கத்தைச் செலுத்தியிருக்குமா என்பது கேள்விக்குரியது. இந்தப் பொது நினைவின் சாராம்சமாக விளங்கும் கலாப்ரியாவின் இந்த நூல், தமிழ்வாசகர்களை மிகவும் வசீகரிக்கக் கூடியது.

இந்தி எதிர்ப்புப் போராட்டத்தில் ஒவ்வொரு ரயில்நிலை யமாகச் சென்று, இந்திப்பெயர்களைத் தாரால் அழித்தபடி, மாணவர்கள், திருநெல்வேலியிலிருந்து செங்கோட்டை நோக்கிச் செல்கிறார்கள். ஒவ்வொரு நிறுத்தத்திலும் மாணவர்கள் எண்ணிக் கை படிப்படியாகக் குறைந்து, செங்கோட்டை வரும்போது கலாப்ரியாவும் அவரது நண்பர்கள் ஓரிருவர் மட்டுமே மிஞ்சு கிறார்கள்; எங்கு போவது என்று இலக்கில்லாமல் நடக்கிறார்கள்; தார்மிக உணர்வும் லட்சியங்களும் தோற்றுப்போய், இலக்கு

களற்ற அவநம்பிக்கையின் பாதை அந்த இளைஞர்கள் முன்பு விரிவதை எந்தக் கூடுதல் அழுத்தமும் இல்லாமல் உணர்த்திச் செல்கிறார்.

பழைய மதிப்பீடுகளும் பழைய உணர்வுகளும் அங்கங்கு கண்ணாடித்தூசி போல் துக்கத்துடன் அனைத்தின்மீதும் ஒட்டிக் கொண்டிருக்கின்றன; அவை ஒவ்வொன்றுக்கும் ஒரு கதை உண்டு. நிலவுடைமை சார்ந்த குடும்பங்கள் சிதையும் போக்கி லேயே, பாரம்பரிய ஞானம் என்பது, போஷிப்பவர்கள் இல்லாமல் விழிபிதுங்கி நிற்கிறது; அதையே வாழ்க்கை முறையாகவும் அடையாளமாகவும் கொண்ட தொழிலாளர்களும் கைவிடப்படு கின்றனர். கல்தச்சர்கள், கண்ணாடிக்கு ரசம் பூசுபவர்கள், கை மருத்துவம் பார்க்கும் குறவர்கள் ஆகியோர், தங்கள் சுயத்துவம் கூடிய படைப்பழகு துறந்து, பொதுவெயிலில் ஆவியாகின்றனர். அவர்களுக்கேயுரிய புராணிகங்களை, வரலாற்றைச் சுமப்பது போல் கவிஞன் இந்நூலில் சுமந்து திரிகிறான். ஆடியிலிருந்து சுரண்டி எடுக்கப்பட்ட பாதரசத்தூசிகளின் மினுமினுப்புப் போல, கலாப்ரியாவின் 'நினைவின் தாழ்வாரங்கள்' நூலில் அவை சேகரமாகியிருப்பது அழகானது; ஏனெனில், துக்கம் அனை வருக்கும் பொதுவானது. சந்தோஷங்கள், தனிப்பட்டவை.

இதன் நடுவில், ஆலங்கட்டி மழை, வீடுகளுக்கு இடையே பெய்கிறது; அபூர்வமாக பெய்யும் ஆலங்கட்டியைப் பகிர்வதில் ஸ்பரிசிக்கவே இயலாத ஆண் - பெண் கைகள் தொட்டு உறவாடு கின்றன. ஆலங்கட்டியைப் போன்ற கணநேரக் காதல், புதியதா பழையதா என்று தெரிவதற்குள் கரைந்துவிடுகிறது. 'மற்றாங்கே' கவிதையில் முழுமையடையாத தாபமாக, மழை, தகரத்தில் உக்கிரமாகப் பெய்கிறது.

ஒரு புனைவில் கவிஞனின் கண்கள் எங்கு பதிந்திருக்கின்றன, அவை எதை அடிக்கோடிடுகின்றன என்பதைப் பார்ப்பது, எனக்கு மிக சுவாரசியமான அனுபவமாக இருந்தது.

நவீனகவிதையில் துல்லியமான நிலவியல் அடையாளத்துடன், சமகால வாழ்வின் உக்கிரமான சித்திரங்களாலான யதார்த்தத்தை தீவிர அங்கதத்துடன் முன் வைத்தவை கலாப்ரியாவின் கவிதைகள். புனைகதையில் புதுமைப்பித்தனுக்குச் சமமான சாதனை இது. மற்றவர்களும் மற்றவையின் இருப்பும் துள்ளத் துடிக்க இவர் கவிதைகளில்தாம் முதலில் இடம்பிடித்தன. தன்கால வாழ்வுக்கு

எதிர்வினையாற்றி, ரௌத்ரம் கொண்ட தமிழ் இளைஞன் ஒருவனின் உணர்வுகளைப் பிரதிபலிக்கும் முதல் வெளிப்பாடு அது.

"மாறும் காலத்தின் கோலத்தில் சகலமும் எனக்கு ஊறு விளைவிக்கலாம்" என்று 'பசியற்ற காகங்களை'த் தன் மூளையைக் கொத்த அனுமதித்தவர் கலாப்ரியா.

பிறரின் துக்கம், தன் அனுபவத்தின்மீது ஏறி கலவரம் புரிய, புறக்கடைகளில் நரகலையும் புறக்கணிக்கப்பட்ட குழந்தை களையும் மிதித்தபடி, சோரங்கள், இழப்புகள், அபத்தங்களை, மறைபகுதிகளை தரிசிக்க நேர்ந்த வலியிலிருந்து ரத்தத்தால் எழுதப்பட்டவை அவர் கவிதைகள்.

நினைவுதான் மரணத்தைவிட நம்மை வெகுவாகப் பீதி யூட்டுவது; கலாப்ரியாவின் சசி குறித்த நினைவுதான் அவரது மொத்தப் படைப்புலகுக்கான முன்னிலை. சசி கிடைக்காத துக்கம், மரணபீதி போன்று அவரை வெளியே விரட்டி சகலவற்றின் மீதும் படிந்து, சகலரின் துக்கத்தையும் அவர் துக்கமாக மாற்று கிறது. அது தோல் உரிந்த நிலை; கிட்டத்தட்ட, பைத்தியத்திற்குப் பக்கத்தில் உள்ள நிலை. கலாப்ரியா மிகுந்த உயிர்ப்புடன் படைப் பாக்கத்தில் ஈடுபட்டிருந்தபோது எழுதிய கவிதைகள், இப்போது வாசிக்கும் வாசகனைக்கூட நிலைகுலையச் செய்யும் வன்முறையும் தீவினையின் வேகமும் கொண்டவை.

●

திருநெல்வேலி என்னும் நிலவியலின் பின்புலத்தில் எழுதப் பட்டிருக்கும் 'நினைவின் தாழ்வாரங்கள்' நூலை வாசித்த அனுபவத்திலிருந்து - புதுமைப்பித்தனிலிருந்து விக்ரமாதித்யன் வரை - இந்த நிலத்தின் படைப்புக் குழந்தைகளைப் பிணைக்கும் சரடு என்ன, இவர்களின் ஆதார மனவுலகம் எப்படி உருவாகிறது என்பதைப் பார்ப்பது முக்கியமானது.

திருநெல்வேலியின் மனநிலப்பரப்பு, கோயிலுக்கும் ஆற்றுக்கும் இடையில் இருப்பது. சமயமும் தத்துவமும் சேர்ந்து வீடுகளுக்கு இடையே நெகிழாத சுவர்களை ஏற்படுத்தி, ஒருவரின் தனிமை யைக்கூடத் தீவிரமாகக் கண்காணித்துக் கொண்டிருக்கின்றன. காமமும் தாபமும், புணராமல், வெயிலில் முறுகிக்கொண்டிருக்கும் இடம் அது. தன் அனுபவமே கற்பிதமோ என்ற மயக்கத்தில் ஆறு இருக்கிறது... இல்லை... தேர் இருக்கிறது... இல்லை... வாழ்வு

இருக்கிறது.... இல்லை என்ற கயிற்றரவு மனநிலையிலேயே நீடிக்கிறது. லோகாதயமான, கனவுகள் இல்லாத நிலையில், அந்த இடம் படைப்பு என்னும் கனவு வழியாகவே தன்னைத் தொடர்ந்து ஆற்றிக்கொள்ளவும் உரையாடவும் செய்கிறது.

சுதந்திரத்துக்குப் பிறகு, தமிழகத்தில் புதிய தொழில்கள் மற்றும் பொருளாதாரம் சார்ந்து அபிவிருத்தி அடைந்த பல நகரங்களுக்கு ஈடாக அது எந்த மாற்றங்களுக்கும் உட்படவில்லை. ஆங்கிலேயர் காலத்தில் இங்கு ஏற்படுத்தப்பட்ட கிறிஸ்தவக் கல்விநிறுவனங்கள் மட்டுமே திருநெல்வேலியை நிகழ்காலத் துக்குள் வைத்திருக்கிறது. இங்கு கல்விபெற்ற இளைஞர்கள் தொடர்ந்து வெளியேறிக்கொண்டே இருக்கும் நிலையில், அது கோபுரத்தின் பழைய நிழலுக்குள்ளேயே மறைய முயன்று கொண்டிருக்கிறது.

புதுமைப்பித்தன், வண்ணநிலவன், கலாப்ரியா, விக்ரமாதித்யன் படைப்புகளில் விசாரணையாகவும், காதலாகவும், அவல தரிசன மாகவும், கழிவிரக்கமாகவும் வெளிப்படுவது திருநெல்வேலி யிலிருந்து மீறத்துடிக்கும் எதிர்வினைதான்.

பண்டிகைக் காலங்களில் ஏகாந்தத்திற்காகவும் சில நேரம் துக்கத்துடனும், நான், தாமிரபரணி ஆற்றுக்குச் சென்றிருக்கிறேன். ஊரே பண்டிகையில் திளைத்துக் கொண்டிருக்க, நண்பகலில் குறுக்குத்துறைப் படித்துறையில் யாரோ ஒருவராவது தனிமையில் துணியை அடித்துத் துவைத்துக் கொண்டிருப்பார். வட்டப்பாறையில் துவைக்கும் சப்தம், கோயில் மண்டபத்தில் எதிரொலிக்கும்; அங்கே யாராவது துவைத்துக் கொண்டிருந்தால், அது கிழக்கே இருக்கும் ரயில்பாலத்துக்கு எதிரொலிக்கக் கூடும். நட்ட நடு வெயிலில், யாருமற்ற ஆற்றில், ஒருவர் துணி துவைக்கும் சப்தத்தில் விளக்க இயலாத தனிமை உள்ளது; அபத்தம் உள்ளது; புணர இயலாத தாபம் உள்ளது; தீவிரமான தனிமையை உணரநேரும் மரணப்பிரக்ஞை உள்ளது.

இந்த சப்தத்தைப் பேராச்சி அம்மன்கோயில் படித்துறையில் அமர்ந்து, புதுமைப்பித்தனும் ஒருவேளை கேட்டிருக்கக் கூடும். அவரது 'செவ்வாய்தோஷம்' கதையில், ரத்தக்காட்டேறி அடித்து, இறந்துபோன நபரின் சடலம் புதைக்கப்பட்டு, ஒரு வாரத்துக்குப் பிறகும் ரத்தம் உறையாமல் இருக்கிறது. படைப்பென்னும் ரத்தக் காட்டேறியால் தீண்டப்பட்டவர்கள் இவர்கள்தாம் போலும்.

முன்னுரை

"பாடநினைத்தது பைரவி ராகம்
பாடிமுடித்தது யாவையும் சோகம்"

கண்ணதாசனின் இந்த வரிகள் படத்தில் வரும்; இசைத் தட்டில் இருக்காது. 'மயங்குகிறாள் ஒரு மாது' படம் என்று நினைவு.

நினைவுகளை அழித்து விடுவதன் மூலமோ, ஒளித்து வைப்பதன் மூலமோ, இறந்த காலத்தை மறுபடி வாழ்ந்துவிட முடியாது.

எங்கள் வீட்டில் பாத்திரம் துலக்குவது, முற்றம் தெளிப்பது போன்ற வெளிவேலைகள் செய்துவந்த பொன்னாகுடிக்கிழவி வேலம்மாள் இறந்து போனாள். அவள் இருக்கும் குச்சுவீடு லேசான அழுகைகளுடன் அமைதியாகவே இருந்தது. திடீரென்று அவளது சொந்த ஊரிலிருந்து பத்துப் பதினைந்து பேர் வந்தார்கள். தெருவில் நின்று கொண்டிருந்த என்னிடம்தான் வீட்டை விசாரித்தார்கள். கொஞ்ச நேரத்தில் ஒப்பாரிச் சத்தம் பலமாகக் கேட்டது. அம்மா, அதைக் கேட்பதற்காக குச்சு வீட்டின் சுவரையொட்டி நின்றாள். நானும் காதுகொடுக்க ஆரம்பித்தேன். கொஞ்சம் வழக்கமான வாசகங்கள்தாம். திடீரென்று, "செகம் பூரா ஆளலாமே, திரும்பி நல்லாச்சாகலாமே, என்ற வரிகள் தெளிவாகக் கேட்டன. பகீரென்றது எனக்கு. வாழ்க்கையை எப்படி முதலிலிருந்து மறுபடி வாழ்வது; சாத்தியமா.

'அந்திமழை. காமி'ற்காக திரு. இளங்கோவன் "எழுதுங்கள் எழுதுங்கள்" என்று வருடக்கணக்காக கேட்டுக் கொண்டிருந்தார். நண்பர் நடராஜனும், உரைநடை எழுதுங்கள் என்று பல காலமாகச் சொல்லிக் கொண்டிருந்தார். 'கதைசொல்லி'யில் என் கேள்வி -

பதில் பகுதியைப் படித்துவிட்டு, கி.ரா. மாமா, ''நீ பேசாம கவிதை, கதை எல்லாத்தையும் தூரப் போட்டுட்டு இந்த மாதிரி எழுது; எவ்வளவோ இருக்கப்பா சொல்றதுக்கு'' என்று ஃவேறு சொல்லி யிருந்தார். ஒரு குறிப்பிட்ட நோக்கம் எதுவுமில்லாமல், 'அந்திமழை.காம்'யில் எழுத ஆரம்பித்தேன். என்னுடைய வலை மனையிலும் அதைப் பிரசுரித்தேன். வரவேற்பும் இருந்தது; சில யோசனைகளும் வந்தன; சில நக்கலும் கிண்டலுமான அபிப்ராயங் களும் வந்தன. எல்லாமே நண்பர்களிடமிருந்து வந்தவை. ''என்ன, ஒரே எம்.ஜி.ஆர்., தி.மு.க. புராணமாக இருக்கிறது'' என்றனர் சிலர்.

அது உண்மையாயும் இருக்கலாம்; 'போதுமடா சாமி' என்று வணக்கம் போட நினைத்த சமயத்தில், சிலர், ''ரொம்ப நல்லாருக்கு; சினிமாவைவைத்துக் காலகட்டத்தை நன்றாகக் கொண்டு வருகிறீர்கள்'' என்றனர். வண்ணதாசன், ஒரு விடியற்காலம், தூக்கத்திலிருந்து எழுப்பி, ''வாழ்த்தை மட்டும் சொல்லுகிறேன் வேறெதுவும் சொல்ல விரும்பவில்லை'' என்று சொன்னார். நெகிழ்ச்சியில் தொண்டை அடைத்தது. இன்னும் கொஞ்சம் எழுதினேன்.

பாராட்டை மட்டுமே விரும்புகிற சாதரணனாகிய நான், என் கவிதையில் சொல்லமுடியாததை, அதன் பின்புலம் என்று நான் நினைத்ததை, நான் என்னவாக என் ஆதிகாலத்தில் இருந்தேன் என்பதைப் பாசாங்கில்லாமல் சொல்வதுதான் என் நோக்கமாக ஆகியிருந்தது என்று உணர முடிந்தது. ஆனால் நினைவின் ஆழத் திலிருந்து ஏதேதோ, எடுக்கஎடுக்க வந்துகொண்டே இருந்தன. பெரும்பாலும், உண்மை சார்ந்த நிகழ்வுகளையே எழுதினேன். நெருங்கிய நண்பர்கள் சிலரின் அவலங்களை, குறிப்பாக, அவர்கள் வீட்டுப்பெண்களின் - என் பட்டினி நேரங்களில் சோறு போட்டவர்களின், துயரங்களைச் சொல்லும்போது மட்டும் பெயர், இடம் என்று சற்றுப் புனைவு கலக்க வேண்டியிருந்தது. தவிரவும், புனைவு இல்லாமல் எழுத்து சாத்தியமே இல்லை. ஜி.நாகராஜன் சொல்லாததை நான் சொல்லி விடவில்லை; வண்ணநிலவன் எழுதாததை நான் எழுதிவிடவில்லை.

சிலவற்றை எழுதிவிட்டு, இரண்டு - மூன்று நாள்கள், பழைய வலியை, பட்டினியைப் புதுப்பித்துக்கொண்டு அவஸ்தைப் பட்டிருக்கிறேன். எனக்குப் பிடித்தமான ராஜ. சுந்தரராஜன் போன்ற பழைய நண்பர்களை இதன் மூலம் திடீரென்று கண்டடைந்தேன்.

சுகுமாரன் போன்ற நண்பர்கள் இதன் ஆரம்பத்தில் சில திருத்தங்கள் சொன்னார்கள். 'அந்திமழை.காமி'ல் பிரசுரிக்க, ஞாயிற்றுக்கிழமை இரவுவரை விழித்திருந்து எதிர்பார்த்துக் கொண்டிருந்த திருமதி. சரஸ்வதி இளங்கோவன், இளங்கோவன், உற்சாகப்படுத்திய செல்வேந்திரன், வா.மணிகண்டன், துபாய்ராஜா, குப்பன், யாஹூ, இந்துமதி கணேஷ், வலைத்தளம் என்ற ஒன்றை ஏற்படுத்தித் தந்து என்னை 'உரைநடை' எழுதும் பயிற்சிக்கு ஆளாக்கிய என் இளைய மகள் தரணி என்று எல்லோருக்கும் என் அன்பும் நன்றியும். தன்னுடைய வலைத்தளத்தில் இந்தத் தொடர்பற்றிய மிக அழகான குறிப்பை வெளியிட்டு என் வாசக வட்டத்தை விஸ்தரித்த எஸ்.ராமகிருஷ்ணன், ஒரு நல்ல முன்னுரை போல, என் மனப் பிரதிபலிப்பாய் ஒரு பதிவை வழங்கிய ஷங்கர், மெய்ப் புத் திருத்தி உதவிய (விக்ரமாதித்யன்) நம்பி ஆகியோருக்கு என் கூடுதல் நன்றிகள் உரித்தாகுகின்றன. கொஞ்ச நாள் கழித்து, இது வேறு ரூபத்தில் தொடரக் கூடும்.

அன்புடன்,
என்றும் உங்கள்
கலாப்ரியா

பொருளடக்கம்

அண்ணாவை வழியனுப்பப் போனபோது...	21
வாத்சல்யம் கொட்டின பால்யகால ஸ்னேகிதி	29
உலகத்திலேயே எது ரொம்ப சுகமான விஷயம்	33
கொலுவே அவளுக்காகத்தான்	38
கொலுவிற்கு வரும் அக்காகுழந்தைகள்	42
தேர்வந்தது போலிருந்தது நீ வந்தபோது	49
‘நீ சிரிக்கையில் நடக்கும் திருவிழாக்களில் நான் வழிதப்பும் குழந்தையாகிறேன்’	54
‘‘கவிதையில் எழுதிய காவியத்தலைவி கலையில் நிலையானாள்...’’	60
மாலையும் இரவும் சந்திக்கும் இடத்தின் மயங்கின ஒளியினைப்போலே	66
சித்திரத்தில் பெண்ணெழுதி	74
நால்வகை மதமும் நாற்பதுகோடி மாந்தரும்	83
அப்பாவி ஆண்கிளி தப்பாக நினைத்தது	89
ஆயிரம் வாசல் இதயம்	96
காட்டுக்கேது தோட்டக்காரன்	105
புற்றில் உறையும் பாம்புகள்	114
ஆண்டவன்கட்டளை	120
‘காகித ஓடம் நினைவலை மேலே...’	127
ஒருவழியை மறுவழியாய்...	134
பனி தீராத வீடு...	144
நாலுபேருக்கு...	153
மரணம் என்பதே நித்திரையாம்...	161
காலமகள் மடியினிலே ஓடும் நதி...	167
பாமரஜாதியில் தனிமனிதன்...	175
சிரிப்புப் பாதி அழுகை பாதி சேர்ந்ததல்லவோ...	183

கல்லில் வடித்த சொல் போலே அது காலம் கடந்த...	189
பெண்ணாகப் பிறந்துவிட்டால் சொல்லாத நினைவிருக்கும்...	198
உச்சிவெயில்...	205
வந்த துன்பம் எதுவென்றாலும் வாடிநின்றால் ஓடுவதில்லை...	213
நெஞ்சம் அலைமோதவே...	220
ஏமாந்துபோவே இன்னும் கேளு...	227
கங்கையிலே ஓடம் இல்லையோ...	234
காவல்காக்கக் கடவுளையன்றி...	241
மூங்கில்மரக்காட்டினிலே...	248
கடலிலே ஓலவும் கரளிலே மோகவும்...	256
வீழும் கண்ணீர் துடைப்பாய்...	267
செந்தமிழே வணக்கம்...	275
செந்தமிழே வணக்கம் - 2	282
நீராடும் கண்கள் ஆகாயகங்கை போராடும் உள்ளம் பாதாளகங்கை	293
நாம் சிரிக்கும் நாளே திருநாள்	302
மேடை அவன் மேடையல்லவோ...	309
உறவை எண்ணிச் சிரிக்கின்றேன் உரிமை இல்லாமல் அழுகின்றேன்...	318
தீ இந்த உயிர்க்கூட்டை எரித்தாலும்...	326
எமது அடுத்த தயாரிப்பு...	333
கேள்விக்குப் பதிலேதய்யா...	339
இப்படம் நாளை கடைசி...	345
சம்மதமில்லையென்றால் ஏது வழக்கு...	354
பாட்டுக்கேட்டவுடன்...	360
மலர் ஜாடையில் சிரிக்கும்...	368
வீடில்லை நட்பாள்பவர்க்கு...	376

1
அண்ணாவை வழியனுப்பப் போனபோது...

அன்று இரவில் நெடுநேரம் தூங்கவில்லை.

அப்போதெல்லாம் தொலைபேசி, தெருவுக்கு இரண்டு வீட்டில்தான் இருக்கும். நீண்ட நேரம், பத்மனாப அண்ணாச்சியின் ஆஸ்பத்திரியில் காத்திருந்தோம். அவர், ஒரு எல். எம். பி. டாக்டர். அங்கே ஒரு தொலைபேசி உண்டு. அவர், 14 -வது வார்டு தி. மு. க. கவுன்சிலர்; திருநெல்வேலியின் முதல் தி.மு. க. சேர்மன் ஆகவேண்டியவர்; ஆக முடியவில்லை. பின்னாளில் 71-ல் எம். எல். ஏ. ஆனார். சென்னை கார்ப்பொரேஷன் தேர்தல் முடிவுகளோ, செ. கந்தப்பன் இடைத்தேர்தல் முடிவோ தெரிந்து கொள்ள அங்கேதான் காத்துக்கிடப்போம்.

'தினமலரி'ல் என் அண்ணன் ஒருவர் நிருபராய் இருந்தார்; அவன், டெலிபிரிண்டர் செய்தி பார்த்து விட்டு, எப்போதாவது சொல்வான். அவன்தான், எம். ஜி. ஆர். குண்டடி பட்டதும் தகவல் சொன்னான். ஆனால் அவன், அவருக்குக் காலில் குண்டு பட்டிருப்பதாகச் சொன்னான். அதிலிருந்து அவனிடம் போய்க் கேட்பதில்லை. ரேடியோவிலும் கடைசி ஆங்கிலச் செய்தி, இரவு 11 மணிக்கு. அதிலும் அண்ணாவுடைய உடல்நிலை பற்றி ஒன்றும் விசேஷமாகச் சொல்லவில்லை.

காலை ஐந்து மணிக்குத் தூக்கம் விழித்து, ஒரு கோஷ்டியாகச் சந்திப்பிள்ளையார் முக்கு டீக்கடைகளில் ரேடியோ செய்தி கேட்கப் போனோம். பாதித் தெரு போனதும், கிருஷ்ணன் வைத்த வீட்டில், 'ஆல் இந்தியா ரேடியோ'வின் 'முகப்பிசை' (signature music) கேட்டது. எல்லோரும் அங்கே போனோம். வீட்டில் பெண்களும் குழந்தைகளும் படுத்துறங்கும் பட்டாசலினுள் தயங்கித்தயங்கி நுழைந்தோம். வீட்டில் வாடகைக்கு இருந்தவர் தி. மு. க. அனுதாபி. அதனால், அவர், ''வாங்கடே'' என்று சோகமாக அழைத்தார். ரேடியோ - தன் வழக்கமான - சக வருஷம், ச்ராவண மாதம் போன்ற முகமன்களுக்குப் பின், ''ஒரு முக்கியச் செய்தி'' என்று குரல் கம்மத் தொடங்கியது. வீட்டின் பெண்களும் பிள்ளைகளும், அந்நிய ஆண்களை அப்போதுதான் உணர்ந்தார்களோ என்னவோ, வாரிச் சுருட்டிக்கொண்டு எழுந்திருக்கத் தொடங்கும் போது, ''அண்ணா அமரரானார்'' என்று பட்டாபிராமனோ பஞ்சாபகேசனோ அறிவிக்கத் தொடங்கியதும், வீட்டுக்காரர் அழத் தொடங்கினார். வீட்டின் பெண்கள் கலவரம் அடையத் தொடங்கியபோது, நாங்கள், நம்பமுடியாமல், வீட்டைவிட்டுக் கிளம்பினோம்.

சிவசங்கரனோ யாரோ பொறுப்பாக அவரிடம் நன்றிசொல்லி விட்டு வந்தார்கள். அழுதோம் என்று சொல்ல முடியாது; ஆனால் தொண்டைக்குள் ஏதோ அடைத்தது. தெருமுனைக்கு வரவும், யாரோ, ஒரு ஜவுளிக்கடை அட்டையும் சாக்பீஸுமாக வரவும் சரியாக இருந்தது. ''பேரறிஞர் அண்ணா மறைவு'' என்று எழுதி, தி. மு. க. கொடிக்கம்பத்தில், எட்டும் உயரத்தில், கட்டி விட்டு, எதிர்த்த மெடிக்கல் ஸ்டோரின் உயர்ந்த படிகளில் உட்கார்ந்து, பேசத் தொடங்கினோம். அண்ணாவின் பல மேடைப் பேச்சுகள், எழுத்துகள் பற்றித்தாம் பெரும்பாலான பேச்சு அமைந்திருந்தது. 1967 தேர்தலுக்கு முந்திய நெல்லைக் கூட்டத்தில் அவர் பேசிய நகைச்சுவையும் நளினமும் மிக்க பேச்சு, ''பக்கா காங்கிரஸ் காரரும் சொக்கா காங்கிரஸ்காரரும்....'' பற்றிய பேச்சு. இந்துக் கல்லூரியில் மதியத்திலிருந்து இரவு ஒன்பது மணிவரை கலையாமல் காத்திருந்து கேட்ட ஆங்கில உரை என்று காலையில் ஆறு மணி சுமாருக்கு ஆரம்பித்த பேச்சு, பத்து மணியாகியும் முடியவில்லை. அப்பொழுதுதான் காய்கறி மார்க்கெட்டிலிருந்து தி. மு. க. தோழர்கள் சிலர் வந்து, ''நாங்கள் சென்னை செல்ல ஒரு பஸ் ஏற்பாடு செய்திருக்கிறோம்; போக வர முப்பத்தி ஐந்து

ரூபாய்; நீங்கள் யாரும் வருவதாக இருந்தால், பன்னிரெண்டு மணிக்குள் சொல்லுங்கள்'' என்றார்கள்.

அவர்கள் சொல்லிவிட்டுப் போன நேரத்திலிருந்து பிடித்துக் கொண்டது, ஆசை. முப்பத்தி ஐந்து ரூபாய் என்பது ரொம்பக் குறைவுதான்; ஆனாலும் அது எங்களுக்குக் கிடைப்பது - சுமார் நாற்பது வருடத்துக்கு முன்னால் - ரொம்பக் கடினமான விஷயம். நான், பெரிய கோபால், செல்வகணபதி, ராமு என்று நாலைந்து பேர் எப்படியோ பணம் பெரட்டி விட்டோம். அதற்குப் பின் பெரிய கதை இருந்தது. ஒருத்தர் வைத்திருக்கும் ரூபாய் இன்னொருவருக்குத் தெரியாது. ஒருவருக்கொருவர் சொல்லிக் கொள்ளவில்லை என்பதுதான் உண்மை. ஆனால் அதெல்லாம் கொஞ்ச நேரத்திற்குத்தான். அப்பா, ''எப்படியும் ஒழி, காசு கீசெல்லாம் கிடையாது'' என்று சொல்லி விட்டார். அம்மாவிடம் காசு இருந்த நாளே கிடையாது. வீட்டில் கிடந்த பழைய பேப்பர், புஸ்தகம் எல்லாம் பொறக்கினாலும் ஐந்து, பத்துக்கு மேல் தேறாது. அப்படியும், அந்தப் பழைய பேப்பர் கடைக்காரர் - கட்சிக்காரர்தான் - அடைத்த கடையைத் திறந்து பேப்பரை வாங்கிக் கொண்டு ஒன்பதோ என்னவோ தந்தார். அவர், விஷயத்தைக் கேட்டு, கூட ஒன்றோ இரண்டோ தந்த நினைவு. ஒன்றும் ஒப்பேறாத நிலையில் வீட்டுக்கு வந்தபோது, பெரிய அண்ணன் சிரிச்சமானிக்கே கேட்டான்: ''என்ன, துட்டு கிடக்கலையா''. எனக்கு சரியான கோவம். ''ஆமா, இவரு முடிஞ்சு வச்சிருக்காரு, தரப் போறாரு'' என்று திட்ட ஆரம்பித்தேன். அவன் வேலை - வெட்டி எதுவும் இல்லாத மூத்த பிள்ளை. அவனுக்குத் திருமண மாகி, மூன்று குழந்தைகள்.

மதினி, சமீபத்தில்தான் இறந்து போயிருந்தாள். என்ன செய்தானோ தெரியவில்லை, கொஞ்ச நேரம் கழித்து - தெருவில் அமர்ந்து, சேக்காளிகளுடன், போக முடியாத பயணத்தைப் பற்றி ப்ளான் பண்ணிக் கொண்டிருந்தபோது - அண்ணன் வந்து கூப்பிட்டான். எனக்கு எரிச்சல். அவன் முகத்திலோ ஒரு கேலிப் புன்னகை. ''வாடே, இங்கே'' என்றான்; கையில் முப்பது ரூபாய் தந்தான். எனக்குப் பெரிய ஆச்சரியம். என் வாழ்க்கையில், அவன் எனக்குக் காசு தந்ததே கிடையாது. ஒரே ஒரு சமயம், 'சாரிடான்' வாங்கி வந்தபோது அரையணா தந்த நினைவு; அது பத்து வயது வாக்கிலிருக்கும். தெருவில் எல்லாருக்குமே அது ஆச்சரியம். அவனைப் பற்றிய அபூர்வக் குறிப்புகள், என்னைவிட, என்

வயதுத் தோழர்களுக்கே நன்கு தெரியும். அதெல்லாம், 'அடல்ட்ஸ் ஒன்லி' விஷயங்கள். என்னிடம் அப்படியும் இப்படியுமாக நாற்பது ரூபாய்க்கு மேல் தேறியது. அதற்குள் பஸ் ஏற்பாடு செய்தவர்கள் வந்து, ''முப்பது ரூபாய் இருந்தாலும் போதும். சீதாபதி நைனா பஸ்தான். அவரும் கூட வாராரு'' என்றார்கள். ''ரெண்டு நாள்தானே; அழகாப் போதும், வா'' என்று பெரிய கோபால்தான் சொன்னான். அதற்கிடையில், வராத ரெண்டு - மூன்று பேர், மொத்தத்தில் கடன்தர முன்வந்தார்கள். கணபதியோ யாரோ அதை வாங்கி வைத்துக் கொண்டார்கள். ஒரு துண்டு, ஒரு சட்டை; அவசரத்தில், மாற்று ஜட்டிகூட எடுக்கவில்லை.

பஸ்ஸில் ஏறியதும், குனிந்துதான் நடமாட முடிந்தது. பஸ்ஸுக்குள் எங்கு பார்த்தாலும் வாழைத்தார் - காயும் பழமுமாக - கட்டியிருந்தது. ''எல்லோரும் சாப்பிடுவதற்குத்தான்'' என்றார்கள், மார்க்கெட் தோழர்கள். எங்களுக்கு, 'பின்ன என்னடே' என்று தோன்றியது.

மதுரை தாண்டும்போது, சற்றுக் கண்ணசந்தது. ஒன்றிரண்டு பழம் தின்றிருந்தோம். இன்னும் நன்றாகக் கனியவில்லை, சில. திருச்சி நெருங்கும்போது, பஸ் நின்றிருப்பது தெரிந்து, விழிப்பு வந்தது. ஒரே டிராபிக் ஜாம். நெடுஞ்சாலையில் சேரும் எந்தச் சிறிய சாலையிலிருந்தும் வாகனங்கள் வந்துகொண்டே இருப்பதாக பஸ்முதலாளி சீதாபதி நைனா சொல்லிக் கொண்டிருந்தார். அவர் தான் பஸ்ஸை அப்போது ஓட்டிக் கொண்டிருந்தார். பசி, வயிற்றைக் கிள்ளியது. மெதுவாக, கீழே இறங்கினோம். எல்லாக் கடைகள், வீடுகள் எங்கும் அண்ணா படம்வைத்து, மாலைபோட்டு, ஊதுவத்தி எரிந்தவண்ணம் இருந்தது. பத்து - பதினொரு மணி இருக்கும். சாப்பிட எதுவுமில்லை. கையிலும் ஒன்றும் கிடையாது. அம்மா, ''கொஞ்சம் தயிர்ச் சோறாவது கொண்டு போ'' என்றிருந்தாள். அவசரத்தில், யார் அதைக் கேட்க. ஒரு பெஞ்ச் மாதிரிப் போட்டு ஏதோ வைத்து விற்றுக் கொண்டிருந்தார்கள். உப்புமா. விலை கேட்டபோது தலைசுற்றியது. மூன்று பேரும் சேர்ந்து ஒரு பொட்டலம் வாங்கினோம். பொட்டலத்தைப் பிரித்தால், கொழுகொழுவென்று கஞ்சி மாதிரி இருந்தது. ருசியாவது ஒன்றாவது; தூர எறியும் போதுதான் பார்த்தோம், அங்கே நிறையப் பொட்டலங்களை. நல்லவேளை, ஒன்றோடு நிறுத்தினோம். சரி, பஸ்ஸுக்குள் வந்து பழம் தின்னலாம் என்று ஏறினோம். குலை இருந்தது; தொலி இருந்தது; பழம் இல்லை.

அவ்வளவு பசி, மக்களுக்கு. அதற்குள், பஸ் நகர ஆரம்பித்தது; தூக்கமும் சுழற்றியது. பசியோடு சென்னையை, ஊர்ந்து ஊர்ந்து அடைவதற்குள், மணி பகல் பன்னிரெண்டு வாக்கில் ஆகிவிட்டது. குளிக்கவோ பல் விளக்கவோ நேரமேயில்லை. சித்ரா டாக்கீஸ் அருகே பஸ்ஸை நிப்பாட்டிவிட்டு, சாயந்தரம் ஆறு மணிக்குள் இங்கே வந்துவிட வேண்டும் என்று சொன்ன நினைவு. அங்கிருந்து ராஜாஜி ஹால் வருவதற்குள், போதும் போதும் என்றாகி விட்டது. ஆனால் யாரைப் பார்த்தாலும், அவர்கள், தங்கள் சொந்த சோகத்தில் அமிழ்ந்து போனவர்கள் போலவே இருந்தனர். யாரும் வேடிக்கை உணர்வுடன் இருந்தது போல் இல்லவே இல்லை. கணபதிக்குத் தான் சென்னை நன்றாகத் தெரியும். எனக்கு, ஓரளவுக்கு மவுண்ட் ரோடு ஏரியா தெரியும். இருந்தாலும், யாரும் யாரையும் பிரிந்து விடாமல் ராஜாஜி அரங்கம் அருகே நெருங்கிவிட்டோம். அதற்குள் ஊர்வல ஏற்பாடுகள் தொடங்கி, குதிரைப் போலீஸார் விரட்ட ஆரம்பித்து விடவே, ஸ்டார் தியேட்டரா காசினோவா நினைவில்லை, அதற்கு அருகே ஒதுங்குமாறு கணபதி சொல்ல, ஒதுங்கி நின்று ஊர்வலத்தைப் பார்த்தோம்; கொஞ்ச தூரம் கூடவே போனோம். ஊர்தி, தங்களைக் கடக்கும் போதெல்லாம் அழுகையும் கூக்குரலுமாய் இருந்தன. ஒரு மகத்தான மனிதனின் மறைவில் இவ்வளவு சோகமா என்று புரியவில்லை.

அம்மா, காந்தி இறந்தபோது திருநெல்வேலி அல்லோலகல் லோலப் பட்டதை சொன்னபோதெல்லாம் அதன் சாத்தியம் எனக்குப் புரிந்திருக்கவில்லை. இன்றுகூட - இதை எழுதும் இந்த வினாடிகூட - நான் சம்பந்தப்பட்டிருந்த, அந்த இறுதிப் பயணத்தை சரியாகச் சொல்கிறேனா தெரியவில்லை. கணபதி சில விஷயங் களில் கெட்டிக்காரன். ஊர்வலம், எங்களைக் கடந்து போய் சிறிது நேரத்தில் பசி நினைவுக்கு வரத் தொடங்கி விட்டது. மதுரைக்கு அருகில் இரண்டு பழம் சாப்பிட்டது. ஒரு கடைகூட கிடையாது. கடற்கரைக்குப் போக வேண்டுமென்று சிலர் விரும்பியபோது, கணபதி சொன்னான், அவன் தங்கை வீடு தாம்பரத்தில் இருந்தது; மின்ரயிலில் போய் சாப்பிட்டுவிட்டு திரும்பினால் சரியாக இருக்கும் என்று. அவனது யோசனைப் படியே போனோம். ரயிலிலும் கூட்டம்; கூட்டம். பயங்கர நெரிசல். அவன் தங்கை வீட்டுக்குப் போனதும், அவனது மாமா எல்லோரையும் பார்த்து, ‘‘போய், உங்க மூஞ்சிய கண்ணாடில பாருங்கடா’’ என்று ஒரே ஏச்சு.

அவர், ரொம்ப அன்பானவர். உரிமையில் ஏசினாலும் அவருக்கும் ஊர்வலத்தைப் பற்றிக் கேட்க ஆசையாக இருப்பது புரிந்தது. அவர் சொன்னார், ''உங்க ஒரு பயகிட்டயும் காசு இருக்காது; பேசாம, இங்க தங்கிட்டு, ரெண்டு நாள் கழிச்சுப் போங்க; ரயிலில் அனுப்பி வைக்கிறேன்'' என்று. நாங்கள் தட்டிக் கழித்துப் பேசிக் கொண்டிருப்பதற்குள், தங்கை சமையலை முடித்து விட்டாள். சமையல், சிம்பிளானதுதான். ஆனால் பசி. சாப்பிட்டு முடித்து மறுபடி ரயில்; இப்போது கூட்டம் அவ்வளவு இல்லை. எட்டு மணிக்குள் சித்ரா டாக்கீஸ் பக்கம் வந்து சேர்ந்து விட்டோம். பாதிப்பேர் பசிமயக்கத்தில் இருப்பது போலிருந்தாலும், எல்லோருமே சம்பவத்தின் துயரிலிருந்து விடுபடாமலிருப்பது தெரிந்தது. பஸ் மறுபடி நத்தை போல் பயணத்தைத் தொடர, நான் தூங்கி விட்டேன்.

மறுநாள் பகல் பன்னிரெண்டு மணி அளவில், ஸ்ரீரங்கம் ஆற்றில் ஒரு அற்புதமான குளியல்போட்டு, இருக்கிற காசுக்குச் சாப்பிட்டுவிட்டு ஏறி உட்கார்ந்ததுதான் தெரியும்; நடு ராத்திரி போல் ஊர் திரும்பினோம். நல்லவேளை, அப்பா விழித்திருக்க வில்லை.

•

அந்த அனுபவத்தைத் தொடர்ந்து, ரேடியோவில் கலைஞர் வாசித்த அஞ்சலிக் கவிதையின் பாதிப்புடன் ஒரு ராத்திரியில் எழுதிய கவிதை:

1) புகழ் வாழும் தமிழ்நாட்டில்
பொய் வாழும் என்றறிந்தே-பொன்
துகள் விளையும் எழில்மண்ணில்
துயர் விளையும் என்றறிந்தே
பொய்யாப் புலவனவன்
பொன்மொழிகள் தந்திட்டான்
மெய்யான வழி கூறி
மேன் மாட விளக்கானான்

2)சோர்வுற்ற தமிழகத்தில்-தமிழ்ச்
சொல்லழிப்பார் புகக் கண்டு
பேரற்ற வடவரினம்
பெருக்கிடும் துயர்கண்டு
தாயவள் மானங்காக்க

தமிழ்மண்ணில் வீரஞ்சேர்க்க
சேயொருவன் மலர்ந்திட்டான்
சிந்தனைச் சிற்பி 'அண்ணா'வாய்

3) வள்ளுவப் பெரியோன்
வகுத்திட்ட வழி நின்றான்
தெள்ளுதமிழ்க் குடில்களில்
தீபமாய் ஒளிர்கின்றான்
அறம் பொருளின்பமென முப்பாலாய்
அன்னவன் மொழிந்திட்ட
திறம் வழியே அண்ணன்
திகழும் விதம் காண்போம்

4) காட்சிக்கு எளியனாய்
கடுஞ்சொல்லன் அல்லனாய்
காட்டுகின்றான் ஆள்பவனை
கன்னித்தமிழ்ப் புலவனவன்
அறிவுக்கடலின் மணற்பரப்பாய்
அகன்றிருக்கும் நெற்றியும்
அறிவொழுகும் கண் மலரும்
அன்பாய் முகிழும் புன்னகையும்

5) அடுத்தார் மனம் மதிக்கும்
அரசியல்ப் பண்புகளும் - கணை
தொடுத்தார் வாய் கைக்க
பொறுத்திடும் மாண்பும்
காஞ்சியின் மைந்தனுக்கு
கை வந்த கலையன்றோ

6) அறிவுடை மூத்தோர் கேண்மை
அன்னவன் கொள்ளச் சொன்னான்
அறிஞனோ ஈரோட்டுப் பெரியாரின்
அரவணைப்பைப் பெற்றிட்டார்
கேளாரும் வேட்ப மொழிவதில்
கேட்டாரைப் பிணிப்பதில்
நேராரோ அறிஞருக்கு
நிகராரோ அண்ணனுக்கு

7) சொல்வல்லான் சோர்விலான்
சோமசுந்தர பாரதியை
சொல்லின்செல்வர் சேதுப்பிள்ளையை
சொற்போரில் சொக்கவைத்தார்

இணரூழ்த்தும் நாறா மலராயின்றி
எல்லோரையும் சிக்க வைத்தார்
துணைநின்றோர் நெஞ்சிலெல்லாம் அகரச்
சொல்லாய் நிறைந்திட்டார்

8)பணியுமாம் என்றும் பெருமை
பகர்ந்திட்டான் வள்ளுவன்
அணியானதே அண்ணனுக்கிந்த
அருமையான மொழிச் சிதறல்
வாழ்வெல்லாம் வள்ளுவமாய்
வடிவெல்லாந் தமிழுருவாய்
ஆழ்கடல் நித்திலமாய்
அண்ணா இருந்திட்டார்

9)உவப்பத் தலைக் கூடி
உள்ளப் பிரிதலை
உரைத்திட்டார் வள்ளுவர்
ஓர் புலவன் கடமையென
இன்று நாம் அழுகின்றோம்
எதையும் தாங்கும் இதயமே
இதயமுறைத் தெய்வமே-இனி
என்றுன்னைக் காண்போமோ

(23 - 2 - 1969)

2

வாத்சல்யம் கொட்டின பால்யகால ஸ்னேகிதி

அந்த வயதுக்கு அவ்வளவு விஷயங்கள் அதிகமோ அதிகம் என்று தோன்றுகிறது; ஆனாலும் முழுதுமாக வெம்பி விடாமல் ஏதோ ஒரு சக்தி காப்பாற்றி வந்திருப்பதாகவே படுகிறது. சேர்மானம் சரியில்லாமல் கெட்டுப் போகாம, அப்பப்ப ஒரு ராக்கெட் என்னி லிருந்து கழன்று சுமாரான சுற்று வட்டப் பாதையில் ஆளைக் கொண்டு செலுத்தியிருக்கிறது. ஆனாலும் சில சங்கதிகளை நினைச்சுப் பார்த்தா வெட்கம் பிடுங்கித் திங்கத்தான் செய்யும்.

சங்கரநாராயணன், ஆள் நரம்பு மாதிரி இருப்பான்; நல்லாப் படிப்பான். ஆனா அவனுக்கு எங்கே இருந்து விஷயங்கள் தெரியுமோ, காலைலே பாடசாலைக்கு வந்ததுமே வாய்ப்பாடு கிளாஸ் ஆரம்பிக்கிறதுக்கு முன்னால, ரீசஸ் போக ரெண்டு பேரும் போகும் போது ஏதாவது ஆரம்பிச்சுருவான். ''ஏல, பொம் பளைங்க பழைய துணியெல்லாம் சதுரஞ்சதுரமக் கிழிச்சு வச்சுருப்பாங்க; தெரியுமால'' என்பான். விடை சொல்றதுக்கு முன்னால மணியடிச்சுரும்; வாய்ப்பாடு கிளாஸ் ஆரம்பிச்சுரும். சீக்கிரம் போனா சின்ன வாய்ப்பாடா சொல்லித் தப்பிச்சிரலாம். ஆறாம் வாய்ப்பாடு வரைக்கும் ரொம்பக் கஷ்ட மில்லை; பத்தாம் வாய்ப்பாடுன்னா ஈஸி. ஒரு நாள்

பதிமூணாம் வாய்ப்பாடு சொல்லும்படியாயிட்டு. வாய்ப்பாடு சொல்றதுன்னா, மொத்த ஸ்கூலும் உக்காந்திருக்கும்; நாம மட்டும் எந்திரிச்சி நின்னு ஒரு பதிமூணு, பதிமூணுன்னு சொன்னா, மத்த பிள்ளைகளெல்லாம் பின்னாலாயே சொல்லும். ''பத்து பதிமூணு நூத்தி முப்பது'', சொல்லியாச்சு; ''பதினோரு பதிமூணு'' திக்க ஆரம்பிச்ச சமயம், சங்கரநாராயணன், காலுக்கு அருகிலிருந்து, ''நூத்திநாப்பத்தி மூணு'' என்று சொல்லிக் கொடுத்தான். பிடிச்சது வினை. வாத்தியார், ''ஏல, நீ சொல்லுலே இன்னமே'' என்று என்னை உட்கார வைத்துவிட்டு, அவனை எழுப்பி விட்டார். காணாததுக்கு, பத்து தடவை எழுதிட்டு வரணும்ன்னார். எனக்கு சிரிப்பாணிய அடக்க முடியல. கக்கா பிக்கான்னு சிரிக்கவும், வாத்தியார், ''நீ பதிமூணு தடவை எழுதிட்டு, வாலே''ன்னார். எல்லோரும் சிரிச்சாங்க. மூஞ்சி, இஞ்சி தின்ன குரங்காயிட்டு எனக்கு. இப்ப நினைச்சாலும் ஒரு மாதிரியா நளுக்குது. மீனாட்சி மட்டும் சிரிக்கவே இல்லை. இத்தனைக்கும் எப்பவும் சிரிச்ச முகம் அவளுக்கு; அப்பவே மூக்குத்தி போட்டிருப்பா. நல்ல உயரமுங்கூட.

நாராயணன் , ரெண்டு - மூணு நாள் பேசவே இல்லை; துணி விவகாரம் தெரிவது தள்ளிப்போனது. இப்பல்லாம் பத்தாம் வாய்ப்பாடுவரை தெரிஞ்சா போதுமே. இவ்வளவுக்கும் அப்போ நயாபைசா வந்தாச்சு. 1957-ல், அது வந்த சமயம்; தெப்பக்குளத் தெரு போத்தி, டிரஷரியில் வேலை பார்த்தார். அப்பாவுக்கு சினேகிதம். நூறு, இருநூறு ரூபாய்க்கு அப்பா புதூ சில்லரையா மாத்திட்டு வந்தார். அப்பா வரும்வரை அன்றிரவு ரொம்ப நேரம் விழித்தே இருந்துவிட்டு, எப்படியோ தூங்கிப் போனேன். திடீர்ன்னு முழிச்சுப் பாத்தா எல்லோரும் பட்டாசலில் அமர்ந்து, மஞ்சள் வெளிச்சத்தில் புது நாணயத்தை எண்ணியும் துழாவியும் பாத்துக்கிட்டுருக்காங்க; அம்மா மட்டும் தள்ளி இருந்து, ''என்ன இது, சல்லியவிட சிறுசால்ல இருக்கு'' என்று சொல்லிக்கொண்டே இருந்தாள். அந்த மஞ்சள்வெளிச்சமும், (அப்பல்லாம் டியூப் லைட் ஏது) செக்கச்சிவந்த ஒரு பைசாக்களும், தள்ளியே இருக்கிற அம்மாவும், நல்லா நினைவிருக்கு; அப்ப உள்ளது எதுதான் மறக்கும். வகுப்பில் (மூணாம் வகுப்பு) சத்தம் கூடிப்போன ஒரு நாள், கடேசிப் பீரியடுல, சார், கிளாஸையே மாத்தி விட்டார். ஒரு ஆம்பிளப் பையன், ஒரு பொம்பிளப் பிள்ளை என்று உட்கார வைத்து விட்டார். மீனாட்சிக்குப் பக்கத்தில் சங்கரநாராயணன்.

அவ உயரத்துக்கும் இவன் நறையான் மாதிரி இருக்கிறதுக்கும் ஏழாம் பொருத்தமாய் இருந்தது.

மறுநாள் காலையில நாராயணன், 'சேக்கா' போட்டு விட்டான். நைசா, ''ஏடே, மீனாக்ஷி பக்கத்துல நீ உக்காந்துக்கயேன்'' என்றான். தட்ட முடியவில்லை. எங்க மறுபடி பேசாம இருந்துரு வானோன்னு பயம்தான்; ஆனாலும் வாத்தியார் என்னமுஞ் சொன்னா, என்ன செய்யறதுன்னும் யோசனைதான். அவர் கண்டுக்கிடலை. மீனாட்சியும் ஒண்ணும் சொல்லலை. எனக்கும் அவ கிட்ட உட்கார்றது கூச்சமாய்த்தான் இருந்தது. நானும், அவ அளவுக்கு உயரமானவனில்லை. மத்தியானம், பள்ளிக்கூடம் முடியப் போற நேரம். சங்கர நாராயணன் முகத்தை அஷ்ட கோணலா வச்சுக்கிட்டு, எந்திரிச்சு சுட்டுவிரலைக் கொஞ்சம் வளைச்சு சாரிடம் காமித்தான். அதுக்குள்ள மொத்த கிளாஸுமே கோரஸா, ''சார், இவன் ஒண்ணுக்கிருந்துட்டான் சார்'' என்று பாடியது. அவன், பாவப்பட்ட பையன். ட்ராயர், விறைப்பான துணியில் இருக்காது; ட்ராயர், சுத்தமா நனைஞ்சு, வகுப்பறையில், தரையில் ஒரு செம்புத் தண்ணியக் கவுத்தமாதிரி ஓடுது. சார், ''ஏல ஏல, ஓடுல'' என்றதும் அவன் ஓடவும், பள்ளிக்கூட மணி, வீட்டுக்கு விடவும் சரியா இருந்தது. மத்தியானம், மொத்த கிளாசையும் மீனாட்சி கழுவி விட்டுக் கொண்டிருந்தாள். பயலை ஆளையே காணும். மீனாக்ஷி, மத்தியானம் சொன்னாள், ''நல்ல வேளைப்பா, நீ பக்கத்துல உக்காந்திருந்தே'' என்று. மறுநாள், அப்பா, புதிதாய் எடுத்திருந்த ராஜா - ராணி வேஷ்டியைச் சுற்றியிருந்த தங்கத்தாளை அவளுக்குக் கொடுத்தேன். முன்பே அவள் சசியிடம் கேட்டு ஏமாந்திருந்தாள்.

•

1976 பொங்கலுக்கு ஊரும் தெருவும் தயாராகிக் கொண்டிருந்த சமயம்; என் துயரங்களுக்கும் 26 வயசு முடிந்து போன சமயம். நடுப்பகல் கழிந்து ஒரு மணி வாக்கில் தெருவில் ஆள் அரவமே இல்லை. ஒரு இண்டர்வியூவுக்குக் கிளம்பி, பாதித்தெரு வந்திருப்பேன்; இடது புறமிருந்து தெருவில் இணையும் ஒரு சின்னச் சந்திலிருந்து மீனாட்சி வந்தாள். கையில் பழைய சேலைத் துணியில், வெயில் சற்றும் தாக்கி விடாமல், சுற்றிய, செம்பஞ்சுக் குழம்பிட்ட மாதிரி கால்கள் மட்டும் லேசாக வெளித் தெரியும் தன்சிசுவுடன் வந்தாள். திடீரென்று என்னைப் பார்த்ததில், நாணம்

முகம் முழுக்க ரத்தம் பாய்ச்ச, பழைய சிரிப்பு, மின்னலாய் சுழித்தது; பத்தொன்பது வருடங்கழித்து பழைய குரல் கேட்டது. ''பொம்பளப்பிள்ளை'' என்று நான் கேட்காமலே சொல்லி, பதிலுக்குக் காத்திராமல் தன் அம்மாவுடன் கடந்துபோனாள். அவள் அம்மாவும், ''ஆமாய்யா'' என்று சொல்லிப் போனாள். மனசுக்குள் சொல்ல முடியாத சந்தோஷம். அந்த வேலை கிடைத்து இன்று ஓய்வை நெருங்கிக் கொண்டிருக்கிறேன்.

அந்நியம்

அம்மாவின்
'சகுனம் பார்த்துப் போ'
வாசல்ப் படியில் விட்டுவிட்டு
தெருவுக்கு வந்தபோது
நீ தங்கத்தாள் தந்து
வாத்சல்யம் கொட்டின
பால்யகால ஸ்னேகிதி
பெயரிடப்படாத தன்
சிசுவுடன் எதிர்ப்படுவாள்
கண் முழுக்க
கானல்ப் பிரியம் குளமிடும்.
....
....

(சிவசங்கரிக்கும் ஹரிக்கும் சமர்ப்பித்த
'ஞானபீடம்' குறுங்காவியத்திலிருந்து)
1976

●

3
உலகத்திலேயே எது ரொம்ப சுகமான விஷயம்

அழகான கையெழுத்தில் அந்தக் கேள்விகளுக்குப் பதில் எழுதியிருந்தேன். முதல் பக்கத்தில் இரண்டு பதில்களும், புதிதாய் ஒரு டியூஷன் வாத்தியார் தயாரித்துக் கொடுத்தவை; அவரே நன்கு மனப் பாடம் செய்ய வைத்து, எழுதிப் பார்த்தது தான். நிறையமார்க்(மதிப்பெண்) வரும், வி.எஸ்.கிருஷ்ணனை இந்த முறை 'பீட்' அடித்து விடலாம் என்று நினைத்திருந்தேன். பரீட்சை லீவு முடிஞ்சு முத நாள் பேப்பரைக் கொடுத்ததும், பார்த்தால் முதல்ப் பக்கம் முழுக்க சிவப்பு மையால் ஒரு குறுக்குக் கோடு மட்டும் போட்டு வைத்திருந்தது; மார்க் போடவே இல்லை. அது அரையாண்டுத் தேர்வு என்பதால், அடுத்த கிளாஸ் சார்தான் திருத்துவார். அதனால், கிளாஸ் வாத்தியார் மேல குத்தம் சொல்ல முடியாது; இருந்தாலும் அவர்ட்ட போய் கேட்டேன். "ஏல, பரமசிவம் பிள்ளைதான்ல்ல திருத்திருக்காரு; போய் அவர்ட்ட கேட்டுட்டு வால" என்று அனுப்பினார். அவரை எனக்கு நன்றாகத் தெரியும். பள்ளியில் அவர் ரொம்ப சீனியர். அப்பாவுக்குக்கூட நல்ல நெருக்கம். அவர் வகுப்பெடுத்துக் கொண்டிருந்தார்; ஆங்கிலமும் சமூகவியலும் எடுப்பார். பெரும்பாலும், கோபப் படாமல் வயசின்தன்மைக்கேற்ப, சற்று நிதானமாகவே

வகுப்புகளை நடத்துவார். எங்களுக்கு நீதிபோதனை வகுப்புக்கு வருவார். வெள்ளிக்கிழமை காலை, கடைசி வகுப்பு. பசியும் தூக்கமுமாய்த்தான் அவர் வருவார்.

நாங்க அவரிடம் ஒவ்வொரு சமயமும், மாரல் கிளாஸில கதை கேட்டு தொந்தரவு பண்ணுவோம். ''ஏல, சும்மாருங்கலே'' என்று, தூங்கறதும் தெரியாம வகுப்பறையில் சத்தமும் கிளம்பிராம பாத்துக்கிறதில் கில்லாடி. நாங்க, ''சார், கதை சொல்லுங்க, கதை சொல்லுங்க'' என்று நச்சரிப்போம். ''ஏல, பேசாம இருங்கலே'' என்று சொல்லிவிட்டு, அசந்தாப்பல நாற்காலியில் சாய்ந்து கொள்வார். இல்லையென்றால், யார் கதை கேட்கிறோமோ அவனைப் பிடித்துக்கொள்வார். ''ஏல, நீ முதல்ல ஒரு கதை சொல்லுலெ'' என்பார். இல்லைன்னா, ''நீ ஒரு பாட்டுப் படிலெ'' என்பார். அவன் நாணிக் கோணி உட்கார்ந்து விடுவான்.

நான், கையில் பேப்பருடன் வகுப்பு வாசலில் நிற்பதைப் பார்த்ததும் உள்ளே கூப்பிட்டார். நான், ''சார், இதுக்கு மார்க்கே போடலை'' என்றதும், பேப்பரைத் தூக்கி மூஞ்சியில் விட்டெறிந்து விட்டு, ''போயி, உங்க வாத்தியாரையே கேளுல'' என்று சத்தம் போடவும் அந்த கிளாஸ் பசங்க சிரிக்கவும் சரியா இருந்தது. கேவலமாப் போச்சு எனக்கு. ஏதோ கனவு கண்டா வெளில சொல்லக் கூடாதுங்கற மாதிரி கிளாஸ்ல வந்து உக்காந்துகிட்டேன். எங்க கிளாஸ் வாத்தியாரும் ஒண்ணும் கேட்கலை. எனக்கு ஞாபகமே இல்லை, அன்னிக்கி வெள்ளிகிழமைன்னு. காலையில கடேசிப் பீரியடுக்கு பரமசிவம் பிள்ளை சார்வா வந்தாங்க. எனக்குன்னா எரிச்சலும் கோவமும் இன்ன மட்டும்ன்னு இல்ல. கிளாஸ் அமைதியாயிருந்தது; சார் கண்ணையும் தலையையும் அசைச்சு, ''இந்தா, அவனைப் பாருங்கல'' என்று என்னை நோக்கி சைகையாலேயே சொன்னார். கிளாஸ் லேசாச் சிரிச்சுது. ''ஏல, நீ இன்னக்கி ஒரு கதை சொல்லு; இல்லேன்னா ஒரு பாட்டுப் பாடு'' என்றார். எனக்கு அழுகை வராத குறைதான். பேசாம எந்திரிச்சு நின்னுகிட்டே இருந்தேன். ''ஏல இங்கிலீஷ் பேப்பரை எடுத்துக் கிட்டு இங்க வாலே''ன்னார். நான் அருகே போனேன். ''ஏல, என்னலே கேள்வியில கேட்டிருக்கு; 'ரைட் எ பேராக்ராஃப் அபௌட் ஸிட்னி கார்ட்டன்'னுதானல கேட்டிருக்கு. நீ இரண்டு பேராவா எழுதியிருக்கியல. அர்த்தமிருக்கால; அதான் ஒரே கோடா போட்டுட்டேன். முழுப் பரீட்சை வரைக்கும் இதை மறக்க மாட்டேல்லா'' என்றார். எனக்கு மனசு சமாதானமாகலை.

''சரி, போனாப் போது; அஞ்சு மார்க் வச்சுக்க; அழகா வேற எழுதியிருக்கே'' என்று தடிமனான பிரெஸிடெண்ட் பேனாவை எடுத்து அஞ்சு அஞ்சும் பத்து மார்க் போட்டார். அப்பவும் வி.எஸ்.கிருஷ்ணனை பீட் பண்ண முடியல(அவனை யாருமே பீட் பண்ணலை; ஸ்கூல் ஃபைனலில் 600க்கு 516 மார்க் வாங்கியிருந்தான். நான் 378 மட்டும்). ''அதை இன்றும் மறக்கலை. குழந்தைகளுக்கும் சொல்கிறேன்'', எ பேராக்ராஃப்ன்னா ஒரு பேராதான் எழுதணும்''ன்னு.

(ஞாவகமா அடுத்த பேராவுக்குப் போயிர்றேன்; இது வேற மாதிரி விஷயம்.) கொஞ்சம் உற்சாகம் வந்துது. ''ஏல, இப்ப சுகமா இருக்கா'' என்றார், பரமசிவம்பிள்ளை சார். கேட்ட உடனேயே இன்னொரு கேள்வி கேட்டார்; ''உலகத்திலேயே எது சுகம்ல'' என்று. சரீ, கதை ஏதோ ஆரம்பமாகப் போகுது என்று தோன்றி, உற்சாகம் தொற்றத் தொடங்கியது வகுப்புக்குள். ''கிருஷ்ண தேவராய மஹாராஜாவுக்கு இப்படி ஒரு கேள்வி தோணுச்சு; சபையோரைப் பார்த்துக் கேட்டார், 'ஆமா உலகத்திலேயே எது ரொம்ப சுகமான விஷயம்'ன்னு. ஒருத்தர், 'கடவுளை துதித்துக்கொண்டிருப்பதே சுகம்'ன்னார். அப்பாஜி 'ஏழையின் சிரிப்புதான் சுகமான விஷயம்'ன்னார்; இன்னொரு மந்திரி, 'நல்ல காவியங்களைப் படிக்கிறது சுகம்'ன்னார். இன்னொரு புலவர், 'நல்ல நிலாவில அழகான அப்ஸரஸ்கூட சப்ரமஞ்சக் கட்டில்ல சயனம் பண்றது சுகமோ சுகம்'ன்னார். தெனாலிராமன் முறை வந்தது; அவன் அமைதியாயிருந்தான்; அவன் சத்தம் போடாம இருந்தா ஏதொ வில்லங்கமாச் சொல்லப் போறான்னு எல்லோருக்கும் தோணுச்சுல. அது மாதிரியிலேயே, அவன், ராசா திரும்பத் திரும்பக் கேட்டதும் சொன்னாம் பாரு, சபையே மூக்கைப் பொத்திக்கிட்டு; அவன் சொன்னான், 'ராஜா', உலகத்திலேயே கொல்லைக்கிப் போறதுதான் சுகம்' அப்படீன்னு. ராஜாவுக்கு கோவம் சண்டாளமா வந்துட்டு. 'இந்த மாதிரி பேசறத நீ விடவே மாட்டியா' என்று சத்தம் போட்டார். 'இல்ல, ராசா. எனக்குக் கொஞ்சம் அவகாசம் தாங்க'ன்னு சொல்லீட்டு, சபையிடம் மன்னிப்புக் கேட்டுட்டு, பின்னாலயே நகர்ந்து வெளியே போய்ட்டான். தெனாலிராமன் பெரிய ஆளுலே; சபைக்கே வரலை கொஞ்ச நாளைக்கி; ராஜாவுக்குத் தேட்டம் கொடுத்துட்டு; 'அவனைக் கூட்டியாங்கலே' என்று ஆணை போட்டார். அவனும்

வந்தான்; வரும்போதே ரொம்ப வருத்தமா இருக்கற மாதிரி முகத்தை வச்சுக்கிட்டான். அதாம்ல்ல அவன் கெட்டிக்காரத்தனம்.

''ராஜா, குசலமெல்லாம் விசாரிச்சாரு. இவனும் நல்லாப் பதிலெல்லாம் சொல்லிட்டு, ராஜாட்ட சொல்லுவான், 'ராஜா, இந்த ஏழைவீட்டுக்கு நாளைக்கி விருந்துக்கு வரணும்; அப்பத் தான் எம்மேல உங்களுக்கு கோவம் இல்லேன்னு அர்த்தம்' அப்படீன்னான். ராஜா, உருகிப்போய், 'அப்படியே'ன்னார்.'

''மறுநாள், தடபுடலா ஏற்பாடு நடக்கு. ராஜா கொடுத்த புது வீடு; மூணு மாடி வீடு. மத்தியானம் ராஜா வந்து இறங்கினாரு. பிரமாதமான சாப்பாடு; நல்லா சாப்பிட்டார். ராமன்கூட பேசிக் கொண்டிருந்தார். ராமன் சொன்னான், 'ராஜா, ராஜாங்கம் ராஜாங் கம்ன்னு ஒரே வேலை உங்களுக்கு; இன்னிக்குக் கொஞ்சம் நல்லா ஓய்வெடுங்க; இதுவும் உங்க வீடுதானே மகாராஜா', அப்படீன்னான். ராஜாவும், 'சரீ'ன்னார். ராஜாவை மூணாவது மாடிக்கு அழைத்துச் சென்றான். ஒரு அறை நல்ல ஏற்பாடெல்லாம் பண்ணி தயாராய் இருந்தது. ராஜா, கொஞ்ச நேரத்தில் தூங்கிப் போனார். இவன் நைசா வெளிய வந்து கதவைப் பூட்டி, அங்கன காவலுக்கு இருந்தவங்ககிட்ட, 'ராஜா நல்லா துங்கறதுக்காகவே இங்க வந்திருக்காரு; அவர தொந்தரவு பண்ணாதிங்க. அவரா கூப்பிட்ட பிறகு, என்னய கூப்பிடுங்க. நான் வந்து திறக்கிறேன்'னு சொல்லிட்டு கீழே போய்ட்டான். கொஞ்ச நேரம் ஆச்சு. ராஜாவுக்கு வயிறு கடாமுடாங்கு; சமாளிச்சுப் பாக்காரு; முடியலை. தெனாலிராமன் சாப்பாட்டில எல்லாத்திலையும் - கொஞ்சம் கொஞ்சம் விளக்கெண்ணையச் சேர்த்திருந்தான்; அதான் இப்ப வேலையக் காமிக்க ஆரம்பிச்சுது. ராஜா கதவைத் தட்டினார். சாவி, ராமன்ட்டல்லா இருக்கு. ஒரு ஆள் ஓடிப் போய் சொன்னான். ராமன், சௌகரியமா வாரான். வந்து மெதுவா கதவைத் திறக்கான். ராஜா, பதற்றமா விஷயத்தச் சொல்லி, 'கக்கூஸ் எங்கடா'ங்காரு. 'அப்படியா ராஜா, வாங்க வாங்க'ன்னு கீழ கூட்டிட்டுப் போறான் அதுவும் சுத்திச்சுத்திப் புறவாசலுக்குக் கூட்டிட்டுப் போய், கக்கூஸில கொண்டு போய் விட்டான்; ராஜா உள்ளே ஓடியே போய் - சரியாத் 'தாழ்ப்பாள்கூடப் போடாம - காரியத்தைக் கவனிக்காரு. ராமன், வெளியே இருந்து மெதுவாக் கேட்டான், 'ராஜா எப்படியிருக்கு' அப்படீன்னு. ராஜா சொன்னாரு, 'ரொம்ப சொகமாருக்கப்பா' அப்படீன்னு'' கிளாஸில் குபீர்ன்னு சிரிப்பு.

பக்கத்துக் கிளாஸெல்லாம் 'என்ன என்ன அப்படீ'ன்னு கேக்கற மாதிரி ஆயிட்டு; நல்லவேளை, மதியம் ரீசஸுக்கு பெல் அடிச்சுட்டு.

சார்வாளைக் காலையில் புட்டாரத்தி அம்மன் கோயில்ல பாத்தா, அப்படி உருக்கமாப் பாடி சாமி கும்பிடுவாரு. 'இந்த மனுஷனா இப்படி கதையெல்லாம் சொல்லுதாரு'ன்னு தோணும்; அந்தப் பதினாறு வயசுகளில் அப்படி அழகான மனுஷர்களையும் இப்படிக் கதைகளையும் கேட்டுத்தானோ ''என்னவோ, இது என் அசிங்கங்களுக்கான அழகான கவிதை'' என்று எழுதினேனோ என்னவோ. யார் கண்டது.

●

4

கொலுவே அவளுக்காகத்தான்

கொலுப் பொம்மைகள் வைப்பதற்கென்றே அந்தப் பெரிய பீரோலை அப்பா செய்ததாக அம்மா சொல்லிக் கொண்டிருப்பாள்; மாடியின்- அதை மச்சு என்று சொல்வதுதான் வழக்கம்- கடைசிக் கட்டில், நடுவில் நிற்கும் சற்று பிரம்மாண்டமாய். அந்தக் கட்டையே இரண்டாகப் பிரித்து, இரண்டு அறைகள் போல ஆக்கி வைத்திருக்கும் பீரோல். அதைப் பெரும்பாலும் கொலு வரும்போதுதான் திறப்பார், அப்பா. அதற்குள் பெரிய மண்பொம் மைகள் தவிர, நிறைய, சிறிய ஆனால் அபூர்வமான விளையாட்டுச் சாமான்கள் இருக்கும். அப்பா நடத்தி வந்த 'திருநெல்வேலி டெயிலரிங் ஹவுஸ்' மூடிய பின், 'சிங்கர்' மிஷினில் உள்ள நல்ல உதிரிப் பாகங்கள் இருக்கும். ஜெர்மன் கத்தரிக்கோல்கள் கூர் மழுங்காமல் இரண்டு - மூன்று இருக்கும். (அதில் ஒன்றை 9. 01. 1972-ல் நீண்ட நாள்களாகக் கேட்டு வந்த கார்மேகம் டெயிலருக்கு விற்று, எனக்கு எம்.எஸ்.சி., பீஸ் கட்டக் கொடுத்தார். 121 ரூபாய்க்கான அந்த ரசீது இன்னமும் 'திருக்குறள்' (மு. வ) உரை நூலுக்குள் இருக்கிறது. குடும்பம் சிறுகச்சிறுக அழிந்து கொண்டிருந்த நேரம்; மொத்த நம்பிக்கையையும் என்மீது வைத்து ஒவ்வொன்றாகக் காலியாக்கிக் கொண்டிருந்தது வீடு.)

புரட்டாசி அமாவாசை வந்ததுமே மச்சின் நடு ஹாலை தூத்துப் பெருக்கி மொழுகி எடுத்து வைத்து விடுவாள் அம்மா; திருமணமாகும்வரை அக்காதான் அந்த வேலையைச் செய்வாள். கொலுவே அவளுக்காகத்தான். நன்றாக ஹார்மோனியம் வாசிப்பாள். ஹார்மோனியத்திற்கென்று தனியாய் ஒரு மரப்பெட்டி. எனக்குத் தெரிந்து, அது பெட்டிக்குள்ளேயேதான் இருந்தது. ஏதோ ஒரு கொலுவிற்கு யாரோ மாமியாத்துப் பொண் வாசித்து, ''குயிலே உனக்கனந்த கோடி நமஸ்காரம், குமரன் வரக் கூவுவாய்'' என்று பாடிய நினைவு; அனேகமாய், வி.எஸ்.கிருஷ்ணன் அக்கா, சிண்டாளுவாய் இருக்கும். அந்த ஆர்மோனியப் பெட்டியையும், அப்பா விற்க வேண்டிய சூழல். அக்காவிற்குத் தெரியாது; பெட்டி மட்டும் இருந்தது. நீண்ட நாள் கழித்து வந்திருந்தபோது, தெரிந்துகொண்டு ரொம்பவும் கோபப்பட்டாள்; அழுதாள். அப்பா, அமைதியாக இருந்தார். அவர் முகத்திலும் அழுகையின் ரேகைகள். ''ஏன், விக்கிறதுக்கு ஒண்ணுமே இல்லையாங்கும்; ஏண்ட்ட சொல்லிருந்தா நானாவது குமார் அப்பாட்ட சொல்லி வாங்கியிருப்பேனே'' என்றாள். நானும் அப்பாவும் ஒருவர் முகத்தை ஒருவர் பார்த்துக் கொண்டோம்; எனக்கு, நான்தான் எல்லாவற்றிற்கும் காரணம் என்று தோன்றியது. பேசாமல், ஏதாவது வேலைக்குப் போயிருந்தால் இந்த சங்கடமெல்லாம் அப்பாவுக்கு இல்லாமலிருந்திருக்கும் என்று ஒரு குற்ற உணர்ச்சி. இன்றுவரை அது மறையவே இல்லை. அன்றும் சசி நினைவுக்கு வந்தாள்; இன்றும்.

> **''வெற்றி அடைந்தவன் நான்**
> **அதைக் கொண்டாட விடமாட்டாய் நீ... ''.**

என்ற (Charles Ghasleyயின்) கவிதைவரிகளினூடே இப்போது நினைவில் தோன்றுகிறாள். ராமச்சந்திரனுக்கும் பிடித்த வரிகள் இவை.

அப்பா, கொலு வைக்கும் அழகே தனி. சில வீடுகளைப் போல் கொலுப்படி என்று தனியாகக் கிடையாது. மாடியின் நடுநாயகமான ஹாலின் நாலு வாசலின் எட்டுக் கதவுகளையும் கழற்றி எடுத்து, எட்டுத் தட்டுகளாயிற்று. இரண்டு அண்ணன்களின் இரண்டு சிறிய பீரோல்; இரண்டும் இரட்டைப் பிள்ளை மாதிரி இருக்கும். இரண்டு மேஜைகள்; அப்புறம், இரட்டை அலமாரி, இரட்டை ஸ்டூல்கள் என்று எல்லாமே கச்சிதமாக இருக்கும்.

அவற்றின்மீது கதவுகளைக் கவிழ்த்தி, மேல் தட்டில் இரண்டு பிஸ்கட் டின்களை வைத்து, ஒரு சிறிய பலகை; ஒன்பது தட்டு களாயிற்று. இனித்தான் எனக்கு வேலை வரும். ஏற்கெனவே பீரோவில் இருந்து எடுத்த பொம்மைகள், ஹாலில் ஓரமாய்த் தரையில் இருக்கும். அதை, ஒவ்வொன்றாய் அப்பாவும் சின்ன அண்ணனும் எடுத்துத்தர, பொடியனான நான் மேலே ஏறி, அப்பா சொல்கிற விதம் வைப்பேன். எப்பவும் எல்லாத்துக்கும் டாப்பில தக்ஷிணாமூர்த்தி பொம்மை. அதன் அழகே தனி. வர்ணமும் வித்தியாசமானது. பளபளவென்றிருக்காது. பண்ருட்டி பொம் மைகள். அப்புறம் அழகான வெள்ளை நிறத்தொரு பசு, அதன் கன்று. அடுத்த தட்டில் முப்பெரும் தேவியர், தங்கள் இணை களுடன். ஐந்துதலை பிரம்மா பொம்மை மட்டும், தனியா, சற்று சிறியது. அடுத்த தட்டில், அஷ்டலக்ஷ்மிகள். இவையும் அழகோ அழகாயிருக்கும். அடுத்த தட்டில் தலைவர்கள் காந்தி, நேரு, படேல், போஸ், பாரதி என்று. இரண்டு போஸ் சிலைகள் இருந்தன; ஒன்று, அப்பாவின் நண்பர் ஒரு INA போராளி தந்தது. அப்பாவுக்கும் போஸைக் கொஞ்சம் பிடிக்கும். ஒருவேளை, நண்பர் காரணமோ என்னவோ. அவர் நண்பர், நவாப் ராஜமாணிக்கம் கம்பெனியில் வேலை பார்த்தார், கணக்கு - வழக்கு பார்ப்பவராக. அவரைப் பற்றித் தனியே நிறைய எழுதலாம். (ஆனால் இன்று ஒரு போஸ் பொம்மைகூட இல்லை; மற்றவை இருக்கின்றன.)

காலையில் ஆரம்பித்த இந்த வேலைகள், மதியம் சரியாக முடியும். அப்பா, அன்று ரொம்ப உற்சாகமாயிருப்பார். ''ஏல, கூலக்கடை பஜார் முக்கில போய், சல்லிப் பக்கடா வாங்கிட்டு வாரியா'' என்பார். அந்தக் கடையிலதான் மத்யான நேரத்துக்கு பக்கடா கிடைக்கும். (அதுக்கு அடுத்த பெட்டிக்கடையிலதான் பின்னாளில் இஞ்சி அடித்துவிட்டு, தசராவுக்கு விடியவிடிய முழிச்சு சப்பரம் பார்ப்போம். அதெல்லாம் அப்பா செத்ததுக்கு அப்புறம், இல்லைன்னா, போத்தி ஓட்டலிலேயே சூடா உருளக் கிழங்கு போண்டா போட்டிருப்பாங்க; அதை வாங்கிட்டு வரச் சொல்லி மத்யானம் சாப்பாட்டுக்குச் சேர்த்துக்கிடுவோம்.

சிறுத்தொண்டம்

விடுமுறைக்கு
அக்கா
தன் குழந்தைகளுடன்
வருவாள்

வெறுங்குழி துடைத்து
அடுத்த குழி; எதிர்க் குழியின்
முத்தள்ளுகிற
பல்லாங்குழி லாகவத்தோடு
சிதறிக் கிடக்கிற
வீடு நேர்ப்படும்
…. …. …. …. …. …….
…. …. …. …. …. …. ….
அக்காவின் ஆர்வம்
அவளின் ஆர்மோனியத்தையும்
விற்றுத் தின்றதற்கான
நளினச் சீறலில்
சுருதியற்றுப் போகும்
உன் வேலையற்ற
பொழுதுகளின்
வழக்கமான சீறல்கூட
அவளிடம் பணிந்து
சிரிக்கும்
ஆனாலும்
தனக்குப் பொங்கல்ப் படி
தர முடியாததை
மாமியார் சொன்னதாய்ச்
சொல்லி
உன் மூளையில் முளைத்த
மீசையை
இரக்கமின்றிச்
சுட்டெரிப்பாள்
என் தோழனே
"அக்காக்களால்
பிரியங் கொட்ட
முடிகிறதே தவிர
பால் தர முடிகிறதில்லை"
('ஞானபீடம்'-குறுங்காவியத்திலிருந்து)

●

5

கொலுவிற்கு வரும் அக்காகுழந்தைகள்

கொலு வைக்கும் வீடுகள், தெருவில் நாலைந்து உண்டு. கிழக்கிலிருந்து வந்தால், ‘கிருஷ்ணன் வைத்த வீட்’டை விற்றுவிட்டுத் தனது இன்னொரு சிறிய வீட்டில் குடியிருந்தார் கிட்டு அண்ணாச்சி; அங்கே கொலு வைத்திருக்கும். அவர் வீட்டுக் கொலுவில் பொம்மைகள் ரொம்ப அற்புதமாகவும் பெரிதாகவும் இருக்கும். பார்த்தசாரதி - அர்ஜுனன் பொம்மையைச் சிலை என்றே சொல்லலாம். அது, கொலுத் தட்டில் இருக்காது. சுவர்கள் கூடும் இடத்தில் (அதை மூலை என்று சொல்ல மனசு ஒப்ப மாட்டேங்கு.) ஒரு அழகான அரை வட்ட ஸ்டாண்டில் இருக்கும். அவர் - கிருஷ்ணன் செட்டியார் - நன்றாக வீணை வாசிப்பார். வண்ணதாசன் வீட்டிற்கு அடுத்த வீட்டில் ஒரு வீணை சார் உண்டு; அவரும் இவரும், ஒரு வருடம், அந்தக் கொலுவில் வாசித்துக் கொண்டிருந்தார்கள். அப்போது எட்டோ ஒன்பதோ படித்துக் கொண்டிருந் தேன் என நினைவு. இசை பத்தியெல்லாம் ஒன்றும் தெரியாது; ஆனால் அந்த நாதம் இன்னும் நினைவில் ரீங்கரிக்கிறது. அதற்கு அடுத்த வீட்டில், ஒரு மதினி இருந் தார்கள்; அவர்கள் அப்படியொரு சிகப்பு. வெள்ளிக்கிழமை காலையில், நான், ‘விகடன்’ வாங்கி வரும்போது தெரு வாசலில் நின்றால், ஆசையாய்க் கேட்டு வாங்கி ஒரு புரட்டுப் புரட்டிவிட்டுத்

தருவாங்க. (அவங்களுக்கு நண்பர்கள் வைத்திருந்த பெயர் P. W. D. Pure White Department.) அப்ப, 'கலங்கரைத் தெய்வம்' என்று ஒரு சரித்திர நாடகம் வந்து கொண்டிருந்தது; கோபுலுவின் படங்கள், நாடகத்தைவிட அழகாக இருக்கும். ஆட்டனத்தி-ஆதிமந்தி கதை. ''இது என்ன, 'மன்னாதிமன்னன்' படக் கதை மாதிரி இருக்கே'' என்று கணபதி அண்ணனிடம் (வண்ணதாசனின் அண்ணன்; பெயருக்கு ஏற்ற மாதிரி, எங்கள் எழுத்துகள் எல்லாவற்றிற்கும் பிள்ளையார்சுழி போட்டது அவர்தான். ஓம் கஜானனம் பூத கணாதி ஸேவிதம்.) கேட்டபோது, ''ஆமாம்; கண்ணதாசனின் 'ஆட்டனத்தி' கவிதைதான் 'மன்னாதிமன்னன்' சினிமாக் கதை'' என்று சொன்ன நினைவு. P. W. D. மதினி, மற்ற நேரம், தெரியாத மாதிரி நின்று கொண்டிருப்பாங்க. அவங்க வீட்டில் எல்லோரும், 'திராவிடர் கழகம்'. பொட்டு ஒன்றும் வைக்க மாட்டார்கள். தெருவே திரண்டு, ஆனித்திருவிழா சப்பரம் பார்க்க, தெரு முனையில் அல்லது சந்திப்பிள்ளயார் முக்கில் கூடியிருக்கும். இந்த மதினி மட்டும் வீட்டு வாசலிலேயே நின்று,ஒரு சலனமும் இல்லாம, போற வாற சனங்களைப் பார்த்துக் கொண்டிருப்பார்கள். நம்ம சப்பரம் வேற எங்கேயோ போகுது. கொலுவுக்கு வருவோம்.

சாவடி வீட்டுக் கொலுவை, சன்னல் வழியே மட்டும் பார்க்க முடியும். அவர்கள் வீட்டில்,கொலுவில் ஒரு தெப்பக்குளம் குட்டியாய், முன்னால், தரையில் இருக்கும். அது, சுட்ட மண்; தண்ணீர் விட்டு வைக்க முடியும். நடுவில் நீராழி மண்டபம், படிக்கட்டுகள் என்று கச்சிதமாய் இருக்கும். இன்னிய பாஷையில் சொன்னா, ஒரு 'மினியேச்சர்' தெப்பக்குளம். அப்புறம், மில்லுப் பிள்ளை வீட்டுக் கொலு. அது, எல். எஸ். மணி வீடு. தெருவிலேயே அவன் மட்டுந்தான் சிவாஜிரசிகன்னு சொல்லலாம். என்னோட தோள்மட்ட நண்பனும் இனிய சண்டைக்காரனும் அவன்தான். அவர்கள் வீட்டில் எப்போதும் அவல் - பொரிகடலை தான். அதுவும் கடை(மில்) கணக்கப்பிள்ளை, எல்லோரையும் முற்றத்தில் வரிசையாய் நிற்கச்சொல்லி ஒரே தரம் கொடுத்து அனுப்பி விடுவார். எங்க வீட்டில் நிறைய கோலாட்டுக்கள் இருக்கும். கொலுவுக்கு வருகிற பெண்பிள்ளைகள் ஒன்றோ இரண்டோ பாட்டுப் பாடி, கோலாட்டம் ஆடிவிட்டு, சுண்டல் வாங்கிப் போகும்ங்க. எவ்வளவு யோசிச்சும் பாட்டுகள் என்னன்னு ஞாபகம் வரமாட்டேங்கு. சில பிள்ளைகள், கோலாட்டக் குச்சிகளை தாங்களே கொண்டும் வரும்ங்க. மற்ற பிள்ளைகள் எல்லாம்

எங்க வீட்டுக் கோலாட்டைத் திரும்பி வச்சிட்டாங்களான்னு பாக்கிறது சின்னக்காவுக்கு தினசரித் தும்பம். எனக்கு, அவங் களுக்குக் கொடுத்ததுக்கு அப்புறம் என் நண்பர்களுக்கு சுண்டல் மிஞ்சணுமேன்னு கவலையாயிருக்கும். ''அவங்க என்னலே, பாடவா செய்யிதாங்க'' என்று அக்கா கேட்ட ஒருநாள், ஃப்ரெண்ட்ஸ் யாரோ இரண்டு பேர், ''சத்தியமே லட்சியமாய்க் கொள்ளடா, தலை நிமிர்ந்து உனை உணர்ந்து செல்லடா'' என்று குதிரைக் குளம்பொலி சத்தமெல்லாம் நாக்கை மடக்கி அடித்து கஷ்டப்பட்டு பாடும்போது, பாதியிலேயே, ''போதும் நிறுத்துங் கடா'' என்று பெரிய அக்கா சிரித்தபடியே சொல்லி, சுண்டல் கொடுத்து அனுப்பினாள்.

தெருவில் எல்லா வீட்டுக் கொலுவையும் பார்த்து முடிச்சுட்டு, கடைசியா, தளவாய்முதலியார் வீட்டுக் கொலு. அங்கே கொலுப் பொம்மையெல்லாம் ஒண்ணும் விசேஷமாய் இருக்காது. அதுவும், 'பெர்மனெண்டா' அடுக்கி வச்சு ஒரு கம்பிக் கூண்டுக் குள்ள இருக்கும். நவராத்திரி இல்லாத சமயங்களில், சுத்தி, திரை போட்டு வச்சிருக்கும். வீடு, அரண்மனை மாதிரி பெரிசு. பேரே, மேல அரண்மனைதான். கீழ அரண்மனையிலும் கொலு உண்டு. அங்கே நாங்கள் போவதில்லை. மேல அரண்மனையில் கொலுவுக்குப் பக்கத்திலேயே, வீட்டுக்குள்ளேயே, பிள்ளையார் கோயிலும் உண்டு. அதுக்கு பூஜை செய்கிறவர்தான் கொலுவுக்கும் பூஜையெல்லாம் பண்ணி, ராத்திரி ஒம்பது - ஒம்பதரைக்குச் சுண்டல் தருவார். ஒரு பெரிய தாம்பாளம் நிறைய வச்சுக்கிட்டு குத்துக்குத்தா தருவாரு. அதுக்காக வேண்டி நாங்க ஒரு பெரிய கூட்டமே ஏழரை மணியிலிருந்து அங்கேயே விளையாடிக் கொண்டிருப்போம். முதல்ல ஓடிப்பிடிச்சு விளையாடறது, அப்புறம், கள்ளம் - போலீஸ்; ஓடியாடிச் சலித்த பிறகு, வட்டமா உக்காந்து சினிமா பேர் போட்டு விளையாடறது. அதிலேயே ரெண்டு விதமான விளையாட்டு உண்டு.

ஒரு படத்தின் பெயருடைய முதல் எழுத்தை, ஒருவன் ஆரம்பிக்க வேண்டும்; அடுத்த எழுத்தை, அடுத்தவன் சொல்ல வேண்டும். இரண்டாவது உள்ளவன், இவன் நினைத்த அல்லது நினக்காத படப்பெயரையே மாத்தி விடலாம். முதலில், 'ஆ' சொல்லப்பட்டிருக்கும்; அவன் 'ஆலயமணி'யை நினைத்துச் சொல்லியிருப்பான். இரண்டாவது ஆள், 'யி' என்பான்; மூன்றாவது ஆள், 'ர' என்பான்; விளையாட்டு தொடரும்; நாலாவது ஆள், 'த்'

என்பான். ''ஏய், 'ஆயிரத்தில் ஒருவன்' சொல்லியாச்சு'' என்று கோரஸாகக் குரல் எழும். நாலாவது ஆள், வேறு ஏதாவது எழுத்துச் சொன்னால் 'அவுட்' ஆக மாட்டான். அவுட் ஆனால் வட்டத்தைச் சுற்றி வர வேண்டும். முதலில் நினைத்த பெயரில் எத்தனை எழுத்தோ, அத்தனை முறை சுற்ற வேண்டும். பெரும் பாலும், 'ஆ' வில் ஆரம்பித்தால் ''ஆயிரம் தலை வாங்கிய அபூர்வ சிந்தாமணி'யை நினைத்தேன்'' என்று வேண்டுமென்றே சொல்வோம். அத்தனை (19)தரம் சுற்ற வேண்டும். அப்போது, வேண்டுமென்றே வட்டத்தை அகற்றிக் கொள்வோம். இந்த விளையாட்டுக்கு நான் சற்றுப் பேர் போனவன். சற்று அபூர்வ மான படப் பெயரெல்லாம் எனக்குத் தெரியும். இதே மாதிரி இன்னொரு விளையாட்டு; படத்தின் முதல் எழுத்தையும் கடேசி எழுத்தையும் சொல்ல வேண்டும்; படத்தின் முழுப்பெயரையும் எதிராளி சொல்ல வேண்டும். இதில், இரண்டு பேர் அல்லது இரண்டு குரூப் விளையாடுவோம். 'பாபு' என்றால், 'பாவமன்னிப்பு', 'பார்' என்றால், 'பார் மகளே பார்' இதில், 'மகேஸ்வரி' (மரி), 'பாதை தெரியுது பார்', 'இவன் அவனேதான்', 'தங்கம் மனசு தங்கம்', 'மணமுள்ள மறுதாரம்', 'பெற்ற மகனை விற்ற அன்னை', 'நகரத்தில் ஜிம்போ', 'ஹனுமான் பாதாள விஜயம்', 'பெற்றவள் கண்ட பெருவாழ்வு' 'ஆண்டி பெற்ற செல்வம்', 'அழகர்மலைக் கள்வன்' இப்படிப் பேர்கள் எல்லாம் ஐயாவுக்குத்தான் அத்துபடி. ஆனால் இந்த விளையாட்டைக் கொஞ்சம் பெரிய தலைகளெல்லாம் சீக்கிரமே கலைத்து விட்டு விடுவார்கள். இல்லேன்னா, சண்டை வந்து விடும்.

தளவாய்முதலியார் வீட்டுக் கொலுவில் ரொம்ப சுவாரஸ்ய மான விஷயமே, சண்டைபோட்டுப் பேசாமலிருப்பவர்களைச் சேர்த்து 'சேக்கா'போட வைப்பதுதான். இதில் அப்பர் ரொம்ப கில்லாடி; ரெண்டு பேரிடமும் தனித்தனியாய்ப் பேசி, அழகாக, 'negotiate' பண்ணி வைப்பான். 1962 தீபாவளிக்கு மறுநாள், 'முத்து மண்டபம்' படம் பார்க்கையில் உண்டான சண்டை; அதுவும், 'விக்கிரமாதித்தன்' படம் டப்பா என்று எல். எஸ். மணி சொன்ன தால் உண்டான சண்டை. இரண்டு வருடம் கழித்து, 'புதிய பறவை' வரும்வரை நான் அவனுடன் பேசவே இல்லை. இதக் கேள்விப்பட்ட அப்பர், உண்மையிலேயே துடித்துப் போய் விட்டான். எப்படியோ இரண்டு பேரையும் சமாதானப்படுத்தி சேக்கா போட வைத்து விட்டான். (சேக்கா போட்ட மறுநாள்

மாட்னி 'புதிய பறவை' போனோம்) அதற்குப் பின் அவனுடன் சண்டை போட்டதே கிடையாது. தளவாய் வீட்டுக் கொலுவுக்குப் பொம்பளைப் பிள்ளைங்க வராது. அதனால, சமயத்தில, பேச்சு, 'கெட்ட வார்த்தை' நோக்கிப் போயிரும்; இதிலும் அப்பர் கில்லாடி.

எங்கள் தெருவுக்கு அடுத்த தெருவில்தான் தளவாய் முதலியார் வீடு. அதே தெருவில், ராஜம்மா என்று ஒரு அழகான பொம்பளை. அவ, ஒருமாதிரி. ஆனா யாராவது ஒரே ஆள்ட்ட தான் இருப்பா. மார்க்கெட்ல பெரிய கமிஷன் வியாபாரி, அவளை வைத்திருந்தார். அவர் பைக் வெளியே நிற்கும்; அதன் காற்றை ஒரு நாள் திறந்து விட்டுவிட்டு ஓடினோம், அப்பரின் தலைமையில். அன்று சுண்டல் வாங்கவில்லை. அப்படியே, எங்கள் தெருவுக்கு ஓடி வந்து ஒரு நீள நடையில் உட்கார்ந்து, கதை தொடர்ந்தது. ராஜம்மா, மாடத்தெரு, சொக்கலிங்க முடுக்குத் தெரு (ஜி.நாக ராஜனின் 'குறத்திமுடுக்கு' இதுவாய்த்தான் இருக்கும்)க்களில் இதற்கென்றே இருக்கும் பெண்கள் என்று கதை நீண்டது. அப்பர், உயரமான பையன்; டிராயர் சற்று நீளமாகப் போட்டிருப்பான். பேச்சு முடியப் போகும் தறுவாயில் டிராயர் பையிலிருந்து சினிமாப் பாட்டுப் புத்தகம் போல ஒரு புத்தகத்தை எடுத்தான்; 'வாழு வாழ விடு' - சரோஜாதேவி என்று போட்டிருந்தது. இதைப் பார்த்ததும், பழனி போல் அதுபற்றிக் கேள்விப்பட்டிருந்தவர்கள், வாயில் எச்சில் ஊறாத குறையாய், ''எனக்கு எனக்கு'' என்று கேட்டார்கள். நான் அதுவரை, அதுபற்றிக் கேள்விப் பட்டிருக்க வில்லை. அவன் யாருக்கும் தரவில்லை. பொதுவாகவே, அப்பர் ரொம்ப பயந்தவனும்கூட. அவன் வீடு அடுத்த தெருவில் இருக்கிறது. இருட்டி விட்டால் தனியே போக மாட்டான். யாரையாவது துணைக்கு அழைப்பான். யாரும் வர மாட்டார்கள். ஏனென்றால், திரும்பும்போது தனியால்ல வரணும். அவனே பெருங்குரலெடுத்துப் பாடிக்கொண்டோ இரண்டு கைகளாலும் சொடக்குப் போட்டுக் கொண்டோ ஒரே ஓட்டமாய் ஓடிவிடு வான். அன்று மட்டும் அப்பரை வீட்டிற்குக் கொண்டு போய் விட எல்லோருக்கும் ஆசையாய் இருந்தது; ஒன்றிரண்டு பேர் புறப்படவும் செய்தார்கள்.

அநேகமாய், அதுதான் கொலுவுக்குப் போன கடைசி சீஸன். அதன் பின் எல்லோருக்கும் வயது வந்து விட்டது. 'சரோஜா தேவி' புஸ்தகங்கள் நிறையப் புழங்க ஆரம்பித்து விட்டது. கே. ஆர். விஜயா இன்னோரன்ன பிரபலங்கள் பெயரில் எல்லாம்

புற்றீசல் போல் வரத்தொடங்கி விட்டது. ஆனாலும் முதல் புஸ்தகம் படித்த 64-65 'த்ரில்' வரவே வராது. அதற்கு முன்னேயே, செல்வ கணபதி, கல்யாணி அண்ணன் ஆகியோருடன் 'கலைப் பொன்னி' வாங்கிப் படிப்போம். அதில் 'ராஜா'வின் வர்ணப் படங்கள் பிரசித்தம். மதுரையில் இருந்து வெளிவந்தது. சிவகாசியில் அட்டை அச்சடித்திருப்பார்கள். ராஜாவின் பொங்கல் வாழ்த்துகளும் பிரபலம். குமாரவேல் இண்டஸ்ட்ரீஸ் தயாரித்தது. கே. மாதவன் படம் போட்ட பொங்கல் வாழ்த்துகள் ரொம்ப அழகு; அதிலும், சகுந்தலை அருகில், பரதன் சிங்கக்குட்டி களுடன் விளையாடுவது போன்ற படங்களும், 'திராவிடர் திருநாள்' என்ற எழுத்தும். எனது நடுவுள்ள அண்ணனுக்கு (தி. க. மீனாக்ஷிசுந்தரம்) தூத்துக்குடி நண்பர் ஒருவர் அனுப்புவார்; ''திராவிட நாடு திராவிடருக்கே'' என்று எழுதி, 'சேது' என்று கையெழுத்துப் போட்டிருப்பார். அண்ணன் என்னவோ, ம. பொ. சி.யின் 'தமிழரசுக் கழக' அனுதாபிதான்.

வீடும் க்ஷீணமடையத் தொடங்கி, கொலு வைப்பதெல்லாம் நின்று போய், பொம்மைகளெல்லாம் பீரோலிலேயே அடைந்து கிடந்தன. பொம்மைகளைத் தவிர அதில் இருந்த எல்லாமுமே விற்கப்பட்டிருந்தன. பீரோல் பாதி காலியாகி, விஸ்தாரமாய் இருந்தது. அப்பா சாகப்போகும் தறுவாயில் கடைசி வருடம் பீரோலைத் திறந்து வைத்த மாதிரியே வைத்து, பொம்மைகளைச் சுற்றி வைத்திருந்த துணிகளை மட்டும் நீக்கி, அப்படியே கொலு வைத்தோம். (ஒவ்வொரு நாளும் ஒரு விதமாய் சுண்டலும் சித்ரான்னங்களும் கொலுவுக்குப் போட்ட வீடு) ஒரு கல்கண்டுத் துண்டு அல்லது அச்சுவெல்லம் வைத்து, சாமியைப் 'பட்டினி' போடாமல் வைத்தாள், அம்மா. நாங்கள் பட்டினிக்குப் பழகி யிருந்தோம். 'நாளை நமதே' படம் பார்த்துவிட்டு, அதே கையோடு மோதிரம் அடகு வைத்து, கும்பகோணம் போய் சாமிமலையில் சுப்ரமணிய ராஜு கல்யாணம் முடிந்து, திரும்பும் போது அப்பாவின் பிணம்தான் வரவேற்றது.

திறங்கெட்டு

கொலு வைக்கும்
வீடுகளில்
ஒரு குத்துச் சுண்டல்
அதிகம் கிடைக்குமென்று

தங்கையைத்
தூக்க முடியாமல்த்
தூக்கி வரும்
அக்காகுழந்தைகள்
…. …. …. …. …. ….
…. …. …. …. …. …. …..
('உலகெல்லாம் சூரியன்' -1992)

6

தேர்வந்தது போலிருந்தது நீ வந்தபோது

''திருநெல்வேலியான் தேர் பாரான், திருச்செந்தூரான் கடலாடான்''ங்கிறது சொலவடை. (சொலவடைன்னா சும்மாவா; ''சொந்தம் பொய்த்தாலும் சொலவடை பொய்க்காது''ம்பா அம்மா) தேரோட்டம், ஒரு அருமையான விஷயம். என் இரண்டு மகள்களும், இன்னும் திருநெல்வேலித் தேரோட்டத்தைப் பார்க்கவில்லை. நானுமே தேரோட்டம் பார்த்து முப்பது வருடம் ஆகப் போகிறது. திருநெல்வேலித் தேரோட்டம் பார்த்தபின், வேறு ஊரின் திருவிழாக்கள் ரசிக்காது. உள்ளபடியே திரு(வி)ழான் னாலே அது சொந்த ஊர்த் திருவிழாதான். சொந்தம் - பந்தம், அதையெல்லாம்விட ஸ்னேகிதம், எல்லாம் சொந்த ஊர் மாதிரி வராது. தேருக்கு அருகே நின்று பார்த்தாலும் சரி, தூர நின்று பார்த்தாலும் சரி தேரின் அழகே அழகு. வீதி நிறைந்த ஜனத்திரளின் உயரம், தேரின் சக்கரங்கள் வரைதான் இருக்கும். தூரத்தில் நின்று பார்க்கும் போது தேர், அதன் அலங்காரத் தட்டுகள், கொடி, பிரம்பு வளையங்களின் மேல் சுற்றித் தைத்த துணிக்குழல்கள் (குட மாலைகள்) எல்லாம் மெலிதாக அசைய, தலைகள் மேலாகத் தேர் ஆடி ஆடி வரும்போது, ''தேர்வந்தது போலிருந்தது நீ வந்த போது'' என்று பாடியது சரிதான் என்று தோன்றும். தேர், வடக்கு ரத வீதியிலிருந்து கீழ

ரதவீதிக்கு (கீழைத் தேர்த் தெரு என்று 'சைவ சித்தாந்த நூற் பதிப்புக் கழக' வெளியீடுகளில் போட்டி ருப்பார்கள்) திரும்பும் போது, நான்கு வடங்களில் இரண்டு, தெப்பக்குளத்தெருவுக் குள்ளும், இரண்டு கீழ ரதவீதிக்குள்ளும் போயிருக்கும். ரதவீதியின் நான்கு முனைகளிலுமே இப்படி வடம் போக வாகாகத் தெருக்கள் இருக்கும். மதுரையில், இதற்கு வடம்போக்கித் தெரு என்றே பெயர்.

சற்றே வயது வந்த பின், தேரை வடம் பிடித்து இழுக்கிற சந்தோஷங்களை எல்லாம் தொலைத்தபின், நானும் கல்யாணி யண்ணனும் தெப்பக்குளத் தெருவில் நின்றுகொண்டு தேர் வருவதைப் பார்த்துக் கொண்டிருந்தோம். அப்போதும் அண்ணன் சொன்னார்கள், ''தேர் வந்த மாதிரி'ங்கிறது சரியாத் தானே இருக்கு'' என்று. பொதுவாகவே, தேர், கீழரதவீதிக்குத் திரும்பி விட்டால் கொஞ்ச தூரம்தான், சில நூறு அடிகள்தான், நிலைக்கு வர. வாலிபப் பசங்களுக்கு அந்த நேரம் தெரியும், நைசாக நகண்டு விடுவோம். தேர், நிலையம் சேர்ந்த உடனே போலீஸ், கண்ணு மண்ணு தெரியாம அடிக்க ஆரம்பிச்சுருவாங்க. தேரோட்டம் நடந்துகிட்டிருக்கும்போது போலீசை, பசங்க படாத பாடு படுத்திருவாங்க. அவங்களும், 'நடக்கட்டும், நடக்கட்டும்'ங்கிற மாதிரி சிரிச்சுக்கிட்டே பொறுத்திருப்பாங்க. இல்லேன்னா, தேர் இழுக்க ஆள் இருக்காது. 'தேரை இழுத்துத் தெருவில விட்ட மாதிரி'ன்னு நின்னுரும். ஒரு வருஷம் அப்படிக் கிடந்து கணபதி மில், சங்கர் மில், நெல்லை காட்டன் மில் எல்லோருக்கும் லீவு கொடுத்து அந்த தொழிலாளிங்கள வச்சு இழுக்க வச்சாங்க. ஆனா அவங்க லீவு கிடச்ச சந்தோஷத்தில, இருபது - முப்பது அடி இழுத்துட்டு, ''வெயிலா இருக்கு''ன்னு சொல்லீட்டு, ஜாலியா வீட்டைப் பார்க்கப் போயிட்டாங்க. அப்புறம் என்ன, எங்கள மாதிரி பசங்களை தாஜா பண்ணுச்சு போலீஸூம் ஆஸ்திகப் பெருமக்களும். இது, 1965-ல். இதே மாதிரி ஒரு வருஷம், 'காந்தி கொடி' (காங்கிரஸ் கொடிக்கு அப்ப அதான் பேராம்) கட்டினாத் தான் இழுப்போம்ன்னு, தேர் நடு வீதியில் நின்று விட, சுயராஜ்ஜியக் கொடி கட்டின அப்புறந்தான், ஒரே மூச்சில இழுத்து நிலையம் சேர்த்ததாச் சொல்வாங்க.

65-ல ஏற்கெனவே இந்தி எதிர்ப்புப் போராட்டத்தில பசங்க மேல போலீஸூக்கு ஒரு கண்ணு. எங்களுக்கும் இந்த விளையாட்டு ரொம்பப் பிடிச்சிருந்தது. சாயங்காலம், தேர் இழுக்க ஆரம்பிச்சதும்

விளையாட்டும் ஆரம்பிச்சது. வடத்தைத் தூக்கறது, கூச்சலா, ''நெல்லையப்பா, சோத்துக்கு இல்லையப்பா''ன்னு சொல்லிக்கிட்டே, தொம்முன்னு கீழே போட வேண்டியது. இந்த கோஷத்தை யார் ஆரம்பிச்சாங்கன்னு தெரியல; ஆனா வலுவா பரவி விட்டது. அந்த வருஷந்தான் சுகாதாரத் துறையிலே இருந்து, நிரோத்துகளை இலவசமா பெரியாஸ்பத்திரி வேனில் வைத்து விநியோகம் பண்ணினார்கள். அதைப் பெரிசா ஊதி முடிச்சுப் போட்டுப் பறக்கவிட்டு ஒரு கலாட்டா ஆரம்பிச்சுது. சாதாரண பலூனைவிட இது ஸ்ட்ராங்கா இருந்துது. கடைசியில், ஒரு எஸ். பி. யோ, டி. எஸ். பி. யோ, ''உங்களுக்கு என்ன வேணும்பா''ன்னு சமாதானத்துக்கு வந்தார். உடனே, யாரோ ஒரு கோஷ்டி, ''எங்களுக்குப் பாயாசம் வேணும்''ன்னு ஆரம்பிச்சுது. அப்ப, 'ஆயிரத்தில் ஒருவன்' வந்த புதுசு. அதில நாகேஷ் இப்படி கலாட்டா பண்ணுற மாதிரி ஒரு காட்சி வரும். அப்புறம், அந்த எஸ். பி. தலை தெரியும் போதெல்லாம், ''பாயாசம் பாயாசம்''ன்னு ஒரே சத்தமா கிடந்தது. நான், கூட்டத்தோட கூச்சல் போட்டதோட சரி; ஆனா யாருமே தலைமை தாங்கின மாதிரியும் கிடையாது.

ஏதோ ஒரு விஷயம், தானா தன்னையே உருவாக்கிக்கிட்டு. எப்படியோ ஒருவழியா தேர் நிலையத்தை நெருங்கியது. இன்னும் பத்து அடி இருக்கும்; இன்னம வெறும் தடி போட்டே தேரை நிலையத்தில் நிறுத்தி விடலாம்ங்கற கட்டம் வந்ததும், அடிக்க ஆரம்பிச்சுது பாக்கணும் போலீஸ். சின்னப் பசங்களாப் பாத்து, அடி சும்மா விழுது. யாத்தா, அம்மான்னு குதிங்கால் பிடரில பட ஓடுது கூட்டம். நல்லவேளையா, நான் பக்கத்து கல்லத்தி முடுக்குத் தெருவுக்குள் புகுந்து விட்டேன். அங்கயும் போலீஸ் விரட்டுச்சு. நான், என் ஃப்ரெண்ட் நாகராஜன் வீட்டுக்குள் நுழைஞ்சிட்டேன். அவனோட அப்பா, என்னை வீட்டுக்குள் விடவில்லை. அவன் அம்மாதான், ''சின்னப்பய, விடுங்க'' என்று உள்ளே அழைத்து, தாழ்ப்பாள் போட்டார்கள். அவன் அப்பா ஒரே ஏச்சு, எனக்கும் வீட்டில இல்லாத நாகராஜனுக்கும். (இப்ப அவன் போலீசில்தான் வேலை பார்க்கிறான்.) ஒரு மணி நேரம் கழிச்சு, அவன் வந்தான். அவன் சினிமா போய்விட்டு பயந்து பயந்து வாரான். விஷயம் இப்படீன்னு அவனுக்குத் தெரியாது. ''நான் சினிமா போயிருந்தேன்''னு சொன்னதும், அவன் அப்பாவுக்கு சமாதானம் ஆயிட்டு. ''சரி சரி, இவன் வீட்டுக்குப்

போயிருவானா, இல்லேன்னா, நான் கொண்டுபோய் விட்டுட்டு வந்துரவா'' என்றார். அதற்குள் என் அப்பாவைப் பற்றி விசாரித்து வைத்திருந்தார், என்னிடம். ''அப்பாவை நன்றாகத் தெரியும்'' என்றார். ''நானே போய் விடுவேன்'' என்று பயந்து பயந்து வந்தேன். வீட்டுக்குப் போகும் வழியில்தான் கச்சேரி வாசல் (போலீஸ் ஸ்டேஷன்). அதுக்காக, நான் சற்று சுற்றி வளைச்சு, தெற்கு ரதவீதி வழியா வந்தேன். வீட்டில், பல இடங்களிலும் தேடிக் கொண்டிருக்கிறார்கள். தெருவில், மத்த சேக்காளிகளெல்லாம், ''எங்கலே போன, போலீஸ் கொஞ்ச நேரந்தாம்ல விரட்டுச்சு. சட்டிப் போலீஸெல்லாம்(இரும்புத் தொப்பி போட்ட ரிசர்வ் போலீஸ்) சீக்கிரமே போய்ட்டாங்க. சரி, வீட்டுக்குப் போ; வீட்ல வேற பூசை இருக்கு'' என்றார்கள். நல்லவேளையா, அப்படி ஒண்ணும் இல்லை.

சாப்பிட்டு வெளியே வந்து, ஒவ்வொருத்தரும் எந்தத் திசைக்கு, எப்படி ஓடித் தப்பித்தோம் என்று பேசிக் கொண்டிருந்தோம். காலில் காயம் பட்டிருந்த முத்தையா, தேர் பார்க்க வரவில்லை; அவன், எல்லாவற்றையும் 'ஆ' வென்று வாய் பிளந்து கேட்டுக் கொண்டிருந்தான். நாய்களைக் கல்லெறிந்து விளையாடினதாகச் சொன்னான்; அவனை யாருமே கவனிப்பாரில்லை.

பின் காலங்களில் தேரோட்டம்ன்னா, அவ வந்தாளா, இவ வந்தாளா என்று அவனவன் ஆளைப் பற்றிப் பேச்சு வரும். இவள் எந்தத் திருவிழாவுக்கும், கூட்டத்திற்கும் வரமாட்டாள் என்ற நினைவு மேலோங்கியது. தேரோட்டத்தில் வழிதப்பி அழுதுகொண் டிருந்த ஒரு சுருண்ட கூந்தலுள்ள குழந்தை நினைவு வந்தது. அதைப் பெரிய கோபால் அதன் அம்மாவிடம் சேர்த்து விட்டதாகச் சொன்னான். என்னை உன்னிடம் சேர்ப்பாரில்லை.

"நீ சிரிக்கையில் நடக்கும் திருவிழாக்களில் நான் வழி தப்பும் குழந்தையாகிறேன். ''

தலைகள் மேலாக
தேர் வருவதை
நினைவில்ப் பிடிக்காமல்
ரசிக்கும் தோள்க்
குழந்தையின் கைப் பலூன்
தப்பிக் காற்றில் போகும்

வானம் கைப்படாது
கீழே வரும்
கூட்டங்களிடையே
குறுமுலை பிடித்த கைகள்பட்டு
மீண்டும் தப்பி,
மீண்டும் வந்து
வெடித்துச் சாகும்
கற்போடு.
…. …. …. …. …. ….
…. …. …. …. …. …. ……
காலடிகளுக்கு பயந்து
சந்துக்குள்
ஒதுங்கியோடும்
நாயைப் பார்த்ததும்
திண்ணையின் நொண்டிப்பையன்
கீழிறங்கிக் கற்களைச்
சேகரிப்பான்-இன்னும்
சிலதை எதிர்பார்த்து
வாய்ப் பண்டம்
மேலெல்லாம் வழிய
வழிதப்பின குழந்தையொன்று
அழுது கரையும்
என்னைப் போல,
என் தேசத்தைப் போல.
(ஜூலை 1973 'தீர்த்தயாத்திரை' தொகுதியிலிருந்து)
-"வடமோடிய தூரம் இன்னும்
தேரோடவில்லை…"
-இன்னும் இழுக்க வேண்டி இருக்கிறது.

7

'நீ சிரிக்கையில் நடக்கும் திருவிழாக்களில் நான் வழிதப்பும் குழந்தையாகிறேன்'

பொருட்காட்சி-(6. 07. 1969)

காற்றிலாடும் விளக்குகள்
கண்ணடித்து மினுமினுக்க
ஊற்றிலாடும் நீரென மாந்தர்
உவகையால் கலகலக்க
தங்கமாம் கன்னியருடை
தரைதொட்டுச் சரசரக்க
எங்கும் யாரிடமும்
இன்பமணம் நிறைந்திருக்க
தங்கில்லாக் கூச்சலிலும்
தமிழ்மணமே செழித்திருக்க
ஆயிரம் பாவையர்
அழகழகாய் அணிவகுக்க
பாயிரம் தொடரும் காவியமெனப்
பலரும் பின்னால் தொடர்ந்திருக்க
இரு விழியால் என்ன பயன்
இன்னும் பல விழி வேணும்-என
உருகுவார் பலருடன்
ஒன்றாய்த் திரிந்தேன் நானும்
பொருட்காட்சி யெனுமோர்
புதுமைப் பூங்காவிலே !
கருத்தில் கண்ணிலோர் மின்னல்
கலா உன் வடிவிலே....
....
....

இன்னும் இருபது - முப்பது வரிக்குமேல் நீளுகிறது, நீலச் சிற்றுடை, ஏலச்சிற்றிடை என்றெல்லாம் - பெரியகோயில்த் தேர்வடம் போல.

தேரோட்டத்தையொட்டித்தான் பொருட்காட்சியும் நடக்கும். பொருட்காட்சியில் ஸ்டால் போட்டிருப்பவர்களே தேரோட்டத்தை நீட்டுவதற்காகத் தேருக்குத் தடி போடுபவர்களிடம் ரகசியமாகப் பேசிப் பணம் கொடுத்துவிடுவார்கள் என்று பெரியவர்கள் சொல்லிக் கொள்வார்கள். தடி போடுவது என்றால், தேரின் பின் சக்கரங்கள் இரண்டுக்கும் அடியில் சுமார் பன்னிரெண்டு அடி நீள கனமான செவ்வகத் தூண் போன்ற மரத்தடியை நெம்புகோல் போல் சொருகி, அதற்கு மூன்று அல்லது நாலு அடி நீள, அடிக் கட்டையை அண்டை கொடுத்து, தடிக் கட்டையின் இரும்பு வளையங்களில் கோத்திருக்கும் கனமான கயிறுகளைக் கீழே இழுக்கும்போது தேர் சற்றே நகரும். தடி போட ஆரம்பித்ததுமே, தேரின் பின்னால் அமர்ந்திருக்கும் முரசறைபவன் 'டம டம' வென்று முரசை அறைய, முன்னால் தேரிழுப்பவர்கள் வடம் பிடித்து இழுக்க, தேர் நகரத் தொடங்கும். தேர் நகண்டதும் தடிகள் டமாலென்று கீழே விழும். இதற்குள் தடி போடுபவர்கள் லாகவமாக நகர்ந்து விடுவார்கள். இது ஆபத்தான வேலை; இதற்கென்று ஊரில் பழக்கமான ஆள்கள் இருப்பார்கள்; அவர்கள் கிடைக்கவில்லையென்றால் ஸ்ரீவில்லிபுத்தூர், சுசீந்தரம் பக்கமிருந்து ஆள்கள் வர வேண்டும். அவர்களும் எளிதில் வந்து விட மாட்டார் களாம். தடி போடுகிற இன்னார் வரவில்லை, இன்னாருக்கு உடலுக்கொணமில்லை (உடலுக்குக் குணமில்லை) என்றால், தீர விசாரித்து விட்டுத்தான் வருவார்களாம்.

இதெல்லாம் தேருக்குச் சருக்குப் போடுகிற மஞ்ச வேட்டிக் கோனாரின் பையன் மொக்கசாமி சொன்ன தகவல்கள். மொக்க சாமி, எம். ஜி. ஆர். ரசிகன். எனக்கு நல்ல சினேகம். அவன் ஊறுகாய் வியாபாரம் செய்பவன்; அவன் அண்ணனும் சருக்குப் போடுபவன். சாமியின் அப்பாவுக்கும் அண்ணனுக்கும் நெல்லை யப்பர் கோயிலிலிருந்து மானியம், படித்தரம், சுதந்திரம் எல்லாம் உண்டு. தேருக்குச் சருக்குப் போடுவதுதான் முக்கியமான காரியம். அதுதான் தேரை 'ஸ்டீயர்' பண்ணுவது மாதிரி, 'ப்ரேக்' போடுவது மாதிரி, வேகம் குறைக்க 'கியர்' மாதிரி. அதற்காக, கோயிலில் கொடியேறின நாளிலிருந்து, குடும்பமே விரதமாய் இருக்க வேண்டும். சாமி, கெட்டவார்த்தைகூடப் பேச மாட்டான். சினிமா

பார்க்க மாட்டான். அவன் அண்ணனோ தன் மனைவியை ஊருக்கே அனுப்பிவைத்து விடுவான். அந்த அம்மா, தேரோட்டமே (கல்யாணத்துக்கு அப்புறம்) பார்த்ததில்லை. 1966-'சந்திரோதயம்' வந்த வருஷம் என்று நினைவு. சாமிக்கு ஜெயலலிதாவிடமிருந்து புகைப்படம் இணைத்து வந்த கடிதத்தைப் பிரிக்கக்கூட அவன் அம்மா அனுமதிக்கவில்லை; கடிதம், என்னிடம் இருந்தது. திருவிழா ஆரம்பித்ததும் வந்த கடிதம்; திருவிழா முடிந்து, கொடி இறங்கிய பின்னர்தான் வீடு தேடி வந்து வாங்கிக் கொண்டான். அதுவரை, தினமும் கை சைகையிலேயே, 'பத்திரமா இருக்குல்லா' என்கிற மாதிரி கேட்டுக் கொள்வான். அவன் காத்திருந்தது வீண் போகவில்லை. அதுவரை யாருக்கும் வராத புதிய புகைப்படம் வந்திருந்தது. எங்களிடமிருந்தது எல்லாமே 'வெண்ணிற ஆடை' சமயத்தில் எடுத்தது.

தேரின் முன் சக்கரங்களில் பக்கத்துக்கு ஒன்றாக சாமியின் அப்பாவும் அண்ணனும் நின்று கொள்வார்கள். ஒரு செங்கோண முக்கோண வடிவில், வாகான கைப்பிடி வைத்திருக்கும் கட்டை தான் சருக்குக்கட்டை. தேரின் முன்புறம் தொங்குகிற கனத்த வளையத்தில் ஒரு கையும் சருக்கில் ஒரு கையும் வைத்தபடி சருக்கைச் செலுத்தவேண்டிய நேரத்தில் சக்கரத்தினடியில் வாகாகச் செலுத்துவார்கள். சருக்கை எடுத்த நொடியிலேயே வளயத்தைப் பிடித்துத் தொங்கி விடுவார்கள். தேர் நகரும்போது எப்படி நிற்க முடியும். தேருக்கு அருகிலேயே தயார்நிலையில் ஒரு கட்டை வண்டியில் (சின்ன வண்டி) தேவையான சருக்குகள் இருக்கும். தேர் கூடவே அந்த வண்டியும் வரும். இது போக, தேரின் முன் சக்கரங்களுக்கு அடியில் பெரிய நீள் சதுரக்கட்டைகள் இரண்டை இழுத்துக்கொண்டே வருவார்கள். அதற்குப் பெயர் 'திருவடிக் கட்டை' சனங்கள் உற்சாக மிகுதியில் வேகமா இழுத்தாலோ இறக்கத்தில் வேகமா வந்தாலோ சருக்குக்கட்டைக்குக் கட்டுப் படலைன்னாலோ இந்தத் திருவடிக்கட்டைதான் காப்பாற்றும். இதையெல்லாம்விட நுட்பமான விஷயம் ஒண்ணு உண்டு. தேருக்கு வெளிச் சக்கரம் போலவே, அவற்றையடுத்து நாலு உள்ச் சக்கரமிருக்கும். இவை, தரையில் பாவாது (தர்மர் ரதம் மாதிரி). வெளிச் சக்கரம் உடைந்துபோனால், இவை மொத்தத் தேரையும் தாங்கிக் கொள்ளற மாதிரி அமைப்பு இருக்கும்.

தேருக்கு முன்னால்தான் ஜனத்திரள் எல்லாம். தேருக்குப் பின்னால் ஒரு பெரிய வெறுமை இருக்கும். ரதவீதியே ரொம்ப

அகலமான மாதிரி இருக்கும். இங்கே ஒரு பெரிய வித்தியாசமான உலகமே இயங்கிக் கொண்டிருக்கும். நாரைக்கிணறு சரக்கு, பன்னீர் மாதிரி கிடைக்கும்; மூணு சீட்டு மும்முரமா நடக்கும். ஒருமாதிரியான பெண்கள், அழைக்கும் கண்கள், வலியச் சிரிக்கும் முக பாவத்துடன் நடமாடுவார்கள். இதற்கான வாடிக்கையாளர் களை அவரவர் கண்டுபிடித்து விடுவதுதான் இதில் ஆச்சர்யம். நல்லவேளை, நான் யாராலும் கண்டுபிடிக்கப் படவில்லை. ''அதுக்கெல்லாம் ஒரு தாட்டியம் வேணும்ல'' என்பான் பிச்சுமணி. அவன் பார்க்காத வியாபாரமே கிடையாது; பெரும்பாலும், பால் வியாபாரம்தான் பார்ப்பான். (தலைவர் படமென்றால் முதல் நாள் டிக்கெட் விற்பான்; ஆனால் படம் போட மணியடித்ததும் உள்ளே வந்து விடுவான். நுழையும் போதே, தனியான விசில்ச் சத்தம் கேட்கும். நாங்கள் சொல்லிக் கொள்வோம், ''பிச்சுமணி வந்துட்டாம்ல; படம் ஆரம்பிச்சுரும் இப்ப.'' இப்படி, திருவிழா, கொடைன்னா பால்க் கேனிலேயே சரக்கு விற்பான். உள் டிராயர் போட மாட்டான். ஆனால் கனத்த கலர் பனியன் போட்டிருப்பான். அதில் ஆத்திர அவசரத்துக்கு அருவாள் தொங்கும். அது வெளியே தெரியாது.

ரொம்ப நாள் கழித்து, சேவியர் கல்லூரியில் ஒரு கருத்தரங் கிற்குப் போக ஜங்ஷன் பஸ்நிலையத்திலிருந்து ஹைகிரவுண்ட் ஆஸ்பத்திரி போற பஸ்ஸில் ஏறி அமர்ந்தேன்; பக்கத்தில் எலும்பும் தோலுமாய் ஒரு ஆள்; நீளக்கை சட்டையைச் சுருட்டி, அரைக்கைச் சட்டை அளவுக்கு மடித்த ஸ்டைலுடன், சற்று விலகின வேஷ்டியுடன் இருந்தார். கொஞ்ச நேரம் கழிச்சு, ''என்ன கோவாலு, சௌக்கியமா இருக்கியா; நாந்தான் பிச்சுமணி; ஆளை அடையாளம் தெரியலல்ல'' என்றான். ''இப்ப, நீ வெளியூர்க் காரனாயிட்ட; இல்லேன்னா, ஏம் பக்கத்தில உக்கார மாட்டே'' என்றான். ''ஏன்'' என்று கேட்டேன். ''பின்னால பார்க்கலியா, போலீஸ்காரங்க; ஆஸ்பத்திரிக்கிக் கூட்டிட்டுப் போறாங்க. சரி வெளிய வேடிக்கை பாரு, ஏங்கிட்ட ரொம்ப பேசாத'' என்று அமைதியாகி விட்டான். பஸ், சுலோச்சனா முதலியார் பாலத்தின் மேல் போய்க் கொண்டிருக்கிறது. அதே பாலம், கீழே அதே தாமிரபரணி, தூரத்தில் குறுக்குத்துறை, சி. என். கிராமம், சி.என். கிராமத்துப் பிச்சுமணி; காலம் உறைந்து விட்ட மாதிரி இருந்தது எனக்கு. காலம் என்றொரு கருதுகோளே கிடையாதே? நிழற் கடிகாரம், மணல் கடிகாரம், சுருள் வில்க் கடிகாரம், தானியங்கிக்

கடிகாரம், குவார்ட்ஸ் கடிகாரம், அணுக் கடிகாரம் என்று காலங் காலமாய் கால அலகின் துல்லியம் மட்டும் மாறிக்கொண்டே இருப்பதேன். விட்ஜென்ஸ்டினிடம்தான் கேட்க வேண்டும்.

காலக்கணக்கு

பக்தியென்றாலும்
"பிரமிப்பு
எளிமையை
நிராகரிக்குமென"
பண்டாரத்துக்கு
தெரியாதா என்ன?
இந்தத் தையோடு
திருப்பணிப் பண்டாரம்
நெல்லையப்பர் கோயிலுக்கு
தேர் தருமம் செய்து
390 வருடமாகிறது
ஒரு முறை
திருவடிக்கட்டையையும் தாண்டி
தேர் விரைந்தபோது
மொக்கசாமியின் அப்பா
மஞ்சள்வேட்டிக் கோனார்
எங்கிருந்தோ வந்து
எப்படியோ சருக்குச் செலுத்தி
தேரை நிறுத்தி
வடம்சுற்றிக் கிடந்தவர்களையெல்லாம்
ஒற்றையாளாய்க்
காப்பாற்றி
(கடவுளை?)
மீட்டாரென்று கேள்வி
…………………………
……………………………
………………………
ஆர்ப்பாட்டமும் ஆரவாரமும்
தேருக்கு முன்புறமே
தேர்-
கைவிட்டு நகரும் பின்புற
ரத வீதியில்
சுவடுகள் தவிர
சூன்யமே சூழ்ந்திருக்கும்

அகல 'மான' வீதியின்
பின்புற வெறுமையில்
மூன்று சீட்டுக்காரர்களின்
மும்முரமான இயக்கம்
ஒரே மாதிரிச் சீட்டுகளை
ஒவ்வொன்றாய்-
எது முந்தி எது பிந்தியென
பேதைமை கொள்ளும்படி-
இறக்கிக் கொண்டு

அணுக் கடிகாரத்தின்
அசைவுகளுக்கேற்ப
அனைத்துக் கடிகாரங்களையும்
ஒரு நிமிடம்
நகர்த்தி வைத்தார்
கி. பி. 1994-ல்
('சதங்கை'- 1994)

8

''கவிதையில் எழுதிய காவியத்தலைவி கலையில் நிலையானாள்...''

தீபாவளி முடிந்தது. 1960 தீபாவளிக்கு, 'மன்னாதி மன்னன்'. 61-'தாய்சொல்லைத் தட்டாதே'. 62'விக்கிர மாதித்தன்', 63-'பரிசு', 64-'படகோட்டி', 65-'தாழம்பூ', 66-'பறக்கும்பாவை', 67-'விவசாயி', 68-'காதல்வாகனம்', 69-'நம்நாடு'; 70களில் நினைவு தப்பத் தொடங்கி, நினைவை சினேகிதி நிறைத்துக் கொண்டுவிட்டாள். ஞாபகம் வந்துவிட்டது, 70 தீபாவளிக்கு 'காவியத் தலைவி'. நான் அதிகம் பார்த்த பட வரிசைகளில் இதுவும் ஒன்று. ஒரு வங்காள/இந்திப் படத்தின் தழுவல்; சுசித்ரா சென்னும் அசோக்குமாரும் நடித்தது.'12 ஓ கிளாக்', 'நைட் கிளப்', 'ஹாங்காங்' (இதில் சரோஜாதேவி கதாநாயகி; ஈஸ்ட்மென் கலரில் சரோஜாதேவியை முதன்முதலாகப் பார்த்த படம். ஆனால் அவளைவிட ஜானி வாக்கருக்கு ஜோடியாக வரும் ஹெலன் அழகோ அழகாயிருப் பார். 1962 - ஜனவரி முதல்த் தேதி என்று நினைவு. அன்றிலிருந்து தான் தரை டிக்கெட் 25பைசாவிலிருந்து 26பைசாவானது.) போன்ற படங்களில் அசோக்குமாரை மர்மப் பட ஹீரோவாகப் பார்த்தது. ஆனால் இதில் ('தாதிமா') அசோக்குமார் பிரமாதமாக நடித் திருப்பார். தமிழில், ஜெமினிகணேசன் சொதப்பப்

போகிறார் என்று நினைத்தபடி போனோம். ஆனால் ஜெமினி அற்புதமாக நடித்திருந்தார். வாயடைத்துப் போயிற்று, படம் முடிகிறபோது. அதிலும், அவள் என் அருகாமையில் உட்கார்ந்து பார்த்த படம்; அந்த டிக்கெட்கூட இன்னும் டைரியில் பத்திரமாக இருக்கிறது.

படம் பார்த்துவிட்டு வந்து, கல்யாணி (வண்ணதாசன்) அண்ணனிடம் பேசிக் கொண்டிருந்தபோது அவரின் நண்பர் எல்.பாலு உடனிருந்தார். அவர் ஒரு நல்ல ரசிகர். ஆங்கிலப் படங்களை விரும்பிப் பார்ப்பார். இயன் பிளெமிங்க், சேஸ் நாவல் எல்லாம் அத்துபடி. 'லவ் ஸ்டோரி' படத்தை சென்னையில் பார்த்துவிட்டு வந்து வாப்பாரிக் (ஆதங்கமான புலம்பல்) கொண்டிருந்தார், அப்படி ஒரு படம் தமிழில் வந்து விடாதா என்று. ''நான் ஒரு தியேட்டர் முதலாளியாக இருந்தால் 'லவ் ஸ்டோரி' படத்தை மட்டுமே திரையிடுவேன், எத்தனை வருடத்துக்கும்'' என்று சொல்வார்.

எரிக் செகாலின் அந்த நாவலை அவர் தந்துதான் நான் படித்தேன். (நான் முழுதுமாய்ப் படித்த ஒரே ஆங்கில நாவல் அதுவாய்த்தான் இருக்கும்.) என்னை அவருக்கு அவ்வளவாகப் பிடிக்காது. கல்யாணியும் அவரும் தோள் மட்ட நண்பர்கள். கல்யாணியிடம், ''எதற்கு இந்த சின்னப்பய சாவாசம்'' என்கிற ரீதியில் பேசுவாரென்று கேள்வி. ரொம்ப அழகாக இருப்பார். அவர் கேட்ட முதல்க் கேள்வி, ''ஜெமினி என்னப்பா பண்ணியிருக்கான், அந்த ரோலை''. நான், ''பிரமாதமாப் பண்ணிருக்கான்; சௌகார் ஜானகியை எல்லாம் தூக்கி சாப்பிட்டு விட்டான்'' என்று சொன்னதைக்கூட நம்பவில்லை. மறுநாள் காலைக் காட்சிக்கு மூன்று பேரும் போன நினைவு. இல்லை, கல்யாணி யண்ணன் மட்டும் வந்தாரா, நினைவில்லை. ஆனால் அதற்கப் புறம் அவர் என்னைச் சின்னப் பயலாகப் பார்க்கவில்லை போல் தோன்றியது; வண்ணதாசனிடம்தான் கேட்க வேண்டும். ஆனால் எனக்கு அது பிரச்சினை இல்லை. நான் அவரிடம் கற்றுக் கொண்டது நிறைய இருந்தது - சிகரெட் உட்பட. 70க்குப் பிறகு எம்.ஜி.ஆர். படங்களும் விசேஷமாக வரவில்லை. 70 பொங்கலுக்கு வந்த 'மாட்டுக்காரவேலன்' பிரமாதமாக ஓடியது; ஆனால் எங்களுக்குப் பிடிக்கவில்லை. அதன் மூலமான 'ஜிகிரி தோஸ்த்' படத்தில் ஜிதேந்திரா-மும்தாஜ், ஜிதேந்திரா - கோமல் ஜோடி அவ்வளவு இளமையாக இருக்கும். ஜிதேந்திரா, ஒரு காட்சியில்

நீளமாக ஆங்கில வசனம் பேசுவார். எம்.ஜி.ஆரும் ‘பேசுவார் பேசுவார்’ என்று முதல் நாள், முதல் காட்சியில், ரொம்ப எதிர்பார்த்துக் காத்திருந்தால், ‘‘ஆர். யூ.எஜுகேட்டட்’’ என்று ஒரு வார்த்தை மட்டும் பேசியதும், பொசுக்கென்று போய் விட்டது. இதில் வேடிக்கை என்னவென்றால், இந்தக் கதை, பத்து, பதினைந்து வருஷத்துக்கு முன்னால் எம்.ஜி.ஆரிடம் சொல்லி, அவர் நிராகரித்தது. கதை ஏ.கே. வேலனுடையது. இந்திக்குப் போய், திரும்ப, தமிழுக்கு வந்தது. வெள்ளிவிழா ஓடியது.

அந்த தீபாவளிகளின் எளிமையும் மகிழ்ச்சியும் இனிமேல் என்றைக்கும் வராது. ஆவியில், எளிமை நிறைந்த பாக்கியமான காலங்கள். பதினெட்டு வயதின் ரசாயனங்கள், கொஞ்சம் எம்ஜியார் பைத்தியத்திலிருந்து சற்று விலக்கி வைத்தது; முற்றாக விலக்கவில்லை. எம்ஜியார் ரசிகர்களுக்குள்ளும் நாங்கள் சற்று வித்தியாசமானவர்கள். லாலாக் கடை மணி, சினிமா தொழில் நுட்பம் பற்றி நன்றாகப் பேசுவான். அவன், நெல்லை கணபதியா பிள்ளையிடம் சங்கீதம் படித்து, பாதியில் நிறுத்தி விட்டான்; மியூசிக் பற்றி நல்ல ஞானமுள்ளவன். ரிக்காட் பிளேயரும் ரெக்கார்டுகளும் வாடகைக்கு எடுத்து, வீட்டில் வைத்துப் போட்டுக் கேட்போம் - கேரம் போர்ட் விளையாடிக்கொண்டே. ஸ்ரீதர், பாலசந்தர் படமென்றால் நானும் அவனும் விரும்பிப் போவோம். ‘போலீஸ்காரன்மகள்’ படம் எங்கே வந்தாலும் என்னை மட்டும் அழைத்துக்கொண்டு போய் விடுவான். அதிலும் ஜங்ஷன், பாலஸ் - டி - வேல்ஸ், தியேட்டரில் பாட்டுக் கேட்பதற்காகவே போவோம். ‘‘அங்கே வெஸ்ட்ரெக்ஸ் சவுண்ட் சிஸ்டம் பொருத்தப்பட்டிருக்கு’’ என்பான். ‘‘பாட்டை அங்கேதான் கேட்க வேண்டுமெ’’ன்பான். ஒரு பாட்டுக்காகவே படம் பார்க்கப் போவான்; அந்தப் பாட்டு முடிந்ததும் நிர்தாட்சண்யமாக வந்து விடுவான்.

‘காத்தவராயன்’ படத்தில் வரும், ‘‘வா கலாப மயிலே’’ பாட்டுக்காகவே கூட்டிப் போவான்; அது முடிந்ததும், ‘‘வாலே, இன்னம மயிரா இருக்கு இதில’’ என்று இழுத்து வந்துவிடுவான். சாந்தாராமின் ‘கீத் கயா பத்தரோனே’ படத்தை இரண்டு பேரும் வெறி பிடித்த மாதிரி, தொடர்ந்து மூன்று நாள் பார்த்தோம்; மூன்று நாள்தான் ஓடியது. இரண்டாம் நாள் வண்ணநிலவன்,

வண்ணதாசன் எல்லோருடனும் பார்த்தோம். பாலஸில் பெரும் பாலும் பழைய படங்களே வரும். அப்புறம், ஜெமினி ரிலீஸ் படமெல்லாம் அங்கேதான் வரும்; 'தாயில்லாப்பிள்ளை', 'மொகலே ஆஜம்' (தமிழ்). அவனுக்கு ஒரு அலாதியான வழக்கம். எம்ஜியார் படம் முதல் நாள், முதல் காட்சி பார்க்க மாட்டான். தான் அப்படிப் பார்த்தால் படம் ஹிட் ஆகாது என்று ஒரு நம்பிக்கை. அதிலும் ரொம்ப எதிர்பார்க்கிற படமென்றால், ம்ஹூம், வரவே மாட்டான். நான் படம் பார்த்துவிட்டு வெளியே வரும்போது, இரண்டாம் காட்சிக்குப் போக நிற்பவன் என்னைக் கண்டதும் தனியே அழைத்துப்போய், ''படம் எப்படியிருக்கு'' என்பான். நான், பெரும்பாலும் உதட்டைப் பிதுக்கிவிடுவேன். ''போடா, ஓண்ட்டப் போய்க் கேட்டேன், பாரு'' என்பான். அவனும் அடுத்தகாட்சி பார்த்துவிட்டு வந்து, நான் சொன்ன அபிப்ராயத்தையே சொல்வான். இரண்டு பேரும் போடுகிற கணக்குத் தப்பாது. ஐம்பது நாள் என்றால் அவ்வளவுதான்; ஆறு வாரம் என்றால் அம்புட்டுத்தான். அவனைப் பற்றி எத்தனையோ எழுதலாம். எம்ஜியார் படம் ஃபெயிலியர் ஆனதுக்கு வருத்தப் படுகிற மாதிரியே 'கலைக்கோவில்' ஹிட் ஆகாததற்கும் 'தட்டுங்கள் திறக்கப்படும்' தோற்றுப்போனதற்கும் வருத்தப்படுவான்.

ஸ்ரீதரை விட்டு வின்சென்ட் பிரிந்ததற்கு ரொம்ப வருத்தப் பட்டான். 'வெண்ணிற ஆடை' படத்திற்கு சாந்தாராம் படங் களுக்குப் பணிபுரிந்த பாலகிருஷ்ணா ஒளிப்பதிவு பண்ணுகிறார் என்று அவன் அப்படி சந்தோஷப்பட்டான். படம் பார்த்துவிட்டு, ''போப்பா; வின்சென்ட் வின்சென்ட்தான்'' என்றான். அதேபோல், 'சாந்திநிலையம்' வந்தபோது படம் பற்றி ஏகத்துக்கு எதிர்பார்த்து பயந்து கொண்டிருந்தான். ''ரொம்ப நாளைக்கு அப்புறம் மார்க்கஸ் பார்ட்லே கலர் காமிரா; பாட்டு எல்லாம் சூப்பர்; 'சவுண்ட் ஆஃப் மியூசிக்' தழுவல்; ஜெமினி ஸ்டுடியோ ஜி.எஸ் மணி தயாரிப்பு; 'அடிமைப்பெண்' அம்போவாகிடும்ல'' என்றான் ('அடிமைப் பெண்' வந்து நாலைந்து வாரம் கழித்து வந்தது) 'சாந்தி நிலையம்' அவ்வளவு எடுபடவில்லை. ஒரு பக்கம் சந்தோஷப்பட்டாலும், உள்ளபடியே ஒரு வருத்தம் இருந்தது அவனுக்கு. 'மணியைப் போல் இன்னும் பலர் - நல்ல விவரமான ரசிகர்கள் - என்னைச் சுற்றி உண்டு. அதில் ஜங்ஷனிலிருந்து காலேஜுக்கு வருகிற சேது மாதவன், சுந்தரம், 'ரிப்போர்ட்டர்ஸ் ஹோம்' பாலு எல்லாம் அற்புதமானவர்கள். அவர்களில் சாயி, காலேஜ் கிரிக்கெட் டீமில்

முக்கியமானவன். கல்லூரிகளுக்கு மத்தியிலான போட்டிகளில் அவன்தான் கதாநாயகன். அவன் கூப்பிட்டு, ஒரு போட்டிக்கு நாங்கள் பாதுகாப்பிற்காகவும் உற்சாகப்படுத்தவும் போனோம். ''சேவியர் கல்லூரியிலிருந்து ஒரு கும்பல் வருகிறது; நீங்கள் எல்லாம் வரவேண்டும்'' என்று சாயியும் ராமமூர்த்தியும் கூப் பிட்டதும், ''வாங்கடா, போவோம்'' என்று கிளம்பினோம். அந்த வருடம், 'நியூட்ரல் வென்யூ' என்று பல்கலை மட்டத்தில் முடிவெடுத்து, சங்கர்நகர் 'இந்தியா சிமெண்ட்ஸ்' மைதானத்தில் நடந்தது. அன்று, அங்கே போய் தோற்றுவிட்டுத்தான் வந்தோம். சேவியர் கல்லூரியில் விஸ்வனாதன் என்றொரு பையன் ஆல் ரவுண்டராக வெளுத்துக் கட்டினான். அப்புறம் கிரிக்கெட் பார்க்கிற/கேட்கிற பைத்தியம் பிடித்துக் கொண்டது.

'இந்தியன் நியூஸ் ரீலி'ல் கடைசி ஒரு நிமிஷத்தில் ஸ்போர்ட்ஸ் செய்தியில் முப்பது செகண்ட் காண்பிப்பான். பட்டோடி, ஒரு சிக்சர் அடிப்பதற்குள், நியூஸ் முடிந்து விடும் அல்லது முடித்து விடுவார்கள். இதற்காக அந்த ரீல் ஓடுகிற தியேட்டருக்கு, அது என்ன படமானாலும் போவோம். தியேட்டர் மானேஜரிடம், I.N.R. (Indian News Reel) ஓடுகிறதா என்று செக் பண்ண அதிகாரி வந்திருப்பதாகப் பொய் சொல்வோம். அந்த 68-69 எல்லாம் இனி வரவா போகிறது. இப்போது திகட்டத்திகட்ட டி.வி.யில் கிரிக்கெட். எனக்குப் பார்க்கத்தான் தெரியும். சாயி ('சாயி சோபர்ஸ்' என்று கல்லூரி நோட்டுகளில் இடைவெளியில்லாமல் எழுதி வைத்திருப்பான். கொஞ்ச நாள், 'சாயி கவாஸ்கர்' என்று எழுதி வந்தான்; அப்புறம், மறுபடி 'சாயி சோபர்ஸு'க்குத் தாவிவிட்டான்.) 'இந்தியா சிமெண்ட்ஸி'ல் அவனுக்கு வேலை கிடைத்ததாக நினைவு. ஓரிருநாள் விளையாட காலேஜ் கிரவுண்டுக்குக் கூட்டிப் போனான். இரண்டாம் நாள் மட்டும் நாற்பது ரன் எடுத்தேன். அப்புறம் ஒரு காட் அண்ட் போல்ட் கேட்ச் பிடிக்கப்போய், கை வலி பின்னி விட்டது. ''போடா சாயி, நீயும் உன் கிரிக்கெட்டும்; 'ஒளிவிளக்கு' என்ன வசூலோ, இன்னிக்கி சாயந்தர ஷோ. நேற்றே 1.66 பைசா டிக்கெட் முடியவில்லை'' என்று மறுநாள் ஓடிவிட்டேன். நாலரை மணிக்கு மேல் காலேஜில் இருப்பதா என்று போய் விட்டேன். ஆனால் கிரிக்கெட் பார்க்கிற ஆர்வம் என்னை விடவில்லை. இதோ, கும்ப்ளேயின் கடைசி மேட்ச் இன்று. என்ன ஒரு தீர்மானமான விளையாட்டு வீரன்; மண்டை உடைந்தாலும், கையில் தையல் போட்டாலும், விளையாட்டைக்

கைவிடாத சாதனையாளன். கும்ளேயின் திடீர் ஓய்வு, மனதை என்னவோ செய்கிறது, இன்னும் ஒன்பது மாதத்தில் பணி ஓய்வை நெருங்கும் என்னை.

படிமக் கற்கள் பாவிப்பாவி
நீண்டு வந்த நினைவுப்பாதை
இன்றில் நின்றதென்ன?
நாளை
மறுபடியும் அது
நிற்கப் போவதென
இன்று மீண்டும்
தொடர்வதென்ன.
('உலகெல்லாம் சூரியன்' தொகுப்பு - 1993)

9

மாலையும் இரவும் சந்திக்கும் இடத்தின் மயங்கின ஒளியினைப்போலே

தினமும் ஆற்றில் குளித்தால்தான், குளித்த மாதிரி இருக்கும். ஏதாவது காரணத்தால் திடீரென்று நாலைந்து நாள் தடைப்பட நேர்ந்தால் அவ்வளவுதான், அப்புறம் போகவே தோணாது. திடீரென்று ராத்திரி சபை கூடி, சடவாரிக் கொண்டிருக்கையில், ''ஏ, நாளையிலிருந்து ஆத்துக்குப் போவோமாடெ'' என்று யாருக்காவது யோசனை உதிச்சுரும்; மறுநாள் காலையில் 'திருப் பாவை' பாடி எழுப்புகிற மாதிரி, பெரிய கோபால் அல்லது கணபதி, காலையில் எழுப்புவான்; தெருவின் மேல்க் கோடியில் இருக்கிற என் வீட்டில், தெருவில் நின்றவாறே, சத்தம் கொடுத்து விட்டு வேறு சேக்காளிகளை கூப்பிடப் போய்விடுவான். கால் மணி நேரத்தில் எல்லோரும் தெரு முனையில் இருக்கும் சொள்ள மாடன் கோயில் முன்பாக, அதற்கு சற்று தெற்கு - வடக்காக, நின்று கொண்டிருப் போம். சுடலைமாடன் சன்னதிக்கு இரண்டு புறமும், நீளமான மேல ரதவீதி; காலை நேரமாதலால், கடைகள் எல்லாம் அடைத்திருக்கும். கீழ்ப் புறத்தின் உயரமான, நீளமான கடைப் படிகளில் வெவ்வெறு விதமான மனுஷர்கள். தவசுப் பிள்ளைகள், பாடை தூக்குகிற உழக்குஅண்ணன் (ஆள் குள்ளமாக உழக்குப் போல் இருப்பான்; அதனால் உழக்கண்ணன்)

போன்ற வர்கள், வெள்ளையடிக்கிறவர்கள், எங்களுக்கு மூத்த அண்ணாச்சி மார், அரசியலில் தீவிர ஈடுபாடு உடையவர்கள், உக்கிரமாகச் செய்திகளை வைத்து விவாதங்கள் நடத்திக் கொண்டிருப்பார்கள். நாங்கள் கூடுகிற ஆறரை மணி சுமாருக்கு, சரியாகசாவடி, வீட்டு 'காடினா'வில் (வண்டிகள் நிறுத்திய இடம்) குடியிருக்கிற பட்டு நூல்க்காரி(சௌராஷ்ட்ர வகுப்புக்காரப் பெண்; நெல் அவித்துக் கொடுப்பது, அரப்பு வெந்து காயப் போட்டு திரித்து விற்பது போன்ற காரியங்களில் ஜீவனம் நடத்துகிற வாவரசி(வாழ்வரசி). அரசன் போன இடம்தான் முப்பது வருஷமாகத் தெரியாது.) சொள்ளமாடன் கோயில் உண்டியலை, அதற்கு முன்னால் உள்ள, 'லேம்ப் போஸ்டி'ல் கட்ட வருவாள்.

முந்தின நாள் இரவில், முதல் ஆட்டம் சினிமா முடிந்து வீடு திரும்புகிறவர்களில், யாராவது ஒன்றிரண்டு பேர் காசு போடலாம் என்ற எதிர்பார்ப்பில் கோயில் நடையிலேயே ராவு பத்து - பத்தரை வரை உட்கார்ந்திருந்து, உண்டியலை அவிழ்த்துக் கொண்டு போய் வீட்டில் பத்திரமாக வைத்திருப்பாள். அவள் வரவும், ஐம்பது - அறுபது வயசு பெரிய்ய அண்ணாச்சிமார், அப்பாமார், பலசரக்குக் கடை, காசுக் கடையில் வேலை பார்க்கிறவர்கள், தங்கள் வழக்கமான 'பார்லிமெண்டை'க் கலைத்துவிட்டு, 'சவம், எங்க நாடு உருப்படப்போது' பாணியில் ஏதாவது திருவாய் மலர்ந்தபடியே நகரத் தொடங்குவார்கள் - பெரும்பாலும், பச்சைக்கிளி (இவன்தான் எனக்கு சைக்கிள் சொல்லித் தந்தவன்.) அதில் யாராவது ஒருத்தர், மணியோட அப்பா, சேதுச் செட்டி யாராத்தான் இருக்கும்; ஐந்து பைசாவோ பத்து பைசாவோ உண்டியலில் போணி பண்ணிவிட்டுப் போவார். அவர் நகண்டதும் பசங்க கேலி ஆரம்பிச்சுரும். ''ஏல, என்ன, நேத்து யார்ல கனவுல வந்தா; இந்தியா - இலங்கை - அமெரிக்கான்னு உலக மேப்பே இருக்கு, லுங்கியில. என்னல இவ்வளவு கறை. ஆத்தை நாற அடிக்கதுக்குன்னே வாங்கல'' என்று யாராவது, யாரையாவது வம்புக்கு இழுக்கறது நிதசரி (தினசரி) வாடிக்கை.

கோயிலுக்கு கொஞ்சம் வடக்க தள்ளி ஒம்பதாம் நம்பர் பஸ் நிக்கிற இடம்; அது என்னவோ எழுதப்படாத சட்டம் மாதிரி, அந்த பஸ் மட்டும் அங்கேயே நிற்கும். அந்த பஸ், ராஜவ ல்லிபுரம் போற பஸ். (வல்லிக்கண்ணன் அண்ணாச்சியின் ஊர்.) அது மேற்கு ஒரம் என்பதால், காலை வெயில் அந்தப் பக்கம் லேசாக விழும். ஒரு நாள், வெயில் பாதி - நிழல் பாதி தன் சிவந்த

மேனியில் விழ, மாலையும் இரவும் சந்திக்கும் இடத்தின் மயங்கிய ஒளியினைப் போல, ஒரு பெண் நின்று கொண்டிருந்தாள். நல்ல அளவான உயரம். நறுவிசாய்க் கட்டிய சேலை. உயரத்திற் கேற்ற மாதிரி, நீளமான கைகளில் ஒன்றிரண்டு புத்தகம், டிஃபன் பாக்ஸ் ஆகியவற்றை மார்போடு அணைத்தபடி கோயில்ச் சிலை மாதிரி சற்றே கழுத்தைச் சாய்த்து நின்றாள். முதல்த் தரம் பார்த்த போதே எல்லோருக்கும் மூச்சு நின்றுபோனது. அந்த இளங் காலை நேரத்திற்கே ஒரு அர்த்தம் வந்தது போலிருந்தது. மறு நாளும் அவளைப் பார்த்தபோது, ஒரு நாலைந்து விடலை வயசுப் பசங்க தன்னையே பார்க்கிற குறுகுறுப்போ கடுகடுப்போ இல்லாத - சிரிப்பை அப்போதுதான் விழுங்கின மாதிரியான - முகம்.

ஆற்று வழி நெடுக அவளைப் பற்றிய பேச்சுதான். ஒருத்தன், ''வைஜயந்திமாலா'' என்றான். ஒருத்தன், ''பர்வின் சுல்தானா'' என்றான். ''போங்கடா, மும்தாஜ் தாண்டா; உதட்டைப் பாத்தியாடா'' (அந்தக் கால இந்தி நடிகை; 'ராம் அவுர் ஷ்யாம்', 'கிலோனா', 'பூந்த் ஜோ பன் கயே மோத்தி', 'சச்சா ஜூத்தா', 'ஜிக்ரி தோஸ்த்' என்று இந்தி சினிமாவை 'மும்மு' கலக்கிக் கொண்டிருந்த நேரம் அது.) என்றான் கணபதி. வீடு வந்ததும், முதல் வேலையாக, 'ஆம்ரபாலி' வைஜயந்தி படம் போட்ட ஈகிள் ஃப்ளாஸ்கை நான் எடுத்துவந்து காட்டியதும், ''ஆமடெ, அப்படித்தான் தோணுது; ஆனா பொட்டு இல்லையே'' என்ற அதிருப்தியும் இருந்தது. எல்லோருமே, ''போங்கடா; இவங்க, இவங்கதான்'' என்று தீர்மானம் போட்டோம். நாங்கள், அவளை எங்களைப் பார்க்கிலும் சற்று வயது கூடிய பெண்ணாகவே முடிவு கட்டியிருந்தோம். அது சரியென்று காந்திராஜன் செய்தி திரட்டிக்கொண்டு, அவசர அவசரமாக, அனுமார், சஞ்சீவி மலையைத் தூக்கிவந்த பொறுப் போடு ஒரு நாள் இரவு அரட்டைக் கச்சேரியின் நடுவில் வந்து சொன்னான்: ''எவம்ல அது, வைஜயந்தின்னவன். அவங்க பேர் கதிஜா; சங்கர் நகர் ஸ்கூலில் டீச்சரா இருக்காங்க; வீடு பாப்புலர் டாக்கீஸ் பக்கம்; ஆனா ரோட்டிலேருந்து பார்த்தா வீடு தெரியலை; ஒரு முடுக்குக்குள்ள இருக்கு'' என்றான்.

இதிலெல்லாம் அவன் கில்லாடி. அவன் அப்பா கிறித்துவப் பாதிரியார். செல்லமா, 'பொந்துக் கண்ணன்' என்று கூப்பிடு வோம். கண்கள், சற்றுக் குழி விழுந்திருக்கும். ரொம்பரொம்ப நல்லபையன்; சூதுவாதே தெரியாதவன். என்ன கேலி பண்ணி னாலும் கோவமே வராது. ரொம்ப அதிகமும் பேச மாட்டான்.

பேசினாலும் உளறல் திலகம்தான். 'எங்க வீட்டுப் பிள்ளை' நாகேஷ்தான். ஒரே ஸ்பூனரிசம். ஒரு சமயம், 'அதேகண்கள்' படம் போய்விட்டு வந்தான்; அவன் போகும் போது படம் ஆரம்பித்துவிட்டது; ''எந்தக் கட்டத்துக்கில (ஸீன்) போனே'' என்று கேட்டதும், ''அவ தோக்குல தூங்குவால்ல, அந்தக் கட்டத்துக்கு போனேன்'' என்றான். ''ஏல, தோக்குலயா, தோப் புலயா; என்னல சொல்லுத'' என்று கேட்டால், ''அதாம்ல, ஜி. சகுந்தலா பார்ப்பால்லா, அப்பத்தான் 'என்றான். 'ஏ மூதேவி, உணர்ச்சி வசப்படாம சொல்லுலெ'' என்றதும் சற்று நேரம் ஊமையாகி விட்டான். கொஞ்ச நேரம் கழித்து மெதுவா ஆரம்பிச் சான், ''அதாம்ல, அவன் கயத்தில தொங்குவாம்ல அப்ப'' என்றான். ''எடு வாரியல, மூதேவி, தூக்கில தொங்குறதைத் தோக்குல தூங்க வச்சிட்டயேல'' என்றதும் சிரிப்பு வெடி ஒன்று பரவியது. இப்படித் தான் எதையாவது உளறுவான். ''கொடிய மடிச்சு வேட்டில போடு'' என்பான். ''சலாவே சளாமி'', என்பான் ('சவாலே சமாளி'). ஆனால் பொம்பளப் பிள்ளைங்க பேருன்னா உளறல் இருக்காது. ''ஏல, அந்தா போறால்லா அவ பேரு என்ன''ன்னா, ''மாலா'' என்பான்; ''ஜீவா'' என்பான். ''ஏல, எப்ப கேட்டாலும் கரெக்டா ரெண்டெழுத்துப் பேராவே சொல்லுதியே; அவ அப்பன் வச்ச பேரா, இல்ல நீ வச்ச பேரால'' என்றால் சிரிப்பான்.

அநேகமாக, சரியாய்த்தான் சொல்வான். கிறிஸ்துமஸ் தோறும் அவன் வீட்டில் பிரியாணி சாப்பாடு. மெர்ரி கிறிஸ்மஸா கர்றி கிறிஸ்மஸா என்று தோன்றுகிற அளவுக்குச் செழிக்கச் செழிக்கத் திம்போம். அவங்க அம்மாவே, ''இதுகள்ளாம் என்ன, வெள்ளாளப் புள்ளைகளா என்னது; ஒரு ஆடு அறுத்தாலும் காணாது போல இருக்கெ; நான் வேலைக்காரங்களுக்கெல்லாம் என்னத்த கொடுக்க; சட்டிதான் இருக்கு'' என்று விளையாட்டாய்ச் சலித்துக் கொள்வார்கள். ஆறு - ஏழு வருஷப் பழக்கத்தில் அவங்க பேசியதே இந்த வார்த்தைகளாகத்தான் இருக்கும்; அவ்வளவு அமைதியான சுபாவம். ஒரு சமயம், ''எங்க ராஜனுக்கு கொஞ்சம் இங்கிலீஷ் கத்துக் கொடேன்; அவன் அதாலதான் பாஸே பண்ணமாட்டேங்கான்'' என்று சொன்னார்கள். அவன், கடைசி வரை பாஸ் பண்ணவே இல்லை. இப்போ எங்க என்ன 'உறளி'க் கொண்டிருக்கிறானோ, இல்லை உருப்படியாய் இருக்கிறானோ. நிச்சயம், நல்லாத்தான் இருப்பான்; ரொம்ப நல்ல பையன்.

'பாப்புலர் டாக்கீஸ் பக்கம்தான, நாளைக்கே ரூட்டைப் பிடிச்சுருவோம்' என்று முடிவாகியது. காலையில், ஆற்றுக்

குளியலாவது ஒண்ணாவது. முத வேலையா பாப்புலர் டாக்கீஸ் போகிற வழியிலிருக்கும் சிவா தெருவில் துப்பு வெட்டப் புறப் பட்டேன். தெரு முக்கில் சங்கரின் எண்ணெய்க் கடை. அவன், எண்ணெய்ச் செட்டியார். ஆள் நன்றாயிருப்பான்; சுருண்ட முடி; கூரான நாசி. என்னைப் போல் நெற்றியில் குங்குமம் தீற்றி யிருப்பான். எனக்கு அந்தப் பழக்கம் 70களில்தான் வந்தது. கடைக்கு வருகிற பெண்களிடம் அவனுக்கு ஏக மரியாதை. அற்புதமான கிண்டலுக்குச் சொந்தக்காரன். அதற்காகவே, அவனுக்காகவே - மற்ற பலசரக்கு சாமான்களை, மற்ற கடையில் வாங்கினாலும் ஐம்பதோ நூறு மில்லியோ எண்ணெய் வாங்க மட்டுமே(!) அவன் கடைக்கு வரும் பெண்கள் சிலரை எனக்கு நன்றாகத் தெரியும். எங்கள் தெருப் பெண்ணே குழந்தையை பக்கத்துப் பள்ளியில் விட்டுவிட்டு, அவனிடம் சடவாரிக் கொண்டிருப்பதை ஒரு நாள் பார்த்தது ஆச்சரியமாய் இருந்தது. இந்தப் பூனையும் பால் குடிக்குமா என்று நினைத்துக் கொண்டி ருக்கும்போதே, லாலா மணி வந்தவன், - அவனுக்கு அந்தத் தெரு தான் - சொன்னான், ''சரி சரி விடு, தர்ம காரியம் நடக்கட்டும், தள்ளி வா'' என்று. எனக்கு ஆச்சரியம் தாங்க வில்லை. அந்தப் பெரிய இடத்துப் பெண்ணோ அதற்கப்புறம் என்னைப் பார்க்கும் போது கொஞ்சங்கூட கலைந்ததாகக் காட்டிக் கொள்ளவில்லை. பெரிய செட்டியார், பையனைவிட இந்த விஷயத்தில் கில்லாடி என்று கேள்வி. அது கிடக்கட்டும், சங்கர், கடை முன்னால் பொதுவாய்ப் பசங்களைக் கூடி நிற்க விடமாட்டான். லாலா மணி நிற்பான். ஆனால் அவன் ஆள் வந்தால் நகர்ந்து விடுவான். நானும் நிற்பேன்; என்னைச் சற்று அனுமதிப்பான். காரணம், செட்டியார் தலை முழுக்க, தும்பைப் பூ; அவ்வளவுக்கும் சாயம் அடிக்கும்போது நான் பார்த்து விட்டேன்.

அவன் அப்பத்தான் கடை திறந்திருந்தான். ''வே, என்னவே காலையிலேயே இந்தப் பக்கம்'' என்றான். அன்றைய 'தினத்தந்தி'யில் - அப்போதெல்லாம் மதுரைப் பதிப்புதான் திருநெல்வேலிக்கும் - 'படகோட்டி', 'நவராத்திரி', 'முரடன் முத்து' படங்களின் நூறாவது நாள் விளம்பரம் வந்திருந்தது. மதுரை சென்ட்ரலில், 'எங்க வீட்டுப் பிள்ளை' போடுபோடென்று போட்டுக் கொண்டிருந்தது. நான்கு வாரத்தில் ஒரு லட்சம் ரூபாய் வசூலைத் தாண்டி ஓடிக் கொண்டிருந்தது. 'நாடோடி மன்னனு'க்குப் பிறகு இதுதான் இந்தச் சாதனையைச் செய்திருக்கிறது. அது -

மிகப் பெரிய - தங்கம் தியேட்டரில் வந்தது. இது, சென்ட்ரல். 'இரவும் பகலும்' படமும் அப்பொழுதுதான் வந்து நன்றாகவே ஓடிக் கொண்டிருந்தது. கடைசிப் பக்கம் பூராவும், அநேகமாக, இரண்டு பத்தி ஆறு செ.மீ. சினிமா விளம்பரங்களாகவே இருக்கும். அதில், படத்தில் வருகிற வசனம், பாடல் வரிகள், கை தட்டல் வாங்கும் காட்சிகள் பற்றி இரண்டு - மூன்று வரிகள் போடு வார்கள். ("காதல் என்றால் தேன் கூடு/அதைக் கட்டுவதென்றால் பெரும்பாடு''-ராஜசேகர், என்று. 'இரவும்பகலும்' படத்திற்கு தினமும் பாடலின் இரண்டு வரிகளை எடுத்துப் போடுவார்கள்.) 'யார் அந்த திகில் அழகி?' விளம்பரத்தில், ''கூட விலையானாலும் கொடுத்து வாங்குவோர்– திருச்சி சோலை பிலிம்ஸ்-வெளியீடு''. அதிகப் பக்கங்களுடன் வரும் மதுரைப் பதிப்பின் இந்த மாதிரி சுவாரஸ்யங்களுக்காகவே 'தந்தி' படிக்க, சங்கரன் கடைப் பக்கம் காலையில் தவறாமல் வருவான், லாலா மணி. எல்லோருக்குமே இந்த மாதிரி விளம்பரங்கள் பிடிக்கத்தான் செய்யும். கொஞ்ச நாளில் திருநெல்வேலிப் பதிப்பு வரத்தொடங்கியபோது, மணிதான் ரொம்ப வருத்தப்பட்டான்.

கொஞ்ச நேரம் இந்த சினிமா சமாசாரங்களைப் பேசிவிட்டு, நைசாக கதிஜா பற்றி விசாரித்தபோது, ஒரு அம்மா வந்தாங்க; அம்மான்னும் சொல்ல முடியாது - முப்பது - முப்பத்தி ஐந்து வயது அத்தை. அந்தச் சிரிப்பும் சாயலும் யாரையோ நினைவு படுத்தி. ஏதோ சில்லரை கேட்டார்கள். சின்னச் செட்டியார், சில்லரை சேரவில்லை என்று ஒரு ரூபாயோ ரெண்டு ரூபாயோ காசாய்த் தந்து, ''அப்புறம் கொடுங்க, மாமி'' என்றான். சரி என்று சிரிப்பிலேயே சொல்லி அவங்க நகர்ந்ததும், புதிரை விடுவித் தான், ''இவங்க பொண்ணுதான், நீ ரூட் போடறதும்'' என்று. ''ரூட்டெல்லாம் போடலை; ஒரு மரியாதை நிறைந்த பார்வை தான் அவங்க மேல'' என்கிற மாதிரி அசடு வழியப் பேசின நினைவு. சங்கரனுக்கு அதிலெல்லாம் நம்பிக்கை வரவில்லை; விளக்கினாலும் புரியாது. ஏன்னா அவன் 'ரூட்' அப்படி. அதற்கு காரணம் இருந்தது. ''சரி வே, அவங்க பெரியம்மா யாரு தெரியுமா; சாமிசன்னதியில நம்ம மேடை வீட்டு முதலியார் வச்சுருக்காரே ஒரு டீச்சரை அவதான்'' என்றதும், ''யாரு ரங்கமணியா'' என்று சொன்னதும், ''அவளேதான். அவ அக்காதான் இது'' என்றான். ''அக்காவா'' என்று வாய் பிளந்து நிற்கையிலேயே சொன்னான், ''உம்ம மாதிரிதான் நானும் ஆச்சரியப்பட்ட காலம் உண்டு''.

''சரிப்பா; ஆனா அந்தப் பெண் பேரு கதிஜான்னுல்லா சொன்னாங்க'' என்றதும், ''ஆமா, வே; அப்பா முஸ்லிம்தான். இதுவும் செட் அப் கேஸ்தான்'' என்றான். கேட்கக் கேட்க ஆச்சரியமாகவும் இருந்தது; 'ச்சேய், இதுக்குப் போயா இவ்வளவு 'பிரியாலம்' காட்டினோம்' என்றும் இருந்தது.

தகவல்களை ராத்திரி, சபையில் பகிர்ந்து கொண்டோம். 'அதுனால என்னல இப்ப' என்பதுதான் எல்லோரின் முடிவாயிருந்தது. 'நல்லதுதானே' என்பது சிலரின் அபிப்ராயமாயிருந்தது. ஆனாலும் எனக்கும் பெரிய கோபாலுக்கும் மனசு கேட்கலை. 'இவ்வளவு அழகான, அம்சமான, பொண்ணோட பின்னணியில் இப்படி ஒரு சோகமா' என்று நாங்களாகவே அதற்கு ஒரு சோக பாவம் சேர்த்துப் பார்க்கத் தொடங்கினோம். கொஞ்ச நாள், காலையில் அந்தப் பக்கம் லேசாகத் திரும்பி இன்னும் மரியாதை கலந்த பார்வை பார்ப்பதோட சரி. அந்தப் பெண்ணின் முகத்திலோ, ஆனால், அதே புஞ்சிரிப்பு, கனிவான முதிர்ச்சி. வழக்கம் போல் முழுப் பரீட்சை(அன்யுவல் எக்ஸாம்) வந்து, ஆத்துக்குப் போற பழக்கம் தற்காலிகமா நின்னுட்டு. அவங்களையும் பாக்கலை. பரீட்சையெல்லாம் முடிஞ்சு லீவு ஆரம்பித்ததும், மறுபடி ஆத்துக்குப் போற வழக்கம் ஆரம்பிச்சுது. ரதவீதிக்கு வந்த மறுநிமிடமே, பார்வை அந்த பஸ் ஸ்டாண்ட் பக்கம் திரும்பியது. இல்லை, அவளைக் காணவில்லை. எல்லோர் முகத்திலும் அதே கேள்வி: 'எங்கலெ காணும்?' பதில் யாருக்கும் தெரியவில்லை. அவள் நிற்கும் இடத்தில், கோடை வெயில் உக்கிரமாய் அடித்த மாதிரி இருந்தது.

குமார் அண்ணாச்சி - சங்கர் பாலிடெக்னிக்கில் வேலை பார்ப்பவர் - எப்போதும் டிரெயினில்தான் போவார். எப்போதாவது ஒன்பதாம் நம்பர் பஸ்ஸில் போவார். அவருக்கு செல்லப்பெயர் இஞ்சிக் குமார். தினமும் ஜிஞ்சர் பரீஸ் சாப்பிடுகிற ஒரு சிலரில் அவரும் ஒருத்தர். மதுவிலக்கு அமலில் இருந்த நேரம் அது. ரொம்ப ஜாலியாகப் பேசுவார். அவர் இறந்தபிறகுதான் தெரிந்தது, அவருக்கும் எங்கள் தெருவில் இருந்து இன்னொரு தெருவிற்குப் போன ரோஜாவிற்கும் (பேருக்கு ஏத்த மாதிரி ரோஜாதான்) இணைபிரியாத அன்பு என்று; அது நிறைவேறாமல் தான், அவர் 'தேவதாஸ்' ஆனார் என்று. குமார் அண்ணாச்சி பஸ்ஸிலிருந்தவாறே கேட்டார், ''ஏலே கள்ளப் பயலுகளா; டீச்சரைக் காணுமேன்னு தேடுதீங்களா'', என்று. எங்கள் முகத்தில், அகப்பட்டுக்கொண்ட சிரிப்பு யாரோ சொன்னோம், ''ஆமா

அண்ணாச்சி; டீச்சரா அவங்க?'' என்று தெரியாத மாதிரி நான் கேட்டேன். ''பொடியனைப் பாருலே, நீ எங்கேல்லாம் விசாரிச் சேங்கறது எனக்குத் தெரியும்டே'' என்று கேலியாய்ச் சிரித்தார். 'சரி, செட்டியார் சொல்லிருப்பாரு' என்று நினைத்துக் கொண்டேன். ''கள்ளி, ஆள் இல்லை; தெரியுமாப்பா'' என்று பொதுவாகச் சொன்னார். அவர், எல்லாப் பெண்களையும், அநேகமா, கள்ளி என்று அடைமொழி சேர்த்துத்தான், 'கள்ளி ராஜம்மா எங்கடே போய்ட்டு வாரா' ''ஏ, அது யாருடே' கள்ளி சரோஜினிகூட'' என்றுதான் பேசுவார். அவரே தொடர்ந்து சொன்னார், ''கள்ளி, டீச்சர், தீ வச்சுக்கிட்டு செத்துப் போச்சு. அம்மாவோட தகராறு''. அதற்குள், பஸ் நகர்ந்துவிட்டது.

அந்த ஒரு பஸ்தான் அங்கே நிற்கும். அதுவும் போன பின்பு அந்த இடம் சுத்தமாய், வெறுமையாய், இருந்தது. நாங்கள் ஆற்றுக்குப் போகாமலேயே தெருவுக்குள் வந்தோம். ரொம்ப நேரம் பேசாமலேயே நின்று கொண்டிருந்தோம். அப்படியே கலைந்து வீட்டுக்குப் போய்விட்டோம்.

அப்பாவிடம் நீ இந்த வீட்டுக்கு இனிமேல் வர வேண்டாம் என்று சண்டை போட்டிருக்கிறாள். வேலை கிடைத்த திமிரா என்று அவர் கழுத்தைப் பிடித்துத் தள்ளினாராம். அம்மியில் மோதி, ஆள் காலி. ஆனா தானாவே தீ வச்சுக்கிட்டு செத்துப் போனது மாதிரி கதை பண்ணிட்டாங்க. இது எண்ணெய்க் கடை சங்கரன் சொன்ன சங்கதி. எது உண்மையோ தெரியாது. தீயில் கருக வேண்டிய அழகா அது என்று அங்கலாய்த்து மாளவில்லை எங்களுக்கு. காலைச் சூரிய ஒளியினை எதிர்ச் சாரி கட்டடம், பாதி மறைக்க நிழல் பாதி, வெளிச்சம் பாதி விழுங்கும் அழகைப் பார்த்த அன்றே எனக்குள் பி. பி. ஸ்ரீனிவாஸ் பாடினார், 'பாசம்' படத்தின் நாங்கள் ரசிக்கிற பாடலை. இப்போதும் ஜானகியின் அற்புதமான குரலுடன் இழைந்து வரும் அந்தப் பாடலைக் கேட்கிறபோது, தவறாமல் நினைவில் வந்து போகிறாள்.

''திங்கள் முகத்தில் ஒளியேந்தி
செவ்வாய் இதழில் நகையேந்தி
இளமை என்னும் படை கொண்டு
என்னை வென்றாய் நீ இன்று.''

(கண்ணதாசன்)

●

10
சித்திரத்தில் பெண்ணெழுதி

அன்று ஏதோ பந்த்; கடைகளெல்லாம் அடைத்திருந்தன. அநேகமாய், எம்ஜியார் கட்சி அழைப்பு விடுத்த பந்த் என்று நினைவு. முந்தின நாளே ஊருக்குக் கிளம்பிவிட நினைத்திருந் தேன். இரண்டு நாள்தான் ஆகியிருந்தது, ஊருக்கும் போய் வந்து. பஸ் வசதியும் - மதுரையிலிருந்து இப்போது போலெல்லாம் அப்போது - கிடையாது. ராத்திரி, சில எக்ஸ்பிரஸ் பஸ் ('திரு வள்ளுவர் போக்குவரத்துக் கழக' பஸ்) வரும். அதற்கும் அடிபிடியாக இருக்கும். ஒரு பாஸஞ்சர் ரயில், பத்து மணிக்குக் கிளம்பி விடிகாலை ஐந்து மணிக்குத் திருநெல்வேலி வரும். ஏழு - எட்டு மணி நேரம் ஆகி விடும். ஐந்து ரூபாய் கட்டணம். லக்கேஜ் கேரியரில் இடம் கிடைத்தால் நல்லது. அதிலும், மூட்டைப்பூச்சி தொல்லை தாங்க முடியாது. ஒரு பீடியைக் கொளுத்தி, இண்டு இடுக்கெல்லாம் புகைபோட்டு நசுக்கினால் அரை மணி நேரம் தூங்க முயலலாம். சிகரெட், சரிப்பட்டு வராது; வளைந்து, நொடிந்து விடும். மூட்டைப் பூச்சியைக் கொளுத்தியதால், ஒரு சவ வாடை வீசும்; பூச்சியும் நீளமாகிவிடும்.

யாராவது புண்ணியவான், பீடி தானம் தருகிற பொற்காலம் தான் அது. பீடி, பல விஷயங்களில் சவுகரியம். அவசரமாக, மையிலோ சாயத்திலோ முக்கி,

தட்டி போர்டு எழுத ப்ரஷைவிட தோதுவாயிருக்கும். 67 தேர்தலுக்கு இரண்டு நாள் முந்தி, தோழர் கரிக்காத்தோப்பு ஜமால் மைதீன் - சொள்ள மாடன் கோயிலில் இயங்கிக் கொண்டிருந்த எங்கள் 11-வது வட்ட தி.மு.க. தேர்தல் காரியாலயத்திற்கு - அடிபட்டு ஓடி வந்தார். தலையிலிருந்து ரத்தம் வடிந்து கொண்டிருந்தது. நாங்கள் நாலைந்து பேர் அவர் வந்த திசையில், ரதவீதியில், ஓடி, ''யார்ல அது, அடிச்சது'' என்று சத்தம் கொடுத்தோம். திமுதிமுவென்று இருட்டில் நின்று கொண்டிருந்த ஊதா நிற போலீஸ் வேனிலிருந்து சட்டிப் போலீஸ் விரட்ட ஆரம்பித்தது. தெருவுக்குள் ஓடினோம். இந்த ரிசர்வ் போலீஸ்காரர்கள், பெரும் பாலும், வெளியூர்க்காரர்கள்; விரட்டுபவர்கள், தெருவுக்குள் ரொம்ப தூரம் வர மாட்டார்கள். இது, எங்களுக்கு 65 இந்தி எதிர்ப்புப் போராட்டத்திலேயே பழகி விட்டது. தெருவில், ஏதாவது முடுக்குக்குள் ஓடிவிடுவோம். போலீஸ், தயங்கியோ போதும் என்று நினைத்தோ திரும்பி விடுவார்கள். உடனேயே, தாள் ஒட்டி ரெடியாக இருந்த தட்டி போர்டில் பீடியால் எழுத ஆரம்பித்தோம். பத்த வைக்காத பீடி வசதிப்படாது. நானே பற்ற வைத்து, ரெண்டு இழுப்பு இழுத்து, (''ஏல, ஜோரா இழுக்கியே'' என்று பெரிய கோபால் சொன்னான்) தரையில் மட்டமாக அழுத்தி, அணைத்து, உலைமூடியில் தயாராக இருந்த வஜ்ரம் கொதிக்க வச்ச தண்ணீரில் கரைத்த நீலக் கலரில் முக்கி எழுத ஆரம்பித்தேன். ''ஆளுங்கட்சியின் அராஜகம் பாரீர்,'' என்று. இந்த மாதிரி 'முரசொலி' வாசகங்கள் எல்லாம் அத்து படியாகி இருந்தன.

மதுரையிலேருந்து திருநெல்வேலிக்கி வந்துட்டேன்; அதுவும் ஆறு, ஏழு வருஷம் முந்தி. இதுதான் வாயு வேகம், மனோவேகம் என்பதா, இல்லை, ஜூல்ஸ் வெர்னின் டைம் மெஷின் சமாசாரமா. சரி, ரயிலுக்குப் போவோம் என்று யோசிக்கும்போது நல்லதம்பி வந்து சேர்ந்தார் - செயப்பிரகாசம் மூலம் அறிமுக மானவர் - மதுரையில் அலுவலாய் இருந்தார். ''சரி, வா சிம்மக் கல்லுக்கு'' என்று கூப்பிட, ஊர் போகிற ஐடியாவைக் கைவிட்டு அவருடன் போனேன். கல்பனா தியேட்டர் முக்கில் குவார்ட்டர் மாக்டெவல் வாங்கி, ஃபாண்டா கலந்து, ஆளுக்கு ஒரு மடக்கு சாப்பிட்டுவிட்டு, 'கோனார் கடை'யில் போய், திருப்தியாமுட்டைத் தோசை, கறிக்குழம்பு சாப்பிட்டுவிட்டு, நின்றவாறே பேசிக் கொண்டிருந்தோம். அவர், ''தல்லாகுளம் வந்திருதியா, ஆபிஸில் படுத்துக் கொள்ளலாம்; ''பக்கத்திலேயே மெஸ் இருக்கு'' என்றார். முதலில், காசு இல்லை என்றவர், ''இன்னும் கொஞ்சம்

வேண்ணா சரக்கு சாப்பிடுவோம்'' என்றார். ''யாத்தாடி, நம்ம லிமிட்டு இதுதாம்ப்பா'' என்று ரூமிற்குத் திரும்பி விட்டேன் - அங்கன இல்லாத மெஸ்ஸா என்று நினைத்தபடி.

காலையில் டிஃபன், கோபாலக் கொத்தன் தெருவில், எனக்கு அவ்வளவு பிடிக்காத ஸ்ரீ ராம் மெஸ்ஸில் கழிந்து விட்டது. அந்தக் கடை ஐயர் சொல்லவும் சொன்னார், ''மத்தியானத்துக்கு லெமன்சாதம், தயிர்சாதம் இருக்கு; பார்ஸல் வாங்கி வச்சுக் கோங்க; கதவை அடைக்கப் போறோம். இன்னமே ராத்திரிதான்'' என்று. நாந்தான், 'போய்யா, சூடாச் சாப்பிடவே நல்லாருக்காது உம்ம கடையில்', என்று நினைத்துக் கொண்டேன். பக்கத்தி லேயே ராஜஸ்தானி மெஸ். அங்கே சாப்பிட்டதே இல்லை; 'மத்தியானம் ஒரு பிடி பிடிச்சுருவோம்' என்று நினைத்துக் கொண்டேன். 'அங்கே சப்பாத்தியா போட்டுக் கிட்டே இருப் பானாம்ல' என்று கேள்விப்பட்ட ஆசை வேறு. நல்லவேளை, அரை பாக்கெட் ஃபில்டர் வில்ஸ் வாங்கிக் கொண்டேன்; அப்படி நான் வாங்கியதே இல்லை. அப்பப்ப ஒன்றோ இரண்டோதான்; அதுவும் ஒரு நாளக்கி ஆறு - ஏழுக்கு மேல் கிடையாது; முடியாதுங்கிறதும் ஒரு நெசம்.

மத்தியானம் நெருங்கும் போதுதான் தெரிந்தது, ஒரு கடை கூடத் திறக்கவில்லை. அதைச் சொல்லிக்கொண்டே, அறையை என்னுடன் ஆக்கிரமித்திருந்தவர், காலையிலேயே வாங்கி வைத்திருந்த பச்சைப்பழத்தை தின்று கொண்டிருந்தார். ஒரு பேச்சுக்குக்கூட, ''இந்தாருங்க சார், ஒரு பழம் தின்னுங்க'' என்று சொல்லலை. தட்டாரச் சந்தில் இருந்தது, அந்த மாத வாடகை லாட்ஜ். மேன்ஷன்னு சொன்னா, இப்ப உள்ள காலங்கள்ள ஈசியா உடனே புரிஞ்சுரும். நான் தனியாத்தான் முழு வாடகை கொடுத்துத் தங்கியிருந்தேன். லாட்ஜை மேல்ப் பார்க்கிற தாத்தா, திருநெல் வேலிக்காரராம். ''நான், காங்கிரஸ் தியாகி, சாவடி கூத்த நயினார் பிள்ளையின் சொந்தக்காரன்'' என்று பேச்சுவாக்கில் ஒரு நாள் சொன்னதும், ''ஆஹா, எப்பேர்ப்பட்ட மனுஷன்; காந்தியை அவர் வீட்டில்தான் பார்த்தோம்'' என்றார். அந்தப் பெரிய வீட்டின் அமைப்பை, நான், கட்டுக்கட்டாக விவரித்ததும், அவர் முகம் மலர்ந்து போச்சு. ''ஆமா ஆமா; அங்கதான், அங்கதான் இருந்தாரெ''ன்று சந்தோஷம் தாங்காமல், 'ஆமா' போட்டுக் கொண்டிருந்தார். இது எனது இரண்டாவது குடித்தனம், இந்த லாட்ஜில். முதலில் ஒரு மூன்று மாசம் இருந்து விட்டு,

மு.ராமசாமிகூட யுனிவர்ஸிட்டியில் தங்கியிருந்தேன். இந்த லாட்ஜில் ரூமே கிடைக்காது. நல்ல வெளிச்சமான, சுத்தமான, லாட்ஜ். அதனால், இரண்டாவது முறை வந்து கேட்டதும், ''ஒரு ரூம் இருக்கு; முழு வாடகை தர முடியும்ன்னா, வாங்க; அடுத்த மாசம் இன்னொரு ஆள் சேர்த்துக்கிடுவோம்'' என்று சொல்லி, சாவியைத் தந்து விட்டார் அந்தத் தாத்தா. எல்லோருக்கும் ஆச்சரியம். அப்புறம், நான் வேண்டாமென்று சொல்லியும், இந்த ஆளை என்னுடன் தங்க வைத்தார்.

இந்த மாமா, மாமிகூட சண்டைபோட்டு அவளை அப்பா வீட்டுக்கு அனுப்பியிருந்தார். மில்லில் வேலை. பெரும்பாலும், நைட் ஷிப்ட்தான் விரும்பிப் போவார். காலையில், அஞ்சு மணிக்கு வந்து, கதவைத் தட்டி எழுப்பி விட்டுவிடுவார். வந்ததும் பேண்ட் - சட்டை எல்லாம் களைந்துவிட்டு, ஒரு காடாத் துணியில் தைத்த அன்டெர்வேரும் பூணூலும்தான் டிரெஸ்; நேவி புளூ சிகரெட் வாங்கி வந்திருப்பார்; பற்ற வைத்துக்கொண்டே, சளசளக்க ஆரம்பித்து விடுவார். 'ஜுக்னூ' படம் பாத்தீங்களா சார்; தேயோளீ, ஐயங்காரிச்சி என்னமா இருக்கா'' என்று ஹேமமாலினியைப் பற்றிச் சொல்லி, சிகரெட்டை வேகமா இழுப்பார்; அது பளீர்ன்னு கனிகிற உக்கிரத்தை வச்சே அவருக்குள்ளிருக்கும், 'நீறு பூத்த நெருப்பை', வெறியை உணர முடியும். 'பொறகு, ஏம் வே பொண்டாட்டிய தள்ளி வச்சுருக்கேரு'ன்னு கேக்கத் தோணும். பர்ஸில் மனைவியின் படம் வச்சுருப்பார்; அந்த அம்மா, படத்தில் அவ்வளவு அழகா இருக்கு. அவரே காண்பித்து, சொல்லவும் செய்வார், ''பிராமணத்தி கோச்சுண்டு போய்ட்டாளே சார்''ன்னு. சொல்லும்போது ரகஸ்மாய் நம்ம முகத்தைப் படிக்கிறமாதிரி தோணும். எப்படியோ தூங்கிப் போவார். நான், ஒன்பது மணிக்குக் கிளம்பிப் போகும்போது கூட முழிக்க மாட்டார். நான் கதவை வெளியே பூட்டி விட்டுப் போவேன்; அவர் முழிக்கிறபோது - அவர் சாவியை - வெளியே நடமாடுகிற யாரிடமாவது கொடுத்துத் திறக்கச் சொல்வார்.

ஒரு நாள் சாயந்திரம் வாக்கில், இவரோட அம்மாவோ என்னவோ, ஒரு கிழம், ஒரு குழந்தையை அழைத்துக்கொண்டு இவரைத் தேடி வந்து ரூமில் இருந்தது. சுட்டிப் பெண், அழகாக இருந்தது. நான் உள்ளே தயங்கியபடி நுழைந்ததும் நன்றாகச் சிரித்தது. பேச முயன்ற குழந்தையை, கிழவி, கண்ணாலேயே அதட்டித் தடுத்து விட்டார். அதற்குள் மனுஷன் வந்துட்டார்.

கையில் கொஞ்சம் பொட்டலங்கள்; பேண்ட் பாக்கெட்டில் என்னவோ கனமாக இருந்தது. கிழவி கையில், பொட்டலங்களை வீசாத குறையாய்க் கொடுத்துவிட்டு, கொஞ்சம் பணம் எதுவோ கொடுத்து, ''போய்க்கோடி'' என்றார். ''பணம் காணாதுடா'' என்றவளிடம், ''காணாட்டா, வச்சுட்டுப் போ'' என்று கத்தினார். நான் வெளியே கிளம்பி விடுவது நல்லது என்று நினைக்கும்போது, அந்த அம்மா, ''நீங்க இருங்கோ சார்'', என்றது. நான் கிளம்பி விட்டேன்.

'கிழம்'ங்கிறதெல்லாம் அவரோட வார்த்தைகள். மேலமாசி வீதியில் ராஜேந்திரன் கடையில் ஒப்புக்கு ஒரு காபி குடித்து விட்டு, திரும்ப ரூமுக்கே வரும்போது எதிரே அந்த அம்மா வந்தார்கள். பக்கத்தில் வந்ததும் அவர்களே பேசத் தொடங்கி விட்டார்கள்; ''பாருங்க சார், பொண்டாட்டிய சந்தேகப்பட்டே விரட்டி விட்டுட்டான். இந்தக் குழந்தைய நான் எப்படி காப்பாத்துவேன்'' என்று புலம்ப ஆரம்பித்து விட்டார். குழந்தை - ஏழு, எட்டு வயசிருக்கும்; அதைப் பற்றிப் பேசுகிறோம் என்று தெரிந்தோ என்னவோ - அற்புதமாக ஒரு சிரிப்புச் சிரித்தது. எனக்கு ஒன்றுமே பேசத் தோணவில்லை. என்ன எதிர்வினை காட்ட வேண்டுமென்றுகூடத் தெரியவில்லை. அந்த அம்மாள், பதிலுக்குக் காத்திராமல் போய் விட்டது. ''கருக்கல் நேரம், சீக்கிரம் போகணும்'' என்று சொல்லிக்கொண்டே போய் விட்டது; குழந்தை, மேல மாசி வீதி ஆரவாரங்களை வேடிக்கை பார்த்தபடியே போனது. இன்னும் ஒரு தரம் அது சிரித்தால் நன்றாக இருக்கும் என்று தோன்றியது; சிரிக்கவில்லை. அவர் சந்தேகப்பட்டது மனைவியோட அத்திம்பேரைப் பத்தியாம். ''அவ, இவளவிட ரொம்ப நன்னாருப்பா சார்; ஆனாலும் அவனுக்கு இவ மேல ஆசை சார். இவளுக்கும்தான் சார். இப்ப அவன் கூடத்தான் இருக்கா; உங்க கிட்ட சொல்றதுக்கென்ன'' என்று அறைக்குள் நுழைந்து உட்காரப் போகும் முன்பே சொல்லத் தொடங்கினார். அறையில் ஒரு மடக்கு மேஜை. அது, முழுக்க என் உபயோகத்தில் இருந்தது. என்னுடைய நோட்டு, சில புத்தகங்கள், எண்ணெய், பவுடர் என்று என் பொருள்களே இருக்கும். இன்று, அவர் அதில் ஒரு ரம் பாட்டில், சாயம் போன ரோஸ் நிற அலுமினியத் தம்ளர், தண்ணீர் கூஜா, கொஞ்சம் கார வகையறா என்று கடை பரப்பி யிருந்தார். ஸ்டூலை அருகே போட்டு, சம்பிரமமாக உட்கார்ந்து, ஜல பானம் பண்ணிக் கொண்டிருந்தார். ஒரு அரைமணி நேரம் அவளைப் பற்றி ஏசித் தீர்த்துவிட்டார். அந்த மன்னி, ''ஆமா வோய்;

என் ஆத்துக்காரர் கூட நானே அனுப்புவேன்'' என்று கூட்டிப் போய் விட்டதாக முடிக்கும்போது, நன்றாகக் குழறத் தொடங்கி, சத்தமும் லாட்ஜ் முழுக்கக் கேட்கத் தொடங்கி விட்டது.

எனக்கு, நீல. பத்மனாபனின் 'பள்ளிகொண்டபுரம்' கதை நினைவில் ஓடியது. ஏற்கெனவே, அவர் வருகை எனக்குப் பிடிக்கவில்லை. இந்தப் பேச்சு மூலம் அவர் என்னை நெருங்கி வந்துரக் கூடாதே என்று நினைத்துக் கொண்டிருக்கும்போதே, மனுஷன், ''சார், நீங்க ஒரு ரவுண்டு சாப்பிடுங்கோ; வேற வாங்கிட்டு வரச் சொல்றேன்'' என்று லாட்ஜ் பையனை அழைத்தார், ''மகேந்திரா'' என்று. அவன், எங்கிருந்தோ, ''வாரேன் சார்'' என்று குரல் கொடுத்தான். இது வாடிக்கைதான். குரல்தான் வரும்; ஆள் வர மாட்டான். அவனுக்குத் தெரியும், யார் கூப்பிட்டா வரணும் என்று. ''சார், பய தளதளன்னு இருக்கான் பாத்தீங்களா சார். பொம்பளை மாதிரி, தொடை எப்படி இருக்கு; என்ன சார்'' என்று சொல்லிவிட்டு, ''சார், நான் கூப்பிட்டா வரமாட்டான்; நீங்க கூப்பிட்டா வருவான். நீங்க சட்டையெல்லாம் கொடுத் திருக்கீங்க போல இருக்கு'' என்று சொன்னதும், 'சரி, இது லாயக்குப்படாது' என்று நினைத்து, ''வேண்டாம் சார்; நான் சாப்பிடப் போறேன்'' என்று கிளம்பி விட்டேன்.

மகேந்திரன் ரூமிற்கு வெளியேதான் நின்றிருந்தான். என்னிடம் பிரியமாய் இருப்பான். ''சார், நீங்க கூப்பிடலேல்லா'' என்றான். ''இல்லை, நான் கூப்பிடலை'' என்று, சாப்பிடப் போய் விட்டேன். காரணமில்லாமல், மகேந்திரனும் கூட வந்தான். நாலணா கொடுத்தேன்; ''வேண்டாம் சார்; சும்மதான் வந்தேன். வீட்டுக்கு சாப்பிடப் போறேன்,'' என்று நகர்ந்தவன், ''சார், வீட்டுக்கு சாப்பிட வாரீங்களா சார்; அம்மா, வீட்டு வாசலில் இட்லிக் கடை போட்டிருக்கு'' என்றான். நான் போகவில்லை. அவன் வீடு, செண்ட்ரல் தியேட்டருக்கு அடுத்த சந்து. அது வழியாக, திண்டுக்கல் ரோடுக்குப் போய் விடலாம். ஜி.நாகராஜன் கதையில் வருகிற தெரு. பகலில், வீடுகள் அடைத்தேயிருக்கும்; இரவில் திறந்து கொள்ளும். தெரு முழுக்க, பெரிய பாளங்களாகக் கல் பாவி யிருக்கும். மாடுகள் தெருவில்தான் கட்டப்பட்டு, ஒரே சாணியாய் இருக்கும். அந்தக் கல்லுக்காகவே ஒன்றிரண்டு தரம் அந்தத் தெரு வழியாகப் போயிருக்கிறேன். அந்தமாதிரி பெண்கள், நான் போகிற பகலில் தட்டுப்படவில்லை. இன்னும் ஒன்றிரண்டு முறை போனால் நாகராஜனையே பார்த்து விடலாம் என்று தோன்றும். ஒரு சமயம், மேலக் கோபுரவாசல் தெரு 'மீனாட்சி புத்தக

நிலை'யத்தில் அண்ணன் மீராவைப் பார்த்தபோது, ''இப்பதான் நாகராஜன் போறார்'' என்றார்.

''மகேந்திரனின் அம்மாவும் அழகாக இருக்கும்'' என்று லாட்ஜில் சொல்வார்கள். லாட்ஜில் துணை மேனேஜராக இருக்கும் பாண்டியனுக்கு, மகேந்திரனைச் சத்தம் போடுவதே வேலை. அவன் அம்மா, அவர் மூலமாகத்தான் மகேந்திரனை லாட்ஜில் சேர்த்தாளாம். அதற்குப் பிரதியாக ஒன்றிரண்டு தரம் வந்தவள், பின்னர் மறுத்து வருவதால்த்தான் என்று அவனுடன் வேலை பார்க்கும் இன்னொரு பையன் சந்திரன் சொல்வான். (இரண்டு பேரும், ''சார், நீங்க அவனைக் கூப்பிட்டீங்கன்னு நினைச்சேன்'' என்று ஏமாத்துவார்கள் - பேர், கிட்டத்தட்ட, ஒரேமாதிரி இருப்பதால்)

பந்த். பசி, வயிற்றைக் கிள்ளத் தொடங்கியது. மகேந்திரனைக் கூப்பிட்டு, ''சாப்பிடப் பழமாவது கிடைக்குமா, பார்'' என்றேன். கடை எதுவும் இல்லாததால், அவர்களை யாரும், எதற்கும், கூப்பிடவில்லை. ரூம் மேட், ''பாத்தீங்களா, உடனே வந்துட்டான்'' என்று கடுப்படித்தார். ''சார், இங்க கொஞ்சம் வாங்க'' என்று மகேந்திரன் வெளியே அழைத்துப் போனான். ''சார், எங்க வீட்ல சாப்பிடுவீங்களா'' என்றான். ''ஆஹா, அதுக்கென்ன, போவோம்'' என்றேன். ''சார், அப்ப நீங்க தெரு முனையில் நில்லுங்க; நான் இதோ வந்துருதேன்'', என்றான். நான் நின்று கொண்டிருந்தேன். சீக்கிரமே வந்து அழைத்துப் போனான். ''சார், யாராவது என்னமாவது சொல்லுவாங்கன்னுதான் உங்களை இங்க நிக்கச் சொன்னேன். ஐயரு, ரொம்ப மோசம் சார்,'' என்றான். வீடு வந்து விட்டது. தெரு, சுத்தமாக சாணியில்லாமல் இருந்தது; ஆனாலும் வாசனை இல்லாமல் இல்லை. அவன் வீட்டு வாசலில் ஒரு பெண் நின்று கொண்டிருந்தது. வீடென்றால் இரண்டு கட்டு. முதல் ரூம்தான் சாப்பாட்டுக்கடை போலிருந்தது. நான் பார்க்க விரும்பிய பெண் போல்தான் இருந்தாள், வாசலில் நின்றவள். ஆனால் சிரிப்பு, மரியாதையாக இருந்தது. அவள், தானாகவே வழி விட்டாள். இரண்டாம் கட்டு நடையில், அவன் அம்மா யாரோ குழந்தைக்குப் பால் கொடுத்துக் கொண்டிருந்தாள்.

நான் உள்ளே நுழையத் தயங்கினேன். ஜாடை, அவனைப் போலவே இருந்தது; அவனைவிட நிறம். ''வாங்க, சார்'' என்று சொன்னபடியே, குழந்தையை மாரிலிருந்து எடுத்து வாசல்ப் பெண்ணிடம் நீட்டினாள். சரியாக மூடாத மாரிலிருந்து, பால் ஒரு சொட்டுத் திரண்டு நீர் போல் நின்றது. மூடுவதைப் பற்றிய சிரத்தை

இல்லை. அதில் தவறாக எதுவும் தோன்றவில்லை. ''சார், சாப்பிட வந்திருக்காங்க'' என்றான். அதில் ஒரு பெரிய மனுஷத் தோரணை இருந்தது. ''உக்காருங்க, சார்'' என்றான். தரை சற்று நீரூற்றாக இருந்தது. தயங்கியபடி உட்கார்ந்தேன். அவன் அம்மா, சர்வ சகஜமாக இருந்தாள். உட்கார்ந்திருந்த இடத்தை விட்டு நகர வில்லை. தலைமுடியில் சற்று சடை விழுந்திருந்து, முப்பது - முப்பத்திஐந்து வயதுக்குள் இருக்கும் என்று சொல்லிக் கொண் டிருந்தது. ''சார், டிஃபன் பண்ணித் தரட்டா'' என்றாள். அவன், ''சோறு பொங்கலையா'' என்று கேட்டான். ''உனக்கு மட்டும் கொஞ்சம் பழையது இருக்கு; சார் சாப்பிடுவாங்கன்னா சாப்பிடட்டும்'' என்றாள். என் முகத்தில் தயக்க ரேகையைப் பார்த்தாளோ என்னவோ, ''சார், ஒரு நிமிசம்'' என்று தன் பக்கத்திலிருந்த ஸ்டவ்வைப் பற்ற வைத்து, தோசைக்கல்லைப் போட்டாள். ''சார், பொடி வச்சுச் சாப்பிடுவீங்கள்ளா'' என்று கேட்டு முடிக்கும் முன்னேயே தலையை ஆட்டி விட்டேன். அவன், தட்டு, சோறு எல்லாம் எடுத்துக்கொண்டு வந்து என் பக்கத்தில் உட்கார்ந்தான். ''இருடா, சாருக்கு எடுத்து வச்சுட்டு சாப்பிடேன்'' என்றாள். நான், ''பரவாயில்லை'' என்று சொன்ன மாதிரி இருந்தது.

எனக்குப் பேச்சே வரவில்லை. ஒரு தட்டை எடுத்து, தன் சேலையில் துடைத்து என் முன் வைத்தாள். கனத்த, நூல்ச் சேலை. சேலைக் கனமா அழுக்குக் கனமா தெரியவில்லை. தடிமனான தோசை தட்டில் விழுந்தது. மாவு நன்றாகப் புளித்த மாதிரி வாசனை, மூக்கில், அடித்தது. மிளகாய்ப்பொடிக்கு எண்ணெய் இல்லை. பசியில் அதெல்லாம் தெரியவில்லை என்றாலும், தின்னு கெட்ட நாக்கு ஆச்சே. அதையும் முகம் காட்டிக் கொடுத்ததோ என்னவோ. மோர்ச் சட்டியை என்னருகே நகர்த்தினாள். நல்ல பசும் மோர். புளிக்கவே இல்லை. அவன் அம்மா, இடத்தை விட்டு அகலவே இல்லை. மூன்று தோசையே போதுமானதாயிருந்தது. நாலாவது தோசையை ஊத்தப்போன போது, ''வேண்டாம்'' என்று தடுத்தேன். ''நல்லால்லை போலிருக்கு'', என்றாள். ''அய்யய்யோ, நல்லா இருக்கும்மா'' என்றதும், என் ''அம்மா'' என்ற விளிப்பு, சிரிப்பை வரவழைத் ததோ என்னவோ. சிரித்தபடியே, ''சார், என்னா ஆளுகளோ'' என்றாள். எனக்குப் புரிவதற்குள் மகேந்திரன், ''சார், நம்ம லாட்ஜ் தாத்தாவுக்குப் பங்காளிங்க'' என்றான். எனக்கு ஒன்றும்

புரியவில்லை. 'சரி, எதையோ அவனாகக் கற்பிதம் பண்ணியிருக்கான்' என்று தொடர்ந்து அமைதி காத்தேன். அவள் அடுப்பை அணைக்க ஒரு கை தண்ணீர் எடுத்து, அதன் மேல் தெளித்தாள். குப்பென்று, மண்ணெண்ணெய் அடுப்பு அணைகிற வாசனை பரவியதும் சரியாக இன்னொரு பெண், ஒரு குழந்தையுடன் வந்தாள். அடுப்பை நகர்த்திவிட்டு அதை வாங்கி முலையூட்ட ஆரம்பித்தாள்.

''இந்தத் தெருவில் அநேகமா எங்க வீட்ல மட்டுந்தான் ஆம்பிளப் பையனா, மகேந்திரன் மட்டும் நிக்கான்; மத்ததெல்லாம் எங்க போச்சுகளோ'' என்றாள். ''இந்தக் குஞ்சுகளும் எங்கன உள்ளதோ. அந்தா, தொட்டில்ல கிடக்கிறது இவன் தங்கச்சி. அது புண்ணியத்தில இதுகளுக்கும் சுரக்கு. காசு வேண்டான்னாலும் இதுக கேட்காது'' என்று நீளமாகப் பேசிக் கொண்டே போனாள். என்னை யோசிக்கவே விடவில்லை. என் மௌனத்தை மிகச் சரியாகப் படிப்பது போலிருந்தது. எனக்கு யோசனையும் இல்லை. ''ஏங் கதை மாதிரிதான், இப்ப ஒரு சினிமால்ல பிரமிளா பால் கொடுக்கா. நடக்கறதத்தானே சினிமால காட்டுறான். சரி, நீங்க வாங்கய்யா; ஏய் இவனே, சார்ட்ட துட்டு - கிட்டு வாங்கிறாத'' என்ற அவளின் குரல் பின்னால் ஒலிக்க, நாங்கள் இருவரும் தெருவில் இறங்கி நடக்கத் தொடங்கினோம். மிக சகஜமாக முலையூட்டிக் கொண்டிருந்த அவளிடம், ''நான் வருகிறேன்'' என்று சொல்லவில்லை. தைரியம் இல்லை. மகேந்திரன், பெரிதாக எதையோ சாதித்த மாதிரி பேசிக்கொண்டே வந்தான். ஒரு வீட்டில், ஜமுனாராணியின் ''பூப் போட்ட கிளாஸிலே போடய்யா ஒண்ணரை'' என்ற பாட்டுக் கேட்டது. கண்ணதாசன் சொல்வார், ''தமிழை ஜமுனாராணி பாடிக் கேட்க வேண்டும்'' என்று. அதற்காகவே அவர் சொந்தப் படங்களில் / வசனமும் பாட்டும் எழுதுகிற படங்களில் ஜமுனாராணியின் பாட்டு தவறாமல் இருக்கும். இந்த யோசனையின் தொடர்ச்சியாய், மனசுக்குள் ஜமுனாராணி பாடினார் - பூப்போட்ட கிளாஸை விட்டு வெகு தூரம் வந்த பிறகு.

''சித்திரத்தில் பெண்ணெழுதி
சீர்படுத்தும் மாநிலமே
ஜீவனுள்ள பெண்ணினத்தை
வாழ விடமாட்டாயோ.... ...... ''

11

நால்வகை மதமும் நாற்பதுகோடி மாந்தரும்

சந்திப்பிள்ளையார் கோயில் ரொம்ப பிரசித்தமானது. சந்தி வினாயகர், ரொம்ப வலதியானவர். நானே கண்கூடாக அனுபவித்த உண்மை. அரையணாவுக்கு ஒரு சூடன் பொருத்தி வைப்பதாக முதல்நாள் வேண்டிக் கொண்டால், மறுநாள் தலைவர் படத்திற்கு, முதல் காட்சிக்கு. பெண்கள் தரை டிக்கெட்டில் படம் பார்க்க விட்டு விடுவார்கள் - சின்னப்பையன் தானே என்று. ரத்னா, பார்வதி டாக்கீஸில் இது ரொம்ப கஷ்டம். ''போங்கலே'' என்று துரத்தி விடுவார்கள். ஆனால் ரத்னா டாக்கீஸில் மெயின் கேட்டில் நின்றுகொண்டிருந்தால், பெரும்பாலான சமயங்களில், சின்னப் பையன்களைத் தனியே அனுமதித்து - தரை டிக்கெட் கேட் திறக்கும் முன் - உள்புறமாக அந்த கியூவில் முதலில் நிற்கும்படி போக விடுவார்கள். சற்று பெரிய பையன்களை - அவன் அரை டிராயர் போட்டிருந்தாலும்- ''ஏல. ஏழு கழுத வயசாகுது; கல்யாணம் பண்ணி வச்சா இதுக்குள்ள ரெண்டு பெத்துருப்பே; போடா, மெயின் கியூவில் வா'' என்று அனுப்பி விடுவார்கள்.

'குடும்பத்தலைவன்' 1962 ஆகஸ்ட் 15 ல் வந்தது. அன்றைக்கு நாலு காட்சிகள். காலை பத்து மணிக்கு. பெண்கள் டிக்கெட்டில் ஐம்பது டிக்கெட்டுகளே

ஒதுக்கி இருந்தார்கள். ‘‘ஆம்பிளைப் பயலுகள்ளாம் ஆம்பளை டிக்கெட்டுக்கு ஓடுங்கலே’’ என்று துரத்திவிட்டார்கள். பெஞ்சு டிக்கெட், பெண்களுக்குக் கொடுக்கவே இல்லை. என்னைவிட சற்று பெரிய பையன்களாய் இருப்பவர்கள் எல்லாம், முதலிலேயே ஆண்கள் கியூவில் அடித்துப்பிடித்துப் போய் விட்டார்கள். பிள்ளையார் கைவிட்டு விட்டாரே என்று மேட்னி ஷோவுக்குக் கூடுதல் பிரார்த்தனைகளுடனும், பெஞ்சு டிக்கெட்டிற்கான கூடுதல் காசுகளுடனும் போனேன். சுடலை மாடன் கோயிலையும் ஒருசுற்றுச் சுற்றி வந்திருந்தேன். (இரா. முருகன் நாவல் ‘அரசூர் வம்சம்’ படித்த பாதிப்பு; சாமியைக்கூட கிண்டலடிக்கிற மாதிரி தோன்றுகிறது.) காலைக் காட்சியைவிடக் கூட்டம் அதிகமாயிருந்தது. பையன்களை, பெண்கள் டிக்கெட் பக்கம் அனுமதிப்பார்களா என்று சந்தேகமாயிருந்தது. நல்ல வேளை, பாக்கியத்தக்கா கியூவில் நின்று கொண்டிருந்தாள். ஈ. வி. சரோஜா மாதிரி இருப்பாள். ‘தேன்நிலவு’ படத்திற்கு இந்த மாதிரி ஞாயிறு காலைக் காட்சிக்கு பார்வதி தியேட்டரில் அல்லாடிக் கொண்டிருந்த போது, அந்த அக்காதான், ‘‘இது, ஏந்தம்பிதான்’’ என்று கூட்டிப் போனாள். ஆள் நல்ல சிகப்பு. இப்ப யோசிக்கையில், கொஞ்சம் ஓவர் மேக் அப் என்று தோன்றுகிறது. முதல் தரம் கூட்டிப் போகும்போதே, துட்டை முதலிலேயே வாங்கிக் கொண்டுவிட்டாள். அடுத்த கண்டிஷன், ‘‘உள்ளே வந்த பிறகு, மரியாதையா ஆம்பிளை டிக்கெட் பக்கம் போய் உட்கார்ந்துகிடணும்’’. அதற்கு அப்புறம், ‘முத்துமண்டபமோ’ ஏதோ ஒரு படத்திற்கு அவளுடன் போவது போலவே போய், நானே டிக்கெட் எடுத்துப் போனேன். வேறு சில படங்களுக்கும் அவளை நான் காலைக் காட்சியில் பார்த்திருக்கிறேன். அதெல்லாம் கூட்டமில்லாத படங்கள். ஆண்கள் டிக்கெட்டிலேயே போனவை.

பாளை. அசோக் தியேட்டரில், ‘மதுமதி’ படம் வந்தபோது நானும் பெரிய கோபாலும் போயிருந்தோம். முதலில் ரத்னாவில் வந்தபோது பார்க்கவில்லை. ஆனால் அதன் கதையை கிட்டத்தட்ட முழுதாகப் போட்டிருந்த பெரிய சைஸ் பிட் நோட்டீஸ் என்னிடம் ரொம்ப நாள் இருந்தது. டைரக்ஷன் பிமல்ராய், இசை சலில் சவுத்ரி என்றெல்லாம் பல தடவை படித்து, மனப்பாடம் ஆகியிருந்தது. அசோக்கில் ரெண்டாம்தடவை வந்தபோது கோபால், கூட வருவதற்கு தாராளமாய் சம்மதித்தான். அவ்வளவு

தூரம் நடந்து போவதற்கு அவன்தான் எப்போதும் சம்மதிப்பான். ஊசிக்கோபுரம் வரைக்கும் ஜங்ஷன் டிக்கெட்தான். சமயத்தில், ஊசிக்கோபுரம் வரை பஸ்ஸில் போவோம்; அப்புறம், குறுக்கு வழியாய் தியேட்டருக்குப் போய் விடுவோம். அதற்கு, அவள் வந்திருந்தாள்; தனது மாப்பிள்ளையுடன் பால்கனி டிக்கெட்டி லிருந்து படம் பார்த்துக் கொண்டிருந்தாள். அந்த ஆள், சற்று வயதான முரட்டு ஆளாய் இருந்தார். பேசுவதற்கோ தெரிந்த ஆள் என்கிற மாதிரி சிரிக்கவோ வாய்ப்பில்லை. பெரிய கோபால் மட்டும், ''ஏல, அந்த ஆள் நம்மளை முறைச்சுப் பாக்காருல'' என்றான்.

இன்றும் அந்த அக்காவிடம் கெஞ்சுகிற மாதிரி ஒரு டிக்கெட் எடுத்துத் தரக் கேட்டேன். காலையில் படம் பார்த்து விட்டு வந்த எல்லோரும் படம் வேறு நல்லாயிருப்பதாய்ச் சொல்லியது, ஆவலை அதிகரித்து விட்டது. ''டேய், கூட்டமாயிருக்குடா; அங்க யார் டிக்கெட் கிழிக்கறாங்க, பூதத்தானா; அப்படீன்னா பரவால்ல. இப்படி ஏம் பக்கத்தில நைசா நுழஞ்சிரு,'' என்றாள். நான் நுழைந்து அவளை ஒட்டியவாறு நின்று கொண்டேன். லைட் ப்ளூ கலர் சேலை கட்டியிருந்தாள். உடுத்திப் பழகிய வாயல் சேலையின் வளவளப்பு, உடலில் உரச நின்று கொண்டி ருந்தேன். மற்ற பொம்பளைகளெல்லாம், ''யார்ல அது'' என்று திட்டிக் கொண்டிருந்தார்கள். அவளோ, 'எதையும் கண்டுக்காத' என்கிற மாதிரி கண்ணால் ஜாடை செய்தாள். ஒருவழியாய்ப் பெண்களிடையே நசுங்கிப் பிசுங்கி டிக்கெட் கவுன்டர் அருகே வந்ததும், பூதத்தான் கையைப் பிடித்து வெளியே இழுத்து விட்டான்.

பாக்கியத்தக்காவின் முகத்தைப் பார்த்தேன்; அவள், கவுண்டருக்கு இரண்டு - மூன்று பேர் தள்ளி நின்றாள். பூதத் தானிடம், என்னை அவள் தம்பி என்று சொல்வாள் என்று எதிர்பார்த்துக் கொண்டிருந்தேன். சொல்லவில்லை. அவனோ டிக்கெட்டைக் கிழித்தவாறே, ''ஓடீருல'' என்று சொல்லிக் கொண்டிருந்தான். அவமானம் பிடுங்கித் தின்றது. ராஜமரியாதை யுடன் படம் பார்க்க பாப்புலர் டாக்கீஸெல்லாம் இருக்க, இங்கே இப்படி ஆகிவிட்டதே என்று வெட்கமாயிருந்தது. ஆனால் எப்படியோ அவள் இரண்டு டிக்கெட்டுடன் கவுண்டரிலிருந்து வெற்றிகரமாக வந்து விட்டாள். ''வாடே'' என்று கூப்பிட்டாள். ஏதோ சொல்ல வாயெடுத்த பூதத்தான், ஒன்றும் சொல்லாமல்,

''ஏல, அந்தப் பக்கம் போயிரணும்'' என்றான் - டிக்கெட்டைக் கிழித்தபடியே.

அவளிடம்கூட ஒன்றும் சொல்லவில்லை நான்; அவள், பூதத்தானிடம் ஏதோ சிரித்துப் பேசியபடியே நின்று கொண்டிருந் தாள். அன்றோடு பொம்பளை டிக்கெட்டில் படம் பார்ப்பதை நிறுத்துவது என்று முடிவு செய்தேன். அப்புறம், அவளையும் பார்க்கவேயில்லை.

ஐஸ் மணி, பயங்கர சிவாஜி ரசிகன். எங்கள் தெருவிலும் கொஞ்ச நாள் குடியிருந்தான். அவன் அம்மா ஆப்பம், அதிரசம் சுட்டு, தெரிந்த வீடுகளில் விற்று வருவாள்; கூவிக்கூவியெல்லாம், விற்கமாட்டாள். மணி, ஐஸ் விற்பான்; அவனும் அதிகம் சத்தம் போட்டெல்லாம் விற்க மாட்டான். அவன், பெரும்பாலும், தியேட்டர் வாசலில் மத்தியான நேரம் தரை, பெஞ்சு டிக்கெட் பக்கம் நின்று விற்பான். அதிலும், சிவாஜி படம் ஓடுகிற தியேட்டரில்தான் பெரும்பாலும் நிற்பான்.

பின்னாளில், 'திருவருட்செல்வர்' படத்திற்கு நானும் லாலா மணியும் முதல் நாள் போயிருந்தபோது, எங்களுக்கு முந்தின இருக்கையில்தான் ஐஸ் மணி இருந்தான். ரசிகர் சண்டைக் கெல்லாம் லாலா மணி வர மாட்டான். அவனிடமும் யாரும் வருவதில்லை. படம் சுமார் ஆகப் போய்க் கொண்டிருந்ததை உள்ளூர ரசித்துக் கொண்டிருந்தோம். சிவாஜி, அப்பராக வரும் காட்சி; சம்பந்தரின் பல்லக்குச் சுமப்பவராக வந்து, சம்பந்தர் விசாரிக்கிறபோது, குடுகுடுவென்று ஓடிவருகிறதை நாங்களே சந்தோஷமாய்ப் பார்த்துக் கொண்டிருந்தபோது, ''கணேசா '' என்று சத்தமிட்டபடியே ஐஸ் மணி எழுந்து கைகளிரண்டையும், 'வா' என்றபடிக்கு, நீட்டியமானிக்கி (நீட்டியதுபோல்) விக்கித்து நின்று விட்டான். தியேட்டரே அவனைப் பார்த்துத் திரும்ப, வாசல் திரைகளையெல்லாம் திறந்து படத்தையே கொஞ்ச நேரம் நிறுத்திவிட்டார்கள்.

'பச்சைவிளக்கு' படம் நன்றாக இருப்பதாகக் கேள்விப்பட்டு, படம் வெளியாகி நாலைந்து நாள் கழித்து ஒரு மேட்னி காட்சிக்குப் போனேன். டிக்கெட் கிடைக்கவில்லை. மணி, ஐஸ்விற்றுக் கொண்டிருந்தான். படம் போடும்வரை அவன் அங்கேயே நிற்பான். எல்லா ரசிகர்களும் அப்படித்தான். படம் ஓட ஆரம்பித்ததும், அவன் மிச்சம் இருப்பதைத் தெருக்களில்

விற்கக் கிளம்பி விடுவான். அவனுடன் நானும் நடக்க ஆரம்பித் தேன். ''வேய், ஏங்கூட வாரும்; ரெண்டு - மூணு முக்கியமான இடங்களுக்குத்தான் போவேன்'' என்றான். ''சரி'' என்று பேசிய படியே நடந்தோம். ''கதாநாயகன் செத்துப் போற மாதிரி எடுத்தா எம்ஜியார் படம் ஓடவே ஓடாது வே, என்ன. 'மதுரைவீரன்' மட்டும்தான் ஓடியிருக்கு. 'ராஜா தேசிங்கு', 'ராணி சம்யுக்தா' எல்லாம் ஓடவே இல்லை'' என்று கணக்குச் சொல்லியபடியே வந்தான். 'ஏதேது; இன்னும் கொஞ்ச நேரம் போனா நம்மளையே மாத்திருவான் போலிருக்கு' என்று நினைக்கும்போது, மாடத் தெரு வந்திருந்தோம். அறம்வளர்த்த புது மாடத்தெரு என்று பெயர். தேவதாசிகள் இருந்த தெரு. தெருவின் கண்டமத்தியில் ஒரு பெரிய செட்டியார் மாளிகை; நகரத்தார் ஸ்டைலில் இருக்கும். அதைப் பற்றி ஏகப்பட்ட கதை இருக்கு.

அதற்கு எதிர்த்தாற் போல ஒரு சந்து பிரியும். அது குளப் பிறைத்தெருவிற்குள் கொண்டு போய் விடும். அந்தத் தெருவையே நான் அன்றுதான் பார்க்கிறேன். சிறிதாகப் பிரிந்த சந்து, சற்று தள்ளிப் போனதும் அகலமாகி விட்டது. அவ்வளவு அகலத்துக்கும் நிழல் தருகிற மாதிரி ஒரு காம்பவுண்டின் உள்ளே பெரிய வேப்ப மரம். அந்த மத்தியான வெயிலுக்கு, அந்த நிழல் பிரமாதமா யிருந்தது. அதன் அடியில் ஐஸ் வண்டியை நிப்பாட்டி, ஒரு முறை குரல் கொடுத்தான். தெருவே அமைதியாக இருந்தது. அவ்வளவு தூரம் வரைக்கும், அவன் குரல் எழுப்பவே இல்லை. ''இந்தத் தெருவில் யாருப்பா வாங்குவாங்க'' என்று நான் கேட்டு முடிக்கும் முன், வேப்பமர வீட்டின் கதவு திறந்தது. ஒரு கனத்த முரட்டு ஆளும் அவர் பின்னால் வெளிர் நீலக் கலர் சேலை உடுத்தி, சற்றே தலையும் ஆடையும் கலைந்த நிலையில் ஒரு பெண்ணும். பெண், பாதி திறந்த கதவுக்குப் பின்னால் நின்று கொண்டிருந்தாள். முகம், சற்றே பரிச்சயமான மாதிரி இருந்தது. அவர், நாலைந்து ஐஸ்கப்புகள் வாங்கினார். கப் ஐஸ் வந்த புதிது அது. முகம் பிடிபட்டு விட்டது. பாக்கியத்தக்கா. பார்த்து நெடு நாள்களாயிற்று. இப்போதெல்லாம், முதல் நாள் தரை டிக்கெட் போவதில்லை. நீண்டநாள் ப்ளான் போட்டு உண்டியலில் காசு சேர்த்து 1. 66 பைசா டிக்கெட் எடுத்துப் படம் பார்க்கும் வழக்கம் வந்தாச்சு - 'பணத் தோட்டம்' படத்திலிருந்து. ''அக்கா எப்படியிருக்கீங்க; இப்பல்லாம் படம் பார்க்கவே வர்றதில்லையா'' என்று படபடவென்று பேசினேன். ஆள், முன்னைக்கு இப்ப உடம்பு பூசினாற்போல்

அழகு கூடியிருந்தாள். பதில் எதுவும் சொல்லும் முன் பட்டென்று கதவு சாத்தப்பட்டது. மணி, ''என்ன வே, இவளைத் தெரியுமா உமக்கு; நானே நல்லா பார்த்ததில்லையே'' என்றான். நான் சொல்லிக் கொண்டிருந்தேன் - பழைய கதையை. ''டெய்லி எங்கிட்ட ஐஸ் வாங்குவாங்க; அதுவும் நாலைந்து. ரெண்டு பேர்தான் இருக்காங்க; அவ பேரு பாக்கியம்; (அப்பத்தான் எனக்கு பேர் தெரிய வந்தது.) அவரு, நயினார்குளம் ரோட்டில் லாரி, பார்வேடிங் ஏஜெண்டா இருக்காரு. அவரு வீடும் கடைப் பக்கத்திலேயே இருக்கு. இது தொடுப்பு கேஸ். வீட்டை விட்டு வெளியே வந்தே நான் பார்த்ததில்லையே. அவரும் வெளியவே விட மாட்டாரே'' என்று சொல்லிக் கொண்டிருக்கும்போதே, கதவு திறந்து அவள் வெளியே அவசரமாக வந்தாள். பாதி வாசல் திறக்கும் முன், அவர் முரட்டுத்தனமாக உள்ளே இழுத்துக் கதவைச் சாத்தினார். உள்ளே அடி விழும் சத்தமும், ''இன்னமே போகலை போகலை'' என்று அழும் சத்தமும் இரண்டு முறை கேட்டன. அப்புறம், அமைதியாகி விட்டது. நாங்களும் நகர்ந்தோம். ''வே, வியாபாரத்தைக் கெடுத்து வச்சு, வசூலைக் குறைச்சிட்டேரே வே'' என்று சொல்லி முடிக்கும் முன், இரண்டு கப் ஐஸ் எங்கள் பின்னால் விழுந்தது. நல்லவேளை, மேலே விழவில்லை. வியாபாரம் பாதித்து விட்டதற்கு மணி வருத்தப்பட்ட மாதிரியில்லை. ''நால்வகை மதமும் நாற்பதுகோடி மாந்தரும் வருகின்றார்'' என்று பாடிக்கொண்டு வந்தான். அந்தப் பாட்டு, 'பச்சைவிளக்கு' படத்தில் என்று அப்புறம்தான் தெரிந்தது.

12

அப்பாவி ஆண்கிளி தப்பாக நினைத்தது

பத்துப் பதினைந்து வீடுகள் சேர்ந்தாற்போல் இருக்கும்; காம்பவுண்ட், வளவு, வளசல் என்று சொல்வார்கள். வளைவு என்பது வளவாக ஆகியிருக்கும். ஏழு வீட்டு வளவு, வடக்கு வாசல் காம்பவுண்ட் என்று தெருவில் நிறைய உண்டு. தெற்குப் புதுத்தெரு, அரசடிப்பாலத் தெருக்களில் பத்துக்குடி, எட்டுக்குடி என்று உண்டு. நகரத்தின் இதயம் இதுதான். சினிமாக் கொட்டகையிலும் தேரோட்டத்துக்கும் ரேஷன் கடைக்கும் ஓட்டுச் சாவடியிலும் சேரும் கூட்டம் இங்கிருந்துதான் புறப்படுகிறது. நாள் பூராவும், தென்காசிப்பிள்ளை பலசரக்குக் கடையிலோ, துணிக்கடையிலோ கால் கடுக்க நின்றபடி கேட்போருக்கெல்லாம் பொட்டலம் மடித்துக் கொடுத்தோ துணி அளந்து கிழித்துக் கொடுத்தோ, அத்து அசந்து, ராத்திரி பத்து மணி வாக்கில் வளவு சேர்ந்து, தங்கள் குச்சு வீட்டின் கதவைத் தட்டோ தட்டு என்று தட்டியோ அல்லது, காசு - பண்டம், பொருள்கள் எதிர்பார்த்துக் காத்திருக்கும் குழந்தை, மனைவியிடம் வெறுங்கையுடன் வந்து கையாலாகாத்தனத்தின் எரிச்சலைக் காட்டுகிற குமாஸ்தாக்கள் அப்போதெல்லாம் டாஸ்மாக் போய்வருவதில்லை. அதிகம் போனால், கல்லூர்ப் பிள்ளை கிளப்புக் கடை மாதிரி ஏதாவ தொன்றில்

நாலைந்து இட்லி, ஒரு காராவடை (அதுவும் நேரமானால் கிடைக்காது; மூக்கப் பிள்ளை கடையென்றால் ஒரு சுக்கு வென்னி அடிஷனல்)அவசரமாகப் பிய்த்து வாயில்போட்டு விட்டு செகண்ட் ஷோ சினிமா போறது மட்டும்தான்.

மாடியில் தெருவை ஒட்டிய அறை. அதுதான் நான் படிக்கும் அறை. அங்கிருந்து தெருவை நன்றாகப் பார்க்கலாம். நடுப் பகலில், நங்கையார், தெருவின் அடிபைப்பில் குளித்துக் கொண்டிருப்பாள். தெருப் பம்பையொட்டி நீளமான திண்ணை உண்டு. ராத்திரி ஒன்பது மணி வரை அப்பா,மற்றும் அப்பாவின் நண்பர்கள், தங்கள் ஈஸிச் சேர் சகிதமாய் வந்து, ஏற்கெனவே, சாயந்தரமே தண்ணீர் தெளித்துவைத்த மண் தரையில் ஈஸிச் சேரில் - அல்லது வழுவழுப்பான சிமெண்ட் திண்ணையில் உட்கார்ந்தபடி - பேசிக் கொண்டிருப்பார்கள். பெரும்பாலும், பழனியின் அப்பாதான் அதிகம் பேசிக் கொண்டிருப்பார்கள். அவர், கோர்ட் அமீனாவாக இருப்பவர். கோர்ட்டில் நடந்த சுவாரஸ்யமான சம்பவம் எதையாவது - அல்லது ஜப்திக்குப் போன இடத்தில் நடந்த சம்பவம் எதையாவது - பேசிக் கொண்டிருப்பார். அவர்கள் கிளம்பும்வரை நாங்கள் யாரும் அருகேகூடப் போவதில்லை. அது, பாடம் படிக்கிற நேரம் என்பதால் மட்டுமல்ல; அமீனாப் பிள்ளை, ''டேய், படிக்கிற பிள்ளைங்களுக்கு இங்க என்ன வேலை'' என்று விரட்டி விடுவார். எனக்கு வேறு அனுபவங்களும் உண்டு.

சில கோடை விடுமுறைக்கு ராஜவல்லிபுரம் போய்த் தங்கியிருப்பது உண்டு. அம்மா ஊர் அதுதான். வீடும் நல்ல பெரிய வீடு. அம்மாத் தாத்தாவுக்கு நிலபுலன்கள் எல்லாம் அந்த ஊரில்தான். அங்கே எல்லோர் வீட்டுக்கு வெளியேயும் திண்ணை உண்டு. இந்தத் திண்ணைகளுக்கு அப்படி ஒரு வழுவழுப்பு எங்கிருந்துதான் வருமோ. உட்கார்ந்து உட்கார்ந்து தேய்த்ததனால் ஏற்பட்டதோ, இல்லை, கொத்தனார் கைவண்ணமோ என்று அதிசயித்தது உண்டு. அப்பாவும் ஆவுடையப்ப மாமாவும் உட்கார்ந்து பேசிக் கொண்டிருந்தார்கள்; வேறு யாரும் இல்லை. காலையில் என்றால், கீழ்வரிசை வீடுகளின் திண்ணையில் பேசிக் கொண்டிருப்பார்கள்; காலையில், 'தினமணி' கிடைக்கும். 'தினமணி', ஞாயிறு அன்று 'தினமணி சுடர்' என்று வரும். அதில் சினிமா, ராசி பலன், ஒரு சிறுகதை, சிறுவர்களுக்கான ஒரு தொடர்கதை எல்லாம் வரும். அதன் அமைப்பே குறுக்கு வசத்தில்

இருக்கும். நாலு பக்கத்தில் சினிமா - இரண்டு பக்கங்களில் அகல வசத்தில் - வரும். அதைப் பார்க்கப் போவேன். அன்று அப்படிப் போனதுதான். வெயில் சற்று ஏறி, ஒன்பது மணி வாக்கில் எல்லோரும் கலைந்திருப்பார்கள். உழவுக்காரர்களும் பண்ணையாள்களும் வந்து நிலபுலன்கள் பற்றிய சமாசாரங்களைத் தெரிவித்து, ''தெக்க வந்த குண்டுல(குண்டு நிலத்துல) கொஞ்சம் சீனி ஒரம் போட்டா தேவலை; மாட்டுக் கழுத்துப் புண்ணுக்குக் கொஞ்சம் தென்னமரக்குடி எண்ணெய் போடணும்'' என்று எதையாவது அவரவர் பயிர் வைக்கும் நிலச்சுவான்தார்களிடம் சொல்லி, ஆக வேண்டியதைப் பார்த்துப் போவார்கள். அதெல்லாம் முடிந்திருக்கும் போல. அப்பா, பொதுவாக, என்னை அதிகம் சத்தம் போடுவதோ அடிப்பதோ கிடையாது. சாயந்தரம் நண்பர்களுடன் சும்மா தெரு வீதி வலம் வருகிற போதுகூட, ''நானும் வருகிறேன்'' என்றால், ''சரி'' என்று சொல்லி விடுவார்கள். அவர்கள் என்ன பேசிக் கொண்டிருந்தார்கள் என்று நினைவில்லை; திடீரென்று மாமா, ஏதோ விடுகதை போடுகிற தொனியில், ''ஏல, பழைய குருடி கதவைத் திறடி, பண்டைய குருடி....... '' என்று சொல்லி நிறுத்தினார். நானும், ''பண்டைய குருடி......'' என்று சொல்லி, பதிலை எதிர்பார்த்து நிறுத்தினேன். ''உனக்குத் தெரியாதா, உங்க அப்பாட்ட கேளு'' என்றார். நான் சிரித்தமானிக்கே அப்பாவின் முகத்தைப் பார்த்தேன்

அது சட்டென்று இருண்டது. ஏனென்று சுதாரிப்பதற்குள் முதுகில் பலமான அடி; ''போல, அந்தப்பக்கம்; இன்னம பெரியவங்க பேசற பக்கம் வந்தே, இருக்கு'', என்றார். அழுத படியே ஓடி வந்தவன்தான். அதிலிருந்து பெரிசுகள் பேசற பக்கம் போறதே இல்லை. மாமா சொன்ன விடுகதைக்கும் விடை தெரியவில்லை.

அப்போதெல்லாம் தெருவுக்கு ஆத்தண்ணி (ஆற்றுத் தண்ணீர்) பைப்பு வரவில்லை. ஒரு ரெட்டை மாட்டு வண்டியில், மூன்று பெரிய கிடாரத்தை கார் டயர் மேல் வைத்து, ஆற்றிலிருந்து தண்ணீர் பிடித்து, வீடுகளுக்கு சப்ளை செய்வார் ஒரு அய்யர். ஒரு குடம், ஒரு அணா. (ஆறு நயாபைசா) வசதியுள்ள வீடுகளில் தினமும் குடிப்பதற்கு ஒரு குடமோ இரண்டு குடமோ வாங்கிக் கொள்வார்கள். 'கல்யாணம், கார்த்திகை' என்றால் ஒரு வண்டி ஸ்பெஷலாகச் சொல்லி வாங்குவார்கள். வீடுகளிலேயே கிடாரங்கள் இருக்கும். கிடாரம் என்றால், மிகப் பெரிய குடம்

மாதிரி. ஒரு எட்டு வயதுப் பையன் நின்றமானிக்கே ஒளிந்து கொள்ளலாம். அய்யருக்கு ஒரு கை சூம்பிப் போயிருக்கும். அதை வைத்துக்கொண்டு இந்த மனுஷன் எப்படி ஆற்றில் இறங்கிக் குடம் குடமாய்த் தண்ணீரெடுத்து நிரப்பி, அம்புட்டுத் தூரம் வண்டியை ஓட்டி வந்து, தெருத்தெருவாக சப்ளை செய்கிறார் என்று ஆச்சரியமாக இருக்கும். எப்போதும் வெற்றிலை போட்ட வண்ணமாய் இருப்பார். வெற்றிலை எச்சியுடன் கெட்ட வார்த்தை சரளமாக ஒழுகிக் கொண்டேயிருக்கும்.

கல்யாண வீட்டுக்கு சப்ளை என்றால், கல்யாணத்திற்கு ரெண்டு நாள் முன்னமேயே ஆரம்பித்து விடுவார். எல்லா தவசுப்பிள்ளைகளும் அவருக்குத் தெரியும். ''யார்ல அவன் சமையல்; எந்தப் பழூவம்ல சமையல்; பேராச்சியா, பழனியா'' என்று கேட்டுக்கொண்டே ஆக்குப்பிறை (ஆக்கும் பிறை?) வரை வருவார். ''ஏல பழனி, பழூவா; மைனர்பிள்ளை வீட்ல செஞ்ச மாதிரி, ரசத்தில உப்பு அள்ளிப் போட்றாதல. ரசமாக்கொண்டு செரியாப் போச்சு. சாதத்தை உருட்டிப்போட்டு, பச்சை அப்பளத்தப் போட்டு, செரி பண்ணிட்டெ. அது யார்ல குலாமா, (கூப்பிடறதுதான் குலாம்,பேர் எதோ இந்துப் பெயர்தான்.) காய் நறுக்கறது; கூட யாரு, இந்தக் குறத்தியா. இவளை விடமாட் டானே பழனி. நல்ல தூப்புக்காரியே கிடையாது, பாரு'' என்று சளம்பித் தள்ளி விடுவார்.

இதற்குள் நூறு கெட்ட வார்த்தை வேறு வந்திருக்கும். ''வேய், அய்யரே, என்ன துவையல். ஒரு சட்டி தள்ளிட்டேரா. உமக்குன்னு கொடுக்காம் பாரு, மிக்கேல் ஆசான் வைத்தியர், அரிஷ்டமும் அபினும்''

''உக்காந்து சாப்பிட்டுட்டுப் போம் வே, சளம்பாம'' என்று சமையல் பண்ணுகிற தவசுப் பிள்ளை சொல்வார். அதற்குள் அய்யர் இலையைப் போட்டு உட்காந்திருப்பார். ''ஏவட்டி இவளே, சாதத்தைப் போடுறீ; என்ன வச்சிருக்கப் போறான்; மூர்த்தம் நாளக் கழிச்சில்லியோ - சாம்பாரும் வாழக்காயும்தான் இருக்கும்; அதான, ரைட்டுதான. பழைய குருடி கதவைத் திறடீ, பண்டையக் குருடி.... .... திறடீன்ன கதைதான்'' என்று ரகசியம் அவிழ்ப்பார். அவிழ்த்தார், ரெண்டு - மூணு வருஷம் கழிச்சு. பாவம், அவர் சாப்பிடும்போது, பார்க்கிறவனுக்கு அழுகை வந்து விடும். இடது கைதான் விளங்கும். சாப்பாடெல்லாம் சிந்தாது- சிதறாது. ஆனால் தண்ணீர் குடிக்கத்தான் திண்டாடுவார்.

எச்சிக்கைட்டுக் குடிக்க வேண்டாமென்னு, சூம்பிப்போன வலது கையிலெடுத்து, இடது முழங்கையால் தாங்கிக் குடிக்க முயல்வார்; மேலெல்லாம் வழிந்து இலையெல்லாம் ஓடும். சோறு - கறியெல்லாம் தண்ணீராகி விடும். ''ஏம் வே, தின்னப்பறம் தண்ணியக் குடிச்சா என்ன'' என்று தவசுப் பிள்ளை கரிசனமாகச் சத்தம் போடுவார். இலை எடுக்கும் பெண்ணோ, ''சாமி, நான் வேண்ணா தண்ணி தரட்டா'' என்றால், ''நீ வேற தாடி, பொண்ணே' என்று சிரிப்பு வேதாளம் மறுபடி முருங்க மரமேறும். ரெண்டு - மூணு கல்யாணத்தில நான் பார்த்திருக்கிறேன்.

ஆத்தண்ணி வந்த பின்னும், தெருவின் அடி பைப்பிற்கு மவுசு குறையவில்லை. பகல் நேரத்தில் நங்கையாருக்கு மட்டும் என்றில்லை, வேறு பலருக்கும் பல விதத்தில் பிரயோஜனமாய் இருக்கும். ஆறுமுகம்பிள்ளை சமையல் பாத்திரக் கடையில் வேல பார்க்கும் தங்கைய்யா, கல்யாணம் முடிந்து, பண்ட பாத்திரங்களையெல்லாம் பொறுக்கி எடுத்து வந்து, மிச்சச் சாப்பாட்டையெல்லாம் வழித்து எடுத்துத் தனியே வைத்து விட்டு, அண்டா, டவராசெட். கஞ்சிக்கூடை, தூக்குவாளி, நாலு குழிசட்டிக் கரண்டி, கண் அகப்பை, அன்னவெட்டி, குத்துப் போணி என்று சகலத்தையும் கழுவுவான். பருப்பு வாசனையும் கொத்தமல்லி வாசனையும் சீரகவாசனையும் தெருப் பூரா அடிக்கும். அதை வைத்தே சொல்லி விடலாம்- சமையல் யாரென்று.

அன்று பிற்பகல், படித்துக் கொண்டிருந்தேன். மத்யானம் 'விவித் பாரதி'யில் புது இந்திப் பாட்டாகப் போடுவான். கிஷோர் குமார் உச்சத்தில் இருந்த நேரம். 'கைடு' படப் பாடல் முழங்கிக் கொண்டிருந்தது. ஏற்கெனவே, 'ஜப் ஜப் பூல் கிலே'விலிருந்து- ''பர் தேசியோன் சினா அங்கியான் மிலானா''(பாட்டின் சரியான வரிகள் எல்லாம் தெரியாது) என்று கல்யாண்ஜி - ஆனந்த்ஜி மெல்லிசைத்து முடிந்திருந்தது. தெருப் பம்பில் சண்டை போடுகிற சத்தம் கேட்டது. அடி பைப்பில் சண்டையே வராது. அதுவும், தங்கைய்யா சண்டையே போட மாட்டான். பெண்குரலும் சற்று புதிதாய் இருந்தது. ரேடியோவைக் குறைத்து விட்டு எட்டிப் பார்த்தேன். ஏழு வளவுக்கு, புதிதாக வந்திருந்த கிருஷ்ணமக்கா தான் சண்டை போட்டுக் கொண்டிருந்தாள். அவள் மாப்பிள்ளை, துணிக்கடையில் வேலை பார்க்கிறார். அவர் தம்பி, என் கிளாஸ்மேட். அவன்கூடச் சொல்லியிருந்தான், ''எங்க அண்ணன்

உங்க தெருவுக்கு வீடு மாத்தி வந்திருக்கான்'' என்று. கீழே இறங்கிப் போய் தங்கைய்யாவிடம் என்ன என்று கேட்டேன். அதற்குள் அவன் அமந்து(அமைதியாகிப்) போயிருந்தான். அந்த அக்காவிடம், ''நான், குமாருக்கு ஃப்ரெண்ட்; நீங்கதான் அவனோட மதினியா'' என்று கேட்டதும், தங்கைய்யா, ''அய்யா உங்களுக்கு வேண்டியவங்களா; கழுவிக் கொட்டிக்கிட்டு இருக்கும்போது, தெரியாம மேல பட்டுட்டு. கவனிக்கலை'' என்றான். அந்த அக்காவும் தணிந்து போயிருந்தார்கள். ஒரு குடம் தண்ணியைத் தங்கைய்யாவே அடித்துத் தர, அதை இடுப்பில் வைத்தபடியே, ''தம்பி, வீட்டுக்கு வாங்களேன்'' என்று கூப் பிட்டார்கள். தவிர்க்க முடியாதபடி இருந்தது, அக்காவின் மூக்கும் முழியும் முன்கை மென் மயிரும். 'சரி' என்று கூடப் போனேன். ''அண்ணாச்சி இருக்காங்களா வீட்ல'' என்று வீடு வந்ததும் கேட்டேன். ''அந்தா, தூங்குதாகள்ளா, ராத்திரி செகண்ட் ஷோ பார்த்துட்டு வந்து. இப்படி மத்தியானம் வரை தூங்கற ஆள் உண்டா; நீங்களே சொல்லுங்க தம்பி'' என்று சொல்லி முடிக்கும் முன்னேயே அவர் எழுந்து கொண்டார் - ''தம்பி வாங்க'' என்றபடியே. கடையில் பார்த்திருக்கிறேன் அவரை. ''தம்பி வீடு, மேக்கதான இருக்கு'' என்று பேசிக் கொண் டிருந்தார். அதற்குள், காபி வந்தது. சுமாரான காபித் தூள் என்பது நீட்டும்போதே தெரிந்தது. காபி போடவே சற்று அடுப்புடன் போராடியிருப்பாள் போலிருந்தது. நன்றாகவே வியர்த்திருந்தது உடலெங்கும். அடுப்படி, பெட் ரூம் எல்லாமே ஒரு கட்டுக்குள் தான்; பன்னிரெண்டுக்குப் பன்னிரெண்டு சதுரம்தான் வீடு. சேலை முந்தானையால் முகம், உடல், முன்கை எல்லாம் துடைக்கும் போது அடிவயிற்றில் இறங்கும் மயிரொழுங்கு, 'பொருநராற்றுப் படை'யின் விறலியை, யாழ் வருணனையை நினைவுறுத்தியது. கொஞ்சம் கிளர்ச்சியுடன் வெளியே வந்தேன்.

வரவேற்க, தெருவில், நண்பர்கள் கேலியான முகத்துடன் தயாராய் இருந்தார்கள். ''போங்கடா, இது வேற. அவங்க கொழுந்தன் எனக்கு நல்ல ஃப்ரெண்டுடா'' என்றேன். அதையெல்லாம் கேட்க யாரும் தயாராயில்லை. அப்புறமாக வெவ்வேறு சமயங்களில், நண்பர்கள்கூட ''ரொம்ப நடிக்காதல'', என்றோ ''நல்ல சான்ஸ்டா'' என்றோ சொல்வார்கள். அவள், தெருவில் இருக்கும்வரை நான் மரியாதையாகவே நடந்து கொண்டேன். தெருவை விட்டு வீடுமாற்றி இன்னொரு தெருவின் பத்துக்

குடிக்குக் குடிபோய் விட்டதாகக் கோயிலில் ஒரு தரம் பார்க்கும் போது சொன்னாள். அப்போது ஆள் ரொம்ப மினுமினுப்பாக இருந்தாள்; சேலையெல்லாம் பணக்காரத்தனமாக இருந்தது. நானும் இடைப்பட்ட காலத்தில் கொஞ்ச நாள்கள் வெளியூரிலிருந்தேன். கோயில் போய்விட்டுத் தெருவிற்கு வந்து, நீளத் திண்ணையில் அமர்ந்து பெரிசுகளெல்லாம் போனபின் பேசிக் கொண்டிருந்தபோது, விஷயம் ஒவ்வொன்றாகத் தெரியவந்தது. ''ஏல, நம்ம தெரு மாதிரி மத்த தெருல்லாம் இருக்குமா. அங்க போய், அண்ணாச்சி, துணிக்கடை மேனேஜராயிட்டாரு; உங்க மதினி, முதலாளியாயிட்டா'' என்றார்கள். ''அப்போ முதலாளி?'' என்றேன். ''மதினியோட ஐக்கியமாயிட்டாரு'' என்று சொல்லிச் சிரித்தார்கள். ''அப்பாவி ஆண் கிளி தப்பாக நினைத்தது இப்போது புரியுதம்மா...'' என்று யாரோ பாடுவது மாதிரி இருந்தது.

●

13
ஆயிரம் வாசல் இதயம்

அம்மா, தயங்கித்தயங்கிச் சொன்னாள். அப்பா இறந்து போய், பெரியவீட்டை விற்றுவிட்டு எதிரே இருந்த மங்களா வீட்டிற்குக் குடி பெயர்ந்திருந்தோம். மங்களா வீடு என்பது, பொதுவாக, பெரிய பண்ணை யார் வீடுகளில், பண்ணையாரின் அலுவலகம் மாதிரி. பண்ணையின் கணக்கு - வழக்குகளைப் பார்க்கிறவர்கள் பகலில் அங்கே இருப்பார்கள். பண்ணையாரைப் பார்க்க வருகிற வர்கள், அங்கே தான் பார்க்க வேண்டும். பொதுவாக, அந்த வீடு ஒரு விதக் குளுமையுடன் இருக்கும். சேரகுளம் பெரிய பண்ணையார் சண்முகவேலாயுதம் பிள்ளை வீட்டில், மங்களா, தெருவையொட்டி இருக்கும். அதன் வழுவழுவென்ற சிமெண்ட் தரையும் நாயக்கர் மஹால் மாதிரி பெரிய தூண்களுடனான தார்சாலும் (தாழ்வாரம் !) எந்த வேனல் காலத்திலும் வெயிலே தோணாத மாதிரி குளுமையாய் இருக்கும். அப்பாவும் சேரகுளம் சின்னப் பண்ணையார்தான். ஆனால் பேர்தான் பண்ணையார். மற்றபடி நான் பார்க்க, எல்லாமே வெறும் பெருங்காய டப்பா வாழ்க்கை தான். சேரகுளம் ஊரின் அருள்தரும் நித்யகல்யாணி உடனுறை அருள்மிகு சோமசுந்தரர் திருக்கோயிலில் ஏதோ ஒரு நித்திய கட்டளைக்குப் பணம் வாங்க ஒரு ஒல்லியான ஐயர் வந்து, ஐந்தோ பத்தோ வாங்கிப்

போவார். மற்றபடி, பண்ணைக்கும் அவருக்கும் எனக்குத் தெரிந்து எந்த சம்பந்தமும் கிடையாது; யாரும் வருவதுமில்லை.

எங்கள் மங்களா வீடு அப்படியொன்றும் குளிர்ச்சியாகவோ பிரம்மாண்டமாகவோ இருக்காது. அதில் சிறிய குடும்பமாக யாராவது வாடகைக்கு இருப்பார்கள். எனக்கு விவரம்தெரிந்த நாள் முதலாய், குளத்து ஐயர் இருந்தார். அவர் பையன் சங்கரன், என் கிளாஸ் மேட். அவர் வங்கியொன்றில் வேலை பார்த்தார். ஐயர், அவனை என்னுடன் அதிகம் சேரவிட மாட்டார். அவர் களுமே - நாங்கள் இரண்டு மாதம் வெளியூர் போயிருந்த போது - வீட்டைக் காலி செய்து, பெரிய பண்ணையாருக்குச் சொந்தமான, யாருக்குமே வாடகைக்குத் தராத, ஒரு வீட்டிற்கு மாற்றிக் குடி போய்விட்டார்கள். அதற்கு ஏதோ ரகசியமான காரணமொன்றி ருப்பது போல் அப்பாவிடம் அவரது சினேகிதர் ஒருவர், நாங்கள் ஊர் போய்த் திரும்பி வந்ததும் குசுகுசுத்துக் கொண்டிருந்தார்; நாந்தான் பெரியவர்கள் பேசும் போது அருகில் போவதே யில்லையே(!). நான் சங்கரனைத் தேடி, அவன் புதிய வீட்டிற்கு - அது வடக்கு வாசல் காம்பவுண்டில் இருந்தது - போனபோது மாமி, ''வாடா அம்பி'' என்று கதவைத் திறக்க வந்தவளை, ஐயர் சத்தம் போட்டுத் தடுத்து விட்டார். ''அவன் படிச்சுட்டு இருக்கான்; போ, சாயந்தரமா விளையாட வருவான்'' என்றார். சற்று அம் மந்தழும்பு விழுந்த (அம்மைவார்த்த) முகமென்றாலும், மாமி களையான முகத்துடனும் அப்படி ஒரு நிறத்துடனும் இருப்பாள். கொஞ்ச காலத்தில் அவர் மதுரைக்கு மாறுதலாகிப் போய் விட்டார். நாங்கள் மதுரையில் சித்திரைத் திருவிழாப் பார்க்கப் போனபோது, மிட்லண்ட் ஹோட்டலுக்கு எதிரேயுள்ள, (அப்போது, அது மிக பிரபலமான பெரிய ஹோட்டல்) பூக்காரச் சந்தில் குடியிருந்தார்கள்.

சந்திரா டாக்கீஸ் அருகே அப்பாவின் நண்பரும் உறவினருமான ராஜு அண்ணாச்சி வீட்டில் நாங்கள் தங்கியிருந்தோம். அவர், ஆள், மைனர் மாதிரி இருப்பார். அவரது மனைவி இறந்து, இரண்டாவது கல்யாணம் செய்து கொண்டிருந்தார். அவரது மூத்த மனைவியின் பிள்ளைகளை அந்த அம்மா கொடுமைப் படுத்துவதைப் பார்க்க சகிக்காமல், நானெல்லாம் பயத்தில் இருந்தேன். திருவிழா முடிந்து ஊர் திரும்புகிறதுக்கு முந்தினநாள். அதில் ஒரு பையனை அப்பா, ''ஊருக்கு எங்களுடன் வந்து விடுகிறாயா'' என்று கேட்டார். அவன் அழுததைப் பார்த்து,

எனக்கு அழுகை வந்து விட்டது. அப்பாவிடம், ‘‘சங்கரன் வீட்டிற்குப் போய் விடலாமா’’ என்று கேட்ட நினைவு. கொஞ்ச நேரத்தில் சங்கரன் வீட்டைத் தேடிக் கண்டுபிடித்தோம். இரண்டு - மூன்று பூக்காரச் சந்துகள் இருந்தன. நாங்கள் வந்ததை ஐயர் விரும்பவில்லை மாதிரி தெரிந்தது. எங்கள்கூட ராசு அண்ணாச்சியும் வந்திருந்தார்; அது வேறு சுத்தமாக ஐயருக்குப் பிடிக்கவில்லை. மாமி, ரொம்ப நாள் கழித்துப் பார்க்கிற பிரியத்துடன் உபசாரம் பண்ணிக் கொண்டிருந்தாள். அப்போதெல்லாம் நான்தான் வகுப்பில் முதலாவது வருவேன். சங்கரன் சுமாராகப் படிப்பான். அதனால் மாமி என்னிடம் சற்று அன்பாகவே இருந்த மாதிரி நினைவு. மாமி, சற்று தளர்ந்திருந்த மாதிரி இருந்தாள். எங்கள் வீட்டில் வாடகைக்கு இருந்தபோது - சங்கரன் தவிர - இன்னொரு பெண் குழந்தை இருந்தது. இப்போது, மூன்றாவதாக, காந்திமதி என்றொரு குழந்தை பிறந்திருந்தது. அது, அச்சசல் ஐயரைப் போலவே இடுங்கிய கண்களுடன் இருந்தது. ஐயரை நாங்கள் ‘காக்காக் கண்’ என்று கேலி செய்வோம். எப்போதும், ஒரு கண்ணை இடுக்கிக்கொண்டேதான் பேசுவார்.

ஆள், நல்லா குண்டாக - கொஞ்சம் குள்ளமாக - இருப்பார். சாயந்தரம் வேலைவிட்டு வந்தால் பேண்ட் - சட்டையெல்லாம் மாற்றிவிட்டு, வேஷ்டி - சட்டை காஸ்ட்யூமிற்கு மாறி விடுவார். ஒரு பாதரஸம் பூசிய பளபள கண்ணாடி அணிந்துகொண்டு வெளியே கிளம்பி விடுவார். அப்பா, அப்பாவின் நண்பர்கள் உட்கார்ந்து பேசுகிற தெருக் கச்சேரியிலெல்லாம் கலந்துகொள்ள மாட்டார். பொதுவாக, அவர்களுடன் வெளியேயும் போக மாட்டார். அவர், எப்போதாவது அப்படி அவர்களுடன் போனார் என்றால் பொருட்காட்சி அல்லது ஏதாவது குஸ்தி என்றுதான் இருக்கும். ஒரு முறை பாளையங்கோட்டை வ. உ. சி. மைதானத்தில் நடைபெற்றுக் கொண்டிருந்த குஸ்திக்கு அப்பாவுடன் வந்தார்.

இந்த மாதிரி சமயங்களில் எல்லாம் அப்பாவுக்குத்தான் டிக்கெட் கிடைக்கும். பொருட்காட்சியில் நடைபெறும் நாடகங் களுக்கு அப்பா சீஸன் டிக்கெட் வாங்கியிருப்பார். டிக்கெட்டைத் தலையில் கட்டி விடுவார் சேர்மன் பா. ரா. (இவர் தான் ‘மணிக்கொடி’ பத்திரிகையின் கடைசிக்கால ஆசிரியர்.) எல்லா நாடகங்களுக்கும் அப்பா போக மாட்டார்; எம். ஆர். ராதா. - எம்.ஜி.ஆர். நாடகங்களுக்குப் போக மாட்டார். ஒரு சமயம் மட்டும் எனது நடுவுள்ள அண்ணன் மீனாட்சிசுந்தரத்துடன்

எம்.ஜி.ஆரின் ‘அட்வகேட் அமரன்’ நாடகம் போனேன். ‘இன்பக்கனவு’ நாடக டிக்கெட்டைக் கேட்கும்படி அண்ணன் என்னைத் தூண்டி விட்டான். அந்த டிக்கெட்டைத் தரவில்லை. அதற்கு முந்தின நாள் நாடகமான ‘அட்வகேட் அமரன்’ டிக்கெட்டை வேண்டா வெறுப்பாகக் கொடுத்தார். நாடகத்தைச் சரியாகப் பார்க்கக்கூட முடியவில்லை. முன்னால் இருக்கிறவர்கள் மறைத்தார்கள். எழுந்து நின்றால், பின்னால் இருப்பவர்கள் ‘‘உட்காரு’’ என்று சத்தம் போட்டார்கள். ‘இன்பக்கனவு’ நாடகம் தான் பிரமாதமாக இருக்கும் என்று வாசமுத்து சொல்வான். எனக்கு நாடகம் பார்ப்பதுகூட முக்கியமில்லை; எம்.ஜி.ஆரைப் பார்க்க வேண்டும். எல்லாவற்றிலும் முக்கியம், நாடக டிக்கெட், பாதி கிழித்தது வேண்டும். அதை மறுநாள் வாசமுத்துவிடம் காண்பித்துப் பீற்றிக்கொள்ள வேண்டும். நாடகத்தில் எம்.ஜி.ஆர். இறந்து போவார் என்று நினைவு. இரண்டு - மூன்று வருடம் கழித்து அண்ணா (கதை) வசனம் எழுதி வெளிவந்த, ‘நல்லவன் வாழ்வான்’ படம் இந்தக் கதைதான். ஆனால் அதில் எம். ஜி. ஆர். சாக மாட்டார். படப் பெயரிலேயே அது வந்து விடுகிறதே.

நாங்கள் போன அன்று தாராசிங்கும் ரந்தாவா பயில்வானும் குஸ்திபோட்டர்கள். தாராசிங்தான் ஜெயித்தார். மறுநாள் கிங்காங் கிற்கும் தாராசிங்குக்கும் ‘காட்டா குஸ்தி, போட்டா போட்டி’ என்று அறிவித்தார்கள். அன்று குஸ்தி முடிந்து திரும்பிவரும்போது, ஐயர், அப்பாவிடம், ‘‘பண்ணையாரே, நாளைக்கு டிக்கெட் கிடைச்சா பாரும் வே’’, என்று சொல்லிக் கொண்டிருந்தார். ‘‘அப்ப, நானும் வருவேன்’’ என்றபோது, ‘‘போடா, நீங்கள்ளாம் பார்த்தாக்க பயப்படுவேள்’’ என்று என்னிடம் சொன்னார்.

ஐயரின் இரண்டாவது குழந்தை யார் ஜாடையிலோ இருந்தது, பிடிபடவேயில்லை. எங்கள் வீட்டின் மற்ற பெண்களும் இதுபற்றி ரகஸ்யமாகப் பேசிக் கொள்வார்கள். தீர்க்கமான கண், மூக்கு, ஒல்லியான உடல்வாகு. இப்போது அந்தப் பெண் நன்றாக வளர்ந்திருந்தாள். இங்கே இருக்கும்போது கைக்குழந்தையைவிடச் சற்று பெரியவள். அவளும் இன்னும் மெலிவாக அவ்வப்போது இருமியபடி இருந்தாள். நாங்கள் போனதுமே மாமி அவசர அவசரமாக ஃபில்ட்டரில் டிக்காஷன் தயாரிக்கிற வாசனை பிரமாதமாக வந்தது.

ஊரில் நான் பள்ளிக்கூடம் போகாத நாள்களில் பார்த்திருக் கிறேன்; காலை பதினோரு மணி வாக்கில் அப்பா எதிர் வீட்டு

(மங்களா வீட்டு)த் திண்ணையில் அமர்ந்து மாமி போட்டுத் தருகிற ஃபில்ட்டர் காஃபியைச் சாப்பிட்டுக் கொண்டிருப்பார் அல்லது மாமி வார்த்துத் தருகிற தோசையை அடுப்படியில் அமர்ந்து சாப்பிடுவார். அப்போது நான் அப்பாவுடன் இருந்தால், அக்காவோ அம்மாவோ என்னை எதற்கோ வேலையாய்க் கூப்பிடுகிறமாதிரி கூப்பிட்டு விடுவார்கள். மாமி வீட்டில் சமையல் எல்லாமே குமுட்டி அடுப்பில்தான். இரண்டு - மூன்று சைசில் அடுப்பு இருக்கும். மாமி, குமுட்டி அடுப்பை அவ்வளவு சீக்கிரம், சுலபமாய்ப் பற்ற வைப்பதே எங்கள் வீட்டுப் பெண்களுக்குப் பொறாமையாய் இருக்கும். ''அதெப்படி மாமி - நாங்க கரியைப் போட்டு வீசுவீசுன்னு வீசினாலும் சரி, குழலை வச்சு ஊதினாலும் சரி, பத்த வைக்கவே நேரம் சரியாயிருக்கு; நீங்க அதுக்குள்ள சமையலையே முடிச்சுருதீங்க'' என்று கேட்டால், ''அதெல்லாம் இல்லடீ கொழந்தே; நாங்க இதிலேயே பழகிட்டோம்'' என்பாள்.

மாமி, சதுர்த்திக்கு மோதகம் செய்தால், மாவு, தகடு போல அவ்வளவு மெல்லிசாக இருக்கும். பூரணமும் ஏலக்காய் மணத்தோடு ருசியாய் இருக்கும். பாகு, சரியான பதத்தில் இருக்கும். முறுகியும் போயிருக்காது; பச்சைச் சர்க்கரை (வெல்லம்) வாசனையும் இருக்காது. ஆனால் மாமிக்கு கூட்டாஞ்சோறு மட்டும் வரவே வராது. கொடுத்தாலும், கொடுத்தவர் நிற்கிற போது ருசி பார்த்துப் புகழ்வதோடு சரி. முழுதும் சாப்பிட மாட்டாள். அதை அப்படியே வேலைக்காரியிடம் ரகசியமாகக் கொடுத்துவிட்டு விடுவாள். இது தெரிய வந்த போது, அம்மா, அப்பாவிடம், ''நீங்க அங்க போய் வெக்கமில்லாம வட்டச் சம்மணம் போட்டுத் தின்னுட்டு வாங்க'' என்று சத்தம் போட்டாள். அதற்குச் சில மாதங்கள் கழித்துத்தான் வீடுமாற்றிப் போனதும் நிகழ்ந்தது. அம்மா, அப்பாவிடம் அதிர்ந்துகூடப் பேச மாட்டாள். இதைக் கூட சற்று மெதுவாய்த்தான் சொன்னாள். அவளுக்கு எப்பவுமே, ''நாசியால போற சீவனை ஏன் கோடாலியால வெட்டணும்''ங்கிற சொலவடைதான் வாழ்க்கையே. அவள் எவ்வளவோ சொத்துகளை அப்பாவிடம் கொடுத்து, எல்லா வற்றையும் எல்லோரும் தின்றே தீர்த்த நிலையிலும், சத்தமின்றி சகித்துக் கொண்டவள்; பிற்காலத்தில், என் ஏச்சு - பேச்சுகளையும்.

இன்றும் மாமி, ''தோசை வார்க்கட்டா, பண்ணையாரே'' என்று கேட்டாள். எனக்கும் மெல்லிசு தோசை - கரி அடுப்பில்

வார்த்த தோசை - சாப்பிட ஆசையாய் இருந்தது. ''சரி, மாமி'' என்றேன் நான். என்னுடன் வந்திருந்த என் சின்ன அக்கா- என்னைவிட ரெண்டு வயசுதான் மூத்தவள்; அவளுக்கு என்ன தெரிந்திருந்ததோ - ''சும்மா இருலே'' என்று சத்தமில்லாமல் அடக்கினாள். ஐயரின் நிலைகொள்ளாமையும், அக்காவின் கண்டிப்பும், 'ஏதேது, திரும்பவும் ராசு அண்ணாச்சி வீட்டுக்கே போகணுன்னு ஆயிருமோ' என்று தோன்றியது. அப்படித்தான் ஆனது. காபியைக் குடித்துவிட்டு, சங்கரன் வாங்கி வந்திருந்த காராபூந்தியைச் சாப்பிட்டுவிட்டுக் கிளம்பினோம். வழியில் அப்பாவும் ராசு அண்ணாச்சியும் ஏதோ பேசிக்கொண்டு வந்தார்கள். அநேகமாய், மாமியின் உடல்நிலை பற்றித்தான் என்று நினைக் கிறேன். அப்பா, அதிகம் பேசவில்லை. ராசு அண்ணாச்சிதான் பேசியபடி வந்தார். ஐயரின் தவிப்பைக் கிண்டல் செய்கிற மாதிரி சிரித்துப் பேசிக்கொண்டு வந்தார்.

எப்படியோ அந்த இரவை அவர் வீட்டிலேயே கழித்து விட்டு, அதிகாலையில் கிளம்பி ஒரு ரிக்ஷாவில் ஏறி ரயிலுக்கு வந்தோம். கூடவே ராசு அண்ணாச்சியின் மூத்த பையன் வந்தான். அவன் கையில், அப்பா ஐந்து ரூபாய்த் தாள் ஒன்றைக் கொடுத்தார். அவன் அவசர அவசரமாக மறுத்தான். வழியில், திறந்திருந்த ஒரு ஓட்டலுக்கு முன் நிறுத்தி, ரிக்ஷாக்காரரை ஒரு காபி சாப்பிடச் சொல்லிவிட்டு நாங்கள் உள்ளே போனோம். ரயிலில் சாப்பிட அப்பா பார்சல் வாங்கினார். கல்லா அருகில் நின்றவாறே ஆர்டர் கொடுத்தார். அதிகமாய் இரண்டு பார்சல் வாங்கி, இரண்டையும், கைலாசத்திடம் (ராசு அண்ணாச்சி பையன்) கொடுத்தார். அவன், அதை அவசரமாக வாங்கி, அங்கேயே தரையில் உட்கார்ந்து பிரித்துச் சாப்பிட ஆரம்பித்தான். ஓட்டல்காரர், ''தம்பி, அந்த டேபிள்ல்ல உக்காந்து சாப்பிடப்பா'' என்று பதற்றமாகச் சொன்னார். அவன், கொஞ்சம் சாப்பிட்டதை, சுருட்டி எடுத்து, பக்கத்தில் கிடந்த டேபிளில் வைத்து மறுபடி சாப்பிட ஆரம்பித்தான். ஓட்டல்காரர், பெல் அடித்து சப்ளையரைக் கூப்பிட்டு, சாம்பார் விடச் சொன்னார். கையும் வாயும் பொறுக்காத சூடான சாம்பாரைச் சேர்த்து இட்லியை அவன் சாப்பிட்ட விதம் என்னவோ போலிருந்தது. இப்போது அக்காவின் முறை; அவள் அழுது கொண்டிருந்தாள். சாப்பிட்டுவிட்டு, கை கழுவ முயலாமல் கைலாசம் இன்னொரு பார்சலையும் அப்பாவையும் பார்த்தான். அப்பா, ''சாப்பிடப்பா'', என்று சொல்லிவிட்டு என்னைப் பார்த்து,

''நீயும் அவன்கூடச் சாப்பிடுதியா'' என்று கேட்டார். எனக்கு சாம்பார் ஆசையில், சரியென்றேன். அக்கா, ''சும்மாருல, எதையாவது தின்னுட்டு எருவிக்கிட்டுக் கிடக்காத'' என்றாள். ரிக்ஷாக்காரனும், ''ரயிலுக்கு நேரமாயிரும்'' என்றான். ''ஏத்தத்துல மிதிக்க கஷ்டம் சாமி''ன்னான். அப்பா, இன்னொரு செட் இட்லிக்குக் காசு கொடுத்துவிட்டு, கைலாசத்திடம், ''நல்லாப் படி'' என்று சொல்லிவிட்டுக் கிளம்பினார்.

ரயிலடியில் பழனியும் அவன் அப்பாவும் நின்று கொண்டிருந் தார்கள். அவர்களும் சித்திரைத் திருவிழாவுக்கு வந்தவர்கள்தாம். உண்மையில், பழனி மதுரை போகிறான் என்று தெரிந்து, அப்பாவிடம் அடம்பிடித்தே நானும் வந்திருந்தேன். அவன், தனது உறவினர் வீட்டில் தங்கியிருந்தான். அப்பா தலையைப் பார்த்ததும், அவன் அப்பா, ''யோவ், நேத்து குளத்து ஐயர் வீட்டுக்கு வந்தேராம; அடுத்த வீடுதான எம் மருமக வீடு'' என்று சொல்லி விட்டு, அப்பாவைத் தனியே அழைத்துப் போனார். நாங்கள் ரயிலில் ஏறி உட்கார்ந்து திருவிழாப்பற்றி, பெரும்பாலும், தாங்க முடியாத கூட்டம்பற்றிப் பேசத்தொடங்கினோம். ரயில் புறப்படும் சமயம் அப்பாவும் பழனியுடைய அப்பாவும் ஏறிக்கொண்டார்கள். அப்பா முகம் கல்லுப் போல் இருந்தது. அமீனாப் பிள்ளை முகத்தில் ஒரு கேலி இருந்தது.

அப்பா இறக்கும் முன்னேயே பெரிய வீட்டை விலைபேசி விற்று விட்டார். பாதித் தொகையை கடனுக்கு செல்லடித்துக் கொடுத்தது போக, மிஞ்சியது மங்களா வீடும் அதற்குப் பின்னால் சில குச்சு வீடுகளும்தாம். ஆனால் மங்களா வீட்டில் குடியேறும் முன்பே, அப்பா, பெரிய வீட்டிலேயே இறந்து போனார். நாங்கள் சிறிய வீட்டிற்குக் குடியேறினோம். மாமி குடியிருந்த வீடு. அந்த அடுப்படியில், அம்மா, ஈர விறகுடன் தினமும் போராடத் தொடங்கியிருந்தாள். பெரிய வீட்டின் மாடியில் மாட்டியிருந்த பெரிய பெரிய ஃப்ரேம் போட்ட படங்கள் எல்லாம் வீட்டை அடைத்துக் கொண்டிருந்தன. ரவிவர்மா படங்கள், கண்ணன் ராசலீலா படங்கள். இதில், கண்ணன் பல உருவங்கள் எடுத்து, பல கோபிகைகளுடன் விளையாடிக் கொண்டிருப்பான். ஜெர்மனியில் பிரிண்ட் போட்ட படம். யாரோ வட இந்திய ஓவியனின் கைவண்ணம். ரொம்ப நாளாகப் பெயர் நினைவிருந்தது. அப்பாத் தாத்தா, அப்பாச்சியின் லைஃப் சைஸ் படங்கள், எஸ். எம். பண்டிட் வரைந்த சரஸ்வதி படம் (பண்டிட்டே வரைந்த

ஒரிஜினல் டிராயிங் கோயில்பட்டியில் தம்பி மாரீஸிடம் இருக்கிறது.) என்று ஏகப்பட்ட படங்கள். எல்லாம் இந்தச் சிறிய வீட்டில் மாட்ட இடமில்லாமல் பட்டாசலில் அடைத்துக் கிடந்தன. ஒரெயொரு சின்ன, -சசிகலா ஜாடையில் இருக்கிற- சாரதா (நடிகை சாரதா) படத்தை, மாடியில் என் மேஜை அருகே மாட்டி வைத்திருந்ததை இந்த வீட்டிலும் மாட்டி வைத்திருந்தேன். அதுவும்கூட, அட்டையில் ஒட்டி, கண்ணாடித்தாள் சுற்றியது.

கொஞ்ச நாள் ஆக ஆக படங்களின் எண்ணிக்கை குறையத் தொடங்கியது. படங்கள்கூட ஒன்றிரண்டு இருந்தது; ஃப்ரேம், கண்ணாடிகள் எல்லாம் காணாமல் போகத் தொடங்கின. இது பெரிய அண்ணனின் வேலையாய்த்தான் இருக்கும் என்று அவனை சத்தம்போடத் துவங்கியபோது, அழுகையுடன், அம்மா வந்து, ‘‘நான்தான் கடையில் போடச் சொன்னேன். அரிசி வாங்கக்கூட காசில்லை’’ என்றாள். நான் தினமும் மூன்று ரூபாய், முப்பது பைசா ஈ. டி (டெலிபோன் டிபார்ட்மெண்டில்- எக்ஸ்ட்ரா டிப்பார்ட்மெண்டல் கூலி வேலை) வேலைக்குப் போய்க் கொண்டிருந்த நேரம். அது என் சிகரெட்டுக்கே காணாது. பல நல்ல படங்கள் போய் விட்டன.

அம்மா தயங்கித்தயங்கிச் சொன்னாள் - வேலைக்கு போய் வந்த ஒரு சாயந்தரம். ‘‘காலையில், நீ போனப்பறம் குளத்து ஐயர் மகன் வந்திருந்தான். அவன் அம்மா கேன்சர் வந்து செத்துப் போய் விட்டாளாம். தங்கை காந்திமதிக்கு கல்யாணம் வைத்திருக் கிறதாம். அவன், அய்யரின் வங்கியிலேயே வேலை கிடைத்து, மதுரைக்குப் பக்கத்தில் வேலை பார்க்கிறானாம்’’. அதைச் சொல்லுகையில் அம்மா அழுதாள். ‘‘சரி, எதுக்கு வந்தானாம்’’ என்று கேட்டேன். அவனுடைய அம்மா படம் ஒன்று கூட இல்லையாம். இங்கே இருக்கிறதா, அக்காவுடன், அம்மாவுடன் பொருட்காட்சியில் எடுத்த போட்டோ ஏதாவது இருக்கா என்று கேட்டானாம். அப்படி ஒரு பொருட்காட்சியில் எடுத்த போட் டோக்கள் பல இருந்தன. லைட் ஹவுஸ் ஸ்டுடியோ காதர் பாய் அப்பாவுக்கு சினேகம். அவர் பொருட்காட்சியில் எப்படியும் ஸ்டால் போடுவார். சும்மா எட்டிப்பார்க்கிற சாக்கில் நிறைய படம் எடுத்து விடுவோம். அப்படி ஒரு பொருட்காட்சியில் மாமி, அக்கா எல்லாம் எடுத்த படம் உண்டுதான். அப்பாகூட, ஐயரின் சாதாரணக் கண்ணாடியை மாட்டி, ஒரு போட்டோ எடுத்தார் அன்று. நான் தூக்கக் கலக்கத்தில் இருந்தேன். அதுதான்

அப்பாவின் ஒரே படமாக வீட்டில் இருக்கிறது. கண்ணாடியெல்லாம் கழற்றி, விற்ற பிறகு ராம பாணப் பூச்சி அரித்ததால், அங்கங்கே சற்று வெள்ளை விழுந்த அப்பாத்தாத்தா படம் ஒன்றிருந்தது. ''படம் இருந்தா கொடுத்திர வேண்டியதுதானே'' என்றேன். ''செல்லம்மா, அப்பாவுடனும் ஐயர் கூடவும் எடுத்த படம் ஒண்ணுதான் அப்பா பெட்டியில இருக்கு'' என்றாள். அப்பா - தன் காலத்திலேயே தன் அழகான பீரோ, இரும்புப் பெட்டி எல்லாம் விற்ற பிறகு - தன் 'ஆஸ்திகளை' ஒரு சின்ன டிரங்குப் பெட்டியில் வைத்திருந்தார். அதில்தான் அந்த போட்டோவும் இருந்தது. அப்பா, ஐயர், நடுவில் மாமி. அதுவரை, நான் அந்தப் படத்தைப் பார்த்ததில்லை. அம்மா அழுகைக் கிடையே சொன்னாள், ''இதக் கொடுக்க வேண்டாம்ப்பா''. ''உனக்கு வேணுமா'' என்றேன். ''வேண்டாம்'' என்றாள். ''கிழிச்சுரட்டா'' என்றேன். ''சரி'' என்றாள். படம், அது ஒட்டியிருந்த மவுண்ட் எல்லாவற்றையும் கிழித்து அம்மாவிடம் கொடுத்தேன். அம்மா அடுப்படிக்கு நகர்ந்தாள். கிழித்திருக்க வேண்டாமோ என்று தோன்றியது. வாசலில் நிழலாடியது; கல்யாணியண்ணன், நம்பி, லயனலுடன் வந்து கொண்டிருந்தார். வர வேண்டாமே என்றிருந்தது.

14
காட்டுக்கேது தோட்டக்காரன்

வேலைக்குத் தேர்வான செய்தி ஒருவழியாகத் தெரிந்தது. ஆனால் ஒரு மாதமாகியும் ஆர்டர் கைக்கு வரவில்லை. அறுபது பேரைத் தேர்ந்தெடுத்ததில், முப்பது பேருக்கு முதலில் போட்டு விட்டார்கள். அதில் என் பெயர் வரவில்லை. மனம் வெறுத்துப் போயிற்று. இதில் வேடிக்கை என்னவென்றால், என்னைப் பார்த்துத் தேர்வெழுதியவர்களும், நான் சொல்லித் தந்து தேர்வுக்குப் படித்தவர்களும், முதல் முப்பது பேரில் - ஆணை கிடைத்தவர்களில் - அடங்கியிருந்தார்கள். அதில் இப்போது ஒருவர், ஏ.ஜி.எம். ஆக இருக்கிறார். அம்மா சொல்வது போல், ''ஆறு முழுக்கத் தண்ணி(தண்ணீர்) போனாலும் நாய்க்கு நக்குத் தண்ணிதான்''. அம்மாவுக்கு நாய்ப் பழமொழிகளில் அப்படியொரு பிடித்தம். அதனால் தானோ என்னவோ, என் கவிதைகளிலும் நாய் அடிக்கடி வருவதாகப் படுகிறது. சிவசு கூடச் சொல்வார், ''ஆர். பி. பாஸ்கரனுக்குப் பூனை, உங்களுக்கு நாய். அவர் வரைந்து தள்ளுவார், நீங்கள் எழுதித் தள்ளுகிறீர்கள்'' என்று.

அப்போது ராஜமார்த்தாண்டன் திருவனந்தபுரத்தில் ஆய்வு மாணவராக இருந்தார். அவருக்கு ஒரு கடிதம் எழுதிப்போட்டு விட்டு, கையில் இருந்த இருபது ரூபாய் சொச்சக் காசை வைத்து, துணிந்து திருவனந்தபுரத்துக்கு பஸ் ஏறிவிட்டேன். அதுகூட,

இரண்டு நாள் முந்தி சீட்டாட்டத்தில் ஜெயித்தது. சிவராத்திரி ஸ்பெஷல் ஆட்டம். நாலணா நாக் அவுட். மூன்று ஆட்டத்திலும் கார்டு அப்படிப் பிடித்தது. இதேபோல் சுவாமிமலையில் சுப்ரமணிய ராஜு கல்யாணத்திற்குப் போயிருந்தபோதும் அப்படி கார்டுகள், அள்ள அள்ள அற்புதமாய் வந்தன; ஒரு வேளை, அதே நேரம், வீட்டில் செத்துப் போயிருந்த அப்பா வானில் இருந்து அருள் மழை பொழிந்தாரோ என்னவோ. கடைசி ஆட்டத்திற்கு, பசங்க ளெல்லாம், ''போடா, நான் வரலைப்பா; சின்னத் தாயோளிக்கி கார்டு என்னமா அப்புது இன்னிக்கி''; ''ஆட்டக்காரனுக்கு ரம்மியும், ஜோக்கரும் அண்ணாச்சி அண்ணாச்சின்னுல்லா கதவைத் தட்டுது. நான் வரலைப்பா'' என்று ஒதுங்கி, தூங்கப் போய் விட்டார்கள். ஷண்முகநாதன் மட்டும், ''எண்ட்ரி டபுள், கம்பல்ஸரி கேம்; ஸ்கூட்டெல்லாம் கிடையாது. ஐந்து ரூபாய், வாறியா'' என்றான். அவன் ரொம்பத் துணிச்சலானவன். எதைப் பற்றியும் அலட்டிக் கொள்ளாதவன். அருமையாக கேரம் விளையாடுவான். மேலப்பாளையம் க்ளப், பெருமாள்புரம் பி. ஆர். சி. க்ளப், ஸ்பிக் டீம் எல்லாவற்றுடனும் மோதி ஜெயித்திருக்கிறான். பேட் மிண்டனும் நன்றாக விளையாடுவான். நன்றாக ஸுவாலஜி ரெகார்டுகளுக்குப் படம் போடுவான். என்னைப் போலவே, எல்லாக் கெட்ட பழக்கங்களுக்கும் குட்டிக் குட்டியாய் அறிமுக மானவன். 'வசந்தமாளிகை' சினிமாவில் வருகிற வசனமொன்றை அடிக்கடி சொல்லிக் கொள்வோம், ''சின்ன எஜமானர் கெட்டுப் போயிட்டாரே தவிர, கெட்டவரில்லை'' என்று - எங்கள் சின்னச் சின்ன தவறுகளுக்கு சமாதானமாய். எங்களுடன் ராஜாமணியும் சேர்ந்து கொண்டான், சீட்டு விளையாட. கார்டும், மூன்றாவது ஆட்டத்திற்கும் நன்றாகவே பிடித்தது. ராஜாமணி இரண்டு ஆட்டத்திலேயே செமத்தியாக பாய்ண்ட் கொடுத்துவிட்டு, முழித்துக் கொண்டிருந்தான். மூன்றாவது ஆட்டத்தில் அவன் உருவிப் போட்ட முதல் கார்டு, ஆட்டின் ஏழு, ஜப்பான் ஆகச் சேர்ந்து டிக் ஆகி விட்டது. எனக்கு ஏழு ஆட்டின் எப்பவுமே ராசி; சீக்கிரம் அதைக் கழித்து விட மாட்டேன். அவன் சீட்டுகளைத் தூர எறிந்து விட்டு, புகைத்து எறிந்திருந்த சிகரெட் துண்டுகளில் இருப்பதிலேயே நீளமான ஒன்றைத் தேடி எடுத்துப் பத்த வைத்து எங்களை வேடிக்கை பார்க்க வந்தான்.

சண்முகம் நன்றாக விளையாடுபவன். எனக்கும் சுமாரான கார்டாகவே தோன்றியது. ஆட்டம் நீண்டுகொண்டே போவதைப்

பார்த்தால், அவனுக்கும் கார்டு நல்லதாக இல்லை என்று தோன்றியது. இரண்டு பேருமே கைக்கார்டையெல்லாம் கலைத்து, முழுதாக செட்டுகளை மாற்றிமாற்றிப் பார்த்தாயிற்று. ஆட்டம் முடிகிறபாடாய் இல்லை. இரண்டு பேரும் ஆடுகிற ஆட்டத்தை - தூங்கிக் கொண்டிருந்த சிலர் - விழித்துப் பார்க்க ஆரம்பித்து விட்டனர். இரண்டு பேருக்கும் கையில் இருக்கும் சீட்டுகளைப் பார்த்தால் - இரண்டு இரண்டு பாய்ண்ட் எண்ட்ரி டபுள் என்பதால் - நான்கு பாய்ண்ட்தான் இருந்தது. தூக்கக்கலக்கம் வேறு. கண்ணெல்லாம் எரிச்சல். சிகரெட், பீடி என்று குடித்து, தாகமும் பசியும். பதினைந்து ரூபாய்க் காசுக்கு இவ்வளவு போராட்டமா என்று தோன்றியது. இரண்டு பேரும் எங்கேயோ தவறு செய்திருக் கிறோம் என்று பட்டது. ஆட்டம் எப்பவோ முடிந்திருக்கும். இருவரும் சரியாகக் கவனிக்கவில்லை என்று எல்லோருமே அபிப்ராயப்பட்டனர். நான், தைரியமாக ரெண்டு இஸ்பேடில் ஒன்றைக் கழித்தேன். சண்முகம் அதை எடுத்துக்கொண்டு, என்ன நினைத்தானோ, திடீரென்று டைமண்ட் ரெண்டைக் கழித்தான். நான் சுதாரிப்பதற்குள், பார்த்துக் கொண்டிருந்த பல கைகள் படக்கென்று அதை எடுத்து என் கார்டுகளிடையே சொருகி 'டிக்' என்று கோரஸாக ஒலித்தனர். ''சரியான ஃபிஷ்ஷிங்'' என்று பாராட்டு மழை வேறு. விளையாட்டைத் தொடர எனக்கு விருப்பமில்லை; முடியவில்லை என்றுதான் சொல்ல வேண்டும். ''ஆளுக்குப் பாதியாகப் பிரித்துக் கொள்ளுவோம்'' என்றேன். சண்முகம், ''இன்னும் ஒரு ஆட்டம்; நீ கலைத்துப் போடு, நான் கலைத்தால் எனக்கு ராசியே கிடையாது'' என்றான். கலைத்துப் போட்டேன். அவன் சீட்டை ஒவ்வொன்றாக எடுக்க மாட்டான். மொத்தமாக, பதிமூணு சீட்டுகளையும் எடுத்தே விரித்துப் பார்ப்பான். அப்படி எடுப்பதும் ஒரு வகையில் அவனுக்கு ராசி. அன்று ஆர்வக்கோளாறோ என்னவோ, சீட்டை ஒவ்வொன்றாக போடப்போட எடுத்து அடுக்கிக் கொண்டிருந்தான். நான் கலைத்துப் போட்டுவிட்டு, என் சீட்டுகளைக் கையில் எடுத்தேன். ஒரே படமாக - கிங், குயின், ஜாக்கி என்று இருந்தது. 'சரி, பாய்ண்ட் அள்ளீட்டுப் போப்போகுது' என்று அவன் முகத்தைப் பார்த்தேன்.

எப்பவுமே அவன் முகத்தில் இருந்து ஒன்றையுமே கண்டு பிடிக்க முடியாது. சிலருக்கு நல்ல கார்டாக - ரம்மியும், ஏகப்பட்ட ஜோக்கருமாக - வந்து எதை, எங்கே, சேர்ப்பது என்று திண்டாடு வார்கள். நமக்குத் தெரிந்து விடும், ''புள்ள முழிக்கிற முழி

பேஎறதுக்குத்தாண்டோய்'' என்று. சத்தம் போடாமல் ஸ்கூட் விட்டு, கார்டைக் கவிழ்த்தி வைத்து விடுவார்கள் பலரும். ஆனால் சண்முகம் முகத்தில் அதெல்லாம் வழக்கமாகக் கண்டு பிடிக்க முடியாது. இந்த முறை, அவன், சற்று வேறு மாதிரியான முகத்தோடு பார்த்துக் கொண்டிருந்தான். 'சரி, நாம் காலி' என்று நினைத்துக் கொண்டிருக்கும்போதே, அவன் கார்டுகளை, ''ஷோ'' என்று விரித்துக் கீழே வைத்தான். நானும் கார்டைக் கீழே போடப் போனவன், ஏதோ உள்ளுணர்வு உந்த, அவன், கார்டை டிக் சரியா என்று பார்த்தேன். இரண்டு ஆட்டின் ஏழுகளும் ஒரு கிளாவர் ஏழும் பல்லிளித்தது; ''ராங் டிக்'' என்றேன். அவன், கவிழ்த்திவைத்த ஒற்றைக் கார்டைத் திருப்பிப் பார்த்தான். டைமண்ட் ஏழு. ''ராங் டிக்'' என்று ஒத்துக் கொண்டான். எல்லோருக்கும் ஆச்சரியம், அவனா அப்படிச் செய்தது என்று. ''சரி, விடிஞ்சுடுச்சு; வா, எல்லோருக்கும் பேட்டை ரோடு ஐயர் கடையில் காபி வாங்கித் தா'' என்று சிலர் கிளம்ப, அவன்தான், ''சேச்சே, ஜெயிச்சவன் உடனே செலவழிச்சாலோ கடன் கொடுத் தாலோ அடுத்தாப்ல கார்டு பிடிக்காது'' என்று தடுத்து விட்டான். அப்போதுதான், எனக்கு, திருவனந்தபுரம் போகலாம் என்ற யோசனை வலுப்பட்டது.

அதற்கு முன்னால், ('கசடதபற')மஹாகணபதியுடன் ஒரு தரம் திருவனந்தபுரம் போயிருந்தேன். அப்போதும் கையில் கல்யாணி அண்ணன் தந்து விட்டிருந்த ஐந்து ரூபாய் மட்டுமே இருந்தது. திருவனந்தபுரம் போய் இறங்கியதும் மஹா கணபதியிடம் விடாப்பிடியாகக் கேட்டு, இன்னொரு ஐந்து ரூபாய் வாங்கி வைத்துக் கொண்டேன். அப்படி கேட்டு வாங்கியதன் வெட்கம் வெகு நாள்கள்வரை பிடுங்கித் தின்று கொண்டிருந்தது; இன்றும் கூட. அப்போது மாதவன் அண்ணாச்சி கடை - செல்வி ஸ்டோர்ஸில் - போய், அண்ணாச்சியிடம் நெடு நேரம் பேசிக் கொண்டிருந்தேன். அவருக்கு பூர்விகம் திருநெல் வேலிதான். சுந்தரத் தோழர் தெருவில் அவருக்கு வேண்டியவர்கள் இன்னும் இருந்தார்கள். அவர்தான் கடை ஆளைத் துணையுடன் நகுலன் வீட்டுக்கு அனுப்பி வைத்தார். அன்றைக்கு ஏதோ பந்த். மத்தியானத்திற்கு மேல்தான் பஸ்கள் ஓட ஆரம்பித்தன. அப்போது நகுலனின் அப்பா, அம்மா எல்லோரும் இருந்தார்கள்; அம்மா உடல் நலமின்றி படுக்கையில் இருந்தார். முன் வீட்டில் அவரது தம்பி குடும்பம் இருந்தது. அவருடனான முதல் சந்திப்பு அது.

நீண்ட நேரம் பேசிக் கொண்டிருந்தார். சாயந்தரம் வாக்கில், அவரது அம்மாவை பரிசோதிக்க வந்த ஒரு டாக்டருடன், அவரது காரில், என்னை மாதவன் அண்ணாச்சி கடைக்கு அனுப்பி வைத்தார்.

அண்ணாச்சி, வீட்டிலிருந்து கொண்டு வந்த வேட்டியை உடுத்திக்கொண்டு பத்மனாபசாமி கோயிலுக்குப் போனேன். கோயிலில் மின்விளக்கே இல்லாமல் பெரிய பெரிய தீபங்கள், திரிவிளக்குகளுடன் அழகாக இருந்தன. அப்படியொரு வெளிச் சத்தில், ஒரு கோயிலை நான் தமிழ்நாட்டில் பார்த்ததே இல்லை. கோயிலில் கூட்டமே இல்லை; கிட்டத்தட்ட, நானும் அனந்தபத் மனாபனும் மட்டும்தான் என்று சொல்லி விடுகிற தனிமை. ரொம்ப நேரம் மூன்று வாசல் வழியாகவும் பார்த்துக் கொண்டே யிருந்தேன். காலடியைப் பார்த்துவிட்டு, மறுபடி முதல் வாயிலுக்கு வந்தபோது, அவன் என்னவோ புரண்டு படுப்பது போன்றிருந்தது. சற்று பயத்துடன் வெளியே வந்து விட்டேன். ‘விஷ்ணுபுரம்’ படிக்கும்போது, இந்த பயம் மறுபடி வந்தது. (ஜெயமோகனுடன் திருவட்டாறு கோயிலுக்கு இதேமாதிரி ஒரு சந்தியா காலத்தில் போனபோதும், சற்று பயமாயும் எல்லாமே ஏற்கெனவே ஒரு முறை நடந்து, இம்மி பிசகாமல் மறுமுறை நடப்பது போலவும் இருந்தது).

இரண்டாம் முறை போகிறபோது, அப்பா இல்லை; இறந்து போயிருந்தார். நான், ‘ஸ்ரீபத்மனாபம்’ கவிதையை எழுதியிருந்தேன்.

அந்தக் கவிதையையும் கோயிலையும் நினைத்தவாறேதான் பஸ்ஸில் போய்க் கொண்டிருந்தேன். ஆனால் இந்த முறை மனதை வேறு ஆசைகள் ஆக்கிரமித்திருந்தன. அப்பா போன பிறகு வாழ்க்கையில் ஒரு பிடிப்பும் இல்லாமல் ஆகிக் கொண்டி ருந்தது. அப்பாவை நான்தான் கொன்று விட்டது போல் குற்ற உணர்ச்சி, ஒரு நாளைக்கு ஒரு தரமாவது தோன்றாமலிருக்காது. படிக்கிற காலத்தில், அதுவும் இவளின் மறுபிரவேசத்திற்குப் பின், நான் ரொம்ப சுத்தமானவனாகவே இருந்தேன். அப்பாவின் விருப்பங்களுக்கு எதிராக நான் எம்.எஸ்.ஸி., படித்து, அதில் தேர்ச்சியுறாமல் போனது எனக்கு நேர்ந்த பெரிய விபத்து. இதிலிருந்து என் சரிவுகள் தொடங்கின. மதுரையில் என் தனிமை, பலவிதப் பழக்கங்களுக்குக் காரணமாய் ஆகிவிட்டது. அதற்கு ஊரைக் குறைசொல்ல முடியாது.

இரண்டாம் முறையும், மாதவன் அண்ணாச்சி கடைக்குப் போய் மார்த்தாண்டனுக்காகக் காத்திருந்தேன். அவர் வருவதற்கு மாலை ஆகி விட்டது. அண்ணாச்சியிடம் சொல்லிக்கொண்டு வெளியே கிளம்பினோம். அவர் என் கடிதத்தைப் பையிலேயே வைத்திருந்தார். அதில் எழுதியிருந்த வரிகளைக் காட்டி, சிரித்த படியே, ''வாங்க, மலையாள பூமியின் அழகை, முதலில் 'பருகி' விடலாம்'' என்று அழைத்துப் போனார். விரக்தியின் விளிம்பில் இருந்த நான் தாகம் தீர அருந்தத் தொடங்கினேன். அவருக்கு இன்னும் அந்த மாத ஸ்டைஃபண்ட் வரவில்லை. யாரிடமோ கடன்வாங்கி வந்திருந்தார். ''இரண்டு நாள் பொறுத்திருங்கள்; பணம் வரட்டும்'' என்றார்.

நீண்ட நாளைக்குப் பிறகு, 'துலாபாரம்' படத்திற்குப் பிறகு, சாரதாவும் ஷீலாவும் இணைந்து நடிக்கிற 'பால்கடல்' படம் மறுநாள் ரிலீஸாகிறது. பெரிய பெரிய சாரதா போஸ்டர்களை சாலையெங்கும் பார்த்ததே போதும் என்ற மாதிரி இருந்தது. இந்த முறை கோயிலுக்கு மட்டும் போகக் கூடாது என்று தோன்றியது. மறுநாள், என்னை அறையில் இருக்க வைத்து விட்டு, அவர் யுனிவர்ஸிட்டிக்குப் போய் விட்டார். நான், அறையிலிருந்த புத்தகங்களைப் படித்துக் கொண்டிருந்தேன். எஸ். வி. ஆரின் 'எக்ஸிஸ்டென்ஷியலிசம்-ஒரு அறிமுகம்' அப்போதுதான் வந்திருந்தது. அதைப் படித்துக் கொண்டிருந்தேன். புதுமைப்பித்தன் கதைத்தொகுப்பு ஒன்று கிடந்தது; அதையும் படித்தேன்.

மாலையில், அவர் வந்து வெளியே போனோம். நான், வாய் திறந்து கேட்கவுமில்லை. அவர், எங்கே கூட்டிப் போகிறார் என்று சொல்லவும் இல்லை. கால் போன போக்கில் நடப்பதாகவே எனக்குப் பட்டது. உள்ளூர, அதற்காக இருக்குமோ என்றும் தோன்றியது. தஞ்சை ப்ரகாஷ், ''உனக்கு எப்போதாவது பெண்ணுடன் அனுபவம் ஏற்பட்டிருக்கிறதா'' என்று ஒரு முறை கேட்டபோது, ''இது வரை இல்லை'' என்றேன். ''அதன் பின், உனக்குக் காதல்பற்றிய கண்ணோட்டம் மாறிவிடக் கூடும்'' என்று சொல்லியிருந்தார். அது நினைவுக்கு வந்தது. இதை வெளிப்படையாக, கடிதத்தில் எழுதி விட்டோமோ என்று சற்று மனது உழம்பியது. அந்தத் தெருவுக்கு 'ஏற்கெனவே வந்திருக் கிறோமோ' என்று நினைக்கத் தொடங்கும்போது, அவர் ஒரு

வீட்டிற்குள் விறுவிறுவென்று போனார். ''குன்றத்திலே குமரனுக்குக் கொண்டாட்டம்'' என்று ரெக்கார்ட் பிளேயர் பாடிக் கொண்டிருந்தது. நானும் அதே விரைவுடன் பின் தொடர்ந்தேன்.

சாந்தாவின் இடுப்பில் ஒரு நீளமான தழும்பு. முண்டும் ஜாக்கெட்டும் அணிந்திருந்தாள். நல்ல சந்தன சோப்பின் மணம்; சாயங்காலந்தான் குளித்திருக்க வேண்டும். ஒரு கட்டில்; ஒரு ஸ்டூலில் ஃபேன். நிற்பதற்கே இடம் இல்லாத சிறிய அறை. கட்டிலில் சாவகாசமாகச் சாய்ந்து அமர்ந்திருந்தாள். கூடிப்போனால் இருபது வயதிருக்கும். 'என் துயரங்களுக்கும் 26 வயது முடிஞ்சு போச்சு' என்று 'கோகயம்' பத்திரிகையில் அப்போதுதான் கவிதை எழுதியிருந்தேன்.

சைக்கிள் பழகும்போது கீழே விழுந்து, அந்தத் தழும்பு ஏற்பட்டதாகச் சொன்னாள். நெய்யாற்றங்கரை ஊர். அண்ணன் மனைவி சொல்லி, அண்ணன்தான் இந்த வீட்டில் கொண்டு வந்து விட்டான். மாதாமாதம் இங்கே வந்து 'சேச்சி'யிடம் பணம் வாங்கிக்கொண்டு போவான். அந்த வாழ்க்கை குறித்து அவளுக்குப் பெரிய ஆவலாதிகள் ஏதுமில்லை. அந்நேரத்திலும் அவள் பரபரப்பு ஏதுமில்லாமல் இருந்தாள். என் பரபரப்பை அடங்க வைத்துக் கொண்டிருந்தாள், சாவகாசமான பேச்சின் மூலம். இரவு முழுக்க ஒரு ஆளுடன் மட்டும் என்பதால் வந்த நிம்மதியோ என்று தோன்றியது.

'பால்கடல்' பற்றிப் பேச்சு வந்தது. ''பார்த்தோ'' என்று ஆசையாய்க் கேட்டாள். ''இல்லை'' என்றேன். அவளுக்கு சாரதா வெல்லாம் பிடிக்காது. அவள் அடுத்த தலைமுறை. ''ஷீலாம்மை பிடிக்கும்; ஸ்ரீவித்யா பிடிக்கும்'' என்றாள். 'செம்மீன்' பாட்டை முணுமுணுத்தாள். நான், '' 'நதி' படம் பார்த்திருக்கிறாயா'' என்று கேட்டேன். தனக்கு ரொம்பப் பிடித்த படம் என்றாள். ''பஞ்சதந்திரம் கதையிலே, பஞ்சவர்ணக் குடிலிலே மாணிக்யப் பைங்கிளி மானம் பறக்குந்ந வானம்பாடியெ ஸ்நேகிச்சு - ஒரு வானம்பாடியெ ஸ்நேகிச்சு'' என்று அழகான குரலில் படினாள். பகீரென்றது, குரலைக் கேட்டதும். ''நித்ய விசுத்தமாம் கன்ய மரியமெ, நின்னாமம் வாழ்த்தப் பெறெட்டே'' என்று ஜேசுதாஸைப் பாடினாள். ''அதைவிட அந்த நஸீர் பாடுகிற முதல்ப்பாடல் நல்லாயிருக்குமே'' என்றதும், உற்சாகம் கொப்பளிக்க, ''காயாம் பூ கண்ணில் விடரும், கமலதளம் கவிளில் விடரும்'' என்று என்

கன்னத்தைக் கிள்ளினாள். ''கவிளில் என்றால் கன்னமோ'' என்று கேட்டதும், ''ஓம், நிங்கள் மலையாளம் அறியுமோ'' என்றாள். நான், படுத்திருந்த அவள் வயிற்றில் - தினமும் எழுதிப் பார்க்கிற இரண்டெழுத்தை - மலையாளத்தில், விரலால் எழுதினேன். அவளால் கண்டுபிடிக்க முடியவில்லை. மீண்டும் மீண்டும் எழுதியபின், 'ச' வை மட்டும் கண்டுபிடித்தாள். ''சரி, விடு சாரே'', என்று மறுபடி ஜேசுதாஸைப் பாடத் தொடங்கினாள், ''ஓரிடத்து ஜனனம், ஓரிடத்து மரணம்'' என்று. நான், ''ஓமனத் திங்களினு ஓணம் பிறக்கும் போழ் தாமரக் கும்பிளில் பனி நீரு'' பாட்டை எடுத்துக் கொடுத்தேன். அவள் கடகடவென்று சிரித்தாள், ''தமிழ்ல்ல மொழிமாற்றஞ் செஞ்சதையாக்கும் சார் பாடறது'' என்று ''அப்படியெங்கில் இதுதானாக்கும் நல்ல பாட்டு'' என்று. ''தெய்வம் தந்த வீடு வீதியிருக்கு '' என்று மலையாளத்தில் பாடினாள். 'அவள் ஒரு தொடர்கதை' அப்பத்தான் மலையாளத்தில் 'டப்' செய்து வந்திருந்தது. அது நல்ல படமென்றாள். அவள் அந்த வீட்டிலுள்ள தோழிமாரோட அந்தப் படத்தை இரண்டு நாள் முன்புதான் பார்த்ததாகச் சொல்லிக் கொண்டிருந்தபோது, கதவைப் படபட வென்று யாரோ தட்டினார்கள். போலீஸ் ரைடு வருவதாக அவளிடம் சொன்னார்கள். என்னை உடனே கிளம்பும்படி - நாங்கள் உள்ளே வரும்போது முன் கூடத்தில் உட்கார்ந்திருந்த (பெங்களூர் ரமணி அம்மாள்) - சேச்சி சொன்னாள். நான், ''இது ஏமாற்று'' என்று கத்தினேன். ''திரிச்சு நாளை வரூ'' என்று இரண்டு பேரும் ஒரே நேரத்தில் சொன்னார்கள். ''வேணெங்கில் எங்கேயும் லாட்ஜுக்குப் போகலாமா'' என்று கேட்டாள்.

''வேண்டாம், பணத்தைத் திரும்பக் கொடுங்கள்'' என்றேன். அவளிடம் தந்திருந்த ஐந்து ரூபாயை எடுத்து நீட்டினாள். நான் மறுத்து விட்டுக் கிளம்பினேன். ஒருவன், பின்னாலேயே வந்து, ''இந்தா, பாதிப் பணம்'' என்று கொடுத்தான். நூறு ரூபாய். வழி கேட்டு வழிகேட்டு அறைக்கு வந்தபோது, மார்த்தாண்டன், ''என்ன ஆச்சு'' என்று விசாரித்தார். பணத்தை அவரிடம் கொடுத்தேன்.

''சரி, வாருங்கள்'' என்று அருகேயே இருந்த நல்ல பார் ஒன்றுக்குள் கூட்டிப் போனார். நீண்ட நேரம் சாப்பிட்டுக் கொண்டே இருந்தோம். நினைவு தப்பி, மிதப்பு ஆரம்பித்தது. மார்த்தாண்டன், ''எனக்கு வேற இடம் தெரியாதே'' என்றே சொல்லிக் கொண்டிருந்தார். சாந்தாவின் சந்தன சோப் மணமும், இடுப்புத் தழும்பும், மதுக்கூடத்தின் ஆல்கஹால் சூழலை மீறி

நினைவில் வந்தன. எல்லாவற்றிற்கும் மேலாக, படுக்கையில் 'சயனித்த கோல'த்தில் பாடிக்கொண்டிருந்த அவளின் குரல்த் தொடர்ச்சி...

"காட்டுக்கேது தோட்டக்காரன், இதுதான் என் கட்சி" என்று என்னை, என் சுதந்திரத்தைக் கிண்டல் செய்வது போலிருந்தது. பிரகாஷின் வார்த்தைகள் பொய்த்துக் கொண்டிருந்தன. குடித்தால், வழக்கமாக வருகிற முகம், மூளை முழுக்க விரியத் தொடங்கியது.

●

15

புற்றில் உறையும் பாம்புகள்

தூத்துக்குடியில், வேலையில் சேர்ந்து ஒரு மாதம் போல் ஆகி விட்டது. சிறு வயதில் மூன்றோ நாலோ படிக்கிறபோது, பள்ளிக் கூடத்தில் உல்லாசப் பயணத்தின்போது வந்தது. அப்பாவிற்கு தனியே அனுப்ப பயம். அப்பாவும் அம்மாவும் என்னுடனும் எனக்கு ஒரு வகுப்பு கூடப் படிக்கும் அக்காவுடனும் வந்திருந் தார்கள். வீடு திரும்புகிறதற்கு முந்தின சாயந்தரம் பீச்சில் விளை யாடின நினைவு. முத்துச்சிப்பி வியாபாரம் படு சுறுசுறுப்பாக நடந்து கொண்டிருந்தது; மீன் மாதிரி, முத்துச்சிப்பியைக் குவித்துப் போட்டு விற்றுக் கொண்டிருந்தார்கள். அப்பா, நாலைந்து சிப்பிகள் வாங்கினார். வாங்கின பின்பு, அறுத்துக் காண்பித்தார்கள். ஏதோ ஒன்றில் ஓமியோபதி மாத்திரை சைஸுக்கு ஒரு முத்து இருந்த நினைவு. அதுகூட நல்ல முத்து இல்லை என்றார்கள். பீச்சில், மணலில், வீடுகட்டி விளையாடிக் கொண்டிருந்தோம். ஊளைக்காது சுந்தரம், மண்ணில் பெரிய குழியாகத் தோண்டி, காலைத் தொடை வரை புதைத்துக் கொள்வான். எல்லோரும், காலைச் சுற்றியுள்ள மணலை நன்றாகத் தட்டிக் கெட்டியாக்கிய பிறகு, ‘ஜெய் சீத்தா’ என்று சத்தமிட்டபடியே காலை உருவி விடுவான். அப்போது, ‘ஸ்ரீ ராம பக்த ஹனுமான்’ படம் வந்திருந்த நேரம். இந்திப் படம். தமிழில் டப் செய்யப்பட்டு வந்தது. பஸந்த் பிக்சர்ஸ்,

ஹோமி வாடியா தயாரிப்பு. பாபுபாய் மிஸ்திரி ஒளிப்பதிவு. தந்திரக் காட்சிகளுக்கு அப்போது அவர்தான் பிரபலம். அப்புறம், ரவிகாந்த் நிகாய்ச். அதில் ஹனுமான் நெஞ்சைக் கிழித்து சீதாராமரைக் காண்பிக்கிற காட்சி பிரபலம். அந்தப் பகுதி கலரில் வரும்.

அப்பாவும் அம்மாவும் இதேபோல், மணிமுத்தாறு அணைக்குப் பள்ளிக்கூடத்தில் போனபோது, எங்களுடன் வந்தார்கள். அம்மா, வெளியூரெல்லாம் போனதேயில்லை. பள்ளிக்கூட ஆசிரியர்களும் இதற்கு ஒப்புக் கொண்டார்கள். அவர்களுக்கு, இது ஒருவகையில் பிடித்தமானதாகக்கூட இருந்தது. அப்பா, தாராளமாகச் செலவு செய்யக் கூடியவர் என்பது ஒரு காரணம். அணைக்கட்டில் வேலைபார்க்கும் இஞ்சினியர், அப்பாவுக்குப் பழக்கம். அதனால் எல்லாப் பிள்ளைகளையும் கசிவு நீர் விழுந்து ஓடும் ஒரு குகை வழியாக அழைத்துச் சென்றது, இன்னும் கூட, ''அம்மாடியோவ்'' என்று சொல்ல வைக்கிற குளிராய் உணர்ந்த அனுபவம். ஊளைக்காது சுந்தரம், குகை நெடுகவும் ''அண்டாக் கா கசம்'' என்று சொல்லிக் கொண்டே வந்தான். குகையின் கடைசியில், அணையிலிருந்து கசியும் தண்ணீர், ஒரு சுவரையொட்டி அருவி மாதிரி அகலமாக விழுந்து கொண்டிருந்ததைப் பார்த்தும்தான் வாயடைத்து நின்றான். அவன் பயப்படவே மாட்டான். ஸ்கூலுக்குப் பின்னால் ஓடும் வாய்க்காலில் ஒரு பாம்பைக் காணவிட மாட்டான். கையாலேயே பிடித்து, தலைக்கு மேலே கரகர வென்று சுற்றி, தரையில், துவைப்பது போல் நாலு அடி அடித்துத் தூக்கி வீசுவான். ஸ்கூலுக்குப் பின்னாலிருந்த ஒரு மாமரப் பொந்தில் பாம்பு ஒளிந்திருந்தது. வால் மட்டும் தெரிந்தது. மாமரம், வாத்தியார்கள் உபயோகப் படுத்துகிற கக்கூஸ் பக்கத்தில் இருந்தது. அங்கே பையன்கள் போக மாட்டார்கள். நாலாம் வகுப்பு கோயில் பிள்ளை சார்தான் அதைப் பார்த்தது. உடனேயே ''ஊளைக் காது சுந்தரத்தைக் கூப்பிடுலே'' என்று அங்கிருந்தே சத்தம் கொடுத்தார்.

அவன் காதிலிருந்து எப்போதும் ஊளை வடிந்துகொண்டே இருக்கும். பஞ்சு வைத்துக்கொண்டு வராவிட்டால், அவன் கடைசியில் தனியாக உட்கார்ந்திருப்பான். இல்லையென்றால், முட்டங்கால் போட்டு நிற்பான். அன்றும் பஞ்சு வைத்துக் கொண்டு வராததால், முழங்காலில் நின்று கொண்டிருந்தான். அவனைப் பாம்பு பிடிக்கக் கூப்பிடுவதாகச் சொன்னதும், 'இதாண்டா

சான்ஸு'ன்னு, கிளாஸ் சார் அனுமதிக்குக்கூடக் காத்திராமல் ஓடினான். கொஞ்ச நேரத்தில், அனேமாக பள்ளிக்கூடமே, ரீசஸ் விட்டு அங்கே திரண்டு விட்டது - மாமரத்தடியில். சுந்தரம் வாலைப் பிடித்து ரொம்ப நேரமாகப் போராடினாலும், அது வெளியே வருவதும் உள்ளே போவதுமாக இழுத்துக் கொண்டிருந்தது. நல்ல முரடு. முதலில் பிடித்த பிடியை, அவன் விடவே இல்லை. ஊளை வழிந்து தோளுக்கே வந்து விட்டது. பெரும்பாலோர் அதைக் கவனிக்கவே இல்லை. ஒருவழியாகப் பாம்பை இழுத்து விட்டான். அது ரொம்பப் பெருசு; அவனைவிட உயரம். ''தன் உயரத்துக்குப் பெரிசை தொட்ரக் கூடாதுல'' என்பான்.

''ஞாயித்துக்கிழமை பாம்பு, சாகாமப் போகாது''ம்பான். அதாவது, ஞாயித்துக்கிழமை, ஒரு பாம்பு, மனுஷங்க கண்ணில பட்டுட்டா அது தப்ப முடியாது. ''அடிபட்டுத் தப்பிப்போன பாம்பு பழிவாங்காமப் போகாது'' என்று பாம்புக் கதைகள் நிறையச் சொல்வான். 'மகாதேவி' படத்துல வர்ற ''காமுகர் நெஞ்சில் நீதியில்லை'' (அவன் பாடறது, ''பாம்புகள் நெஞ்சில் நீதியில்லை'') பாட்டையும், 'கணவனே கண்கண்ட தெய்வம்' படத்தையும் பத்திக் கண்விரியப் பேசுவான். மத்தபடி, அவன் கண் சற்று சிறிசாத்தான் இருக்கும்.

பாம்பு, பெரிசா இருந்தது. அவன், தலைக்கு மேல் தூக்கி, சுத்த முடியாம கஷ்டப் பட்டான். அவன் சுத்த ஆரம்பிச்சதுமே, ''எல்லோரும் தள்ளிப் போங்கலே'' என்று நாலாப்புக் கோயில் பிள்ளை சார் கத்த ஆரம்பிச்சுட்டார். சுந்தரம், பிடியை விட முடியாமலும் கிறுகிறுவெனச் சுத்த முடியாமலும் தெவங்குவது தெரிந்தது. ''ஏல, விட்டுருல, விட்டுருல'' என்று சார்வாமார்க ளெல்லாம் கத்தினாங்க. எங்க விட? அது ஒரு நிமிஷத்துல அவன் கையைச் சுத்திக்கிட்டு. பள்ளிக்கூடத்தை, பேட்டை ரோட்டில் இருந்து நன்றாகப் பார்க்கலாம். ரோடு, சற்று உயரம். ஸ்கூல், சற்று பள்ளத்தில் இருக்கும். ரோட்டில் சனங்க வேற கூடி வேடிக்கை பார்க்க ஆரம்பிச்சுட்டாங்க. சுந்தரம், ''யய்யா யம்மா'' என்று கத்த ஆரம்பித்து விட்டான். ஆனா கைய்ய மட்டும் நீட்டமா வச்சுருக்கான். பாம்பு, நெருக்கமா வயர் சுத்தின மாதிரி கையைச் சுத்தி, தோள், அக்குள் வரைக்கும் சுத்தி, நிக்கி. தண்ணிப்பாம்பு மாதிரி இல்லை. யாரோ, ''எட்டடி விரிசுல்லா'' என்று சொல்வது கேட்டது.

எப்பவும் பெரியகோயில் யானை, பேட்டை ரோடு வழியாப் போச்சுன்னா ஸ்கூலில் நிற்கிற முள்முருங்கை (கல்யாண முருங்கை) மரத்தில இருந்து இலை பறிச்சு, திங்காமப் போகாது. யானைக்கு அது ரொம்ப பிரியமாம். ரோட்டில இருந்தே எட்டிப் பறிச்சுரும். அனேகமா, அது காலையில் ரீசஸ் விடற நேரத்துக்குத் தான் வரும். ஒண்ணுக்கு இருக்கப் போற நாங்க அதை ஒரு வேடிக்கையா அப்பப்ப பார்ப்போம். அன்றும் யானை, குழை திங்க வந்தது. யானைக்காரர், மலையாளத்து ஆள். ஒல்லியோ ஒல்லியா இருப்பார். பெரிய வெள்ளை மீசை. சத்தம் நல்லாருக்கும். ''ச்சல், ஆனை, ஆனை, சலாம் அவ்டுதோ'' என்று சொன்ன பேச்சுக்கெல்லாம் யானை ஒழுங்கா கேக்கும். பொதுவா, அவர் யானை மேல் உக்காந்து வர மாட்டாரு. காதை லேசாகப் பிடித்தபடி, பக்கத்திலேயே நடந்து வருவார். கையில் இரும்புப் பூண் போட்ட கனத்த பிரம்பு. இன்னொரு பாகன்தான் யானை மேல் உக்காந்திருப்பான். அவன் கால், 'சத்தியக் கயிற்றி'னுள் நுழைந்தவண்ணம் இருக்கும். யானையின் கழுத்தைச் சுற்றி நாலைந்து வரியாகக் கட்டியிருப்பதுதான் சத்தியக் கயிறாம். அதுக்குக் கட்டுப்பட்டுத்தான், யானை, மனுஷங்க சொல்றதைக் கேக்குமாம். யானை கோயில்ல நிக்கும்போது, வடக்குப் பிரகாரத்துலதான் கட்டப்பட்டிருக்கும். அதான், அதுக்குக் கொட்டாரம். அந்த சமயங்களில், அவர் அருகில், சிக்குப் பலகையில், பெரிய புத்தகம் ஒண்ணு இருக்கும்; கிட்டத்தட்ட, நியூஸ் பேப்பர் அளவு பெரிசு. அதில் மலையாள 'மகாபாரதம்' எழுதியிருக்கும். (இதெல்லாம் பின்னால தெரிஞ்ச தகவல்)அதை சத்தம்போட்டு வாசிச்சிக்கிட்டு இருப்பார். யாராவது கிழடு - கட்டைகள் கேட்டுக் கொண்டிருக்கும். அவருக்கென்று ஒரு பெரிய பெட்டாப் பெட்டி இருக்கும். அதில் யானைக்கு உரிய துணி முகப் படாம், நாமக்கட்டி, தொரட்டி எல்லாம் இருக்கும். அதில், 'யானை வாகடம்' வச்சுருப்பார். 1970வாக்கில், ஒரு தரம், வேலையில்லாமல் சுற்றிக் கொண்டிருந்த நேரம்; தினசரி, கோயிலைச் சுத்தறதும் உண்டு. அதுவும், கூட்டம் எதுவும் இல்லாமல் இருக்கிற அகாலமான நேரம்தான் பிடிக்கும். அப்ப சில சன்னதிகள் கிட்டப் போகவே பயமாயிருக்கும். கைலாச நாதர் சன்னதி, நல்ல உயரத்தில் இருக்கும். படியேறித்தான் போகவேண்டும். கீழே, இராவணன், மலையை அசைக்கிற மாதிரி ஒரு சுதைச் சிற்பம். அதில் கை நரம்பையே வீணை நரம்பாக்கி இசைக்கிற மாதிரி இருக்கும்; ரொம்ப அழகான

சிலை. அதற்கு மேல்தான் கைலாசநாதர். யாரும் அதிகம் போகாத சன்னதி. நான் சில சமயம் போவேன், சற்று பயத்தோடு. அப்போது யானைக்காரரும் அவர் பெட்டாப்பெட்டி சமாசாரங்களும் அறிமுகம்.

யானைக்காரர்தான், தேரோட்டத்தின்போது தேரின் பின்னால் அமர்ந்து பெரிய முரசை அறைந்துகொண்டு வருவார். அந்த ஒல்லியான தேகத்தில் அப்படி என்ன வலுவிருக்கும் என்று ஆச்சரியமாக இருக்கும். அந்த முரசொலி கேட்டுத்தான் முன்னால் வடம் பிடித்து, தேர் இழுப்பார்கள்.

சுந்தரம், பாம்போடு போராடிக் கொண்டிருந்தபோது யானைக் காரர் பள்ளிக்கூடத்துக்குள் வேகமாக வந்து அவன் அருகே போனார். அவர், ரோட்டிலிருந்து அவ்வளவையும் கவனித்துக் கொண்டிருந்திருக்கிறார். வந்த வேகத்தில், மடியிலிருந்து நீளமான கத்தியைத் தோல் உறைக்குளிருந்து எடுத்து, சுந்தரத்தின் கையைப் பிடித்துத் தோளிலிருந்து ஒரே கீறாகக் கீறினார். பாம்பு, துண்டு துண்டாகக் கீழே விழுந்து துடிக்க ஆரம்பித்தது. சுந்தரத்தின் கை, வெள்ளைச் சட்டையெல்லாம் ரத்தம். அவன் மயங்கிக் கீழே விழுந்தான். அவர் மேலும், அவரது மல்ச் சட்டையிலும் ரத்தம். எனக்கு பயத்தில் அனேகமாக மூத்திரம் கசிந்து விட்டது. அவர் வாய்க்காலில் இறங்கி, கத்தி, மேல் - காலெல்லாம் கழுவிக்கொண்டு, வந்த வேகத்திலேயே யானையை நோக்கிப் போய் விட்டார். கோயில்பிள்ளை சாருக்குப் போன உயிர் திரும்பி வந்தது. சுந்தரத்தை டாக்டரிடம் தூக்கிப் போனார்கள். கத்தி ஒன்றும் ஆழமாகப் படவில்லை. அதனால் ஏதோ ஒரு களிம்பைத் தடவிக்கொண்டு மறுநாளே ஸ்கூலுக்கு வந்து விட்டான். பனியன் மட்டும் போட்டிருந்தான்; சீனிமிட்டாய்க் (ரோஸ்)கலர் பனியன். அன்று, அவன் பக்கத்தில் உட்கார எல்லோருக்கும் போட்டி. எங்க கிளாஸ் பால்த்துரை சார் மட்டும் கேட்டார்: ''ஏம்ல, அவரு கூப்பிட்டாருன்னு போன; 'ஏ' கிளாஸ் சார்வான்னா கொம்பால முளைச்சிருக்கு.'' எங்க கிளாஸ் நாலாப்பு 'பி'(நான்காம் வகுப்பு 'பி').

அதே பகல், பதினோரு மணி; ரீசஸ் விடற நேரம். யாரோ ஒரு பொம்பளை ஆள், கிளாஸுக்கு வெளியே நின்னுகிட்டிருந்தது. பால்த்துரை சார், ''என்னம்மா வேணும்''ன்னு கேட்டதுக்குக்கூடப் பதில் சொல்லலை. என் பக்கத்திலிருந்த - சங்கர நாராயணன்

சொன்னான்; அவனுக்கு சுந்தரம் தெருதான் நாராயணன்; (இப்படித் தான் அவன் எழுதுவான்) பலே ஆசாமி. ஆள்தான் நரம்பு மாதிரி இருப்பான் - ''இது, சுந்தரத்தோட அம்மா'' என்று மெதுவாகச் சொன்னான். அதற்குள் பெல் அடித்துவிட எல்லோரும் வெளியே வந்தோம். அந்த அம்மா, சுந்தரத்தைக் கட்டிப் பிடிச்சுக் கண்ணீர் விட்டாள். ஒன்றுமே பேசிய மாதிரி தெரியவில்லை. சுந்தரம், முதலில், ''போ போ'' என்று, அவள் பிடியிலிருந்து நழுவி வந்தான். யாரும் ஒண்ணுக்குப் போகாமல் அவர்கள் இருவரையுமே பார்த்துக் கொண்டிருந்தோம். அப்புறம், அவள் தந்த காசை வாங்கிக் கொண்டான். ஒரு சின்னப் பொட்டலமும் கொடுத்தாள். ''அப்பாட்ட சொல்லீராத'' என்று அவள் கெஞ்சினாள். ரீஸஸ் முடிந்து பெல் அடித்தது. அவள் அழுதபடியே நகர்ந்தாள். சத்தம் முழுமையாக ஓயாமல் கிளாஸ் ஆரம்பிச்சது.

'சங்கரநாராயணன்' சொன்னான்: ''அவங்க அப்பா, அவனோட அம்மாவைத் தள்ளி வச்சிருக்காரு''. ''ஏம்ல'' என்றேன். ''அவளை ஒரு பெட்டிக் கடைக்காரன் கெடுத்துட்டாம்லாலே'' என்றான். எனக்குப் புரிந்த மாதிரியும் இருந்தது, புரியவும் இல்லை. சுந்தரத்தோட அப்பாவும் சின்னக் கடை வச்சிருக்காரு. அதில் இருந்துதான் சுந்தரம், எனக்கு 'மதுரைவீரன்' - எம்.ஜி.யார். - பானுமதி படமும், (நேரு படம் கேட்டு, அது காலியாகி விட்ட தென்று) நேருவும் புல்கானினும் கை குலுக்குகிற ஒரு படமும் அரையணாவுக்கு வாங்கித் தந்திருந்தான். முழுவதும் கேட்கும் முன் சத்தம் அடங்கி, கிளாஸ் ஆரம்பித்து விட்டது. சுந்தரம், அருகில்தான் இருந்தான்.

பொட்டலத்தைப் பிரித்து தரையில் எதையோ தேய்த்துக் கொண்டிருந்தான். அப்புறம் அதையே நெற்றியில் பூசிக் கொண்டான். என்னிடமும் 'நாறாயணனி'டமும், ''ஏல, பூசிக் கிடுங்கலே; பாம்பு அண்டாது'' என்றான். நான் லேசாகத் தொட்டுப் பூசிக் கொண்டேன். நான் கேட்கும் முன்னேயே சொன்னான், ''சங்கரன்கோயில் புத்துமருந்துல இது''.

16

ஆண்டவன்கட்டளை

''நான்கு வாரங்களுக்கு எந்தவித ப்ரீ பாஸும் செல்லாது.'' முதன் முதலில் இப்படி போர்டு வைத்தது, 'பாசமலர்' படத்திற்காக, ஸ்ரீரத்னா தியேட்டரில்தான் என்று நினைக்கிறேன். 'பாசமலர்' படத்திற்கு பயங்கர வரவேற்பு. தாய்மார்கள் கூட்டம் அலை மோதியது. ஞாயிற்றுக்கிழமை மாலைக்காட்சிக்குத் தரை, பெஞ்சு டிக்கெட்டுகள் முழுவதும் பெண் களுக்கு மட்டும் கொடுத்தும் கூட்டம் குறைய வில்லை. முதன்முதலில் நான்கு வாரங்கள் மாட்னி ஓடி, சாதனை படைத்தது அந்தப் படம்தான். ரொம்ப நாளைக்கு அதுதான் ரெக்கார்ட். 'நானும் ஒரு பெண்' படம்தான் ஆறு வாரம்வரை மாட்னி ஓடி அதை முறியடித்தது. 'மாட்னி ஹோல்டெர்' என்று ஒரு ஒப்பந்தம், பட விநியோகஸ்தர்களுக்கும் தியேட்டர்காரர்களுக்கும் உண்டு. அந்தக் காலத்தில் - அதாவது, தரை டிக்கெட் (சைக்கிள் சீட் அகலத்துக்கு பெஞ்சுகள் போடப் பட்டிருந்தாலும், அது தரை டிக்கெட் என்றே வழங்கி வந்தது.) 31 பைசாவாக இருந்த காலத்தில் - 130/-ரூபாய் வசூலாகும்வரை மாட்னி ஓட்டுவார்கள். அதற்குக் குறைந்துவிட்டால், தினசரி இரண்டு காட்சிகள்; 'சனி, ஞாயிறு' மூன்று காட்சிகள். 1966-ல் 'தனிப்பிறவி' படம்தான் 63 நாள்கள், கடைசிநாள் வரை மாட்னி ஓடியது. 125 நாள் மாட்னி ஓடி சாதனை படைத்தது, ஸ்ரீதரின்

'காதலிக்க நேரமில்லை'. ஆனால் அது கலர்ப் படம். எல்லா ரெக்கார்டுகளையும் உடைத்துத் தூள்தூளாக்கியது, தாய்மார்களின் ஆதரவுடன் ஒரு சாதாரணக் கறுப்பு - வெள்ளைப் படம்; 175 நாளுக்கு மேலாக மாட்னியுடன் ஓடிச் சாதனை புரிந்தது, 'பணமா பாசமா'.

ஒவ்வொரு தியேட்டர்காரர்களும் சினிமாப்படப் போஸ்டர் ஒட்ட தங்களுக்கென்று இடங்களைப் பிடித்து வைத்திருப்பார்கள். எழுதப்படாத சட்டம் போல், ஒருவர் வழக்கமாக ஒட்டுகிற இடத்தில், இன்னொருவர் ஒட்ட மாட்டார்கள். அப்படி யாராவது ஒட்டிவிட்டால், 'போஸ்டர் வார்' ஆரம்பித்து விடும். அந்தப் பட போஸ்டர்களின்மீது, கைவசமிருக்கும் பழைய போஸ்டர்களை நீள வாக்கில் வெட்டி புதுப் போஸ்டர் மேல் ஒட்டிவிடுவார்கள். அப்புறம், சமாதானமாகி விடும். விநியோகஸ்தர்கள் தருகிற எல்லா போஸ்டர்களையும் தியேட்டர்காரர்கள் ஒட்டுவதில்லை. அப்போதே, இருப்பதில் சிறிய சைஸான 20க்கு 30 போஸ்டர் ஆறுரூபாய் வரை வரும். 60 க்கு 40 என்றால் பதினொரு ரூபாய்வரை வரும். 60க்கு 40, நாலு துண்டு சேர்ந்தால் பெரிய 'பேனர்போஸ்டர்'. 'ஜெமினி ஸ்டுடியோஸ்' படத்திற்கென்றால், ஆறு துண்டு பேனர் போஸ்டர் தவறாமல் போடுவார்கள். பெரிய தேரைச் சுற்றி மூடியிருக்கும் தகரத்தில், அனேகமாக, எல்லாத் தியேட்டர் போஸ்டர்களும் ஒட்டியிருக்கும்.

'ஒளிவிளக்கு' படத்திற்கு, ஈஸ்வர் டிசைன் செய்த ஆறு துண்டு போஸ்டர் ரொம்ப பிரபலம். அதைவிட, 'தீபாவளி வார'த்திற்கு அவர் வரைந்த நாலு எம்.ஜி.யார் இருக்கிற (''தைரியமாகச் சொல் நீ மனிதன்தானா'' பாடல் காட்சியில், ரவிகாந்த் நிகாய்ச் தந்திரக் காட்சியில், எம். ஜி. ஆர். நாலுவிதத் தோற்றத்தில் வருவார்.) போஸ்டருக்கு பெரிய கிராக்கி. ஒட்டாமல் ஒதுக்கி வைத்த போஸ்டர்களை, அதை ஒட்டுபவர்களோ தியேட்டர் மேனேஜரோ டூரிங் டாக்கீஸ்காரர்களிடம், பாதி விலைக்குக் கொடுப்பார்கள். அவர்கள், விநியோகஸ்தர்களிடம் பேருக்கு ஒன்று - இரண்டு போஸ்டர்களை மட்டும் வாங்கிக்கொண்டு, மீதித் தேவைக்கு இப்படிப் பெரிய நகரங்களிலுள்ள தியேட்டர் காரர்களிடம் சல்லிசாக வாங்கிக் கொள்வார்கள். தியேட்டர்களில் விளம்பரவண்டி தள்ளும் துரை என்று ஒருத்தன் எனக்கு அறிமுகம். போஸ்டர் ஒட்டுபவர்கள், முன்னிரவில்- அதாவது செகண்ட் ஷோ ஆரம்பித்ததும் - தியேட்டரை விட்டுக் கிளம்புவார்கள்,

போஸ்டர்கள், பசைவாளி சகிதமாக. நகரம் பூராவும் அவர்களுக்கு 'நிர்ணயிக்கப்பட்ட, இடங்களில் ராமுழுக்க ஒட்டிவிட்டு, விடியப் போகிறபோது ஆற்றுப்பக்கம் வந்து விடுவார்கள். மேல், காலெல்லாம் பசையாக இருக்கும்.

அப்படி ஒரு நாள், ஊருக்குள் எல்லாம் போஸ்டர் ஒட்டி விட்டு, ஆற்று மண்டபத்தின் வெளிச்சுவரில் கடைசிப் போஸ்டரை ஒட்டிவிட்டு, இரண்டு கையிலும் பசையோடும், ஒரு தவிப் போடும் நின்று கொண்டிருந்தான் துரை. ஏதோ, செசில் பி டெமிலியின் 'டென் கமான்மெண்ட்ஸ்', வில்லியம் வைலரின் 'பென்ஹர்' போன்ற பிரம்மாண்டப் படங்களின் ஸ்டைலில் 'அரசகட்டளை'ப் படப் போஸ்டரின் எழுத்து; அதன் மேல், வாளைப் பிடித்தபடி எம். ஜி. ஆர். அது, பக்தா வரைந்தது. எம்.ஜி. ஆர். குண்டடிபட்டுப் பிழைத்து வந்ததும், வந்த முதல்ப் படம். படம் முன்பே எடுக்கப்பட்டதுதான். சொல்லப்போனால், முதலில் 'பவானி' என்ற பெயரில் எம். ஜி. ஆர்., எஸ். எஸ். ஆர்., பானுமதியெல்லாம் நடிக்க, தயாராகி, பாதியிலேயே நின்று போன படம். எம்ஜியார் பதிப்பாசிரியராக இருந்த 'நடிகன்குரல்' பத்திரிகையில் விளம்பரங்கள் எல்லாம் வந்தன. அதில்தான் எம்.ஜி.யார் தனது சுயசரிதையை எழுதி வந்தார். அதுவும் பாதியிலேயே நின்றுபோனது. அப்புறம், 'விகடனி'ல் 'நான் ஏன் பிறந்தேன்' என்று வெளிவந்தது. செத்துப் பிழைத்த தலைவர் மேல் அப்போது அப்படியொரு வெறி. போஸ்டரும் நன்றாக இருந்தது.

பொதுவாக, பக்தா டிசைனெல்லாம் அப்போது காலாவதியாகி விட்டது. அந்தக் காலத்தில், N44 என்று சுருக்கமாகப் போடும் கே. நாகேஸ்வரராவ், ஜி. ஹெச். ராவ், பக்தா இவர்கள்தான் போஸ்டர் டிசைனில் பிரபலம். பக்ஷிராஜா படங்களுக்கும், ராமண்ணாவின் பழைய படங்களுக்கும், 'வேந்தன் பப்ளிசிட்டீஸ்'; ஏ.வி.எம்.முக்கு ஜி.ஹெச்.ராவ். டப்பிங் படங்கள் என்றால் ஸ்டுடியோ எஸ். வி. சர்மா; மாடர்ன் தியேட்டர்ஸ் படங்களுக்கு எஸ். ஏ. நாயர். இவருடைய வண்ணங்கள் உறுத்தாமல் இருக்கும். பக்தா, ஜி ஹெச். ராவ் வர்ணங்கள் சற்று அடர்த்தியாக இருக்கும்.

தவிரவும், இரண்டு பேரும் மார்பளவுப் படங்களை வைத்தே டிசைன் செய்வார்கள். லெட்டரிங்கைப் பார்த்தாலே சொல்லி

விடலாம், யார் போஸ்டர் என்று. ஸ்ரீதர் படங்களுக்கு சீநி. சோமு டிசைன் செய்வார். அவர், ஸ்ரீதரைப் போலவே, சில புதுமைகளைச் செய்தார். வெறும் போட்டோக்களை ஒட்டி வைத்தது போல் டிசைன் செய்யாமல், அதையே சற்று ஓவியம் போல் செய்தவர். 'தெய்வத்தாய்', 'தட்டுங்கள் திறக்கப்படும்', 'நெஞ்சில் ஓர் ஆலயம்' படங்களுக்கெல்லாம் அவர் வரைந்த போஸ்டர்கள் பெரிய மாறுதலாய் இருந்தன. 'வீரத்திருமகன்' படத்திற்கு சோமு வரைந்த போஸ்டர்கள், வித்தியாசமானவை. பாடல்கள் கண்ண தாசன். இதில், 'பாடல்கள்' என்று எழுதாமல், ஏடும் எழுத்தாணியும் வெள்ளை வர்ணத்தில், சிறியதாக, அதன் மேல் கண்ணதாசன் என்று அடர்ந்த வண்ணத்தில். அதேமாதிரி வீணை, தபலா, இசைக்கருவிகள் மேல் விஸ்வநாதன்-ராமமூர்த்தி என்று டிசைன் செய்திருப்பார்.

இந்த நேரத்தில்தான், 'பேசும்படம்' பத்திரிகையில் அழகாக லே-அவுட் செய்துகொண்டிருந்த பரணிகுமார் முதன்முதலாக 'இருவர் உள்ளம்' படத்திற்கு டிசைன் செய்திருந்தார். அந்தப் போஸ்டர், வண்டிப்பேட்டை ரொட்டி சால்னா கடை அருகே, வழக்கமாக ராயல் தியேட்டர் போஸ்டர் ஒட்டுகிற இடத்தில் ஒட்டியிருந்தது. அப்படித்தான் மார்க்கெட் லைப்ரரிக்குச் செல்ல வேண்டும். காலையில் அது ஒரு பழக்கம். நான் அதையே அதிசய மாகப் பார்த்துக் கொண்டிருந்தபோது, எதிரே வந்த வண்ணதாசன் என்னுடன் சேர்ந்து கொண்டார். இரண்டு பேரும் அர்த்தபுஷ்டி யோடு ஒருவரையொருவர் பார்த்துக் கொண்டோம்; அப்புறம் போஸ்டரைப் பார்த்தோம். அழகு.

வண்ணதாசன் அற்புதமாகப் படம் வரைவார். 'பாசமலர்' படத்திற்கு போஸ்டர் டிசைன், அதன் தயாரிப்பாளரான மோஹன் ஆர்ட்ஸ், மோஹன்ராம்தான். அதற்கு வைக்கப் பட்டிருந்த கட் - அவுட்கள், பேனர்கள் எல்லாம் அற்புதமாய் இருக்கும். கல்யாணி அண்ணன், அதை அப்படியே வரைந்து வைத்திருப்பார். சிவாஜி, துப்பாக்கியால் கண்ணீரைத் துடைக்கிற மாதிரி ஒரு படம் இப்போதும் கண்ணுக்குள்ளேயே நிற்கிறது.

பரணியின் படங்களைத் தேடித்தேடி ரசிப்போம். 'கல்யாணியின் கணவன்' படத்திற்கு (பக்ஷிராஜா ஸ்டுடியோஸ் படம்)பரணி வரைந்த டிசைனுக்காகவே படம் போனோம். படம் கூவி

விட்டது. எம். ஜி. ஆர். படத்திற்கு, பரணி டிசைன் பண்ண மாட்டாரா என்றிருந்தது. 'அடிமைப்பெண்' படத்திற்கு ஒரு பேனர் போஸ்டர் வரைந்திருப்பார்; ஆனால் அது அவ்வளவு நன்றாயிருக்காது. அவர் மனம்போல் வரைய விட்டிருக்க மாட்டார்கள் என்று நினைத்துக்கொண்டேன். ஸ்ரீதர் படங்களில், 'வெண்ணிற ஆடை'க்கு பரணியின் கைவண்ணம் அழகாக இருக்கும். பரணியின் பாதிப்பில் நிறையப் பேர் வந்தார்கள். உபால்டு அதில் ஒருவர். 'வறுமையின்நிறம் சிவப்பு' படத்தில், பரணி, வாய்பேச முடியாத ஒரு ஓவியராக நடித்திருப்பார். அதில், அவர் இறந்து போவது போல் காண்பித்திருப்பார்கள். தேவையில்லாத செண்டி மெண்ட் அது. ஆனால் கொஞ்ச நாள்களிலேயே பரணி காலமான போது, கே. பாலசந்தர் மேல் இனம்புரியாத கோபம் வந்தது.

'குழந்தைக்காக' படத்திலிருந்து 'ஈஸ்வர்' போஸ்டர்கள் பிரபலமாயின. அதற்கு அவர் வரைந்திருந்த ஒரு மசூதியின் பாதிக் கோள வடிவம், அதற்குள் ராமர், சிலுவை எல்லாம் எல்லா போஸ்டர்களிலும் சிறிதாக, அழகாக, உறுத்தாத குறியீடாக இருக்கும். இதே ஐடியா, 'பாவமன்னிப்பு' விளம்பரங்களில் சற்று வெளிப்படையாய் - பேத்தலாய் - இருக்கும். ஈஸ்வர் டிசைன் செய்யாத படங்களே இல்லை என்ற காலம் இருந்தது.

ஸ்ரீதரின் 'நெஞ்சிருக்கும்வரைக்கும்' படத்திற்கு, பாண்டு, பென்சில் ஸ்கெட்சில் பிரமாதப் படுத்தியிருப்பார், எல்லா விளம்பரங்களிலும். அற்புதமான கலைஞன். நகைச்சுவையில் அவரை 'மொக்கை, போடவைத்து, புண்ணியம் கட்டிக் கொண் டிருக்கிறது தமிழ்சினிமா.

துரைக்கு, யாராவது டிராயர் பையிலிருந்து பீடியை எடுத்துக் கொடுத்தால் நல்லது. கடைசி போஸ்டரை மண்டபத்தில் ஒட்டிய இரண்டு கைகளிலும் ஏகப்பட்ட பசை. என்னிடம் கேட்டான். அவனது முரட்டு டிரவுசர்ப் பையிலிருந்து பீடியை எடுத்துக் கொடுத்தேன். பீடியைத் தவிரவும் வெறெதுவோ அசாதாரண வடிவத்தில் கையில் பட்டது. அதுவும் சின்ன பீடிக் கட்டுப்போல இருந்தது. அசட்டுச் சிரிப்பு சிரித்தான். அவனிடம் 'அரசகட் டளை' ஒரு போஸ்டர் கேட்டேன். வீட்டில் வைத்திருப்பதாகச் சொன்னான். அவனை சமீபகாலமாகப் பழக்கம். சில டீக்கடைகளில்

தட்டி போர்டு வைத்து, குறிப்பிட்ட தியேட்டரின் விளம்பரங் களை வைத்திருப்பார்கள். அதற்காக, போர்டு பாஸ் என்று தருவார்கள்; இரண்டு பேர் போகலாம், பெஞ்சு டிக்கெட்டிற்கு. இந்த பாஸை நல்ல படமென்றால், நாலு வாரத்திற்குத் தர மாட்டார்கள். அதை போஸ்டர் ஒட்டும் துரை போன்றவர்கள் வாங்கிக்கொண்டு வந்து கடைகளில் தருவார்கள். சிலரிடம், அவன் அதைக் கொடுக்க மாட்டான். தரை டிக்கெட் விலைக்கு விற்று விடுவான். சில நல்ல ஆங்கிலப் படங்களுக்கு அவன் சும்மாவே தந்திருக்கிறான். 'பீச் ரெட்' என்று ஒரு அற்புதமான படம். போர் முனையிலிருக்கும் வீரர்கள், வீட்டையும் மனைவி, சொந்தங்களை நினைத்தும், அந்நியோன்யமான நேரங்களை நினைத்தும் மணலில் பெண்ணைப் போல் செய்து, உணர்ச்சிகளைத் தீர்த்துக் கொள்வதாக எல்லாம் வரும்.

ஏற்கெனவே கேட்டு வைத்திருந்த அடையாளத்தை வைத்து, துரையின் வீட்டைக் கண்டுபிடிப்பது சிரமமாக இருந்தது; முடுக்குமுடுக்காகப் போய்க் கொண்டிருந்தது. ஒரு வீட்டில் இன்னொரு துரை இருந்தான். சினிமா தியேட்டரில் போஸ்டர் ஒட்டுகிறவன் என்று சொல்லத் தயக்கமாய் இருந்தது. சைக்கிளைத் தெருவில் வைத்துவிட்டு வைத்திருந்தேன். பூட்டு சரியாக இல்லை. அவ்வப்போது சாவி தானாகவே கீழே விழுந்து விடும். ''பின்னால இருக்கு, போங்க'' என்று சொல்லிவிட்டு ஒருமாதிரி யாகப் பார்த்தான் இன்னொரு துரை. கிட்டத்தட்ட, வாய்க்கால் ஒன்று வந்து விட்டது. இதற்கு மேல் வீடு இருக்காது என்று திரும்பினபோது, ஒரு சின்னக் குச்சு வீட்டின் தார்சாலில் பசைவாளி தென்பட்டது. இரண்டு - மூன்று சத்தம் கூப்பிட்டேன். பதிலே இல்லை. வீடு திறந்திருந்தது. வாய்க்காலிலிருந்து ஒரு கிழவி, துவைத்த துணிகளோடு, வந்து கொண்டிருந்தாள். அவளிடம் கேட்டேன், ''துரை வீடு இதானா'' என்று.

''ஆமா, இதான் உள்ளே போ'' என்று சொல்லி ஒருமாதிரியாகச் சிரித்தாள். உள்ளே போனேன். யாரோ ஒரு ஆள் இடித்துத் தள்ளினாற் போல் வெளியே போனான். தரையிலிருந்து ஒரு பெண், புடவை எதுவும் இல்லாமல் எழுந்தாள். நான், ''துரை......'' என்று இழுத்தேன். சற்று தள்ளிக் கிடந்த சேலையைக் காலால் எடுத்தபடியே கத்தினாள் ''ஆமா தொரை, என்னத்தத் தொறக்க; சீத்துவமில்லாத நாயைத் தேடி வந்துட்டான், திறந்து

வீட்டுல நாய் நுழஞ்ச மாதிரி...'' இதற்குள் சேலையைச் சுற்றி யிருந்தாள். அவள் பேச்சுக்கேத்த உருவமில்லை, மூக்குத்தியுடன் மிக அழகாய் இருந்தாள். வேகமாக வெளியேறினேன், பின்னாலேயே வருவது தெரிந்தது. தார்சாலில் இருந்த பசைவாளியைக் காலால் எத்துவதும், அது உருளுவதும் கேட்டன. சைக்கிளை நினைத்தபடி, வீடுகளாய்க் கடந்து தெருவுக்கு வந்தேன். எல்லா வீட்டிலிருந்தும் சிரிப்பது மாதிரி பட்டது.

●

17
'காகித ஓடம் நினைவலை மேலே...'

அப்போது பஸ்களில், எத்தனை ஸீட்டுகளோ அதற்கு மேல் ஏற்ற மாட்டார்கள். கடைசி ஸீட்; சங்கப்பலகை என்று பெயர்; அதில் ஆறு பேர் அமரலாம். போனால் போகிறது என்று அதிகமாக ஒருவரை கண்டக்டர் அனுமதித்தால் உண்டு; அதிலும், சுந்தரம் ஐயங்கார் பஸ்ஸில் அதுவும் கிடையாது.

எம். ஜி. ஆர். நிச்சயம் வருகிறார் என்று தெரிந்ததும், கிளம்பி விட்டோம். வழக்கம் போல் காசு புரட்டுவது கஷ்டமாகத்தான் இருந்தது. சரி, சிவசங்கரன் அங்கேதான் கல்லூரியில் படிக்கிறான். அவன், அரை வருடப் பரீட்சை லீவுக்கு வரும்போது சொல்லி யிருந்தான், ''அங்கே வந்து விடுங்கள், மற்றதை நான் பார்த்துக் கொள்கிறேன்'' என்று. அவன் எதிர்பார்த்தது, இரண்டு, மூன்று பேரை. இங்கே நாலைந்து பேர் கிளம்பி விட்டோம். ஜங்ஷன் பஸ் ஸ்டாண்டில் பஸ்ஸுக்கு நல்ல கூட்டமாயிருந்தது. எங்கள் தூரத்து உறவினர்தான் பஸ் டிரைவர். எப்போதோ அப்பாவுடன் அவர் பேசிக் கொண்டிருந்தபோது பார்த்திருக்கிறேன். அவரிடம் தயங்கித்தயங்கிப் போய் டிக்கெட் கேட்டேன். எல்லா பஸ்களுக்கும் அப்போது கவுண்டரில்தான் டிக்கெட் கொடுப்பார்கள். வரிசையில், கனகு நின்று கொண்டான். இதிலெல்லாம் அவன்தான் சமர்த்தன். வரிசையில் நிற்பது போலவும் இருக்கும்; தள்ளி நிற்பது போலவும்

இருக்கும். டிக்கெட் கொடுக்க ஆரம்பித்ததும், நைசாக முன்னால் போய்விடுவான். இதேபோல் நாம் போனால், பெரிய சண்டையே வந்து விடும். அவன் ராசி அப்படி. அன்றைக்கு எல்லாமே தோழர்கள் கூட்டம்தான். அதனால் அவன் சற்று ஒழுங்காக கியூவிலேயே நின்றான்.

டிரைவரிடம் போய், ''மாமா, உங்களுக்கு சிங்கிகுளம் தானே; நான் இன்னார் மகன்'' என்றதும் ஏற இறங்கப் பார்த்தார். வாய் நிறைய வெற்றிலை; அப்போதுதான் போட்டு அதக்கிவிட்டு, கையை, கர்ச்சிஃப் எடுத்துத் துடைத்துவிட்டு, கார் டயரைத் தட்டித்தட்டி, காற்று சரியாக இருக்கிறதா என்று பார்த்துக் கொண்டிருந்தார்; என்னைக் கவனித்தது போலவே காட்டிக் கொள்ளவில்லை. நானும் அவருடன் பஸ்ஸைச் சுற்றி வந்தேன். ஒன்றுமே பேசாமல் கையை நீட்டினார். என் கையில் ஐந்து ரூபாய் இருந்தது. அதற்கு மூன்று டிக்கெட்தான் வரும். அதைக் கொடுத்து, ''மூன்று'' என்றேன். வாங்கிக்கொண்டு போனார். அவசரமாக ஓடிப் போய் கனகுவிடம், ''மூணு டிக்கட் கிடச்சுட்டு; இன்னும் ரெண்டு வாங்கு'' என்றேன். ''சரி, நீ போய் இடம் போடு'' என்றான். அதற்குள் டிரைவர் 'மாமா', அவர் ஸீட்டுக்குப் பின்னால் இருக்கும் ஸீட்டில் எங்களுக்கு இடமும் போட்டு வைத்து விட்டார். அப்புறம்தான் தெரிந்தது, வெற்றிலை போட்டுத் துப்ப, அவருக்குப் பின்னால் தெரிந்த ஆளாக இருந்தால் நல்லது என்று எங்களுக்கு அங்கே இடம் போட்டிருக்கிறார் என்று. கனகு, இரண்டு டிக்கெட் எடுத்து விட்டான். கனகு, நான், சபாபதி மூன்று பேரும் அதில் உட்கார்ந்து கொண்டோம். பொந்தன் கந்தசாமி, என் பக்கத்தில் உட்கார ஆசைப்பட்டான். நானும் தவிர்த்து விட்டேன்; மற்ற இருவரும் அதற்கு சம்மதிக்கவில்லை. பஸ் புறப்பட்டது; சற்று நிம்மதியாய் இருந்தது.

''சந்திப்போம், சந்திப்போம் அறுபத்தியேழில் சந்திப்போம்'', சத்தம் வண்டியை நிறைத்தது. என் பையிலிருந்த இரு வண்ணக் கொடியை எடுத்து, பஸ்ஸின் ஜன்னலில் கட்டினேன். பஸ்ஸை சட்டென்று நிப்பாட்டி(நிறுத்தி)னார் 'மாமா'; ''அதை அவுருலே'' என்றார். நான் சற்று பயந்து போனேன். 'அவிழ்த்து விடலாமா, டிக்கெட் எடுத்துக் கொடுத்திருக்காரே' என்று நினைத்தபடி எழுந்திருக்க முயன்றேன். ஓரத்தில் உட்கார்ந்திருந்த கனகு, ''பேசாம

உக்காருல'' என்று அதட்டினான். அவன் எப்பொழுதும் ஜன்னல் அருகேதான் உட்காருவான். அதை அவன் எடுத்துக் கொள்வான் என்றுதான் சொல்லவேண்டும். சினிமா போனாலும், படம் ஆரம்பிக்கிறவரை வெளியே வெராண்டாவில்தான் நிற்பான், நாம்தான் அவன் இடத்தைப் பார்த்துக்கொள்ள வேண்டும்; வருகிற ஆளிடமெல்லாம், ''ஆள் இருக்கு, ஆள் இருக்கு'' என்று சொல்லிக்கொண்டே இருக்க வேண்டும்.

பஸ் நிற்கும் காரணம் தெரிந்ததும், எல்லோரும் சேர்ந்து கொண்டார்கள். பஸ், காங்கிரஸ்காரருக்குச் சொந்தமானது. டிரைவர் மாமாவும் அப்படித்தான் போலிருக்கிறது என்று நினைத்தேன். ''அவுக்காத, அவுக்காத'', என்று ஒரே கூக்குரல். புளிச்சென்று வெற்றிலையை வெளியே துப்பிவிட்டு, வண்டியை வேகமாக எடுத்தார். திரும்பவும் கூக்குரல். இதில் வெற்றிக் களிப்பு தெரிந்தது. ''நெல்லை மாவட்ட தி. மு. க. மாநாடு வாழ்க; அண்ணா வாழ்க; கலைஞர் வாழ்க; எம்ஜியார் வாழ்க'', என்று ஏக உற்சாகமாய் இருந்தது. இதற்குள் யாரோ நாகூர் அனிபா குரலில் பாட முயன்றார்கள்; ''அழைக்கின்றார் அழைக்கின்றார் அண்ணா, அருமை மிகும் திராவிடத்தின் துயர் துடைக்க என்றே..'' பாட்டுக் கேட்டு, பஸ்ஸினுள் சத்தம் சற்று குறைந்தது. ''அது யாரு, மேலப்பாளையம் யூசுப் அண்ணனா பாடறது'', என்று யாரோ கேட்க, ஒரு சிரிப்பலை பரவி பஸ் சுத்தமாக அமைதியானது. ''இதுதாம்ல மணியோட புது மில்லு'', என்று கனகு சுட்டிக் காட்டினான். சரியாக எட்டிப் பார்க்கும் முன், மில் கடந்து விட்டிருந்தது. ''தலைய உள்ள இழுல, தலைவரைப் பாக்கத் தலை இருக்காது'', என்று டிரைவர் மாமா கடிந்து கொண்டார். 'இன்னும் கடுப்புத் தணியவில்லையே' என்று தோன்றியது. தவிரவும், 'திரும்பும்போது டிக்கெட் எடுக்க அவர் தேவைப்பட்டா என்ன செய்யறது' என்று வேறு தோன்றத் தொடங்கிவிட்டது. இந்தக் கவலையெல்லாம் மற்றவர்களுக்கு இருக்கா, இருக்குமா, என்று தெரியவில்லை. என் சுபாவமே அப்படி. கூனியூர் வர்றதுக்கு முன்னாலேயே குனிஞ்சுகிட்டே போறது. இதனால் பலரிடம் கெட்ட பேர் வாங்கியிருக்கிறேன்.

தூத்துக்குடி போறது, அது இரண்டாவது தடவை. சின்னப் பிள்ளையில் நாலோ ஐந்தோ படிக்கும்போது போனது.

தூத்துக்குடியில், திருநெல்வேலி மாவட்ட தி. மு. க. தேர்தல் மாநாடு. கே. வி. கே. சாமி நினைவு அரங்கம், வ. உ. சி. கல்லூரி அருகேதான் இருந்தது. அப்போது எம். எஸ். சிவசாமி மாவட்டச் செயலாளர் என்று நினைவு. அதனால்தான் திருநெல்வேலி மாவட்ட மாநாட்டை, தூத்துக்குடியில் நடத்தினார்கள். அப்போது, தூத்துக்குடி தனி மாவட்டமில்லை. கல்லூரிக்குப் போய் சிவ சங்கரனைக் கூப்பிட்டு வந்தோம். மத்தியான சாப்பாட்டு நேரம். மாநாட்டுப் பந்தலுக்குள் ஏதோ ஒரு கடையில் பொட்டலம் கிடைத்தது. எலுமிச்சைசாதம் வாய்க்கும் காணவில்லை, கைக்கும் காணவில்லை, ருசியாயும் இல்லை. யாரிடம் எவ்வளவு பணம் இருக்கிறது என்று யாரும் உண்மையைச் சொல்லவில்லை. என்னிடம் ஊருக்குப் போவதற்காக ஒளித்துவைத்த காசைத் தவிர, பத்து ரூபாய்வரை தேறும். ஹாஸ்டலில் தங்க முடியாது என்று தெரிந்தது. மாநாட்டுப் பந்தலிலேயே தங்குவது என்று முடிவு செய்தோம். ஏ. வி. பி. ஆசைத்தம்பி- 'தப்பிவந்த தம்பி' - பேசிக் கொண்டிருந்தார். ஈ.வி.கே.சம்பத், கண்ணதாசன் ஆகியோருடன் ஆசைத்தம்பியும் காங்கிரஸில் சேர வேண்டியவர்; ஆசைத்தம்பியோ நல்லவேளையாகத் தப்பி விட்டார்; அதுபற்றி அவரே அற்புதமாகப் பேசிக் கொண்டிருந்தார். பசி, வயிற்றைக் கிள்ள ஆரம்பித்தது. சாப்பிட வெளியே சென்றால், படுப்பது சிரமம்; உள்ளே மறுபடி வர முடியாது. உள்ளே சாப்பாடு கிடைக்கவில்லை. பேச்சுகளெல்லாம் முடிந்து, தலைவர்களில் சிலர் முன்வரிசையில் அமர்ந்து கேட்டுக்கொண்டிருக்க, தேவராஜன் – கவுரி கச்சேரி ஆரம்பித்து, ''காகித ஓடம் கடலலைமீது போவது போலே .... '' பாடி, பலத்த கைதட்டலும் 'ஒன்ஸ் - மோரு'ம் கேட்டு மாநாட்டுப் பந்தல் கலகலப்பாய் இருந்த சமயத்தில், வெளியே போவது என்று முடிவாயிற்று.

ஊருக்குள் செல்லும் சாலை வழியோரங்களில், பந்தல் போட்டு, ஓட்டல்கள் முளைத்திருந்தன. ''வாங்க வாங்க, மல்லியப்பூ இட்லி'' என்று சத்தம்போட்டு அழைத்துக் கொண்டிருந்தார்கள். அதில், ஒரு பெண்ணும் அழைத்துக் கொண்டிருந்த கடைக்குள் நுழைந்தோம். நிறையப் பேர் மண்தரையில், வரிசையாய், நீளமான பந்தியில், அமர்ந்து சாப்பிட்டுக் கொண்டிருந்தார்கள். இட்லி, அவ்வளவு கனமாய் இருந்தது. இரண்டு இட்லியைச் சாப்பிடுவதற்குள் போதும்போதும் என்றாகிவிட்டது. அதை

ஊறவைத்துத் தின்பதற்கும், அந்தப் பெண்ணைப் பார்ப்பதற்கும் என்று சாம்பார் கேட்டு அலுத்துப் போயிற்று. சற்றே சேலையைத் தூக்கிச் சொருகியபடி வேகமாகச் சுழன்றுகொண்டிருந்த அந்தப் பெண்ணையும் அதன் கறுத்தகாலில் அணிந்திருந்த கொலுசையும் பற்றிப் பேசிக் கிண்டலடித்தபடியே ஊருக்குள் வந்தோம். வழியில் என். ஜி. ஓ. சங்கக் கட்டடம் ஒன்று. அந்த வெராண் டாவில், ஏற்கெனவே சிலர் படுத்திருந்தார்கள். நாங்கள் வருவதைப் பார்த்ததும் அதுவரை திறந்திருந்த கட்டடத்தின் ஹால்க் கதவை உள்ளிருந்தவர்கள் சாத்திவிட்டார்கள். 'சரி, வெராண்டாவிலேயே படுத்துக் கொள்ளலாம்' என்று கையில் வைத்திருந்த பையைத் தலைக்குவைத்துப் படுத்தோம். தூக்கம் கண்ணைச் சுற்றுகையில் பொந்தன் கந்தசாமி பக்கத்தில் வந்து படுத்தான். 'யாத்தா, இது ஆபத்துல்லா' என்று எழுந்ததுதான் தாமதம் - வேறு யாரோ, நின்று கொண்டிருந்தவர்கள் - அந்த இடத்தை ஆக்கிரமித்துக் கொண்டார்கள். இருட்டில் யார் யார், எங்கே என்றே தெரிய வில்லை. கட்டடத்தின் முன்னால் நிறைய இடமும் மணலுமாய் இருந்தது. அங்கே போய்ப் பார்க்கலாம் என்று போனால், அங்கே கனகும் பெரிய கோபாலும் உட்கார்ந்து பேசிக் கொண்டிருந் தார்கள். அனேகமாகச் சொறிந்து கொண்டிருந்தார்கள். மணலில், புழு உண்ணி. ''ஏலே, பொந்தன் எழுப்பி விட்டுட்டானா. 'கே. ஆர். விஜயா மாதிரி இருக்கா'ன்னுட்டு புலம்பிக்கிட்டே இருந் தானே, தப்பிச்சு வந்திட்டியா'' என்று கிண்டலாக வரவேற்றார்கள். அப்போது சிவசங்கரன் வந்தான். ''இன்னும் கொஞ்சம் தூரம் போனா கோயில் இருக்காம்; அங்கன போவோம்'' என்று கூப்பிட்டான். கோயிலும் தெரியவில்லை. ஒன்றும் தெரியவில்லை, ஒரு தெப்பக்குளமும் சுற்றி வீடுகளும் இருந்தன. ஒரு வீட்டின் படிக்கட்டுகள், திண்ணை போல் கொஞ்சம் அகலமாய் இருந்தது.

கொஞ்ச நேரம்தான் படுத்திருப்போம், யாரோ, ''ஏல, தூப்புக்காரி கொலுசை ரசிச்சவன் யாருல; தாயோளி, மல்லியப்பூ இட்டிலியாம், மயிரைப் புடுங்கினது'' என்று சிரிப்பும் ஏச்சுமாகச் சொல்ல கக்கக்கென்று சத்தமாய்ச் சிரிப்பு வெடித்தது. இதைக் கேட்டு வீட்டிற்குள்ளிருந்து, ''டேய் அம்பிகளா, ஏந்திருந்து போறேளா, இல்லே தண்ணியக் கோதி விடவா'' என்று சத்தம் போட்டார்கள். இதற்குள் மணி ஐந்து போல் ஆகி விட்டது. ''சரி, வாங்க; விடியதுக்கு முன்னால ஹாஸ்டல் போயிக் குளிச்சு முடிச்

சிருவோம்'' என்று சிவசங்கரன் சொல்லவே, ஹாஸ்டலுக்குக் கிளம்பினோம். ஏதோ ஒரு சுற்றுவழியில், சற்று திருட்டுத்தனமாகத் தான் ஹாஸ்டலுக்குள் போன நினைவு. ஆனால் குளிக்க, கொள்ள, வசதியாய் இருந்தது. காலைக்கடன் கழிஞ்சதே ஒரு தெளிச்சியத் தந்தது. தூங்காதது பெரிய சங்கடமாகத் தெரியவில்லை.

கனகுதான், கல்யாணி அண்ணன் ரூமுக்குப் போவோம் என்று கூட்டிப் போனான். அண்ணன், நன்றாகத் தூங்கிக் கொண்டிருந் தார்கள். நான்தான் தொட்டு எழுப்பினேன். அன்றைய காலைச் சாப்பாட்டை அவர்கள்தான் வாங்கித் தந்தார்கள்; பஸ் ஸ்டாண்டுக்கு எதிர்த்த ஒரு நல்ல ஹோட்டலில் திருப்தியான சாப்பாடு. காலையில் திரும்பவும் மாநாடு. மத்தியான வாக்கில் கலைஞர், மாலையில் அண்ணாவின் அருமையான பேச்சு எல்லாம் அன்றைய பசியை உணரவிடாமல் செய்தன.

அண்ணா பேசி முடிக்கும்வரை, எம். ஜி. ஆர். வருவார் என்று நம்பிக் கொண்டிருந்தோம். வரவில்லை. அதே திருட்டுவழியில் ஹாஸ்டலுக்குப் போய் அன்றைய இரவை சவுகரியமாகக் கழித்தோம். யாரோ நாகர்கோயில் பக்கத்துப் பிள்ளைவாள்தான் வார்டன்; பாக்கியம்பிள்ளையோ என்னவோ பேர். ரொம்பக் கண்டிப்பான ஆள். காலேஜே அவரைக் கண்டு நடுங்குமாம். ஆனால் சிவசங்கரன் அசாத்தியத் துணிச்சல்காரன். அவன்தான் இந்தி எதிர்ப்புப் போராட்டத்தின்போது திருநெல்வேலியில் அன்றைய எம். பி. முத்தையாபிள்ளை வீட்டில் கறுப்புக்கொடி கட்டினான்; போலீஸும், பெரிய மாணவர் ஊர்வலமும் பார்த்துக் கொண்டிருக்கும்போதே விறுவிறுவென்று குழாய் வழியாக ஏறி, தெரு முகப்பு மாடியில் கறுப்புக்கொடியை க் கட்டினான். கூட்டம் ஆர்ப்பரித்தது.

மறுநாள் காலையில் காபி குடித்ததோடு சரி, பஸ் ஏறி விட்டோம். நினைத்தபடியே, அதே பஸ்; அதே கண்டக்டர். ஆனால் அவர் சிவசங்கரனுக்கு ரொம்ப நெருக்கமான உறவு. அவரிடம் எப்படியோ சொல்லி டிக்கெட் வாங்கி அனுப்பி வைத்துவிட்டான்.

நாங்கள் மூன்று பேர்தான் இருந்தோம். மற்றவர்கள் எங்கே, எப்படிப் போனார்கள் என்று தெரியவில்லை. யாரைப் பற்றிக் கவலைப்படவும் நேரமில்லை. கனகுதான் சொன்னான், "எப்பா,

குசுவிக்குசுவி முடியலை, ஊருக்குப் போய் சொகம்மா கொல்லக்கிப் போனாத்தான் நிம்மதி'' என்று. அவன் அவ்வளவு தூரம் அரசியல் ஈடுபாடு இல்லாதவன். எம். ஜி. ஆர். வராதது அவனுக்குப் பெரிய வருத்தம். கொஞ்ச நேர அமைதிக்குப்பின், கேட்டேன்: ''ஏய், எங்கப்பா மத்த ரெண்டு பேரையும், வரும் போதும் நம்ம மூணு பேர்தான், போகும்போதும் நம்ம மூணு பேர்தான்'' கனகு பாடினான்: ''காகித ஓடம் கடலலை மேலே போவதுபோலே மூவரும் போவோம்''.

●

18
ஒருவழியை மறுவழியாய்...

வீட்டின் புறவாசலில் இருந்த பூசை மடத்தை, ஒரு சிறிய குச்சு வீடாக மாற்றுவதில் அம்மாவுக்கு சம்மதமே இல்லை. எப்பொழுதும் போல் அம்மாவின் பேச்சு எடுபடவில்லை(யாம்). மாமரத்தின் வேர்கள், பூசைமடத்தின் முன்கட்டுச் சுவரில் கீறல் விழ வைத்திருந்தன. மாமரம், தாத்தா வைத்தது.

ஒரு சிறிய நந்தவனம் என்றுதான் அதைச் சொல்ல வேண்டும். நாங்கள் தோட்டம் அல்லது புறவாசல் என்போம். வீட்டை அடுத்து ஒரு முடுக்கு; அதன் முடிவில் கிணறு. அப்புறம் வாய்க்கால், வாய்க்காலுக்கான படித்துறை. கிணற்றிலிருந்து துலா மூலம் நீரிறைத்து, சுவரில் பதித்திருக்கும் அகலப் பாத்திரம் போன்ற குழிவான கல்லில் விட்டால், சுவரின் இந்தப் புறம் இருக்கும் ஒரு பெரிய தொட்டியில் வந்து விழும். அதிலிருந்து செடிகளுக்கும் மா, தென்னைக்கும், வில்வ மரத்துக்கும் பாயும். அந்த முடுக்கு வழியேதுப்புரவுத் தொழிலாளர்கள் வந்து போக வசதியாயிருக்கும். கிணற்று நீர் ருசியாய் இருக்கும். கோடையில் வாய்க்கால் வற்றி விடும். மணிமுத்தாறு அணையி லிருந்து வரும் கோடகன் கால்ப் பாசன வாசலை அடைத்துவிட்டால், வாய்க் கால் வற்றி. நயினார் குளமும் கொஞ்சம்கொஞ்சமாய் வற்றி விடும். அப்புறம் ஜூன் மாதம் அணைதிறந்து தண்ணீர் வரத்

தொடங்கி விடும். ''தண்ணீர் கல்லணை வாய்க்காலைத் தாண்டி விட்டது; பிராமணக்குடிக்கு வந்து விட்டது; அரசடிப் பால வாய்க்காலைத் தாண்டி விட்டது'' என்று ரன்னிங் கமெண்ட்ரி சொல்வார்கள். நாங்கள், வாய்க்கால் மேடையிலிருந்து பார்ப்போம். கண்டது கழியதையும் இழுத்துக் கொண்டு தண்ணீர் மெதுவாக வரும். பெரும்பாலும், முருங்கைக் கொப்புகள், பழைய துணி மணிகள், கிழிந்த பாய், தலையணை, யாராவது இறந்து போனவனின் மெத்தை எல்லாம் மெதுவாகக் கடந்து போகும்; நேரம் ஆக ஆகத் தண்ணீரின் வேகம் கூடத் தொடங்கிவிடும். மத்தியான வாக்கில் இந்த ஊர்கோலக் காட்சி களைப் பார்த்தோ மென்றால்,காலையில் வாய்க்கால் சுத்தமாகி விடும்; நயினார் குளமும், கா(ல்)க்குளம் நிரம்பியிருக்கும்.

கொஞ்சம் பெரிய பையனாகி, ஒன்பது - பத்து படிக்கும்போது, சைக்கிளை எடுத்துக்கொண்டு நயினார்குளம் பக்கம் போய் விடுவோம் - வெறுமையான குளம் நிரம்புவதைப் பார்க்க.

(‘நாளை இந்தக் குளத்தில் நீர் வந்துவிடும்’ என்று, நம்பிக்குப் பிடித்த கவிதை, இதன் பாதிப்பில் எழுதியதுதானோ என்னவோ.) வாய்க்காலை எனக்கு ரொம்பப் பிடிக்கும். வாய்க்காலுக்கு எங்கள் வீட்டில், தனிப் படித்துறை உண்டு. அகலமான படிகள், சுமார் பத்தடி நீளத்தில். வடிவாகக் கொத்தி அமைக்கப்பட்ட கல்படிகள். மற்ற வீடுகளில், இப்படிப் படித்துறை இருக்காது. சுவரில் ஒரு தொண்டு இருக்கும்; தேவைப்பட்டால் அதன் வழியாக வாளியால் நீரிறைத்துக் கொள்வார்கள். தெருவின் கிழக்கிலிருந்து கூட நிறையப் பேர் இங்கே, துணிதுவைக்க, பாத்திரம் கழுவ வருவார்கள். வருகிறவர்கள், அம்மாவிடம் ஏதாவது பாடு பேசி விட்டு வருவார்கள். ''கோமக்கா, என்ன வேலை நடக்கு,'' என்றபடி வருவார்கள்; கையில் கனத்த, கல்கத்தாவாளி அல்லது பித்தளைச் சருவச்சட்டியுடன் வருவார்கள்; வாளி நிறைய அழுக்குத்துணி இருக்கும்; தவறாமல் ஒன்று அல்லது இரண்டு மூத்திரப்போர்வையோ ஜமுக்காளமோ இருக்கும். அதை சிலாவத்தாக (நன்றாக விரித்து) அலச, வாய்க்கால் போல, ஓடுகிற தண்ணீர்தான் வசதியாயிருக்கும். ''சமையப் போற வயசாச்சு, இன்னும் படுக்கையிலதான் மூதேவி ஒண்ணுக்கிருக்கா'', என்று அலுப்பாய்ச் சொல்வாள். ''இதுக வயசுல நாம வாக்கப்பட்டு வந்தாச்சு'', என்று பதிலுக்குச் சடைத்துக்கொண்டு, ''நான் ஒரு பக்குவம் சொல்லுதேன்; நாளக்கி ஞாயித்துக்கிழமதான, சாலாச்சிய

(விசாலாட்சி) நெல்லையப்பர்கோயிலுக்கு காலையில ஏழு மணிக்கிக் கூட்டீட்டுப்போனா, விளா பூசை முடிஞ்சு, சாமிக்கும் பரிவாரங்களுக்கும் பண்ணெயில் உருட்டுன பலிச்சோத்தை (சோற்றை), ஆமா, பலிபீடத்தில வைச்சுருப்பாங்கள்ளா அதை எடுத்து ரெண்டு வாய் ஊட்டி விடு, படுக்கையில மோளறதப் புள்ளைகள் நிப்பாட்டிரும்பா எங்க அம்மா'' என்று அம்மா சொல்வாள்.

வாய்க்காலை ஒட்டித்தான் இரண்டு குச்சுகளும் இருக்கும். அதற்கு மேல் ஒரு மச்சு. அதைத்தான் வாய்க்கால்மேடை என்று சொல்வோம். குச்சுகளில் ஒன்று, பூசமடம் என்கிற பூசைமடம். வாய்க்காலின் தண்ணீரோட்டமும், பூசைமடத்தில் காலையிலும் இரவிலும் தாத்தா செய்கிற பூஜை - புனஸ்காரங்களால் சிந்துகிற தண்ணீரும், நந்தவனத்தையும் இரண்டு குச்சுகளையும் குளுமையாக வைத்திருக்கும். பூச மடத்தின் நடுவில் ஒரு பீடம் போல் சதுரக் கல். அதில் பிள்ளையார், சிவலிங்கம் சிலைகள். நான், தாத்தாவையோ சிவலிங்கங்களையோ பார்த்த நினைவில்லை. மாமரம், ஐந்துவிதமான ருசியுள்ள காய்களாய்க் காய்க்கும் என்று அம்மா சொல்வாள். அதை வெட்டியெடுத்த குழியை நிரப்ப வண்டிவண்டியாய் மண் அடித்தது நினைவில் இருக்கிறது; அவ்வளவு பெரிய குழியை அம்மாவின் சேலையைப் பிடித்தபடி எட்டிப் பார்த்த இரண்டு - மூன்று வயசு ஞாபகம் இருக்கிறது. மத்தியான நேரம், படித்துறையில் ஆள் இருக்காது. அங்கேயும் சாமி சிலைகளை அபிஷேகம் பண்ணத் தோதுவாய் ஒரு சிறிய சிமிண்டுப் பீடம் உண்டு. அதில் உட்கார்ந்து எப்போதாவது படிப்பது உண்டு. அந்த நேரங்களில் யாராவது வளவின் பெண்கள், அதற்கான துணிகளை அலச வந்து, நான் இருப்பதைப் பார்த்தால், ''இங்க வச்சுப் படிச்சாத்தான் மண்டையில் ஏறுவேங்கோ, போடா அங்கே'' என்று விரட்டி விடுவார்கள். இதுதான் சங்கரநாராயணன் சொன்ன 'விஷயம்' போலிருக்கு என்று நினைத்துக் கொள்வேன். வாய்க்காலையும் படித்துறையையும் எனக்கு ரொம்பப் பிடிக்கும். வாய்க்காலுக்கு அக்கரையில்தான் சசியின் வீடு.

பூச மடத்தின் நடுவிலிருந்த பீடத்தை எடுத்துவிட்டு, நல்ல தளமாகப் போட்டு, அதன் வெளிச் சுவரிலேயே ஒரு சின்னக் கோயில் போலக் கட்டி, அதில் பிள்ளையார்சிலைகளை வைத்து விட்டார் அப்பா. மூன்று பிள்ளையார்கள். அதைப் பெரிய அண்ணன் தினமும் குளிப்பாட்டி - ஒரு அட்டையில், எழுதி ஒட்டி

வைத்திருக்கும் மந்திரங்களை முணுமுணுத்து, பாட்டிலில் சளித்துப் போய் இருக்கும் - அச்சுவெல்லத்தைக் கிள்ளி, ஒரு செம்பருத்தி இலையில் வைத்துப் பூஜை செய்வான். அவன் பூஜைசெய்யக் காலை பதினொரு மணி ஆகிவிடும். அதற்குள் இரண்டு தடவை டிஃபன் பண்ணியிருப்பான். பூசை முடிந்ததும் அதைச் சாக்கிட்டு இரண்டு இட்லி தின்றுவிடுவான். அந்தப் பூசைக்கே பிள்ளையார் அவனைக் கைவிடவில்லை. கடைசிக் காலம்வரை அவன் திங்கிற சோற்றுக்குப் பழுதில்லாமல் காலம் கழிந்தது என்றுதான் சொல்லவேண்டும். பிள்ளையாருக்கு எதிர்த்தாற் போல் இரண்டு பூடம் - சுடலைமாடசாமி மாதிரி. அது, மனைக் காவல் பெருமாள். அதுக்கு எப்பவாவது பொங்கலிட்டு, சுருட்டு, இத்தியாதி எல்லாம் படைப்பார்கள். பூச மடத்தை அடுத்த குச்சுவீட்டில் முதன்முதலாக, 'ஸ்ரீ வள்ளி' படத்தை சேலத்திலிருந்து கொண்டுவந்த ரெப்ரஸெண்ட்டேட்டிவ் ராமசாமி நாயுடு, அப்பாவின் சிநேகிதராகத் தங்கினார். அப்புறம், அவர் பெரிய படாதிபதியாகி, 'ஸ்வாமி பிக்சர்ஸ்' என்று கம்பெனி ஆரம்பித்து, 'பாலும்பழமும்', 'பாசமலர்' என்று பெரியபெரிய படங்களை எல்லாம் விநியோகித்தார். ஆனால் எங்களுக்கு அவர் எப்பொழுதும் 'வள்ளி படத்துக்காரர்'தான். வீட்டில் விசேஷம் ஏதாவது என்றால் முகவரி லிஸ்ட் தயாரிக்கையில், ஜங்சனிலிருந்து ஆரம்பித்தால், முதலில், ''வள்ளி படத்துக்காரருக்கு எழுதியாச்சா'' என்பாள் அம்மா. அப்பா பெயரான கந்தசாமியில் வரும் 'சாமி'க்காக, ராம'சாமி' என்று சொல்லமாட்டாள்.

அனேகமாக, அவர் தங்கிப்போன பின்தான் அப்பாவுக்கு அவற்றை வாடகைக்கு விடும் எண்ணம் வந்திருக்கும். இரண்டு குச்சுகளிலும், ஒன்றில் ஒரு கன்னடத்துப் போத்தி வீட்டாரும், இன்னொன்றில் நாகர்கோயில், பாறசாலை மாமி குடும்பமும் இருந்தது. மாமியின் பெண், என் வகுப்புத்தோழி. சுத்த மக்கு. ஆனால் நான் அவளிடம் அந்தப் பிஞ்சு வயசிலேயே படித்து, பழுத்து வெம்பிப் போனது ஏராளம். அதற்கு யாரையும் குற்றம் சொல்ல முடியாது. ''காலம் செய்த கோலமடி, கடவுள் செய்த குற்றமடி'' கதைதான். அப்பா, படித்துறையை மூடி, 'பத்துக்குப் பன்னெண்டு' கணக்கில் ஒரு வீடு கட்டி வாடகைக்கு விட்டு விட்டார். வாய்க்கால்மேடையில், பழைய சாமான்கள் போட்டு வைத்திருக்கும். திருமண வீட்டிற்கு வேண்டிய மர உரல், முக்காலி, தண்ணீர் ஃபில்ட்டர் பண்ணுகிற மூன்று தட்டு

ஸ்டாண்ட்; அதில் மூன்று பானைகள் வைக்கலாம். அதற்கான தனிப் பானையும் உண்டு. மேல்ப் பானையில் மணல், அதற்குக் கீழ்ப் பானையில் மலங்கறி; கடைசியில் வெறும் பானை. மேலாக இருக்கும் பானையில் தண்ணீர் ஊற்றினால், அது மணலில் வடிகட்டி, இரண்டாவதில் விழும்; அதில் வடிகட்டப் பட்டு, சுத்தமான தண்ணீராக மூன்றாவதில் விழும். அப்புறம், பழைய பிரம்பு சோஃபா, ஏணி என்று பழையதாகக் கிடக்கும். அதுபோக, இடமும் இருக்கும். அதில்தான் எல்லா சேட்டை களும் அரங்கேறும்.

அப்பாவின் காலத்திலேயே அதையும் வாடகைக்கு விட்டு விட்டார். அப்பா இறந்த நேரத்தில், அந்த வாடகைகள்தான் ஒரு வேளைச் சாப்பாட்டிற்காவது வழிகாட்டியது. அப்பா காலத்து ஆள்கள் எல்லாம் வெவ்வேறு காரணங்களுக்காகக் காலிசெய்து போய் விட்டனர். பூசைமடம் வீட்டில், என் சிநேகிதன் குடியிருந் தான். அவன் மட்டும்தான். ஒரு பெரிய ஜவுளிக்கடையில் வேலை பார்த்தான். படித்துறைவீட்டில் எலக்ட்ரிசிட்டி போர்ட் ஆஃபீஸில் வேலை பார்க்கும் சங்கரன் இருந்தார். அவர், ‘தினத்தந்தி’ வாங்குவார். காலையில், புற வாசலின் குளுமையில், தென்னை மர நிழலில் ‘தந்தி’ படித்து, நாட்டு நடப்புகளைப் பேச நல்ல துணை. கல்யாணமாகி, குழந்தை இல்லை. அவருக்கே சொந்தமான வீடு இருந்தும், ஏதோ ஜாதகக் கோளாறு, வேறு எங்காவது இருந்தால் குழந்தை பாக்கியம் கிட்டும் என்று சொன்னதால் இங்கே வாடகைக்கு இருக்கிறார். கொஞ்சம் வசதியான ஆள். ஆள் என்னவோ பார்க்க நாகேஷ் மாதிரித்தான் இருப்பார். வந்த புதிதில் தெரு நண்பர்கள் அவரை ஐசரிவேலன் என்று கூப்பிட்டுக் கொண்டிருந்தார்கள். அதற்காகக் கோபப்பட மாட்டார். ‘‘பாரும் வேய், ஐசரி பெரிய ஆளா வரப்போறான்; உமக்குத் தெரியாது’’ என்று சொல்வார். (அது பின்னால் உண்மையாயும் ஆயிற்று. ஐசரி, நாடாளுமன்றச் செயலாளர் –துணை மந்திரி- ஆக ஆனார்.)

இன்னொரு குச்சுக்கு ஜெசிந்தா வந்து சேர்ந்தாள். அவள் ஏழு வளவில்த்தான் குடியிருந்தாள். அரசு அலுவலகம் ஒன்றில் டைப்பிஸ்ட். தூத்துக்குடிக் கடல்ப் புறம் பக்கம். நிறமென்றால் அப்படியொரு மஞ்சள் நிறம்.

ஒரு பெரிய குடும்பத்தைத் தாங்குகிற தொடர்கதைச் சோகம் முகத்தில் தெரியும். இருந்தாலும், பார்க்கும்போது தவறாமல்

சிரிப்பாள். சம்பளம் வாங்கி வருகிறபோதே என் அம்மாவிடம் வாடகைப் பணத்தைக் கொடுத்து விட்டுத்தான் தன் வீட்டிற்கே போவாள். வீட்டில்வைத்து கறி, மீன் எதுவும் சமைக்க மாட்டாள். அந்த நிபந்தனையின் பேரில்த்தான் அம்மா வீடு கொடுக்க சம்மதித்தாள். வாடகையும் அதிகமாகப் பத்து ரூபாய் தந்தாள். தரையில் அமர்ந்து 'தந்தி' பேப்பர் படித்துக் கொண்டிருக்கும் போதுதான் அவள் குளிக்கிற நேரமுமாய் இருக்கும். பிரேஸியர் அணியமாட்டாள். சாதாரண உள்ப் பாடிதான் போடுவாள். மார்பும் அவ்வளவுதான். தலைமுடியும் அடர்த்தியாக இருக்காது. குளித்துவிட்டு, குளியலறைக் கதவில் போட்டிருக்கும் உள்ளா டையை மார்புவரை கட்டிக்கொண்டு, மேலே சேலையைப் போர்த்தியவாறு எங்களைக் கடந்துதான் அவள் வீட்டிற்குப் போக வேண்டும். முழங்கால் சற்றே மறைகிற மாதிரி கட்டிய உள்பாவாடை; கால்களின் அசத்துகிற மஞ்சள் நிறம். கூச்சப் படவும் மாட்டாள், முகஞ்சுளிக்கவும் மாட்டாள். முகத்தைப் பார்த்தாலும், 'பேப்பரில் என்ன போட்டிருக்கு' என்கிற மாதிரியில் ஒரு வெறும் சிரிப்பு. கடந்து போய் விடுவாள். இரண்டு கட்டு வீடு. முன்புறச் சாய்ப்பில் சமையல். ஸ்டவ் வைத்து என்பது நிபந்தனை. வீட்டிற்கு முன்புறம் பாத்திரங்களைப் போட்டுக் கழுவுவது நறுவிசாக இருக்கும். கழுவி முடித்தபின், தரை சுத்தமாக இருக்கும். கடல்புரத்துப் பெண்ணிடம் இவ்வளவு சுத்தமா என்று பெரிய அக்காவே ஆச்சரியப்பட்டாள். முதலில் தோன்றாத ஈர்ப்பு, நாளாகநாளாக அவள்பால் தோன்றியது. முன்னிரவில் முழங்காலிட்டு ஜெபித்துக் கொண்டிருப்பாள். முதல்க்கட்டின் கம்பிக்கதவு மட்டுமே சாத்தியிருக்கும். சத்தம் தெளிவாகவே கேட்கும். பெரும்பாலும், குடும்பத்தைக் குறித்த பிரார்த்தனைகளே இருக்கும். ''அம்மாவுக்கு சமாதானம் கொடும், ஆண்டவரே'' என்று கேட்டுக் கொண்டிருப்பாள். இரண்டொரு நாள், பக்கத்துக் குச்சில் ஆள்கள் யாரும் இல்லாத நேரங்களில் நான் கேட்டுக் கொண்டிருந்திருக்கிறேன். ஒரு கவிதையில் மேற்கோளுக்காக 'பைபிள், பழைய ஏற்பாடு புத்தகம் அவள் தான் தந்திருந்தாள். எனக்கேயும் தந்து விட்டாள்.

அந்த நேரத்தில்தான் ஆர். பாலு சொன்னான், அவன் வேலை பார்க்கும் வங்கியில் ஆள் எடுக்கப் போவதாகவும், அதற்கு ஒரு விண்ணப்பம் தருமாறும். திடீரென்று தோன்றியது, ஜெசிந்தாவிடம் விண்ணப்பம் டைப் செய்து தரும்படிக் கேட்கலாமே என்று.

இரண்டு வெள்ளைப் பேப்பரும், ஒரு விண்ணப்பம் எழுதிய பேப்பரும் எடுத்துக்கொண்டு போனேன். அலுவலகத்துக்குப் புறப்பட்டு, உடைமாற்றிக் கொண்டிருந்தாள். வாசலில் நின்று கூப்பிட்டேன். முதன்முதலாகப் பெயர் சொல்லி அழைத்தேன். எனக்கே என்னவோ போலிருந்தது. ''வாங்க'' என்றாள், சேலையை நீவிவிட்டபடியே. பேப்பர்களைக் கொடுத்தேன். விஷயத்தைச் சொன்னதும், ''சேசுவே'' என்றாள். அப்புறம், வழக்கமான மெல்லிய சிரிப்பு உதட்டில் விரிய, பெற்றுக் கொண்டாள். அவள் அலுவலகம், அடுத்த தெருவில்த்தான். ''அங்கே வந்து வாங்கிக் கொள்கிறேன்'' என்று சொன்னேன். ''அவசரமென்றால், நானே ஒரு மணிநேரத்தில் கொண்டு வந்து தருகிறேன்'' என்று சொல்லி விட்டு, வீட்டைப் பூட்டத் தயாரானாள். நானும், சரி என்று கிளம்பினேன். சொன்னபடிக்கே ஒரு மணி நேரத்தில் கொண்டு வந்தாள். நான் கொடுத்த பேப்பர்கள் அப்படியே இருந்தன. வேறு அழகான, கனமான காங்குயர் பேப்பரில் அடித்திருந்தாள். ''புது டைப் ரைட்டர்'' என்றாள், சிரித்தபடியே. சுருண்டிருந்த தாளை விரித்துத் தரும்போது, கைகள் நன்றாகவே என் கைகள்மீது பட்டன. நன்றி சொல்லக்கூடத் தோன்றவில்லை. ''சரியா இருக்கா, பாருங்க'' என்றாள். சரியாய் இருந்தது. இப்போது, நன்றி சொன்னேன். ''சேசுவே'' என்றாள். ''உங்களுக்கும் எனக்கும் ஒரே வயது'' என்றாள், சிரிப்புடன். பயோ டேட்டாவைப் படித்திருக்கிறாள்.

இரவு எட்டு மணி இருக்கும். ஒரு குறளி பிடித்து ஆட்டிற்று.

வயதைப் பற்றி ஏன் சொன்னாள். கால்கள், தோட்டத்தை நோக்கிப் போயிற்று; ஜெசிந்தா வீட்டில் மட்டும் ஒரு நாற்பது வாட் வெளிச்சம். மற்ற வீடுகளில் யாரும் இல்லை. முன் புற அழிக் கதவு (கம்பி போட்ட கதவு) மட்டும் சாத்தியிருந்தது. நான் அருகே போனேன். ''ஆண்டவரே, அவருடைய விண்ணப்பம் அன்போடே கவனிக்கப்பட அருள் தாரும் ஸ்வாமி; அந்தக் குடும்பத்தில் சாந்தியும் சந்தோஷமும் சமாதானமும் நிலவ நீரே தயை புரியும். பனிமயமாதாவின் பாதந்தொட்டு வணங்கிக் கேட்கிறேன். மறுத்து விடாதேயும் ஸ்வாமி'', குரல் தெளிவாகக் கேட்டது. சுரீரென்றிருந்தது. கன்னாபின்னாவென்ற கற்பனைகள், போன இடம் தெரியவில்லை. திரும்பிவிட முற்படுகையில், அவள் ஜெபம் சொல்லி முடித்து விட்டாள். ''வாங்க'' என்று கதவைத் திறந்தாள். ஒரு கட்டில் மட்டும் இருந்தது. அது எங்கள்

வீட்டுக் கட்டில்தான். பழைய, பெரிய வீட்டின் மாடியில் கிடந்தது. அந்த வீட்டை விற்றபின், இது தார்சாலில் கிடந்தது; இப்போது இங்கே. கட்டிலில் சேலைகள், துவைத்துக் காய்ந்தவை, சுருண்டு, மடங்கிக் கிடந்தன. ''உட்காருங்கள்'', என்றாள். சேலைகளைப் பார்த்துத் தயங்கினேன். ''சும்மா உக்காருங்க'' என்றாள். முகத்தில் பிரார்த்தனையின்போது வழிந்த கண்ணீரின் சுவடு தெரிந்தது. ''நானே ராசி இல்லாத பெண்; என்னிடம் போய் டைப் செய்து தரக் கேட்கிறீர்களே என்று கஷ்டமாயிருந்தது. அதனால் உங்களுக்காகத்தான் பிரார்த்தனை செய்தேன்; இந்த வேலையாவது உங்களுக்குக் கிடைக்கணும். இன்னமே, கவர்ன்மெண்ட் சர்வீஸ் போக முடியாது போலிருக்கே'' என்றாள்.

சேலைகளின்மீது அமர்ந்திருப்பது முதலில் கஷ்டமாய் இருந்தது. அப்புறம், அது தோன்றவில்லை. தன் குடும்பம்பற்றிச் சொன்னாள். கல்லூரிக்குச் செல்ல ஆசைப்படுகிற தங்கை, ஐ.டி. படித்து மெக்கானிக் வேலைக்கு அலைகிற தம்பி, அப்பாவை இழந்த அம்மா. தங்கையின் கல்யாணத்திற்குத்தான் கஷ்டப்பட்டுப் பணம் சேமித்துவருவதாகச் சொன்னாள். அது முடிந்து விட்டால், தான் கன்யாஸ்த்ரீயாகப் போய்விட தீர்மானித்திருப்பதாக - நிறுத்தாமல், மூச்சுவிடாமல், சிரிப்பு மாறாமல் ஆனால் சோகமாக - சொன்னாள். ''கவலைப்படாதீங்க மேடம்'' என்று சொன்னதும் வாய்விட்டுச் சிரித்தாள். ''என் கதையைக் கேட்டதும் மரியாதை தானா வருதே, பாத்தீங்களா'' என்றாள்.

ஒரு மாதம் போயிருக்கும். அவள் தம்பியும் தங்கையும் உடன் வர ஒரு திங்கள்க்கிழமைக் காலையில் வந்தாள், ஊரிலிருந்து. நான் என் வீட்டுவாசலில் அமர்ந்து, ஏதோ படித்துக் கொண்டிருந் தேன். ''இதுதான் தம்பி ஜோ; இது, தங்கை'' என்றாள். தங்கை சிரித்தாள். கடைந்தெடுத்தது போலிருந்தாள். நிறம் மட்டும் சற்று கருப்பு. பேச்சே எழவில்லை. தூக்கத்தைக் கெடுக்க, இன்னொரு பிசாசு என்று தோன்றியது. கொஞ்ச நேரத்தில், அலுவலகம் போகிற வழியில், என்னைப் பார்த்து ஜெசிந்தா கேட்டாள், ''கொஞ்ச நாளைக்கு இரண்டு பேரும் இங்கிருந்தால் ஒன்றுமில்லையே'' என்று. தாராளமாக என்று சொல்லவில்லை, நினைத்துக் கொண்டேன். தலையை மட்டும் மையமாக ஆட்டிவிட்டு நகர்ந்தேன். அம்மா, அதிகமாகப் பதினைந்து ரூபாய் தந்ததும் திருப்தியாகி விட்டாள். முதல் பதினைந்து ரூபாயில் நங்கை யாரிடம் - எனக்குத் தெரியாமல் - அடகு வைத்திருந்த இரண்டு எவர்சில்வர் தம்ளர்களை மீட்டாள்.

மெர்வின், வளவு பூராவும் சுதந்திரமாக நடமாடினாள். டைப் கிளாஸுக்கு, தெருவில், நிமிர்ந்தபடி, டக் டக்கென்று போய் வந்தாள். தெருவில், நிறைய ரசிகர்கள் சேர்ந்தார்கள் - அவளுக்கும் எனக்கும். நான், அடி பம்பில் குளித்துக் கொண்டிருந்தாலும், ''சார், கொஞ்சம் தள்ளிக்கிடுங்க; ஒரு குடம் தண்ணி எடுத்துக்கிடுதேன்'' என்று தயக்கமில்லாமல் புழங்கினாள். ''சார், படிக்க ஏதாச்சும் புஸ்தகம் கொடுங்க'' என்று கேட்டாள், ஒரு நாள். என்னிடம் அப்போதெல்லம் புத்தகங்கள் அவ்வளவாக இல்லை. இருந்தது எல்லாமும் கவிதைகள். ஈ.பி.சங்கரன், 'தினத்தந்தி'யுடன் 'பொம்மை', 'பிலிமாலயா', 'குமுதமெ'ல்லாம் வாங்கத் தொடங்கினார்.

எனக்கு வேலை கிடைத்தது, ஜெசிந்தாவுக்கு ரொம்ப சந்தோஷம். செய்தி கிடைத்த அந்த வாரம், தூத்துக்குடி போய்த் திரும்பி வரும்போது மக்ரூன்ஸ் வாங்கி வந்தாள். நான் முதல் முறையாக அப்போதுதான் மக்ரூன்ஸ் தின்றேன்.

சங்கரன் மனைவி, குழந்தை பெற, அவள் அம்மா வீட்டுக்குச் சென்று விட்டாள். சினிமா பார்த்துவிட்டு, பத்து மணி வாக்கில் வீட்டுக்கு வந்து கொண்டிருந்தேன். தெருமுனையில் ஏதோ சத்தமாகக் கிடந்தது. ஜோ, சங்கரனை அடிக்க முயன்று கொண்டிருந்தான். சிலர் விலக்கிவிட்டுக் கொண்டிருந்தார்கள். என்ன விஷயம் என்று விசாரித்தபோது தெரிந்தது - மெர்வினை சங்கரன் மடக்கி விட்டார் என்று. மெர்வின், இப்போது சங்கரனின் சொந்த வீட்டில் இருக்கிறாளாம் - சிந்துபூந்துறையில். தம்பியை இழுத்துக் கொண்டு, ஜெசிந்தா வீட்டிற்குள் போனாள். சங்கரன் சத்தம் போட்டுக் கொண்டிருந்தார், ''அவளைல்லா அடிக்கணும். அவ வந்தா நான் என்னல செய்யறது'' என்று. ''ஆஹா, ஐசரிக்கில்லா யோகம் அடிச்சிருக்கு. சுமிதாவும் ஜெயமாலினியும் சேர்ந்த ஃபிகருல்லா'' என்று தெருவே வாப்பாறியது. எனக்கும் பொறாமை பிடுங்கித் தின்றது. சங்கரனை, ''வீட்டைக் காலி செய்யுங்கள்'' என்று சொன்னேன். ''சரி சரி'' என்று போய் விட்டார். ஆனால் விடியும் முன்பே ஜெசிந்தாவும் ஜோவும் போய் விட்டிருந்தார்கள். வீட்டில் இல்லை. ஆனால் வீட்டை அப்புறமாகத்தான் காலி செய்தாள். ஊருக்கே மாறுதல் கிடைத்து விட்டதாகச் சொன்னாள்.

எத்தனையோ வருஷம் கழித்து, களக்காடு அருகே ஒரு மிஷன் ஸ்கூலில் வைத்து அகில இந்திய அளவிலான டேலன்ட் எக்ஸாம் ஒன்றுக்குக் குழந்தையை அழைத்துக்கொண்டு போயிருந்தேன். மகள், தேர்வெழுதிக் கொண்டிருந்தாள். நான், அழகான, பழமை

யான அந்தப் பள்ளியின் மர நிழலிலிருந்து எதையோ யோசித்துக் கொண்டிருந்தேன். என்னை நோக்கி ஒரு சிஸ்டர் வந்தார்கள்; சிமெண்ட் கலர் பாதிரி உடை. ''நீங்க கோபாலண்ணன்தானே'' என்று விசாரித்தார்கள். அந்த அழகான பெரிய உதடுகள் மட்டும் எங்கேயோ பார்த்த ஞாபகம் வந்தது. முகம் வறண்டிருந்தது. ''தெரியவில்லையே'' என்றேன். ''நான் மெர்வின்; உங்கள் வீட்டில் குடியிருந்த ஜெசிந்தாவின் தங்கை என்றார்கள்.'' ''அப்படி யானால், ஜெசிந்தா, 'என்று நான் கேட்கும் முன்னே...'' அவள் சொன்னாள், ''அக்காவுக்கு கல்யாணமாகி இரண்டு குழந்தைகள் இருக்கின்றன. வல்லநாட்டில் இருக்கிறாள். ஜோ, வொர்க் ஷாப் வைத்திருக்கிறான். நான் இங்கே இருக்கிறேன். நீங்கள் மாலை போட்டிருக்கிறீர்கள் போலிருக்கிறது; உங்களுடன் நான் பேசலாமா, தெரியவில்லை; ரொம்ப நேரமாக உங்களைப் பார்த்துக் கொண்டி ருக்கிறேன். ஏதாவது இங்கே சாப்பிடலாம் என்றால் டீ அனுப்பு கிறேன், ஸ்தோத்திரம்'' என்று சொல்லித் திரும்பி நடந்தாள். விசும்புவது நன்றாகத் தெரிந்தது. நானும், மறுபடி கூப்பிட நினைத்தவன், கூப்பிடவில்லை.

> ''ஒரு வழியை மறு வழியாய் மறைப்பது விதியாகும்-இதை
> உணர்த்துவதே நான் இருக்கும் சிலுவையின் அடையாளம்..... ''

வசந்தாவின் குரலில்....

கண்ணதாசன்.

●

19
பனி தீராத வீடு...

இனி இதுதான் வாழ்க்கை; இனிமேல் கனவுகளுக்கு இடமில்லை என்ற முடிவுக்கு வந்திருந்தேன். வீட்டில் இரண்டு நாளாக அம்மாவும், குழந்தைகளும் மூன்று நேரமும் வெறும் சீனிக் கிழங்கை வெந்து தின்று, தோட்டத்திற்கும் வீட்டிற்கும், போவதும் வருவதுமாக இருந்தார்கள் - கையில் தண்ணீர்ச் செம்புடன். அதற்கு கக்கூஸ்ச் செம்பு என்றே பெயர்; நிறைய வீடுகளில் அப்படியொன்று இருக்கும். கனத்த, பித்தளைச் செம்பு. அதிகம் துலக்காமல் களிம்பு ஏறிப் போயிருக்கும். அதை மறந்துகூட வீட்டிற்குள் கொண்டு வரமாட்டார்கள். பின்புறத் தார்சாலில் தான் எப்போதும் இருக்கும். இதுபோக, கழிப் பிடத்தின் அருகேயே எல்லாக் குடித்தனக்காரர் களுக்குமான கல்கத்தாவாளி இருக்கும். ஆனால் வீட்டின் பெண்கள், குழந்தைகள் எல்லோரும் செம்பைத் தான் தேர்வு செய்வார்கள். அந்தச் செம்பை எப்படி இன்னும் - எனக்குத் தெரியாமல் - விற்காமல் இருக்கிறார்கள் என்று இரண்டு நாளுக்கு முந்தித்தான் நினைத்திருந்தேன். ஏதோ கிராமத் திலிருந்து கொஞ்சம் நெல் வருகிறது; மேல் செலவுக்குக் குச்சுவீடுகளின் வருமானம் இருக்கிறது; எல்லோரும் இரண்டு வேளை சாப்பிட்டு விடு கிறார்கள் என்று நான் நினைத்துக் கொண்டிருந்தேன். இரவுச் சாப்பாட்டை எனக்கு, அநேகமாக, நண்பர்கள்

வாங்கித் தந்து விடுவார்கள். நான் சாப்பிட்டு விட்டேன் என்று தெரிந்ததும், அம்மா சாப்பிடுவாள் - கொஞ்சம் பருக்கைகளை.

நிலைமை இவ்வளவு மோசமாக இருக்கிறது என்று புரிந்து கொள்ளவில்லை. அவ்வப்போது சாமான்கள் சில காணாமல் போகும்; ஏதோ அடுப்பெரியும். சீனிக்கிழங்கைத் தின்று எல்லோரும் வெளிக்கிப்போன வண்ணமாய் இருக்கிறார்கள் என்பதைப் பெரிய அண்ணன்தான் கோபத்தில் சொன்னான். கோபம் என்று கூடச் சொல்லமுடியாது. மெத்தப் படித்த என்னிடம் அவன் கோபப்பட்டுப் பிழைக்கவா. அவன் கெந்திக்கெந்தி நடமாடிக் கொண்டிருந்தான்; மடி, கனமாக இருந்தது. என்னமாவது பொருளை மடியில் ஒளித்து எடுத்துச் செல்கிறானோ விற்பதற்கு என்று, ''அது என்னத்தை மடியில வச்சுருக்க,'' என்றேன். ''ஒண்ணுமில்லை, ஆப்பரேஷன் பண்ணியிருக்கேன்; நடக்க முடியலை'' என்றான். ''ஆப்பரேஷனா, எதுக்கு'' என்றேன். ''அதான், அந்த ஆப்பரேஷன்''. சொல்லும்போது முகத்தில், கோபம் கரைந்து, ஒரு திருப்தி தெரிந்தது. ''நூறு ரூபாய அம்மாட்ட கொடுத்துட்டேன்; அரிசியையும் பொங்கித் தின்னாச்சு; வீட்ல வேற என்னமும் இல்லை. நீயும் நானும்தான் சோறு திங்கோம். ஐம்பது ரூபாய் கரண்டுப் பணம் கட்டியாச்சு. பீஸைப் புடுங்கிட்டுப் போய்ட்டான். அதுக்கு வேற தெண்டம் அஞ்சு ரூபா'' என்றான். மனைவியைப் பறிகொடுத்து எட்டு வருஷமாச்சு, இது என்னடா கொடுமை, இப்பப் போய் குடும்பக் கட்டுப்பாடு பண்ணீட்டு வந்து நிக்கானே. இதுவரை, அவன், வேலை எதற்கும் போனதே இல்லை. இதுதான் அவன் குடும்பத்திற்கு சம்பாதித்துக் கொடுத்த முதல் பணம். என் முன்கோபத்திற்குப் பயந்து என்னிடம் யாரும் இதைச் சொல்லவில்லை. அவன் சொல்லி முடிக்கும் வரை, அம்மா அடுப்படியிலேயே நின்று கொண்டிருந்தாள். அப்புறம் சற்றே வெளியே வந்து, ''ஆமா'' என்று மட்டும் சொன்னாள்; சொல்லும் போதே அழுகையில் முகம் கோணலாகிப் போனது. எனக்கும் தாங்க முடியவில்லை. பட்டாசலுக்கு வந்து தலையில் மடார் மடாரென்று அடித்துக் கொண்டேன். இப்படி, நானும் செய்ததில்லை.

அப்பா, தன் மரணப் படுக்கையில் இருக்கையில் ஒரு நாள் சொன்னார், ''அவன்ல்லாம் என்னை எங்கே பாக்கப் போறான்'' என்று. நான் அப்படி நினைத்ததே இல்லை. அப்பா மேல்தான் எனக்குப் பிரியம். அப்பா, படுக்கையில் விழுந்த சமயம்தான் நான்

சிகரெட்டுக்குப் பழகியிருந்தேன். இதனால், சற்று அருகில் போவதைத் தவிர்த்தது வாஸ்தவந்தான்; ஆனால் அவரை நெருங்கக் கூடாது என்று நினைத்ததே இல்லை. இப்படி அவர் சொன்னதைக் கேட்டதும், கையாலாகாத்தனத்தின் வெளிப்பாடாய்த் தலையில் அடித்துக்கொண்டு கத்தி அழுதேன். காணாததற்கு, அன்று க்ரூப் -2 தேர்வின் கடைசிப் பரீட்சை வேறு. பரீட்சை எழுதப் போகிறவன், இப்படியொரு மனநிலையிலா போவது என்று அக்காவிடம் அழுதேன். அக்காவும் அம்மாவும் சமாதானப் படுத்தி மாடிக்கு அழைத்துப் போனார்கள். அதிலிருந்து அப்பாவிடம் பேசுவதே இல்லை. அந்த அனுபவம், வேறுவிதமான வெறுப்பு களை வீட்டிலுள்ளவர்கள்மேல் ஏற்படுத்தியிருந்தது. செய்யவே நினைக்காத செயலுக்கு ஏன் இப்படியொரு பழிச்சொல் என்கிற நினைப்பு.

அப்பாவிடம் பேசவே இல்லை. பட்டாசலில், கட்டிலில் படுத்த படுக்கையாகி விட்டார். மேலெல்லாம் படுக்கைப் புண். காசநோய் கடுமைகொள்ளத் தொடங்கியிருந்தது. நண்பனும் உறவினனுமான டாக்டர் பாலு தினமும் வந்து ஊசி போட்டுச் செல்வான். காசு எதுவும் வாங்கிக் கொள்ளமாட்டான். அந்த நேரத்தில்தான் சுப்ரமணிய ராஜு திருமணம், சுவாமிமலையில் நடந்தது. ராஜுவுக்கு என்னை ரொம்பப் பிடிக்கும். ஏற்கெனவே, அவன், எனக்காக தனது டி. டி. கே. கம்பெனியில் வேலைக்கு முயன்று கொண்டிருந்தான். வேலைக்கு விண்ணப்பம் வாங்கி வைத்து, வாசு சாரிடம் சொல்லியிருந்தான். ''இன்னும் ஓரிரு வாரத்தில் நீ சென்னைவாசியாகப் போகிறாய்; நம்பிக்கையோடு இரு. எப்படியும், உனக்கு வேலை கிடைக்காமலே போகாது'' என்று கடிதம் எழுதியிருந்தான். அத்தோடு, ''யாரிடமாவது பணம் வாங்கிக்கொண்டு, கட்டாயம் திருமணத்திற்கு வந்து விடு; நான், திரும்பும்போது, பணம் தந்து அனுப்புகிறேன்'' என்று எழுதியிருந்தான்.

'நாளை நமதே' - 75-ஜூலை 4- படம் பார்த்துவிட்டு, முருகானந்தத்தோடு, அவன் வீட்டிற்குப் போனேன். ரொம்ப அருமையானவன். அவனைப்பற்றிச் சொல்ல நிறைய இருக்கிறது. அவன் அம்மாவிடம் சொல்லி, அவன் வீட்டுக்கு அடுத்த அடகுக்கடைச் செட்டியாரிடம் மோதிரத்தை வைத்து ஐம்பது ரூபாய் கேட்கச் சொன்னேன். நானும் அவனும் கேட்ட போது, நாற்பதுக்கு மேல் தர முடியாது என்று சொல்லி விட்டார். அவனாகத்

தான், ''வா, அம்மாவிடம் சொல்லி, கேட்டுப் பார்ப்போம்'' என்றான். அம்மாவிடம் சொன்னதற்கு, ''ஏல நாயி, மோதிரத்த அடகு வச்சா லே, கல்யாணத்துக்குப் போகணும்'' அப்படீன்னாங்க. அவனுடைய அம்மா எப்பவும் அப்படித்தான் கூப்பிடுவா. சிரிச்சமானிக்கித்தான் பேசுவா; நல்ல சங்கீதம் தெரியும்; வீணை வாசிப்பாள். வாசிச்சுக் கேட்டதில்லை. ஆனால் வீணை வாசிக்கிற மாதிரி போட்டோ இருக்கும். ஏதாவது ராகத்தை முணுமுணுத்துக் கொண்டிருப்பாள். சஷ்டிக்கு விரதம் இருந்தால், கவசம் பூராவையும் (முழுவதையும்) ராகத்தோடு பாடிக் கொண்டிருப்பாள். ''மனமே முருகனின் மயில் வாகனம்'' பாட்டென்றால் ரொம்பப் பிரியம். ''இது, இந்தோளம்தானே'' என்று ஒரு முறை கேட்டேன், ''இல்லையே, அப்படித்தானா'' என்று மனசுக்குள் பாடிப் பார்த்துக் கொண்டு, ''ஆமா, இந்தோளம்தான். ஆமா, உனக்கு ராகமெல்லாம் ரொம்பத் தெரியுமோ'' என்றாள். எனக்கு சினிமாப் பாட்டை வச்சுக் கொஞ்சம் தெரியும். லாலா மணி எப்பவாவது சொல்லுவான் - இது இன்ன ராகம் என்று - படம் பார்க்கையில். நான், கெத்தாக, ''ஏன், உங்களுக்கு மட்டும்தான் தெரியணுமோ, நாய்க்கும் ராகம் தெரியும்'', என்றேன். ''எங்கே, அம்சத்வனிக்கு ஸ்வரம் சொல்லு, பார்ப்போம்'' என்றாள். நான், 'அகத்தியர்' படத்தில் வருகிறதை வைத்து, ''ல லா லா'' என்று ஏதோ உளறினேன். ''ஏய் மூதேவி, பாடீட்டு'' என்று தலையைப் பிடித்து ஆட்டி, நாடியைத் தொட்டு முத்தமிட்டுக் கொண்டாள். ''ஆமா, கொஞ்சு, இருபத்தி அஞ்சு வயசு நாயை'' என்று முருகானந்தமும் சிரித்துக் கொண்டான். ''அவன் கதை விடுதாம்மா; ஒரு எளவும் தெரியாது, பயலுக்கு'' என்றான் முருகானந்தம்.

அவள் போய் செட்டியாரிடம் சொல்லி, ஐம்பது ரூபாய் வாங்கி வந்து விட்டாள். ராத்திரி பத்து மணிக்கு எக்ஸ்பிரஸ் பஸ், திருச்சிக்கு. அப்பாவிடம் போய் ரொம்ப நாளைக்கு அப்புறம் பேசினேன்; ''நான் தஞ்சாவூர்வரை போய்ட்டு வாரேன்; ஃப்ரெண்டோட கல்யாணம்; அவன் வேலை வாங்கித் தருவதாகச் சொல்லியிருக்கிறான்'' என்றேன். ''இப்பவா, எனக்கு உடம்பு ரொம்ப முடியலையே'' என்றார். ''அதெல்லாம் ஒண்ணும் ஆகாது'', என்று சொல்லிவிட்டுக் கிளம்பும்போது, கட்டில் அடியிலிருந்த ஒரு சின்ன டிரங்குப் பெட்டியை எடுக்கச் சொன்னார். அதில், வீட்டு வாடகை ரசீதுகள், ஏதோ சில அடையோலைகள், (நிலத்தைப் பயிர் வைக்கிற சம்சாரி எழுதித் தரும் ஒப்பந்தம்).

‘‘டிருநெல்வேலி -டூட்டிகுரின் எலக்ட்ரிக் சப்ளைஸ், ரெஸிடெண்ட் எஞ்சீனியர் சீனிவாசன் கையெழுத்துப் போட்ட, தனியார் மின்சாரக் கம்பெனியின் - அது தமிழ்நாடு மின்வாரியத் துடன் இணைக்கப் பட்டு விட்டது - டிப்பாஸிட் ரசீது இடையே திருநெல்வேலி நகர்க் கூட்டுறவு பாங்கு கடன் புஸ்தகம். அதிலிருந்து ஒரு ஐந்து ரூபாயை எடுத்துத் தந்தார். வாங்கிக் கொண்டேன். அழுகை முட்டிக்கொண்டு வந்தது.

வழியெல்லாம் நல்ல தூக்கமில்லை, பஸ்ஸில். கண்டகண்ட கனவு. விபத்து நடக்கிற மாதிரி, வாட்ச்கட்டிய, மணிக்கட்டிலிருந்து துண்டாகிக் கிடக்கும் ஒரு கை தோன்றிக் கொண்டே இருந்தது, கனவில். தெருவில் நடந்து கொண்டிருக்கிறேன்; தெரு அகலத்துக்கு, ஆள் உயரத்துக்கு, தூரத்தில் வாய்க்கால்த் தண்ணீர் போல வெள்ளம், தூரத்தில் வருகிறது; கனவு. எப்படியோ திருச்சி போய், கும்மோணம் பஸ் பிடித்து சுவாமிமலை சேர்ந்தபோது நல்ல பசி. ஜெயபாரதி (‘குடிசை’ ஜெயபாரதி) இருந்தான். அவன் தங்கை பாரதிதான் மணப்பெண். ‘‘சற்று பொறு, சாதம் ஆகிவிடும்; சாப்பிடலாம்’’ என்றான். காபி சாப்பிட வெளியே போனோம். அவன் அப்போது ‘தினமணி கதிர்’ல் இருந்தான். என்னுடைய சிறுகதை ஒன்று அதில் வந்திருந்தது. - ‘கண்ணாடி ஜன்னலில் விட்டெறிந்த கல்’- அதற்காக, 75/- ரூபாய் விரைவில் வரும் என்றான். மோதிரத்தை மீட்டு விடலாம் என்று நினைத்தேன். ‘‘கும்மோணம் போய் காவேரியைப் பார்க்கணும்; அதற்காகவே சீக்கிரம் வந்து விடு’’ என்று ராஜு சொல்லியிருந்தான். ஆனால் காவேரியில் சொட்டுத் தண்ணீர் இல்லை. ராஜுவும் மாலையில் தான் வருவான் என்றார்கள். சுவாமிமலைக் கோயிலேறி இரவில், காத்தாட உட்கார்ந்து பேசிக் கொண்டிருந்தோம்; நான், ஜெயபாரதி, ‘அலிடாலியா’ ராஜாமணி, ‘இடைவெளி’ சம்பத், ராஜுவின் தம்பி, ஆர். வி. சுப்பிரமணியன், நா. விச்வநாதன் என்று எல்லோரும். அனேகமாய், எல்லோரும் சம்பத்தைத்தான் கேலி செய்து கொண்டி ருந்தார்கள், அவன் மனைவிக்கு அடங்கி ஒடுங்கி நடப்பதாக. அவனும் கூச்சமாக, சிரித்துக் கொண்டிருந்தான். அவனது அந்த பிரபலக் குறுநாவலும், எனது ‘சுயம்வரம்’ குறுங்காவியமும் ஒரே ‘தெறிகள்’ இதழில் வெளிவந்திருந்தன. அவனா அந்த நாவலை எழுதியது என்று எனக்கு ஆச்சரியம். எனக்கு டி. டி. கே.யில் கிடைக்க இருந்த வேலையை, திடீரென்று, தற்கொலை செய்து கொண்டுவிட்ட ஒரு வாட்ச்மேன் பையனுக்குக் கொடுக்கவேண்டி

வந்து விட்டதாக ராஜு சொன்னான். பர்ச்சேஸ் டிபார்ட்மெண்டில், அசிஸ்டண்ட் வேலைக்கு உத்தரவெல்லாம் தயாராகிக் கடைசி நேரத்தில் மாறிவிட்டதாகச் சொன்னான். அந்தப் பையனுக்கு டைப் அடிக்கத் தெரிந்திருந்தது ஒரு காரணம் என்று சமாதானம் சொன்னான். என்னை ஏதோ வெள்ளம் அடித்துக்கொண்டு போவதாக உணர்ந்தேன்.

காலையில், ஒரு பம்ப் செட்டுக்குப் போய்க் குளித்து விட்டு, காபி சாப்பிட்டோம். மாலன் வந்து விட்டான். அவன், அப்போது தஞ்சாவூரில் இருந்தான். அவன், ராஜாமணி, நான், எல்லோரும் காலையில் கோயிலுக்குக் கிளம்பினோம். அவர்கள் சற்று முன்னே நடந்து கொண்டிருந்தார்கள். நான் முழுக்கைச் சட்டையை மடித்து விட்டபடியே தொடர்ந்து கொண்டிருந்தேன். கோயிலின் அடிவாரத்தையொட்டிய, வடக்கு வீதி. பாதித் தெரு வந்திருப்பேன்; தெரு ஓரமாய் இருந்த குப்பைத்தொட்டி அருகே நின்றுகொண் டிருந்த ஒருவன், ஒரு கையில் அரிவாள், இன்னொரு கையில் நல்ல உருட்டுக்கட்டை, திடீரென்று எங்களை விரட்டத் தொடங் கினான். அவர்கள் எல்லோரும் கிழக்காக ஓடிவிட்டார்கள். நான் மாட்டிக் கொண்டேன். திரும்பி ஓட முயலுகையில், கால் இடறிக் கீழே விழுந்து விட்டேன். அருகில் யாரும் இல்லை. அவன் கட்டையை ஓங்கினான். நான், "அந்தா, அவங்க அங்க ஓடிட்டாங்க" என்று அலறினேன். அதற்குள் ஒரு பலமான அடி, தலையில் விழவேண்டியது; இடது கையால் தாங்கிக் கொண்டேன். நல்ல வேளை, அரிவாள் இடுப்பில் தொங்கிக் கொண்டிருந்தது. அதற்குள், மேற்கே நின்று கொண்டிருந்த சிலர், "பிடிலே; பிடிலே" என்று ஓடிவந்ததும் அவனும் ஓடிவிட்டான். அவன் ஒரு துப்புரவுத் தொழிலாளியாம்; மனைவி ஓடிப்போனதில் பைத்தியமாகி விட்டவனாம்.

கோயிலுக்குப் போகாமல் கல்யாண மண்டபத்திற்கு வந்து, (சாமண்ண செட்டியார் சத்திரம்.) படுத்து விட்டேன்; கை, வலி யெடுக்க ஆரம்பித்தது. சாப்பிடத் தோன்றவில்லை. இடுப்பிலும் அடிபட்டிருந்தது. யாரோ கட்டாயப்படுத்திச் சாப்பிட வைத்தார்கள்; ராஜாமணி என்று நினைவு, அயோடெக்ஸ் வாங்கி வந்து தடவி விட்டான். கல்யாணம் முடிந்து, சீட்டுக் கச்சேரி ஆரம்பித்தது. சம்பத்துக்கு சந்தோஷமோ சந்தோஷம். அவன் மனைவி சீட்டு விளையாட அனுமதி தந்து விட்டதாக யாரோ சொல்லிக் கொண்டிருந்தார்கள். என்னால் சீட்டைக் கையில் பிடிக்கக்கூட

முடியவில்லை. வேறு யாராவதுதான் எனக்குப் பதிலாக சீட்டைக் கலைத்துப் போட்டார்கள். ஆனால் அப்படி கார்டு பிடித்தது; கார்டுக்கு பத்துப் பைசா. பணம், நூற்றுக்கணக்கில் சேர்ந்தது. வலி, சற்று குறைந்த மாதிரி இருந்தது. கோயிலுக்குப் போனோம். எனக்கு பயமாயிருந்தது. இருந்தாலும் போனோம். நல்ல கூட்டம். இரண்டு, மூன்று பேர் அர்ச்சனைக்கு பூ, பழம் எல்லாம் வாங்கினார்கள். நான் ஒரு நாளும் வாங்காதவன், அன்று வாங்கினேன். அர்ச்சனைத்தட்டைக் குருக்களிடம் கொடுக்கும்போது, பேரும் நட்சத்திரமும் கேட்டார். நான் அப்பா பெயரையும் நட்சத்திரத்தையும் சொன்னேன். சொல்லி முடிக்கவும், பவர் கட் ஆகியது. கோயிலே இருண்டது.

மணி, பதினொன்றரை இருக்கும்; மனசை என்னவோ செய்தது. சாப்பாடு சரியாகவே இல்லை. ராஜூவிடம் சொல்லிக் கொண்டு கிளம்பினேன். அவன், தம்பியிடம் சொல்லி நூறு ரூபாயும், வாத்தியாரிடம் சொல்லி வெற்றிலை - பாக்குடன் நாலணாவும் தரச் சொன்னான். நா. விச்வநாதனுடன் பேராவூரணிக்குக் கிளம்பினேன். அவனும் ராஜூ மாதிரி ஒரு நல்ல ஃப்ரெண்ட். அவனுடன் அன்று பூராவும் தங்குவதாகத் திட்டம். கை, வேதனை கூடியது. அவன் வீட்டில் வென்னீர் ஒத்தடம் எல்லாம் கொடுத்தும் கேட்கவில்லை; மனசும் கேட்கவில்லை. ‘‘ஊருக்கு கிளம்பறேண்டா’’ என்று சொன்னேன். அவனும் தஞ்சாவூர்வரை வருவதாகச் சொல்லி, வந்தான். அங்கே பிரகாஷைத் தேடிப் போனோம். உடையார் காலனி வீடு. அவரது அம்மா, டாக்டர். அவரிடம் காண்பித்து ஏதாவது ஊசி போட்டால் தேவலாம் போலிருந்தது. அவர்கள் இல்லை. பிரகாஷூம் கூடவே வந்து திருச்சிக்கு பஸ் ஏற்றி விட்டார். திருச்சியில் எப்படியோ மதுரைக்கு பஸ் கிடைத்தது. மதுரையில் இருந்து திருநெல்வேலிக்கு பஸ் பிடித்து வந்து, வீட்டருகே இறங்கும்போது, சொந்தக்காரக் கூட்டம் ஒன்று பஸ் ஸ்டாப்பிலேயே காத்திருந்தது. பஸ்ஸை விட்டு இறங்கியதும் யாரோ என்னிடமிருந்து பையை வாங்கினார்கள். வாங்கிக் கொண்டே, ‘‘தந்தி கிடச்சுத்தான் வாறியா; அப்பா போய்ச் சேர்ந்தாச்சு’’ என்றார்கள். போத்தி ஓட்டல் பக்கம் கூடிநின்றவர்களெல்லாம், ‘‘வந்துட்டான், வந்துட்டான்’’ என்று சொல்வது கேட்டது. பையை வாங்கிக்கொண்டது, ஒரு முறையில் மாமா. அவனிடம் மெதுவாகக் கேட்டேன், ‘‘எப்ப’’ என்று. ‘‘அது, நேத்து காலையில் பதினோரு, பதினொன்னரை மணி இருக்கும்’’

என்றான். கோயிலில் கரண்ட் கட் ஆனதும் இதே நேரம்தான். அப்பாவின் ஈமச்செலவுக்கு இருநூறு ரூபாய்க்கு மேல் இருந்தது. பாதிப் பணம், சீட்டு விளையாட்டில் கிடைத்தது. சம்பாதித்தது. சடங்கைச் சரியாகக்கூடச் செய்ய முடியவில்லை. கைவலி. பைத்தியக்காரனை, பைத்தியக்காரன் பார்த்த பார்வை. அப்பாவைக் குளிப்பாட்டக் கொண்டுபோகும்போது, எங்கிருந்தோ வந்த கோயிலாச்சியும் சங்கம்மாளும் மேலேயே விழுந்து அழுதார்கள். இன்னும் நேரமாவதற்காக எல்லோரும் சலித்துக் கொண்டார்கள். அம்மா, ''என்னைப் பெத்த தங்கக்கட்டி'' என்று அழுது கொண்டிருந் தாள்; யாரை அப்படிச் சொல்கிறாள் தெரியவில்லை. நேற்றுக்கூட அவள் அதிகமாய் அழவில்லை என்று பெண்கள் சொல்லிக் கொண்டிருந்தார்கள்.

இன்று, சீனிக்கிழங்குப் பஞ்சத்தைக் கேட்டதும் கொதித்துப் போயிற்று மனசு. இன்னம் கொஞ்ச நாளில் வேலை கிடைக்க வாய்ப்பிருக்கு. அதற்குள் என்ன செய்வது. திடீரென்று நினைவு வந்தது; அப்பா, அபூர்வமாய்க் கடன் கேட்கும் கோயிலாச்சியின் வீடு, அடுத்த தெருவில் இருந்தது. பெரிய பணக்காரக் குடும்பம். தூரத்து உறவு. ஒரு ஆச்சியும் அவள் மகளும் இருந்தார்கள். அம்மாவையும் அந்த ஆச்சிக்கு ரொம்பப் பிடிக்கும். மகள், இப்போது இங்கே இல்லை. தந்தி ஆபீஸில் வேலை. ஆச்சிக்கு சில பண வரவு - செலவுகளில் அப்பாதான் உதவுவார்கள். ஆனால் ரொம்பக் கண்டிப்பானவள். புருஷன் இல்லாத சொத்து, யாராவது ஏமாற்றிவிடக் கூடாது என்பதில் சர்வ ஜாக்கிரதையாய் இருப்பாள்.

விளையாடப்போன மகனைக் காணோம் என்று தேடிக் கொண்டு வந்த சங்கம்மாளை, கருக்கலில், அரைப் பைத்தியமாய்த் திரிந்து கொண்டிருந்த சொக்கன்,திடீரென்று கட்டிப் பிடித்துக் கொண்டு விட்டானாம். நல்லவேளை, விளக்கு வைக்கிற நேரமா யிருந்ததால், தெருவில் நடமாட்டம் அதிகமில்லை. வேற யாரும் பார்க்கவில்லை. பைத்தியக்காரன் ரொம்ப முன்னேறும் முன், தற்செயலாக வந்த அப்பா, அவனிடமிருந்து சங்கம்மாளைக் காப்பாற்றினாராம். யாரும் பார்க்கவில்லையே தவிர, அரசல் புரசலாக விஷயம் பரவி விட்டது. சங்கம்மாள், வேறு ஊருக்கு மாறுதல் வாங்கிவிட்டுப் போய் விட்டாள். ஆச்சி, தினமும் பெரியகோயில் போகாமல் இருக்க மாட்டாள். திருவிழா என்றால் சாமி புறப்பாடு செய்வதிலிருந்து தொடங்கி, வீதி வலம் வரும் போது கூடவே வந்து, கோயிலில் கொண்டுபோய்ச் சப்பரத்தைச்

சேர்த்த பின்னர்தான் வீடு வருவாள். அதனால்த்தான் கோயிலாச்சி என்றே பேர், அவளுக்கு. இதற்குப்பின் அவளும் கோயிலுக்கே போவதில்லை.

கோயிலாச்சியிடம் போய் நின்றேன். விஷயத்தைக் கேட்டாள். ''அடப்பாவி மக்களா, படிச்ச பய நீ வீட்டில இருந்தும் இந்தப் பஞ்சமா? கோமுக்குத்தான் புத்தியில்லையா, ஏன்ட்ட, கேக்கதுக்கு என்ன. இந்தா இன்னக்கித்தான் மணி ஆர்டர் வந்துது, சங்கம்மாள்ட்ட இருந்து. வச்சுக்கோ, வேலை காயம் ஆயிரும்ன்னு ஆவு வீட்டில சொன்னாகளே, ஆனதும் குடு. உங்க அப்பாவோ சங்கம்மாவோ இங்கே இருந்தா எனக்கு உதவியாயிருக்கும். என்ன செய்ய, வீட்டுக்கு வீடு வாசப்படி'' என்றபடி, ''நீயாவது கூறோட இரு'' என்றாள்.

இனிமேல் கனவுகளுக்கு இடமில்லை என்று முடிவு செய்தேன். ராஜூ சொன்னது மாதிரி, எப்படியும் ஒரு வேலை கிடைத்து விடும், பனி விலகி விடும் என்று நம்பிக்கை வந்தது.

●

20

நாலுபேருக்கு...

அழைப்புக்காரச் செட்டியார் நல்ல உயரம். கருகருவென்றிருப்பார். வழுக்கைத் தலை. அரைப் படிக் கடலையை ராத்திரியே ஊறப் போட்டிருப்பார். காலையில் ஆற்றுக்குப் போய் ஒரு குளியல். மத்தியானத்துக்கு ஒரு சோற்றை மட்டும் வடித்து வைத்து, அப்புறம் கடலையை வெந்து, தாளித்துச் சுண்டலாக்கி விற்கக் கிளம்பி விடுவார். கல்யாணம், கார்த்திகை நடைபெறாத சூனிய மாதங்களில்தான் இப்படி. மற்ற காலங்களில் விசேஷ வீடுகளுக்கு, ஊர் அழைப்பதற்குப் போய் விடுவார். அவரோடு வீட்டுப்பெண்களும் போவார்கள். பெண்கள், பெண்களை அழைப்பார்கள். இவர் ஆண்களை அழைப்பார். ''சம்பந்தமூர்த்தி கோயில் தெரு, அச்சுக் கூடத்துப் பிள்ளை வீடு, சீமான்பிள்ளை மகளுக்கும், தென்காசி பாப்பா காபித்தூள்க் கம்பெனிக்காரவுக மகனுக்கும் ஆனி மாசம், இன்ன தேதி இத்தன மணிக்கி, பொண்ணு வீட்டில வச்சுக் கல்யாணம்; முந்தின நாள் ராத்திரி மாப்பிள்ளை அழைப்புச் சாப் பாட்டுக்கும், மறுநாள் காலைச் சாப்பாட்டிற்கும், முகூர்த்தத்திற்கும், மத்தியானச் சாப்பாட்டிற்கும் அழைச்சிருக்கு'' என்று கடகடவென்று சொல்லி அழைத்து, ஒரு பத்திரிகையை அந்த வீட்டின் ஆண்கள் கையில் கொடுப்பார். கட்டாயம், ஆண்கள் கையில்தான் கொடுக்க வேண்டும். வீட்டில், பெரிய

ஆண்கள் இல்லையென்றால், சின்னப் பையன்களிடமாவது கொடுக்க வேண்டும். யாருமே இல்லையென்றால் மட்டுமே பெண்களிடம் கொடுப்பார். அவர் சொல்லி முடிக்கக் காத்திருந்தது போல,பெண்கள் ஆரம்பிப்பார்கள்; ஆனால் இது அவ்வளவு கச்சிதமான ஒப்பித்தலாக இருக்காது.

யார் யார் வீட்டுக்கு, எதற்கெல்லாம் அழைப்பு என்பது அவருக்கு அத்துபடி. யார், யாருக்கு முதல் சுற்று உறவினர், யாரைக் காலை சாப்பாட்டிற்கும் அழைக்க வேண்டும், யாரை முகூர்த்தம் மற்றும் மதியச் சப்பாட்டுக்கு மட்டும் அழைக்க வேண்டும் என்றெல்லாம் வீட்டுக்காரர்களுக்கு மறந்தால்கூட அவருக்கு மறக்காது. அதற்காகவே அவர் சொன்ன பிறகு, பெண்கள் துவங்குவார்கள். யாராவது கிழவி, ''வேய், செட்டியாரே, காலைச் சாப்பாடுக்கு அழைப்பு உண்டா'' என்று குறிப்பாகக் கேட்பார்கள். அதுல ஒரு குசும்புகூட இருக்கும். செட்டியார் இதுக்கெல்லாம் அசராத ஆள். ''ம்ஹூம், கிடையாது'' என்று சொல்லிவிட்டு, வாயில் ஏதோ மிட்டாய் போட்டிருந்து, அது நன்றாக ஊறி இனிப்பான எச்சிலாய்ச் சேர்ந்திருந்தாற்போல, வெறும் வாயை உறிஞ்சி, எச்சில் விழுங்கிக் கொள்வார். பெண்களோ, ''அதுக் கென்ன ஆச்சி, உங்க வீடுதான, எப்ப வேணுன்னாலும் வாங்க'' என்று அசடுவழிவார்கள்.

பெரிய அக்கா கல்யாணத்திற்கு அழைக்க, வீரராகவபுரம் என்கிற ஜங்ஷன், ஸ்ரீபுரம், கொக்கிரகுளம், வண்ணார்பேட்டை என்று, டவுணிலிருந்து தள்ளி இருக்கும் சில வீடுகளுக்கு அழைக்க, பெரிய வரிசையார் (சீர்வரிசை கொண்டு வருவதனால், அண்ணன் மனைவியை வரிசையார் என்று அழைக்கிறார்களோ) இன்னும் சில உறவுக்காரப் பெண்களுடனும், அழைப்புக்காரச் செட்டி யாருடனும் ராமையாபிள்ளை வில்லுவண்டியில், ''நானும் வரேன்'' என்று கிளம்பினேன். அப்பா தடுத்தார், ''அவ்வளவு தூரம் ஒன்னால அலைய முடியாதுல'', என்று. நான், ''அதெல்லாம் போயிருவேன்'', என்று கிளம்பி விட்டேன். எட்டு, ஒம்பது வயதிருக்கும்.

ஜங்ஷன் போகிற பாதை, குளுமையா இருந்தது. ரெண்டு பக்கமும் மருத மரம். பார்வதி டாக்கீஸ் அப்ப கிடையாது. ரத்னா டாக்கீஸ், அதே லைட் ஊதாக் கலர் பெயிண்டில். 'வீரக்கனலோ' 'வஞ்சிக்கோட்டை வாலிபனோ' ஜெமினி கணேசன் நடிச்ச ஒரு

சரித்திரப் படப் போஸ்டர் ஒட்டியிருந்த நினைவு. ஒன்றிரண்டு, ஈயக் கலர் அடித்த டி. எம். பி. எஸ். பஸ்களும், புதிதாக ஓடுகிற ஸ்ரீபாலசரஸ்வதி பஸ்ஸுᵐம் தவிர, வேறு போக்குவரத்தே இல்லை. ராமையாபிள்ளையிடம் கெஞ்சிக் கூத்தாடி, அவர் அமருகிற கோஸ் பெட்டியில் நான் உட்கார்ந்து கொண்டேன். பாலசரஸ்வதி பஸ்ஸில் கடிகாரம் பொருத்தியிருந்தது, அப்போதைய ஆடம்பரச் செய்தி. டி. எம். பி. எஸ். பஸ்ஸுக்கு ஒரு ஒல்லியான ஐயங்கார், டைம் கீப்பர். ஒற்றை நாமத்துடன், சந்திப் பிள்ளையார் முக்கு ஸ்டாப்பில் இருப்பார். நேர சுத்தமாக ஓடும் டவுண் பஸ்கள், அப்போதெல்லாம். திருநெல்வேலி மோட்டார் பஸ் சர்வீஸ் (டி. எம். பி. எஸ்.) தொழிலாளர்களால் நடத்தப்பட்டு வந்தது. அதேபோல் ஓய்வுபெற்ற ராணுவவீரர்களால், கூட்டுறவு அடிப்படையில், நடத்தப்பட்ட எக்ஸ் சர்வீஸ் மென் பஸ் செங் கோட்டைக்கு உண்டு. அது வேகமாகப் போகும். அதில் போவ தென்றால் எங்களுக்கு குஷி. முதலில் ஸ்ரீபுரம் போனோம்.

ஸ்ரீபுரம்தான் அப்போதைய தனவந்தர்களின் காலனி. பெரிய பெரிய வீடுகள்; வீட்டைச் சுற்றி மரங்களும் தோட்டமும். 'நம்ம சொந்தக்காரங்க இவ்வளவு பெரிய வீடுகளில் இருக்கிறார்களா' என்று தோன்றியது. பழனியிடம் போய்ச் சொல்ல வேண்டும். அவந்தான் அடிக்கடி, ''நீ, ஸ்ரீபுரம் போயிருக்கியாலே; அங்க பன்னீர்ப்பூமரம்ல்லாம் இருக்கும். வாசனை, மூக்கைத்துளைக்கும்'' என்றெல்லாம் ஆசை காட்டியிருந்தான். அந்த ஸ்ரீபுரத்தைப் பார்த்த சந்தோஷத்தில், 'வீராவரம்' புறப்பட்டோம். ஆனால் கொஞ்ச தூரம் போனதும், பின்னாலேயே நடந்துவந்த அழைப்புக் காரச் செட்டியார், வண்டியில் உட்காருவதற்காக, நான் வண்டிக்குள் உட்கார நேர்ந்தது. அவரைத் தாண்டி வேடிக்கை பார்க்க முடிய வில்லை. வயிறு வேறு பசிக்க ஆரம்பித்து விட்டது. கொக்கிர குளத்தில், நான், வண்டியிலேயே படுத்து விட்டேன். மாட்டை அவிழ்த்துப் போட்ட வண்டி, சாய்வாக நின்றது. படுத்தே கிடக்கவும் முடியவில்லை. வண்டியின் பின்பக்கமாக நகர்ந்தால், ராமையா பிள்ளை சத்தம் போடுவார், ''வண்டி குடை சாஞ்சிரும், முன்னாலயே உக்காருல; பேசாம வீட்லயே கிடக்க வேண்டியதுதானலே.'' பசியோடு வீடு திரும்பும்போது, காய்ச்சல் வரும் போலிருந்தது. சாப்பிட்டதும் சரியாய்ப் போய் விட்டது. காணாததற்கு, ஆயிரக் கணக்கில் லட்டு செய்து, மச்சு வீட்டின் நடுஹாலில், வெள்ளைத் துணி விரித்து ஆற வைத்திருந்தார்கள். சின்ன அக்கா கிட்டு,

கூப்பிட்டுப் போய் காண்பித்தாள். எடுக்கப் போனபோது அடிக்க வந்தாள். அப்பா, ''எடுத்துக்கடா'' என்றதும், இரண்டை எடுத்து, இரண்டிலும் கொஞ்சம் கொஞ்சம் கடித்துவிட்டு, அக்காவைப் பார்த்துப் பழிப்புக் காட்டினேன். அவள், 'எனக்குலெ' என்று கேட்டபோது, ''கிட்டு, லட்டு, குட்டு'' என்று சொல்லியபடி ஓடினேன்.

அழைப்புக்குப் போவதைத் தவிரவும், செட்டியார் செய்கிற வேலை இன்னொன்று உண்டு. ஒரு வீட்டில் யாராவது வயதானவர் இறந்துபோனால், அவரது மகளோ பேத்தியோ, சாவு நடந்த எட்டாம் நாள், உறவினர் வீடுகளுக்குக் கொண்டைக்கடலை அல்லது பச்சைப்பயிறு போடுகிற வழக்கமுண்டு. மகள் என்றால் கொண்டைக்கடலை; பேத்தியென்றால், பச்சைப்பயிறு. மூடை மூடையாக வாங்குவார்கள். அரைக்கால் படியோ, கால் படியோ எல்லா உறவினர் வீடுகளுக்கும் கொண்டு போய்ப் போட வேண்டும். அதைச் செய்கிற வேலையையும் அவரே சரியாகச் செய்வார். ஒரு கூட்டுக்குடும்பத்தில் திருமணமாகி, மகனும் அங்கேயே வசித்து வந்தால், இரண்டு பங்கு போட வேண்டும். அதைப் பாத்திரத்தில் வாங்கக் கூடாது. தரையில், செட்டியாரே அளந்து தட்டி விடுவார். ஒரு ஆவலாதி வராது.

ஆற்றில், ஒவ்வொருவருக்கும் பிடித்தமான படித்துறை உண்டு. அங்கே குறிப்பிட்ட நேரத்திற்கு, குறிப்பிட்ட சகாக்களுடன், பேசியபடியே குளிக்கிற சுகமே தனி. நாங்கள் முன்னடித் துறையில் குளிப்போம். இளவட்டங்கள் குளிக்கிற இடம், பொது வாகவே, அங்குதான். அங்கே இழுப்பு, அதிகமிருக்கும். அதை எதிர்த்துக் குளிப்பது ஒரு சுகம். கொஞ்சம் வயசானவர்கள் என்றால், கோயில் படித்துறை. கருப்பன் துறையில்தான் மயானம். அங்கிருந்து சற்றே கிழக்காக வந்தால் அமாவாசைச் சாமியார் சமாதியான நந்தவனம். அதற்குப் பின்னால் ஒரு படித்துறை. அதில் ஏதாவது துஷ்டிக்குப் போய் வந்தால் மட்டுமே நாங்கள் குளிக்கிற வழக்கம். அந்தப் படித்துறைக்குப் பெண்களே வருவதில்லை. ஏனென்றால், மயானக்கரைக்குப் பெண்கள் வர அனுமதியில்லை. அந்தப் படித்துறை, பேணுவார் இல்லாமல், சற்று படிகள் உடைந்தும், சாய்ந்தும் இருக்கும். ஆறு, ஏதாவது ஒரு வெள்ளத்தில் சட்டென்று திசை மாறி, படித்துறையை விட்டுத் தள்ளியே ஓடும். இது கொஞ்ச நாளுக்குத்தான். அந்த நேரங்களில், படித்துறை தனியே, துருத்தலாக, மணல்வெளியில்

அனாதையாகக் காத்திருக்கும். நந்தவனத்துறை இடத்தில் ஆறு சற்று அகலமாக இருக்கும். அதனால் படித்துறையை விட்டுத் தள்ளி ஓடினாலும், குளிப்பதற்கு வாகாக மணல்விரிப்பு நன்றாக இருக்கும். பாறைகளும் அவ்வளவாக இருக்காது. நீந்திக்கொண்டே எதிர்க் கரைக்குப் போனால் நல்ல புல்வெளியாக இருக்கும். கனமான, அடர்த்தியான புல். அது மேலப்பாளையம் கரை. அனேகமாக, முஸ்லீம் பெண்கள் குளிக்கிற கரை. அவர்கள், துவைப்பதற்காகவே ஆற்றுக்கு வருகிற மாதிரி, அகலப் பாத்திரங்களில் துணியும் பாயும் நிறையவே எடுத்து வருவார்கள். பாய் முடைவது மேலப்பாளையத்தில் நிறைய உண்டு. அதனால் எல்லாப் பெண்களின் அழுக்கு மூட்டையிலும் கண்டிப்பாக ஒரு பாயாவது இருக்கும். ஈரத்துணிகளைப் பிழிந்து, ஏனத்தில் அடுக்கி, அதன் மேல் ஈரஞ்சொட்டுகிற பாயை வைத்துக் கரையேறிப் போகும்போது, ஆற்றில் குளித்துக்கொண்டே வெண்மையான கால்களைப் பார்ப்பது ஒரு அனுபவம். பெரும்பாலும், லுங்கி அணிந்த கால்களில் கொலுசு இருக்காது, அப்படியே இருந்தாலும் அதில் சலங்கைகள் இருக்காது.

அமாவாசைச் சாமியார் படித்துறைக்கு அவ்வப்போது போவதுண்டு. அங்கே குளிக்கும்போது மனநிலை வேறு மாதிரியாக இருக்கும். யாரையாவது எரியூட்டிவிட்டு வந்து குளிப்பதால், சற்று நேரம் ஒரு மௌனம் எல்லோரிடத்தும் நிலவும். பெரும்பாலும், அது நடு மத்தியான நேரமாகத்தான் இருக்கும். வெயிலில் குளிப்பது சுகமாயிருக்கும். மயானத்தில் சிதை எரியூட்ட ஏற்பாடுகள் நடந்து கொண்டிருக்கும்போது, பக்கத்துத் தகர ஷெட்டில் அமர்ந்திருப்போம். அந்த சிமெண்டுத் தரையை அவ்வளவு வழவழப்பாகப் பூசிய கொத்தனார் யாரோ என்று நினைத்துக் கொள்வேன். காற்றும் சுகமாய் வரும். கல்த் தூண்களின் மேல் தகரம் வேய்ந்திருக்கும். சுற்றுச்சுவர் எதுவும் கிடையாது. தளத்தின் ஓரம் சற்றே சாய்வான மேடாயிருக்கும், தலையணை மாதிரி. படுத்துக்கொண்டால், தூக்கம் கண்ணைச் சுழற்றும். மனம் தானாகவே, ''நம் வாழ்வில் காணா சமரசம் உலாவும் இடமே,'' என்று பாடும். பள்ளிக் கோட்டை ரத்தினம் பிள்ளை அத்தான்தான் இந்தப் பாட்டை, யார் வீட்டுத் துட்டியின் போதோ, சொல்லிக் காண்பித்தது. அத்தான் எப்போதும் சிரித்துக் கொண்டே இருப்பார். பத்து வார்த்தைக் கொரு தரம், ''என்னவே,

நான் சொல்றது'' என்று கேட்டு, சத்தமாய் ஒரு சிரிப்புச் சிரிப்பார். எனக்கு வேலை கிடைத்ததற்கு அவருக்கும் கணிசமான பங்கு உண்டு.

யாருமில்லாதபோது தனியாக வந்து ஒரு நாள் இங்கே தூங்க வேண்டும் என்று நினைப்பேன். ராமுவின் அப்பா - ஆறுமுகம் பிள்ளை - ஒரு காலத்தில் பெரிய தவசுப் பிள்ளை. மகாத்மா காந்தி, எங்கள் தெருவில் சாவடிப்பிள்ளை வீட்டிற்கு வந்து விருந்தினராகத் தங்கி இருந்தபோது, அவர்தான் சமையல். காந்திக்காகவே முதன்முதலாகத் திருநெல்வேலிக்குத் தக்காளிப் பழத்தை ஆறுமுகம்பிள்ளை வாங்கி வரச் செய்தார் என்று அம்மா அடிக்கடிச் சொல்வாள். எங்கள் காலத்தில், ராமுவின் அப்பா சமையலை மேற்பார்ப்பதில்லை. ஆனால் விரும்பிக் கேட்டால், ஆக்குப்பிறைக்கு வந்து ருசி பார்த்துச் சொல்வார்கள். வாசனையை வைத்தே சொல்லி விடுவார். ''ஏல, ஏல, ரசத்தில ஒரு கை உப்பு போடுலே; ஏய் பேராச்சி, அவியலை அடிப் புடிக்க விடாதலெ; இன்னும் கொஞ்சம் நயம் தேங்காயெண்ணய விட்டு சட்டாப் பையாலெ கிண்டி விடு'' என்று மளமளவென்று உத்தரவு பறக்கும். ''ஒரு மூக்கு வாளியக் கொண்டாலெ'' என்று கட்டளையிட்டு வாங்கிப் பச்சைக் கற்பூரம், குங்குமப்பூப் போட்டு, ஒரு பக்காத் தண்ணீர்விட்டு நன்றாகக் கரைக்கச் சொல்வார். ''பச்சைக்கற்பூரம் நல்லா கரஞ்சிருக்கா'' என்று பத்து தடவையாவது கேட்பார். அது, போட்டாலே கரஞ்சிரும்; சமயத்தில், ஒரு துணுக்கு கரையாது. அது, பல்லில் ஒட்டிக் கொண்டால், ''சூடனைச் சவைச்ச மாதிரி இருக்கும்'' என்று அவரே சமாதானம் சொல்லிக் கொள்வார். அதைப் பாயசத்தில் சேர்த்த பின்தான், பாயசத்திற்கே ஒரு ருசி வரும். அவரிடம் தொழில் படிக்காத தவசுப்பிள்ளைகளே திருநெல்வேலியில் இருக்க முடியாது. நான் தூக்கமாத்திரைகளை விழுங்கிவிட்டுப் பிழைத்துக்கொண்டதைக் கேள்விப்பட்டு, வெளியில் போவதையே குறைத்துக் கொண்டுவிட்ட அவர், வீட்டுக்கு வந்தார்; ''எங்க அவனை'', என்று கேட்டபடியே மாடிக்கு ஏறி வந்தார். ''ஏய், பைத்தியாரா... இப்ப என்ன வந்துட்டு நமக்கு; என்ன வந்துட்டூங்கேன். வீடு இல்லையா, வாசல் இல்லையா, இல்ல போனாத்தான் வராதா. இன்னம இந்த நெனப்பே கூடாது, ஆமா''. கீழே இறங்கி விட்டார். கீழே சற்று நேரம் அம்மாவிடம் பேசுவது கேட்டது. நான் ஆடிப் போயிருந்தேன். ராமுவுக்கு அப்போதுதான் கல்யாணம் நிச்சயித்திருந்தார்கள். இரண்டு நாள்

கழித்து நிச்சயதார்த்தம். ''ஞாவகமா அவனைக் கூட்டியா'' என்று ராமுவின் தம்பியை அனுப்பி வைத்திருந்தார். ''வயிறு, புண் பட்டிருக்கும்; பரவால்லை; சும்மா எல்லாத்தையும் சாப்பிடு; சாப்பாடுதான் மருந்து. எல்லாம் உரைப்பில்லாம, பக்குவமா இருக்கு'' என்று சொல்லிக் கொண்டிருந்தார்.

மாலை ஆகி விட்டது, அவரைத் தகனம் செய்ய. இருட்டிக் கொண்டு வந்தது. அப்போது மயானக்காவலுக்குச் சரியான ஆளில்லை என்று பேச்சிருந்தது. ராமு, ''யாராவது இங்கே இருந்துட்டு வாங்கப்பா, நாய் நரி இழுத்துப் போட்றாமெ'' என்று அரற்றிக் கொண்டிருந்தான். ''சரி, இருக்கோம்; நீ போ'' என்று கனகு சொன்னான். யாரோ மூன்று பேர் தங்க முடிவெடுத் தோம். ராமு கடையில் வேலை பார்க்கும் தங்கையா, ''நாங்க பாத்துகிடுதோம்; நீங்க போங்க'' என்றான். கொஞ்ச நேரம் இருந்தோம். எட்டு மணி இருக்கும். எங்கிருந்தோ சாராயம் வாங்கி வந்தான். ''ஐயா, இதை வேண்ணா சாப்பிடுங்க,'' என்றான். இதற்குள் ராமு உப்புமா கொடுத்து விட்டிருந்தான். இரண்டுமே சாப்பிடும்படி இல்லை. ஊன் உருகும் வாசனை, பால் பொங்கி அடுப்பில் விழுவது மாதிரி வந்தது. தீ மதமதவென எரிந்து கொண்டிருந்தது. வெட்டியான், கம்பால் குத்துவதா, இல்லை எலும்பு வெடிக்கிற சத்தமா தெரியவில்லை. ''அங்கெ என்ன இருக்கு, எல்லாம் பஸ்ப்பமாயிட்டு; ஐய்யா, இதுக்காக நீங்க இருக்கணுமா'', என்று கொஞ்சம் பனங்கிழங்கு, சுட்டதை எடுத்துக்கொண்டு வெட்டியான் எங்களை நோக்கி வந்தான். சாராயமும் உப்புமாவும் அவனை இழுத்து வந்திருக்கும். கிழங்கின் சூடு, கைபொறுக்க முடியாமல் இருந்தது. ''ஐயா, இது தனியா வெந்தது'', என்று சொன்னான். ஆனால் வேறு எங்கேயும் தீ தென்படவில்லை. எதையும் சாப்பிடவில்லை. கிளம்பி விட்டோம். முன்னடித் துறையில் லேசான வெளிச்சத்தில் ஒரு முனிசிபல் விளக்கு எரிந்து கொண்டிருந்தது. படியில் நின்றவாறே குளித்தோம். வெளியே குளிராக இருந்தது. தண்ணீர் வெது வெதுப்பாக இருந்தது. ஒரு தன் நிதானத்துடன் ஆற்றின் மத்திக்கே நீந்திப் போய்க் குளித்தோம். குளிர் தெரியவில்லை.

மத்தியானம் மூன்று, நாலு மணிக்கு ஆற்றில் குளித்தால், அது வேறு மாதிரி இருக்கும். தண்ணீரின் மேல்ப் பகுதி வெதுவெதுப் பாகவும், உள்ளே முங்கினால் சற்று குளிராகவும் இருக்கும். பொதுவாக, இப்படிக் குளிக்கக் கூடாது என்பார்கள். காய்ச்சல்

வரும். ஆனால் கல்லூரித் தேர்வுக்கு விடுமுறை விட்டிருக்கும் ஸ்டடி லீவில், எனக்கு இந்த நேரமே வாய்க்கும். இந்த நேரத்தில் தான் எல்லா வண்ணாங், வண்ணாத்தியும் உலரப் போட்ட துணிகளை அள்ளிக் கட்டிக் கரையில் வைத்துவிட்டு, குளித்துக் கரையேறுவார்கள். துணிமூட்டையைத் தலையில் வைத்தபடியே தான், குறுக்குத்துறை முருகன் கோயிலில் சாமி கும்பிடுவார்கள். அன்று கோயில் படித்துறையில் குளித்தேன். அழைப்புக்காரச் செட்டியார் குளிக்கிற இடம்.

மாலைச் சூரியன் முகத்தில் தகித்து, ஆற்றுக்குளியல் முடித்த உடம்பில் வியர்வை வழிய வந்து கொண்டிருந்தேன். நாலுபேர் மட்டும் ஒரு உடலைத் தூக்கிக் கொண்டு வந்தார்கள். பாடையைவிட கால் நீளமாய் வெளியே துருத்திக் கொண்டிருந்தது. முன்னாலும் பின்னாலும் யாருமே இல்லை.

சந்திப்பிள்ளையார் முக்கிற்கு வந்தபோது, போத்தி ஓட்டலில் இருந்து வெளியே வந்த பள்ளிக்கோட்டை அத்தான் சிரித்துக் கொண்டே கேட்டார், ‘‘வே மாப்பிள, என்ன, அழைப்புக்காரச் செட்டியார அனுப்பீட்டு வாறேரா,’’ - கேட்டுவிட்டு தன் வழக்கமான சிரிப்பைச் சிரித்தார்.

●

21

மரணம் என்பதே நித்திரையாம்...

செல்லையாவும் நானும்தான், வகுப்பைக் கட் அடித்து விட்டு, திறந்து கிடந்த தரை டிக்கெட் க்யூ வாசலில் நுழைந்தோம். கலர்ப் படங்களே அப்போது அபூர்வம். 'அலிபாபாவும் நாற்பது திருடர்களும்' படத்திற்குப் பின் 'நாடோடி மன்னன்' பகுதி கலர், 'வீரபாண்டியகட்டபொம்மன்', 'கொஞ்சும் சலங்கை', 'ஸ்ரீ வள்ளி'க்குப் பின், 'கர்ணன்'தான் 1964ல் வந்தது. அதுவும், பம்பாய் ஃபிலிம் சென்டரில் பிராஸஸ் செய்யப்பட்டது. கலர் கன்சல்டண்ட் ஜே. எஃப். வாண்டர் அவேரா. தமிழில் ஜெமினியில் தயாரான முதல்க் கலர்ப் படம், ஸ்ரீதரின் 'காதலிக்க நேர மில்லை'. போஸ்டர்களெல்லாம் பிரமாதமாய் இருந்தன. சீநி. சோமு டிசைன். ஸ்பெஷல் கிளாஸ் என்பதால் யூனிஃபார்ம் போடவில்லை. இதுதான் சான்ஸ், நான்தான் கிளாஸ் மானிட்டர், செல்லதுரை சாரிடம் ஏதாவது பொய் சொல்லிக் கொள்ளலாம் என்று செல்லையா ஆசையைக் கிளப்பினான்.

சனிக்கிழமைக் காலைக் காட்சி. படம், எழுத்துப் போடத் துவங்கி விட்டார்கள். கார்ட்டூன் சித்திரங்கள் போல கேரிகேச்சர் சித்திரங்கள் மேல் எழுத்துப் போட்டுக் கொண்டிருந்தார்கள். அந்த டிசைனும் சோமுதான். வெளிச்சத்திலிருந்து இருட்டுக்குள் வந்ததால் கண்ணே தெரியவில்லை. கடைசிச் சித்திரம் உயிர் பெற்று எழுந்த மாதிரி, காஞ்சனாவும்

முத்துராமனும், ''என்ன பார்வை உந்தன் பார்வை'' என்று பாடுவதாகப் படம் தொடங்கும். 'கிளியோபட்ரா' படத்திலும் இப்படித்தான்; அழகான ரோமானியச் சித்திரங்கள்மீது டைட்டில் ஓடும். கடைசிச் சித்திரமாய் ஒரு பெரிய கப்பல், அது கொஞ்சம் கொஞ்சமாய் உயிர்பெற்று, சீசரின் நிஜக் கப்பல், கடலில் மிதப்பதாகப் படம் ஆரம்பமாகும். எல்லாவற்றையும் மறக்கடித்து விட்டது படம். நாகேஷும் பாலையாவும்தான் நினைவு பூராவும். செல்லையா நன்றாகப் பாடுவான். முதல்நாள் பாட்டைக் கேட்டே மனப்பாடமாகி விடும், அவனுக்கு. வசனமும் அப்படித் தான். நாகேஷ் என்றால் உயிர் அவனுக்கு. இடைவேளையின் போதுதான் பார்த்தோம், செல்லப்பா, வைகுண்டராமன் என்று ஷாஃப்டர் ஹைஸ்கூலே வந்திருந்தது, படத்துக்கு. செல்லை யாவுக்குக் கொண்டாட்டம் தாங்க முடியவில்லை. ''மாட்டினால் ஸ்கூல் பூராவுமே மாட்டும்; நமக்கென்ன, பத்தோடு பதினொன்னா ரெண்டு அடி வாங்கிக் கிருவோம்'', என்று சொல்லிவிட்டு, ''ஹை செல்லபா, ஐயாம் செல்லாபா..'' என்றும் ''தெய்ர் யூ ஆர்''... என்றும் கலகலத்துக் கொண்டிருந்தான். படத்தில் நாகேஷ் வேகமாக ஒரு டயலாக் பேசுவார், (ஆனால், அப்போதெல்லாம் ''பேசுவான்'' என்றுதான் சொல்வோம்; ஏன்னா, அவர் காமெடியன் அப்போது.) ''அடுத்த வருஷம் ரெண்டு படம் எடுக்கப் போறேன், 'மசானத்தில் முத்தம்', 'கத்திமுனையில் ரத்தம்'. அதுக்கு அப்புறம் எவனுமே படம் எடுக்க மாட்டான்....'' என்று படு வேகமாகச் சொல்வார். தியேட்டரே குலுங்கிக் கொண்டிருக் கையில், முதல்ப் பேர் ('மசானத்தில் முத்தம்') யாருக்கும் புரிந்திருக்காது. செல்லையா சரியாகச் சொன்னான். ஆனால் யாரும் ஒத்துக் கொள்ளவில்லை. படத்தைப் பல தடவை, திரும்பத்திரும்பப் பார்க்கும்போதும், அதைக் கண்டுபிடிக்க முடியவில்லை. ரொம்ப நாள் கழித்து, 'பேசும்படம்' பத்திரி கையில், 'காதலிக்க நேரமில்லை' படத்தின் கதை, வசனம் முழுதும் போட்டிருந்தார்கள். (அப்போது அது ஒரு வழக்கம்; படம் வெளிவந்து கொஞ்சநாள் கழித்து, 'பேசும் படத்'தில், நல்ல படங்களின் கதை, வசனத்தைப் போடுவார்கள்.) அப்போதுதான் செல்லையா சொன்னது சரி என்று எல்லோரும் ஒத்துக் கொண்டார்கள்.

மறு திங்கள்கிழமை கிளாஸில் செல்லையாதான் மாட்டி விட்டு விட்டான். நான் சொன்ன பொய்யை சார்வாள் ஒத்துக்

கொண்டு உட்காரச் சொன்னதும், செல்லையா, ''தெய்ர் யூ ஆர் மாப்பிள்ளை'' என்று சற்று சத்தமாகவே சொல்லிவிட்டான். சார் பிடித்துக்கொண்டு விட்டார், ''எந்திரிங்கடா, ரெண்டு நாய்ங்களும். 'ஓஹோ புரொடக்ஷன்ஸ்' பார்த்துட்டு வந்து கதையா விடறீங்க'' என்று சொன்னதும், மொத்த வகுப்புமே ''தெய்ர் யூ ஆர்'' என்று கத்தியது. ''ஓஹோ, எல்லாருமே பார்த்தாச்சா'', என்று செல்லத்துரை சாரும் சிரித்துக்கொண்டே கேட்டார். சொல்லிவிட்டு, ''நானும் ஞாயித்துக்கிழமை ஈவ்னிங் ஷோ பாத்துட்டேண்டா. நாகேஷ் பிரமாதமா நடிச்சுருக்கான், இல்லையாடா. நாகேஷ், நாகேஷ் தான், என்னடா'', என்று எங்களைப் பார்த்துக் கேட்டார். நான் பேய்முழி முழிச்சுக்கிட்டு நின்னேன். அவர், செல்லையாவிடம் கேட்டார், ''என்னடா, உங்களை என்ன செய்யலாம். நீங்களே சொல்லுங்க'', என்றார், அவன் சற்றும் தயங்காமல், ''பேசாம கல்ப்பூர ஆரத்தி எடுத்து, மங்களம் பாடிடுங்க சார்'' என்றான். ''அடி செருப்பால; எத்தன தடவைலெ பார்த்தெ, வசனத்தை அப்படியே ஒப்பிக்கிற,'' என்று ஆச்சரியமாய்க் கேட்டார். வகுப்பில் பல குரல்கள், ''சார், அவன் ஒரு தடவை பார்த்தாலே கடகடன்னு சொல்லிருவான் சார்; பாட்டு சூப்பரா படிப்பான் சார்,'' என்று சொல்லியது. ''சரி, ஒரு பாட்டுப் படி'', என்றார். ''உன்னை அறிந்தால், நீ உன்னை அறிந்தால்'', என்று 'வேட்டைக்காரன்' படப் பாடலைப் பாடினான். முழுவதும் கேட்டுவிட்டு, ''ஏல, நாகேஷ் பாட்டு பாடுறா'', என்றார். ''சீட்டுக்கட்டு ராஜா...'' என்று ஆரம்பித்தான். ''சரி, சரி; உட்காருங்க'' என்று சொன்னார். அன்றிலிருந்து, சாருக்கு, 'நாகேஷ்' என்று பட்டப்பெயர் வந்தது.

நாகேஷின் மானசீகக் குரு ஜெரிலூயிதான். அதற்காகவே ஜெரி லூயியின் படங்களை விரும்பிப் பார்ப்போம் - நானும் செல்லையாவும். டீன் மார்டினும் ஜெரி லூயியும் நடித்த ஒரு கௌபாய் படம் போலவே நாகேஷ், 'அன்னைஇல்லம்' படத்தில் செய்திருப்பார். ஜெரியின், ''எரண்ட்பாய்'' படத்தின் அப்பட்டமான காப்பிதான், 'சர்வர் சுந்தரம்'. ஆனால் இது தமிழ்த்தன்மையோடு இருக்கும். 'சிண்டெர் ஃபெல்லா', படத்தில் ஜெரி, அழகனாக மாறும் மருந்தைக் குடித்துவிட்டுக் கீழே விழுந்து துடிப்பார். வாஷ் பேஸினை எட்டிப் பிடித்து, எழுந்திருக்க முடியாமல், எழுந்திருந்து தவிப்பார். அதே காட்சி மாதிரி, 'நீர்க்குமிழி'யில் நாகேஷ், அலாரம் ஸ்விட்சை எட்ட முயன்று தோற்கிற மாதிரி பிரமாதமாக நடித்திருப்பார். ஜெரியின், 'ஃபேமிலி ஜுவெல்ஸ்',

ஒரு அழகான படம். அதில் ஏழு வேடங்களில் அற்புதமாக நடித்திருப்பார்; அதுதான், 'நவராத்திரி' படத்திற்கு மூலம் என்றால் பொய்யில்லை.

லாரல் ஹார்டி பாணியில் இரண்டு பேர் நகைச்சுவை, முதன் முதலில் 'கடவுளைக்கண்டேன்', படத்தில் சந்திரபாபு-நாகேஷ் ஜோடி அமர்க்களப் படுத்தியிருப்பார்கள். லாரல் ஹார்டி மாதிரி இல்லாமல், இது ஒரு வகையில் ஸ்லாப் ஸ்டிக் காமெடியாக இருக்கும். 'போலீஸ்காரன்மகள்' படத்திலும் நாகேஷ் - சந்திரபாபு உண்டென்றாலும், 'கடவுளைக்கண்டேன்' காமெடி கலக்கலாக இருக்கும். அதன் தொடர்ச்சியாக, 'பணத்தோட்டம்' படத்தில், நாகேஷ் – ஏ. வீரப்பன் நகைச்சுவை பிரமாதமாய் இருக்கும். ஏ.வீரப்பன் ஒரு அற்புதமான கலைஞன். பின்னாளில் கவுண்ட மணிக்கு காமெடி ட்ராக் எழுதுகிறவராகி விட்டார்.

பீம்சிங் படங்களான 'சாது மிரண்டால்', 'மெட்ராஸ் டூ பாண்டிச்சேரி' எல்லாம் தமிழ் சினிமாவின் சூப்பர் காமெடி. இந்திய சினிமா என்று எடுத்துக்கொண்டாலே தமிழ்ப் பட நகைச்சுவை போல் வேறு எங்கும் கிடையாது. மஹ்மூத்தெல்லாம் சுத்த அலம்பல். 1965 - நாகேஷுக்கு ஒரு அற்புதமான வருடம் என்று நினைக்கிறேன். 'எங்க வீட்டுப் பிள்ளை'யின் காமெடி, எப்போது வேண்டுமானாலும் சொல்லிச் சொல்லிச் சிரிக்கக் கூடியது. ஸ்பூனரிஸம் வந்தவர் போல், நாகேஷ் உளறிக் கொட்டுவது கொண்டாட்டமாய் இருக்கும்.

அதன் நூறாவதுநாள் விழாவுக்கு எம். ஜி. ஆர்., சரோஜாதேவி, நாகேஷ் என்று ஒரு நட்சத்திரப் பட்டாளமே வந்தது. லட்சுமி தியேட்டரில் கூட்டமான கூட்டம். சினிமா நட்சத்திரங்கள் நேரில் தோன்றுகிற நூறாவது நாள் விழாவுக்கு டிக்கெட் கட்டணம் மூன்று மடங்காகி விடும். அதோடு வேடிக்கை என்னவென்றால், தரை டிக்கெட் கட்டணம்தான் மிக அதிகமாயிருக்கும். உயர்ந்த வகுப்பென்றால் குறைவாயிருக்கும். தரை டிக்கெட் 25-ரூபாய் என்றால், சோஃபா டிக்கெட் 10/-ரூபாயாக இருக்கும். மாட்னி காட்சியின் இடைவேளையில் மேடையில் தோன்ற வேண்டிய நடிகர்கள், மாலை ஆறு மணிக்கே வந்தார்கள். அவர்கள் வந்ததும் போலீஸ் துரத்தோ துரத்தென்று துரத்தினார்கள். அது இந்தி எதிர்ப்பு மாணவர் போராட்டம் முடிந்திருந்த நேரம்; எம்.ஜி.ஆர். உச்சத்தில் இருந்தார். காங்கிரஸ் கலகலத்துக் கொண்டிருந்த

நேரம். போலீஸ் துரத்த ஆரம்பித்ததும், தியேட்டர் முன்னால் கூடியிருந்த நாங்கள், கண்ட தெருவுக்குள் எல்லாம் ஓடிப் புகுந்து, தியேட்டரின் பக்கவாட்டில் வந்து நின்றோம். அந்தத் தெரு ‘தரைப் பட’த்திற்கு பிரசித்தமான தெரு. (தரையில் படுத்தபடி டூயட் பாடுகிற படம் என்பான் எங்கள் வீட்டுக்கு, கிராமத்திலிருந்து வருகிற குடியானவன்) ரோஸ் கலரில் எம்.ஜி.ஆர்., சரோஜா தேவியைவிட, ரத்னா மொழுமொழு வென்றிருந்தார். நாகேஷ்தான் கலக்கிக் கொண்டிருந்தார். சுமார் பத்தடி உயர மொட்டை மாடியில் நின்று எல்லோருக்கும் கையசைத்துக் கொண்டிருந்தார். அவர்களைப் பக்கத்தில் சென்று பார்க்க வசதியாய் ஒரு மின்கம்பம் இருந்தது. செல்லையா, விடுவிடுவென்று அதில் ஏறி, கையிலிருந்த ஸ்கூல் நோட்டை நாகேஷிடம் நீட்டினான், அவர் வாங்கிக் கொண்டு, அரைத்தாள் களாகக் கிழித்து, கையெழுத்துகள் போட்டுப் பறக்கவிட்டார். என் கைக்கு ஒன்று சிக்கியது. செல்லையா, மின்கம்பத்திலிருந்து இறங்குவதற்குள் கூட்டம் எல்லாவற்றையும் பொறுக்க ஆரம்பித்தது. நல்ல அச்சான தமிழ் எழுத்துகளில், ‘‘அன்பு வாழ்த்துகள், தாய்- நாகேஷ்’’ என்று எழுதிக் கையெழுத் திட்டிருந்தார். சிலருக்கு நாகேஷ் என்று மட்டும் எழுதியிருந்தார். செல்லையா கெஞ்சிக் கொண்டிருந்தான், ‘‘ஏன்ட்ட குடுத்திருல’’, என்று. இரண்டுக்கும் மனசில்லை. நான் ஆறு மணிக் காட்சிக்கு டிக்கெட் ரிசர்வ் செய்து வைத்திருந்தேன். சரி, அப்போது கையெழுத்து வாங்கிக் கொள்ளலாம் என்று அவனிடம் கொடுத்து விட்டேன். ரொம்ப நாளைக்குச் சொல்லிக் கொண்டிருந்தான், சோமுதான் தந்தான் என்று.

ஶ்ரீதர்-நாகேஷ் காம்பினேஷன் ஒருவிதமென்றால், கே. பால சந்தர் வேறு விதம். எனக்கும் லாலா மணிக்கும் கே. பி. யின் படங்களிலேயே ரொம்பப் பிடித்தது, ‘அனுபவி ராஜா அனுபவி’ தான். இரட்டை வேடப் படங்களில் அது ஒரு சிகரம். ‘பணக்காரக் குடும்பம்’ படத்தில் மூன்று - நான்கு ரோலில் வருவார். அதுகூட இதற்குப் பின்தான். நாங்கள் பார்த்ததிலேயே, முதல் ஞாயிற்றுக் கிழமை மாலைக் காட்சிக்கு, தியேட்டரும் கொள்ளாமல், அதற்கு எதிர்த்த ரயில்வே பீடர் ரோடு முழுக்க கார்கள் வந்திருந்த படம் ‘அனுபவி ராஜா அனுபவி’ தான். அந்த கார்களைக் காண்பிப் பதற்காகவே லாலா மணி, படம் முடிவடையும் தறுவாயில் வெளியே கூட்டி வந்தான்.

நாகேஷ், கே. பி.யின் படங்களில், சும்மா நகைச்சுவைக் காட்சிகளில் மட்டும் நடிக்காமல் அற்புதமான கேரக்டரும் செய்வார்; பல படங்களில் கதையை நகர்த்தும் சூத்ரதாரியே அவர்தான். 'நூற்றுக்குநூறு', 'தாமரைநெஞ்சம்', 'புன்னகை' போன்றவை மறக்க முடியாதவை. தருமியாக வந்து சிவாஜியைத் தூக்கிச் சாப்பிட்டு விடுவார். பாலையாவும் நாகேஷும் இல்லாமல், 'தில்லானா மோகனாம்பாள்' இவ்வளவு வெற்றி பெற்றிருக்குமா என்பது சந்தேகம். 'அபூர்வராகங்களி'ல் அவரின் ரோலை வேறு யாரும் செய்ய முடியாது. கொஞ்சம்கூட மிகை நடிப்பில்லாமல், 'எதிர்நீச்சல்', 'சுபதினம்' போன்றவற்றில் பிரமாதப் படுத்தியிருப்பார்.

'தேர்த்திருவிழா' படத்தில் நடிக்கும்போது, ''என்னப்பா, கிழவன் இன்னும் குமரனாகலையா'', என்று மேக் அப் ரூமில் இருக்கும் 'சின்னவரை' (பெரியவர், சக்ரபாணி) கேலி பேசியதாக வந்த கிசுகிசுவைக் கேட்டு எம்.ஜி.ஆர். அவரைத் தன் படங்களில் ஒதுக்கி வைத்திருந்தார் என்பார்கள். அதனால் அப்போது சோ, எம்ஜியாரின் எல்லாப் படங்களிலும் வந்தார். ஆனால் 'உலகம் சுற்றும் வாலிபன்' படத்திற்கு எம். ஜி. ஆரே வலிய அழைத்ததாகச் சொல்வார்கள். அந்தப் படத்தில் எம். ஜி. ஆரின் எடிட்டிங் திறமைபற்றி, நாகேஷ் ஒரு சினிமா இதழில் அற்புதமான ஒரு கட்டுரை எழுதியிருப்பார்.

'மகளிர்மட்டும்' படத்தில் பிணமாகவே வாழ்ந்திருப்பார். முக பாவத்தில் அப்படியொரு கண்டினியூட்டி. தமிழ்நாட்டின் எந்த நடிகனுக்கும் சவால் விடுகிற சித்திரிப்பு அது. அவர் ஒரு நல்ல விருதைக்கூட வாங்கவில்லை என்பதே சொல்லும், அவன் ஒரு மகா கலைஞன் என்பதை.

''பிறந்தோம் என்பதே முகவுரையாம்
பேசினோம் என்பதே தாய்மொழியாம்
மறந்தோம் என்பதே நித்திரையாம்
மரணம் என்பதே முடிவுரையாம்''

என்கிற சுரதாவின் பாடல்வரிகளைப் பாடி நடித்த ஒரு அற்புதக் கலைஞன், நீர்க்குமிழியாக மறையவே மாட்டான். அவன் மரணம், ஒரு நித்திரை மட்டுமே.

22
காலமகள் மடியினிலே ஓடும் நதி...

இரவில் நீண்ட நேரம் விழித்துப் படித்ததன் கண் எரிச்சல் ஆற்றில் குளித்தபின், சற்றே தணிந்திருந்தது. முன்னடித் துறையில் ஏழு, ஏழரை மணிக்கு வழக்கமாய் வருகிறவர்கள் தென்பட்டார்கள். காங்கிரஸ் முதலியார் வீட்டு ஆச்சிக்கு அனேகமாகக் கூன்விழுந்து விட்டது. ஆனாலும் ஆற்றில் குளிப்பதை விடவில்லை. காலையில், கடுங்காப்பி ஒரு தம்ளர் குடிப்பாள். நல்ல பெரிய ஐஸ் தம்ளர், செம்புத் தம்ளர்; பளபளவென்று விளக்கி வைத்தது. நன்றாக ஆற வேண்டும். முதலியாருக்கு இரண்டு மனைவிகள். மூத்தவளிடம் மட்டும் ஆச்சி காபி கேட்பாள், ''போட்டாச்சாழ்ழா''. அனேகமாய், ஆச்சி பேசுகிற வார்த்தை ஒரு நாளில் இது மட்டும்தானாய் இருக்கும். காபி வந்தவுடன் குடித்துவிட்டு, என்ன மழை யானாலும் குளிரானாலும் ஆற்றுக்கு நடக்க ஆரம்பித்து விடுவாள். முன்னடித்துறையில்தான் குளிப்பாள். அங்கே இழுப்பு ஜாஸ்தியாக இருக்கும்; பாறை களும் அதிகம். குளித்துப் பழக்கப்பட்டவர்கள், பாறைகளில் காலை அழுத்திக்கொண்டு, சுழித்து ஓடுகிற தண்ணீரை எதிர்த்து, அது தலை யையும் தோளையும் தழுவிப் போகிற சுகத்தை அனுபவித்துக் கொண்டிருந்தாலே போதும்; அவ்வப் போது பாய்ந்து வருகிற தாமிரவருணியின் ஒரு வாய்த் தண்ணீர், இதமாய் நாவையும் ருசி அரும்புகளையும்

இனிப்பாய் நனைத்து, குளுமையாய் வெறும் வயிற்றில் பரவி நிறைய, பசியாவது ஒண்ணாவது.

பொதுவாக, காலைநேரத்தில், முன்னடித்துறையில் மாடு குளிப்பாட்ட மாட்டார்கள். பத்து - பதினொரு மணிக்குத்தான் குளிப்பாட்டுவார்கள். காலையில் கூட்டம் அதிகம் இருக்கும். மாடுகள் மிரண்டு தண்ணீருக்குள் இறங்காது. தவிரவும், குளிப்பவர்களும் சத்தம் போடுவார்கள், ''மாடு குளிப்பாட்டற நேரமா இது, கிழக்க தள்ளிப் போனா என்ன'' என்று. இப்படித் தான் அன்னக்கி, சித்திரை விசு. ஆற்றில் கூட்டம் நிறைய இருந்தது. தண்ணீரும் வட்டப்பாறைக்கு மேல் ரெண்டு முழத்திற்கு ஓடிக் கொண்டிருந்தது. வட்டப்பாறையை நெருங்க முடியவில்லை. என்னைவிட பலசாலிகளான பெரிய கோபால், கனகு எல்லாம் வழக்கம்போல் படியிலிருந்து விரால்(டைவ்) அடித்து, அந்த வேகத்திலேயே, ரெண்டு 'தம்' பிடித்து, நீந்தி வட்டப்பாறைக்குப் போய் விட்டார்கள். நானும் அதே போல் விரால் அடித்துத் தண்ணீருக்குள்ளிருந்து எழுந்து நீந்த ஆரம்பிக்கும் முன் தண்ணீர் இழுத்துக்கொண்டு போயிற்று; சற்று தள்ளி, முள்ளுப்பாறைக்கு அருகேதான் நிலைகொள்ள முடிந்தது. அதுவும் குளிப்பதற்கு சுகமான இடம். கிட்டத்தட்ட எதிர்க் கரை. முதலியார் வீட்டு ஆச்சி அங்கேதான் குளிப்பாள். அங்கே அவ்வளவு இழுப்பு இருக்காது. கழுத்தளவு ஆழம் இருக்கும். அங்கே நின்றுகொண்டு சௌகரியமாயும் குளிக்கலாம். சௌகரியம் என்றால், உடுத்தி இருக்கிற துண்டைத் தண்ணீருக்குள்ளேயே அவிழ்த்து சர்வாங்கமும் தண்ணீரில் நனைய, குளிக்கிற பெரிசுகள் நிறைய உண்டு. யார் யார் இப்படிக் குளிக்கிறார்கள் என்று வேடிக்கை பார்ப்பது எங்கள் பொழுது போக்கு. தவிரவும், படியில் நின்றபடி, சாமர்த்தியமாய் உடை களைந்து, பாதிச் சேலையை மார்புவரை சுற்றி, கடைசிப் படியில் அமர்ந்து அழுக்குத் துணிகளுக்கு, செல்லம் சோப், சன்லைட் அல்லது 501 சோப் எதையாவது போடும் பெண்களைப் பார்க்கலாம். மீதிச் சேலை ஆற்று நீரில் நெளிந்துநெளிந்து அளைந்து கொண்டிருக்கும். சோப்பெல்லாம் போட்டுத் துவைத்து முடித்ததும்தான் குளிக்க, ஆற்றில் இறங்குவார்கள். கையால் தண்ணீரை விலக்கிவிட்டு, தண்ணீர் மட்டத்திலேயே, ஆற்றில் சலாரென்று இறங்கும் அழகு, தலைமுறை தலைமுறையாய் ஆறும், படித்துறையும், ஆண்களும் ரசிக்கிற அழகு.

படிகள் நல்ல உயரத்தில் இருக்கும். மாடுகள், படிகளில் இறங்கத் திண்டாடும்; மிரண்டு பெருமூச்சு விடும்; பின்னாலிருந்து கொஞ்சம் வாலை முறுக்கித் தள்ள வேண்டும். அப்படித் தள்ளிய போது மாடு கால் மடங்கி ஆற்றுக்குள் விழுந்து விட்டது. அதைப் பத்திக்கொண்டு வந்தவன் சற்று சின்னப் பையன். தும்பை விட்டு விட்டான். மாடு தண்ணீரில் இழுபட்டுச் செல்கிறது. குளித்துக் கொண்டிருக்கிற ஆணும் பெண்ணும் கரைக்கும் நடு ஆற்றுக்கும் ஒதுங்குகிறார்களே தவிர, மாட்டைப் பிடிக்க ஆளில்லை. ஆச்சி - முள்ளுப்பாறை அருகே குளித்துக் கொண்டிருந்தவள் - ஒரே பாய்ச்சலில் மாட்டின் கயிற்றைப் பற்றி விட்டாள். ஆச்சிக்கு, ஆற்றின் அந்தப் படித்துறையிலுள்ள சுழியெல்லாம் அத்துபடி. ஆற்றின் போக்கிலேயே மாட்டை இழுத்துக்கொண்டு போய், இருநூறு அடி தள்ளிப்போய், கரை ஏற்றிவிட்டுத் தானும் ஏறி, மாட்டை, மண்டபத்துத் தூணில் கட்டிப் போட்டாள். அவளுடைய வெள்ளைச்சேலையில், மாடு பயத்தில் எருவியது. அப்பவும், அவள் மாட்டைத் தடவிக் கொடுத்து ஆசுவாசப் படுத்தினாள். அவளது மொத்த உருவமும் பசுவின் பின் கால் பருமன்கூட இருக்காது. இருநூறு அடி நீளப் படித்துறையின் ஆணும் பெண்ணும், சிறுசும் பெரிசும், ஆச்சியைத் திறந்த வாய் மூடாமல் பார்த்துக் கொண்டிருந்தது. ஆச்சி, திரும்பவும் ஆற்றுக்குள் இறங்கினாள். பெண்களில் சிலர், ''ஆச்சி, இதைக் கட்டிக்கிட்டு அதைக் கொடுங்க; சீலயைச் சோப்புப் போட்டுத் தாரோம்'' என்று கேட்டுக் கொண்டிருந்தார்கள். எங்களுக்கு ஒன்றுமே ஓடவில்லை. சும்மாவே நின்று கொண்டிருந்ததில், தலை, உடம்பெல்லாம் துவட்டாமலே காய்ந்து போயிருந்தது.

ஆச்சி, குளித்துவிட்டுக் கரை ஏறினாள். சம்புடத்திலிருந்து திருநீறெடுத்து நெற்றி நிறையப் பூசிக்கொண்டு, சூரியனைப் பார்த்தும்,குறுக்குத்துறை முருகன்கோயிலைப் பார்த்தும் ஒரு கும்பிடு போட்டுவிட்டு நடக்கத் தொடங்கினாள். நாங்களும் ஆச்சி பின்னாலேயே நடந்தோம். வழக்கத்தைவிடப் பத்து நிமிடம் முன்னதாகவே தெருவுக்குள் - ஆச்சி பின்னாலேயே - வந்து விட்டோம். முதலியார் வீட்டு வாசலில், அவரது இரண்டாம் சம்சாரம் நின்று கொண்டிருந்தாள். ஆச்சி சேலையின் சாணிக் கரையைப் பார்த்து, ''எங்கெயும் விழுந்துட்டீகளா, சொன்னா கேட்டாத்தானே; இப்ப, அங்க ஓடற தண்ணீதான் வீட்டுக்கே வருதே'' என்று நிறுத்தாமல் சொல்லிவிட்டு, ''நீங்கதான் ஆச்சியக்

கூட்டிட்டு வாரிங்களாப்பா'' என்று கேட்டாள். எங்களுக்குக் கோபமும் சிரிப்புமாக வந்தது. நான் சொன்னேன், ''சித்தி, அவதான் எங்களைக் கூட்டீட்டு வாரா'' என்று. மற்றவர்கள், ஆளாளுக்கு, நடந்த கதையை விஸ்தாரமாக விவரித்தார்கள். அதற்குள் தெருவே கூடிவிட்டது. ஆச்சி ஒரு வார்த்தை பேச வில்லை. வேறு சேலை மாற்றிக்கொண்டு பெரிய கோயிலுக்குக் கிளம்பிவிட்டாள். ''சாப்பிட்டீகளா, இல்லையா'' என்ற 'சித்தி'யின் கேள்விக்குத் தலையை லேசாக ஆட்டினாள். யாரோ மெதுவாகச் சொன்னார்கள், ''ஏல, என்ன நீயும் சித்தீங்க, அந்த வழில உனக்கு வேற முறையில்லா வரும்'', என்று சத்தமாகச் சிரித்தபடியே நாங்களும் வீடுகளுக்குக் கிளம்பினோம்.

ஆச்சியின் ஆற்று மகாத்மியம் முடிந்து கொஞ்ச நாள் ஆகியிருக்கும். அன்று ஆற்றுக்குப் போக சற்று தாமதமாகி விட்டது. படித்துறையில் வேறு முகங்களாகத் தென்பட்டன. சுப்புலட்சுமி என்கிற சுப்பக்கா, வாளி நிறையத் துணியுடன் எங்களுக்கு முன்னால் அப்போதுதான் வந்து படித்துறையில் தன் இடத்தைத் தேடிக் கொண்டிருந்தாள். ஒவ்வொருவருக்கும் ஒரு இடம் வசதியும் வாகுமாக இருக்கும். அதில் யாராவது அழுக்குத் துணிக்கு சோப்புப் போட்டுக் கொண்டிருந்தாலோ, கீழ்ப்படியில் நின்றபடி, காலின் அழுக்கை, மேல்ப் படியோடு அழுத்தி நசுக்கிய கடைசித் துணுக்குச் சோப்பில் தேய்த்து அகற்றிக் கொண்டிருந் தாலோ, சற்று நேரம் கரையிலேயே காத்திருப்பார்கள். ''என்ன, மதினி, உங்க பட்டா இடத்தை வேற யாராவது பாத்தியதை கொண்டாடறாங்களா,'' என்றேன். திரும்பிப் பார்த்துவிட்டு, ''வா, நீயா; ஆமா, பட்டாவும் பாத்தியதையும் படிக்குத்தான்; ஆத்தண்ணிக்கி என்ன பாத்தியதை,'' என்றாள் சுப்பக்கா. அவளுக்கு சுந்தரர் தெரு. பார்வதி டாக்கீஸ் பக்கத்து வீடு. எங்கள் தெருப் பையன்களுக்கு அவளைத் தெரியாது. கல்லூரி நண்பர்கள் மூலம் அறிமுகம். 'பல்லவன்' நடராஜனுக்கு ரொம்பப் பழக்கம். பல் சற்று எடுப்பாய் இருக்கும். 'பல்லன்' என்றுதான் முதலில் பெயர். அவன் ரொம்பக் கேட்டுக் கொண்டதன் பேரில், சற்று கௌரவமாகப் 'பல்லவன்' நடராஜன் என்று கூப்பிடுவோம். அதாவது, ஆள் இருந்தால், 'பல்லவன்'; இல்லை என்றால், 'பல்லன்'. தவிரவும், 'பசை' நடராஜன் என்று வேறு ஒருவன், கல்லூரி வகுப்பில் இருந்தான். அவன் இன்னொரு சிநேகிதனின் ஸ்கூட்டரில், தினமும், பின்னால் அமர்ந்து - ஓசி டிக்கெட்டில் -

வருவான். எப்பவும் அவன் கூடவேதான் பசைமாதிரி ஒட்டிக் கொண்டிருப்பான்.

ரத்னா, பார்வதி தியேட்டர் என்றால் ‘பல்லவன்’தான் டிக்கெட் எடுக்க முடியும். அவன் தெருவில்தான் பார்வதி டாக்கீஸ் மேனேஜர் நெட்டலிங்கம் பிள்ளை இருந்தார். ரொம்ப கண்டிப்பான ஆள். டிக்கெட்டே வெளியே வராது. அடுத்து என்னென்ன படங்கள் அவர் தியேட்டரில் வரப் போகிறது என்று ஷெட்யூல் போட்டால், வெளியே யாருக்கும் தெரியாது. இதைத் தெரிந்துகொள்ள ஒவ்வொரு தியேட்டர்காரர்களும், ஒவ்வொரு விநியோகஸ்தர்களும் ‘கஜகர்ணம்’ வச்சாலும், நடக்காது. ரத்னா, பார்வதி தியேட்டரில் காலேஜை கட் அடித்துவிட்டு சினிமா பார்க்கப் போனால், புஸ்தகத்தையும் சைக்கிளையும் நடராஜன், சுப்பக்கா வீட்டில் வைக்கச் சொல்வான். நான், முதன்முதலாக ‘எதிர்நீச்சல்’ படம் பார்க்கப் போன போதுதான் அக்கா அறிமுகம். தெருப் பைப்பில் இருந்து தண்ணீர் எடுத்துக்கொண்டு வீட்டுக்கு வந்து கொண்டிருந் தார்கள், நாங்கள் சைக்கிளை அவள் வீட்டு வாசலில் ஸ்டாண்ட் போட்டு நிறுத்திக் கொண்டிருக்கும் போது. ‘‘அக்கா, மாமா எங்க’’ என்று நடராஜன் கேட்டான். ‘‘இந்தா, கும்பகர்ணன்; தூங்குதாகல்லா’’, என்று பட்டாசலில் தூங்கிக் கொண்டிருந்த அவள் கணவனை, முகத்தை அசைத்துக் காண்பித்தபடியே, அவர் மேல், குடத்திலிருந்து ஒரு கை தண்ணீரை எடுத்துச் செல்லமாய்த் தெளித்தாள். ‘‘ஏ மூதேவி, நான் தூங்கலைட்டீ’’, என்று லுங்கியால் தண்ணீரைத் துடைத்தபடியே எழுந்தார். அவள் முகத்தை அசைக்கும் போதுதான் பார்த்தேன், அவளது இடது நாடியின் ஓரத்தில் கனத்த, கரும்பச்சை நிறத்தில் ஒரு மருவை. அவளுடைய நீள முகத்துக்கு அது எடுப்பாக இருந்தது. ஒல்லியான உடல். சின்ன மார்பு. மூக்குத்தியுடன், அபூர்வமான, எளிமையான அழகு. ‘‘இது யாரு’’ என்று கேட்டாள். ‘‘இவனா, சோமு, ஏங்கூட படிக்கான்; ஆனா உண்மையிலேயே நல்லாப் படிப்பான்’’ என்றான். ‘‘அதான பார்த்தேன், முகத்துல கொஞ்சம் வேற களை இருக்கேன்னு பார்த்தேன்,’’ என்றாள். எனக்கு சந்தோஷம் பிடிபடவில்லை.

நான் பேச வாயெடுப்பதற்குள், ‘‘வாடா, படம் போட்றப் போறான்’’ என்று நடராஜன் கூப்பிட்டான். ‘‘பாலசந்தர் படம்ல்லா; வேற டிக்கெட் இருக்கா’’ என்று சுப்பக்கா கேட்டாள். நான், ‘‘வேணுன்னா நீங்க போங்க மதினி’’ என்று சொன்னேன். ‘‘ஹை,

ஹை, அதுக்குள்ள மதினின்னுட்டான் பாரு ஓம் ஃப்ரெண்டு'' என்று சொல்லிச் சிரித்தாள். நான் அவரைப் பார்த்தேன்; அவர் முகத்திலும் அதே சிரிப்பு. ''நீங்க போங்க, நான் செகண்ட் ஷோ பாத்துக்கிடுதேன்; ஆம்பிளை டிக்கட்டை வச்சுக்கிட்டு, ஐயா தியாகம் பண்ணுதாரு'' என்றாள். படம் பார்க்கையில் நடராஜன் சொன்னான், ''பாவம், அவங்களுக்கு குழந்தை இல்லை; மாமா, லயன் பஸ்ஸில் கண்டக்டரா ஓடுதாரு'' என்று. சைக்கிளை எடுக்கப் போகையில் கேட்டாள்,''படம் எப்படியிருக்கு'', என்று. அதில், படம் நல்லாயிருக்கணுமே என்ற ஆதங்கம் தொனித்தது. ''நீங்க என்ன நாகேஷ் ரசிகையா'' என்று கேட்டேன். ''இல்லை, தங்கவேலு ரசிகை'' என்றாள். அந்த இடக்கு ரொம்பப் பிடித்தது. ''ஏய், ஏய்... அவங்க பாலசந்தர் ரசிகைப்பா,'' என்றான் நடராஜன். ''ஆமா, அப்பதையே சொன்னாங்கல்லா'' என்று சற்று அசடு வழிந்தேன்.

அப்புறம் அவளை அப்பப்ப வெள்ளி, செவ்வாய் புட்டாரத்தி அம்மன் கோயிலில் பார்ப்பேன். ராத்திரி பூசைக்குத் தவறாமல் வருவாளாம். அப்படி முதல் தடவை அங்கே பார்த்தபோது, அக்கா, மதினி என்று குழப்பிக் கொண்டிருந்தேன். அவளைப் பார்க்கும் போதெல்லாம், அவள் முகத்தின் மரு கவனத்தை ஈர்க்கும். ஏனோ அதையே பார்க்க வேண்டும் போலிருக்கும். ''இதைத்தான் எல்லோரும் பார்க்கீங்க'' என்று ஒரு தரம் வருத்தப்படுகிற குரலில் சொன்னாள். 'இல்லையில்லை, அது உங்களுக்கு ரொம்ப அழகாருக்கு' என்று சொல்லத் தோன்றியது; சொல்லவில்லை. ''நீ பேசாம மதினின்னே கூப்பிடப்பா'', ''நீ என்ன.... '' என்று எதையோ சொல்ல வந்தவள், சிரித்தபடி அடக்கிக் கொண்டாள். குழந்தை இல்லை என்பதற்காகத்தான் புட்டாரத்தி அம்மன் கோயிலுக்கு வருகிறாள் போலிருக்கிறது என்ற நினைப்பு, என் மற்ற சிந்தனைகளைக் கலைத்து விடும்.

மதினிக்குப் படித்துறையில் அவள் இடம் கிடைத்துவிட்டது. நாங்களும் குளிக்க இறங்கி விட்டோம். நான் முள்ளுப்பாறைக்கு அருகே குளித்துக் கொண்டிருந்தேன். சுப்பக்கா, சேலையின் ஓரத்தை வாயில் வைத்துக் கடித்து முன்புறம் பூராவையும் மறைத்தபடி, பாவாடைநாடாவை அவிழ்க்க முயன்று கொண்டி ருந்தாள். ஜாக்கெட்டும் பாடியும் முதுகை மட்டும் மறைத்துக் கொண்டிருந்தது. பாவாடைநாடாவின் சுருக்கு முடிச்சு நுனியை மாற்றி இழுத்ததால், இறுக்கமான முடிச்சாக விழுந்து விட்டது

போலிருக்கிறது. திண்டாடிக் கொண்டிருந்தாள். இதற்குள் படித்துறையின் கழுகுக்கண்கள் உடலைக் கொத்த ஆரம்பித்திருந்தன. ஆற்றைப் பார்த்துத் திரும்பினாள். இங்கேயும் கழுகுக்கென்ன பஞ்சம். சேலை நுனி வாயிலேயே இருக்க, நிமிர்ந்து ஒவ்வொரு முகமாகப் பார்த்து என் முகத்தில் வந்து பார்வை நின்ற மாதிரி இருந்தது. ''ஈனச் சென்மங்கப்பா'' என்று சொல்லிக்கொண்டே, ஆற்றில் விழுந்து முங்கியபடி எங்கள் அருகே வந்து விட்டாள். ''ஏல, சோமு மூதேவி, துண்டு இருந்தா குடுலே'' என்று என்னருகே சத்தம் கேட்டது. தலை மட்டும் தண்ணீருக்கு வெளியே தெரிய, காலை நீருக்கடியில் உதைத்துத் தத்தளித்துக் கொண்டிருந்தாள். என்னிடம் துண்டு இல்லை. யாரோ என்னிடம் எறிந்தார்கள். நான் அவளிடம் நீட்டினேன். தண்ணீருக்குள்ளாக, சின்ன மார்புகள் தொய்வில்லாமல் தெரிந்தன. காலை வெயிலில் முகத்தின் மரு, கருப்பாக மின்னியது. துண்டை மார்பில் சுற்றி மறைத்தபடி, கரைக்கு நீந்திப் போனாள். 'பால் தந்திராத மார்பு' என்று, கெட்ட சாதி மனசுக்குத் தோன்றியது.

லுங்கி ஒன்றை எடுத்துத் தலைவழியே அணிந்து, மற்ற துணிகளையெல்லாம் வாளிக்குள் திணித்து, நான் கொடுத்த துண்டை சப்பென்று படித்துறையிலேயே எறிந்துவிட்டு, விறுவிறு வென்று கரையேறி ஆற்றைவிட்டு நீங்கினாள். எல்லோரும் எதை எதையோ பேசியபடி வந்து கொண்டிருந்தார்கள். ''ஏல, உனக்கு அவளைத் தெரியுமா, உன்னைப் பேரைச் சொல்லி ஏசினாளே'' என்று கேட்டதற்கு மட்டும், ''சீச்சீ, ஏசவெல்லாம் செய்யல'' என்று மட்டும் சொன்னேன். தெரு, வீடு எதுவும் பிடிக்கவில்லை. சரி, லைப்ரரி புஸ்தகத்தை ரிட்டர்ன் பண்ணீட்டு வருவோம் என்று மார்க்கெட் லைப்ரரிக்குக் கிளம்பினேன். லைப்ரரி லீவு. என்ன செய்யறது, தெரியலை. கால் போன போக்கில் பெரியகோயிலுக்குள் நுழைந்தேன். பதினொரு மணிப் பகல். கோயிலில் ஆளே இல்லை. மத்தியானச் சோற்றுக்கு, கீழப்புதுத்தெரு சத்திரம் வீட்டில் சீட்டு வாங்கிய நாலைந்து பேர் - வயித்துக்கில்லாதவர்கள் - மாக்காளை அருகே உட்கார்ந்திருந்தார்கள். சீட்டை வாங்கிக் கொண்டு உண்டக் கட்டி தருவார்கள். அப்படியே நடந்து, தெற்குப் பிரகாரம் வழியே அம்மன்கோயில் வந்தேன். அநேகமான சன்னதிகளில் எண்ணெய் வற்றி, தீபங்களின் திரி கருகிக் கொண்டிருக்கிற வாசனை வந்தது. அம்மன் சன்னதி இருட்டிக் கிடந்தது. அப்படியே சுற்றி, அம்மன் சன்னதிக்குப் பின்னால் உள்ள கருமாரி தீர்த்தத்துக்கு வந்தேன்.

அது, ஒரு அழகும் தனிமையும் குளுமையுமான இடம். அங்கே வைத்து, சிலர் கருமாதிச் சடங்குகள் செய்வார்கள். மண்டபமும் படிகளும் சுத்தமாக இருக்கும். தூணில் சாய்ந்து உட்கார்ந்து படிக்க வசதியாயிருக்கும். சன்னதித்தெரு அம்பிகள், சமயத்தில் அங்கே அமர்ந்து பாடங்கள் படித்துக் கொண்டிருப் பார்கள். நானும் ஒரு தூணில் சாய்ந்து, கையிலிருந்த புத்தகத்தைப் புரட்ட ஆரம்பித்தேன். அருகில் லேசான விசும்பல் மாதிரி கேட்டது. திரும்பினேன். சுப்பக்கா. சுப்புலக்ஷ்மி என்ற சுப்பக்கா. நன்றாகச் சேலை கட்டியிருந்தாள். வாளித்துணியெல்லாம் துவைத்துப் பிழிந்து வைத்திருந்தாள். இங்கே வந்து அவ்வள வையும் செய்திருக்க வேண்டும். ''அக்கா, மதினி'' என்று உளற ஆரம்பித்தேன். ''போடா, நீயும்தான் பார்த்தேல்ல '' என்று அழ ஆரம்பித்தாள். ஒன்றும் சொல்லத் தோன்றவில்லை. நினைவில், தண்ணீருக்குள் மார்புத் தோற்றம் நிழலாடியது. ''சரி, வீட்டுக்கு வாங்க'' என்றேன். சொல்லக் காத்திருந்தவள் போல், எழுந்து நடந்தாள். அம்மன் சன்னதிக்குள் சென்று குங்குமம் எடுத்துக் கொண்டு வந்தாள். நான் கூடவே போனேன். ''நான் வீட்டுக்குத்தான் போறேன், பயப்படாதே; நீ வர வேண்டாம்'' என்றாள்.

நான் சற்று தள்ளிப் பின் தொடர்ந்தேன். ஒன்றும் சொல்ல வில்லை; வீடுவரை சென்றேன். அவள் வீட்டுக்குள் போனதும், நான் வாசலில் நின்று கொண்டேன். அவள் கணவர், ''என்னம்மா இவ்வளவு நேரமா; நான் ஆத்துக்கே போய்ப் பார்த்துட்டு வந்துட்டேன்'' என்று கேட்டுவிட்டு, என்னைக் கவனித்தவர், ''ஏய், இவனே வாப்பா'' என்றார். பெயர் நினைவுக்கு வரவில்லை போலிருக்கிறது. நான் தார்சாலில் கிடந்த கட்டிலில் அமர்ந்தேன். ''எங்கே, 'நம் நாடு' படம் பாக்க வந்தியா; ஒரே கூட்டமால்ல இருக்கு; அவனை எங்க'', என்று பேசிக் கொண்டிருந்தார். அவள், உள்ளிருந்து வந்து கையிலிருந்த குங்குமத்தை அவரிடம் நீட்டினாள். ''அப்படியே கோயிலுக்குப் போய்ட்டேனெ''ன்று சொல்லிவிட்டு, என்னிடமும் நீட்டினாள். எடுத்து நெற்றியில் பூசிக் கொண்டு கிளம்பினேன். ஏற்கெனவே நெற்றியில் குங்குமம் இருந்ததைப் பார்த்து, அவள் லேசாகச் சிரிப்பது மாதிரி இருந்தது. பார்வதி டாக்கீஸிலிருந்து விசில் சத்தமும் பாட்டும் கேட்டது. ''நினைத்ததை நடத்தியே முடிப்பவன் நான்.. நான்..''

●

23

பாமரஜாதியில் தனிமனிதன்...

ஆவன்னா. பழனி, இப்போது இல்லை. அவனுடைய ஆதங்கம், தான் சற்று உயரமாய் இருந்திருக்கலாமே என்பதுதான். உடம்பைக் கட்டுக்குலையாமல் வைத்திருப்பான். கராத்தே வந்த புதிதில் அவன்தான் முதல் ஆளாய்ச் சேர்ந்தான். ஏற்கெனவே கரிக்காத் தோப்பு மாப்ஜான் பாய் உடற்பயிற்சிக் கழகத்துக்குத் தினமும் போய் விடுவான். பெஞ்சு பிரஸ் எடுப்பதில் சாய்புக்குப் பிடித்தமானவன். பார் விளையாட்டும் நன்றாக விளையாடுவான். பெரிய கோபாலுடன் நான் ஒரு நாள் போனேன். கம்பியில் வட்டமான இரண்டு பழைய தகட்டைப் போட்டு மாப்ஜான் பாய், ''இதைத் தூக்கிப் பழகுங்க'', என்றார். பாய், எங்கள் தெரு வழியாகத்தான், சமயங்களில், போவார். காலைச் சற்று சாய்த்து நடப்பார். அதிகப்படியான உடற்பயிற்சியால் ஒரு விரை உள்ளே போய் விட்டதால், இப்படி நடப்பதாகப் பேசிக் கொண்டிருந் திருக்கிறோம். அவர் கழகத்திலேயே உடற்பயிற்சி செய்யப் போவோம் என்று நாங்கள் நினைத்தது கிடையாது. கோபால், கொஞ்ச நாள்களாகவே போய் வருகிறான். பழனி, எங்களை விட வயதில் சின்னவன். அவன் அண்ணன்தான் எங்கள் குரூப். பழனி, என்னை ''அத்தானோவ்'' என்றுதான் கூப்பிடுவான். அவன் நீண்ட நாள் சந்தாதாரர். சந்தா, ரெண்டு ரூபாய். அருமையான தென்னந்தோப்புக்கு

நடுவில், சமப்படுத்தப்பட்ட தரையின் ஓரங்கள் பூராவும் நல்ல புல் வளர்ந்திருக்கும். பயிற்சியின் இடைவேளைகளிலோ பயிற்சி முடிந்த பின்னரோ ஓய்வெடுக்க தோதாக இருக்கும்.

அவர் எனக்கு போட்டுத் தந்த வட்டுகள் இரண்டுமே மொத்தம் ஐந்து அல்லது ஆறு கிலோ இருக்கும். ரொம்ப ஈஸியாக, கால் மணி நேரத்திற்கு மேல் வெயிட் லிஃப்ட் எடுத்தேன். பாய், ''போதும் தம்பி, இன்னக்கி'', என்றார். ''இன்னம் கொஞ்சம் எடுக்கறேன்; எனக்கு ஒண்ணும் வலிக்கலை'' என்றதற்கு, நிறையப் பேர் சிரித்தார்கள். 'சரி, ஆர்வக்கோளாறில் பேசி விட்டோமோ' என்று வெட்கமாக இருந்தது. புல்வெளியில் உட்கார்ந்த பின்னரும், கைகளை மேலே தூக்கி இறக்குவது போல் தோன்றிக்கொண்டே இருந்தது, ஃபேண்டம்ஸ் லிம்ப் மாதிரி. எதிரேதான் கல்லணை வாய்க்கால். கோபாலும் பழனியும் பயிற்சி முடிந்து வந்ததும், மூன்று பேரும், வாய்க்காலில் அழகான குளியல் போட்டுவிட்டுத் திரும்பினோம். 'தினந்தோறும் வந்து விட வேண்டும்; உடம்பைப் பேண வேண்டாமா' என்றெல்லாம் நினத்தபடியே வீட்டுக்கு வந்தேன்.

காலையில் கோபால் கூப்பிட்டுத்தான் விழிக்கவே செய்தேன். கை மஸ்ஸில்ஸ் ரெண்டும் வலி பின்னிக் கொண்டிருந்தது. தோளிலும் வலி. அவசரமாகப் பல் தேய்த்து ஒரு மடக்கு காபியை விழுங்கிவிட்டு, அவனுடன் சைக்கிளில் கிளம்பினேன். சைக்கிள், எங்கள் வீட்டு சைக்கிள். அவன்தான் ஓட்டுவான். நான் பின்னால் இருப்பேன். போலீஸ் வந்து விட்டால், டபாரென்று குதிக்க வேண்டும். இட்லர் மீசையுடன், சற்று வயதான ஒரு போலீஸ்காரர் தினமும் வாய்க்காலில் குளித்துவிட்டு வருவார். காலையில் வாய்க்காலுக்குப் போய் வருகிறவரைப் பார்த்தோமென்றால், இரவு ஏழு - ஏழரை மணிக்கு, அவர், மாட்டைத் தேடிக்கொண்டு மறுபடி தெருவுக்குள் வருவார். தெருவில், ஒரு காலிமனையில், புல்லும் செடி - கொடியும் வளர்ந்திருக்கும். அவர் மனைவி அதில் மேய்த்துக் கூட்டிப் போவார். அந்த நினைவுக்கு அதுவாகவே தும்பை அறுத்துக்கொண்டு வந்து விடும். அந்தப் பகுதி இருட்டாய் இருக்கும். அவர் அந்த இருட்டுக்குள் சென்று, ''ப்பா, ப்பா'' என்று சத்தம் கொடுப்பார். போலீஸ்காரர் வீட்டு மாடென்றாலும் அது சரியான திருட்டுமாடு; சத்தமே கொடுக்காது. தலையைக்கூட ஆட்டாது. ரொம்ப நேரம் சத்தம் கொடுத்தபின், மெதுவாய் இருட்டுக்குள்ளிருந்து வெளியே வரும். அவர், அநேக தரம்

எங்களிடம் கேட்பார், ''மாட்டைப் பாத்தீங்களா தம்பீ'' என்று. நாங்கள் தெரிந்தாலும் சொல்ல மாட்டோம். ''இல்லையே'' என்றுதான் சொல்வோம். ஏனென்றால், சைக்கிளில் டபுள்ஸ் போனால் விடவே மாட்டார். காற்றைத் திறந்துவிட்டு விடுவார். ''மாட்டுக்கு வைக்கோலே வாங்காத கருமி போலிருக்கு'' என்போம்.

பாய், அதே வட்டுகளைப் போட்டுக் கம்பியைத் தூக்கித் தந்தார். ம்ஹூம், ஒரு தடவைகூட தலைக்கு மேல் தூக்க முடிய வில்லை. வலி. பாய் சொன்னார், ''இன்னக்கி கஷ்டப்பட்டு நேத்தே அளவுக்கு எடுத்தீங்கன்னா, நாளைக்கி வலியே இருக்காது'' என்று. நாலு அல்லது ஐந்து முறை முயன்றேன். முடியவில்லை. யாரும் என்னைப் பார்க்கிறார்களா என்று பார்த்து விட்டு, புல்லாந்தரிசைப் பார்த்தேன். அது, 'வா வா' என்று அழைப்பது மாதிரி இருந்தது. பாய், அதற்குள் டர்பெண்டைன் தைலத்தோடு வந்தார். பால் போல் வெள்ளையாய்த் தைலத்தை இடதுகையில் ஊற்றிக்கொண்டு, வலதுகையால் தொட்டு, தோள்பட்டை, கை மஸ்ஸில்ஸ் எல்லாம் அழுந்தத் தேய்த்து, ''கொஞ்ச நேரம் அந்த வெயில் விழுகிற இடத்தில் உட்காருங்க'' என்றார். அப்பாடா என்றிருந்தது. யாரும், எதுவும் என்னிடம் கேட்கவில்லை; அவர்கள் பாட்டுக்கு, பார் விளையாடுவதிலும், அழகான வேப்பமரத்தில் கட்டியிருந்த ரோமன் ரிங்கில் பயிற்சி எடுத்துக் கொண்டுமிருந் தார்கள். பார்க்கும்போது, லகுவாகச் செய்வது மாதிரி இருந்தது. பாய், யாருக்கோ கர்லாக் கட்டை சுற்றச் சொல்லிக் கொடுத்துக் கொண்டிருந்தார். கோபால், பெஞ்ச் பிரஸ் எடுத்துக் கொண்டிருந் தான். அரை மணி நேரம் ஆன பின்னும், எனக்கு வெயிட் லிஃப்ட் தூக்கும் எண்ணமே வரவில்லை. பேசாமல் புல்லை அளைந்து கொண்டும், வாயில் வைத்துக் கடித்துத் துப்பிக்கொண்டும் இருந்தேன். (புல்லில் அமர்கிற எல்லோருமே, அனேகமாய், இப்படி ஒரு புல்லை கடித்துக்கடித்துத் துப்புகிறார்கள்.) அதற்குள் கோபால், ''வா குளிக்கப் போகலாம்; நாளைக்கு வெயிட் எடு'' என்றான். தினமும் பச்சைமுட்டை குடித்து, வெயிட் லிஃப்ட் தூக்கி, உடம்பைக் கிண்ணென்று வைக்கிற கனவு கரைந்து போயிற்று, கல்லணை வாய்க்காலில்.

மாப்ஜான் பாயின் ஜிம் எங்கே போயிற்றென்று தெரியவில்லை. அங்கே அருமையான கள்ளுக்கடை வந்திருந்தது - மதுவிலக்கு நீக்கப்பட்டபோது. தரையோடு கூடாரம் போட்டது போல் ஒரு

ஓலைக்குடிசை. அதற்குள் நுரை பொங்கும் பெரிய புதுப்பானைகள். இடுப்பு உயரத்துக்கு மர பேரல். வரும்போதே, ஆமவடை வாங்கி வந்திருந்தான் பழனி. ரொம்பப் புளிக்காத கள்ளாக ரெண்டு கலயம் வாங்கிக் கொண்டு, இருட்டில் தோப்புக்குள் நகர்ந்தோம். அங்கங்கே காடா விளக்கின் வெளிச்சமும், அதன் கனத்த திரி எரிகிற வாசனையும். அதே புல்லாந்தரிசில் உட்கார்ந்து புதுக்கலயம், அவ்வளவாய்ச் சுட்டிராத மண் வாசனையுடன், பல்லிலும் உதடு பூராவும் பட, கள் உள்ளே இறங்கி ஒரு ஏப்பம் வந்ததும், லேசான போதை ஏறத் தொடங்கியது. ஒரு கலயம் காலியானதும் சுகமான மிதப்பு வந்தபோது பழனி கேட்டான், ''அத்தானோ, நீங்க இங்கதான வெயிட் லிஃப்ட் படிச்சீக'' என்று சற்று கிண்டலுடன். ''ஆம்மா ஆமா, இந்தா பாரு இப்படி'' என்று இரண்டு காலிக் கலயத்தையும் தூக்கிக் காண்பித்தேன். யாரோ, ''ஊறுகாய் இருக்கா'' என்று கேட்டார்கள், ''இல்லை, சட்னி வேண்ணா இருக்கு'' என்று பழனி நீட்டினான்; இலையில் ஒரு துண்டு வடையும், வெள்ளாங்யச் சட்னியும் இருந்தது. அவர், நல்ல போதையில், இருளில் வெறும் இலையைத் தடவினார். பழனி ஒரு காடாவிளக்கை எடுத்து வந்தான். ''எங்க மரத்துத் தென்னங் கள்ளுன்னா தொட்டுக்கிட எதுவுமே வேண்டாம்; இது, பனங்கள்ளு'' என்றபடியே சட்னியை வழித்தார். விளக்கின் வெளிச்சத்தில் முகத்தைப் பார்த்தேன். மாப்ஜான் வாத்தியார். அவருக்கு என்னை நினைவில்லை போலிருக்கிறது. பழனி, ''யாத்தாடி'' என்று சொல்லி, விளக்கை ஊதி அணைக்க முயன்றான்; சற்று கஷ்டப் பட்டே அணைக்க முடிந்தது.

வாத்தியார், அவனை இனம் கண்டுகொண்டார். 'நேரத்தப் பாத்தியாடே;எம்புட்டுப் புள்ளங்கள்ளாம் கள்ளுக்கடைக்கு வந்துட்டு' என்று சொல்லியபடியே, இலையை இருட்டில் தூர எறிந்துவிட்டு நகர்ந்தார். பழனி என்னைவிடவும் சின்னவன் என்றாலும், அந்தக் கள்ளுக்கடையை அவன்தான் அறிந்து வைத் திருந்தான். ''இதை விட்டா, நல்ல கள்ளுக்குக் கருப்பந்துறைக்குத் தான் போகணும்'' என்பான். இன்னொரு கலயம் வாங்கி வந்தான். ''ஆளுக்குப் பாதி'' என்றான். என்னிடம் காசே இல்லை. அவன்தான் தனது கடையில், அண்ணனைச் சாப்பிட மாற்றுகிற அரை மணி நேரத்தில், நைசாகஙக கொஞ்சம் ஒதுக்கியிருந்தான். அன்று மத்தியானம் சீட்டு விளையாடுகிற போது நான் சொல்லி யிருந்தேன், ''நான் கள்ளு குடிச்சதே இல்லை'' என்று. அதனால்தான் என்னைக் கூட்டிவந்திருந்தான். ஒண்ணரைக் கலயம் என்னவோ

செய்தது. பொதுவாகவே, அப்போது அதிகம் இந்தச் சவங்களைப் பழகியிருக்கவில்லை. "இப்போ வீட்டுக்குப் போக முடியாது; செத்த நேரம் கழிச்சுப் போவோமா" என்றேன். "சரி, வாங்க; கொஞ்சம் மேக்கே போய் ஒரு ஆளைப் பாத்துட்டு வருவோம்" என்றான். தோப்பை விட்டு வெளியேறும்போது, வாசலில் வாத்தியார் நின்று கொண்டிருந்தார். "ஏ பழனி, இடமே நம்ம இடம்; எனக்கே ஒரு செம்பு கேட்டா, தரமாட்டேங்கான்", என்று வழிமறித்தார். "நீயாவது சந்தா கொடுறே" என்று என்னிடம் கேட்டார். 'பாவி மனுஷன்' மறந்துட்டாருன்னு நினச்சுக்கிட்டு இருந்தேன். 'சந்தா கொடுக்காம ரெண்டாவது நாளே வந்ததை இன்னும் ஞாவகம் வச்சுருக்காரே' என்று தோன்றியது. ஏண்ட்ட பைசா கிடையாது. அதற்குள் யாரோ வந்து அவரை இழுத்துக் கொண்டு போனார்கள்.

எங்கள் இரண்டு பேருக்கும் நடை தள்ளாடியது. "அத்தானோவ், நீங்க சொன்ன மாதிரி பதினி கொஞ்சம் புளிச்சதுதான் போலிருக்கு", என்றான். ஒடுக்கமான பாலத்தைத் தாண்டி, பாட்டப்பத்துக்குள் நுழைந்தோம். பழனி, "அத்தானோவ், இங்கேல்லாம் பகல்ல வந்திருக்கீகளா; வாய்க்காத் தண்ணீ ஆத்தண்ணி மாதிரி இருக்கும்" என்றான். நான் நிறைய தடவை வந்திருக்கேன். பாட்டப்பத்து வாய்க்கால்ல அருவி மாதிரி விழும். ஆனா ஆத்தண்ணி மாதிரி இருக்காது. வயலுக்கெல்லாம் பாஞ்சு அப்புறம்தான் ரெண்டடி உயரத்திலேருந்து அருவி மாதிரி விழும். ஆனாலும் பழனி கூட்டிச் சென்ற இடம் புதிதாய் இருந்தது.

அந்தத் தெருவே மற்ற தெருக்களைவிட சற்று உயரத்தில் இருந்தது. நான்கு படி ஏறித்தான் போகமுடியும். தெருவுக்குள் நுழைந்ததுமே, பசை மாவு வாசனையடித்தது. சில வீடுகளில் மங்கலான வெளிச்சத்தில் தறி ஓடுகிற சத்தம் கேட்டது. தெருப் பூராவுக்கும் சிமெண்ட் போடப்பட்டிருந்தது. தெருவின் கடைசியில், ஒரு மெர்க்குரி விளக்கு எரிந்து கொண்டிருந்தது. அதன் கீழே சத்தமும் கை தட்டலுமாகக் கேட்டது. அங்கே அழைத்துக்கொண்டு போனான் பழனி. யாரோ ஒருத்தன் சுவரில் தலையை முட்ட வைத்தபடி நின்று கொண்டிருந்தான். கைகளைப் பின்னால் சேர்த்து வைத்திருந்தான். சுவரிலிருந்து கால்களிரண்டும் நான்கு தப்படி தூரத்தில் இருந்தது. சுவரிலிருந்து தலையை எடுக்க முயன்று கொண்டிருந்தான். முடியவில்லை. நீண்ட முயற்சிக்குப் பின், தலையை எடுத்து நிமிர்ந்தான். ஒரே கை தட்டும், விசில்ச்

சத்தமுமாய் இருந்தது. எனக்கு, 'இதில் என்ன கஷ்டம், என்பது மாதிரி இருந்தது. பழனியிடம், ''மாப்பிள, இது என்ன பிரமாத வித்தை'' என்றேன். ''அது யார், சவால் விடறது'', என்று ஒரு கிழவர் கேட்டார். கையில், பாவுக்கு ஊடே சொருகும் ஒரு நீளப் பிரம்பை வைத்திருந்தார். அனேகமாய், எல்லோரும் அப்படி ஒரு கம்பை வைத்திருந்தார்கள். பழனி, ''சலாம், அண்ணாவித் தாத்தா'' என்றான். ''ஏய், ஆண்டியா பிள்ளை பையன்ல்லா; வாரும் வாரும்; என்னவே, இன்னும் எத்தனை வருசை பாக்கி இருக்கு; உம்ம ஆளையே காங்கலையே; இன்னக்கி என்ன, கார்த்திகைப் பிறை கண்ட மாதிரி இருக்கு'', என்றார். ''இது யாரு'' என்றார். ''நம்ம அத்தான்தானெ''ன்றான் பழனி. அதற்குள், ''சார், வாங்க'' என்ற சத்தம் கேட்டது. குற்றாலிங்கம் நின்று கொண்டிருந்தான். ரசிகர் மன்றத் தோழன். ''எப்பா, இது நம்ம சேக்காளி மாதிரித்தான்; வாத்தியார் ஆள்'' என்றான். ''சார், அப்பாவுக்கும் வாத்தியார்ன்னா உயிர்தான்'' என்றான். அவனுக்கு, நான் குடித்திருப்பது பெரிய ஆச்சரியமாய் இருந்தது.

என்னைக் கைகளைப் பின்னால் வைத்துக் கோத்துக் கொள்ளும் படிச் சொன்னார், அண்ணாவி முதலியார், 'ஸ்டாண்ட் அட் ஈஸ்' மாதிரி. ''சுவர் அருகே போ, தம்பி'' என்றார். ''சொவர்லேருந்து ஒரு ஸ்டெப் அளந்து தள்ளி நில்லும்; தலையை சொவர்ல முட்ட வையும்'' - சொன்னபடி செய்தேன். ''இப்ப தலைய எடும்'' என்றார். எடுத்தேன். ''இப்ப, ரெண்டு தப்படி எடுத்து, தள்ளி நின்னு தலையை சொவர்ல வையும்''. வைத்தேன். ''இப்ப எடும்'' என்றார். ஈஸியாக எடுத்தேன். ''தலையச் சுவர்ல வையும்; இப்ப நாலு தப்படி தள்ளி வாரும்; வந்தேன். தலை, சுவரில். கைகள், பின்னால் முதுகில். உடல் தரைக்குக் கிட்டத்தட்ட இணையாக இருந்தது. ''இப்ப, தலையை எடும்'' என்றார். எல்லோரும் அமைதியாகச் சிரித்தபடி நின்றிருந்தார்கள். ம்ஹூம், தலையை எடுக்க முடியவில்லை. கையை, சுவரில் ஊன்றினால் ஈசியாகத் தலையை எடுத்து விடலாம். ஆனால் கை பின்னால்தான் இருக்க வேண்டும். முடியவே இல்லை. தோல்வியை ஒப்புக்கொண்டு கைகளைச் சுவரில் ஊன்றித் தலையை எடுத்தேன். எல்லோரும் சிரித்தார்கள். நானும் சிரித்தேன். குற்றாலிங்கம் அதை எளிதாகச் செய்தான். பழனி, ''அத்தானுக்குச் சிலம்பாட்டம் கத்துக் கொடுங்க, அண்ணாவி'' என்றான். நான் அவனிடம் கேட்டிருக்கவே இல்லை.

அண்ணாவி, தரையில் சாக்பீஸால் மூன்று வட்டம் வரைந்தார். மூன்றும் கிட்டத்தட்ட ஒரு பெரிய 'ட'வின் மூன்று

முனைகளில், வடிவில் சுத்தமான வட்டமாயிருந்தது. கம்பைக் கையில் தந்து, கீழ் நுனியிலிருந்து இரண்டு பிடி அளந்து வலதுகையை வைக்கச் சொன்னார். இடதுகையை சௌகரியம் போல் வைத்துக்கொள்ளச் சொன்னார். முதல் வட்டத்தில் நின்று கொண்டு, "கம்பை எதிராளியை நோக்கி நீட்டு" என்றார். இப்ப கம்பைத் தாழ்த்தணும்; அதே சமயத்தில் கால்கள் கீழேயிருக்கும் இரண்டாவது வட்டத்துக்குள் வந்து விட வேண்டும். அடுத்த 'ஸ்டெப்', கால்கள், மூன்றாவது வட்டத்திற்குள் வரவேண்டும். கழி, எதிராளியின் முகம் நோக்கி உயர்ந்திருக்க வேண்டும். அவர் சொல்லச்சொல்ல முதல் தடவை சரியாகச் செய்தேன் போலிருக் கிறது. எல்லோரும் கை தட்டினார்கள். இரண்டாம் முறை, மூன்றாம் முறைகளில் சுத்தமாய்க் குழம்பிவிட்டது. பழனி அழகாகச் செய்தான். அவனும் குற்றாலிங்கமும் பிரமாதமாக இரண்டு வரிசை வைத்தார்கள். இதற்குள் அண்ணாவிக்குக் கள்ளு வாடை எட்டியிருக்க வேண்டும். "குடிச்சுட்டு வித்தை படிக்கக் கூடாது; நாளைக்கு வாரும்" என்றார். சொல்லிவிட்டு, அவர் இருட்டுக்குள் போனார்; வரும்போது அரிஷ்ட வாசனையடித்தது, அவரிடமிருந்து.

வந்தவுடன் சொன்னார், "சரி, எல்லோரும் கம்பைத் தூர வையுங்க; வே, இங்க வாரும்" என்று பழனியைக் கூப்பிட்டார். அவனைத் தரையில் உட்காரச் சொல்லி, கைகளிரண்டையும் பின்னால் கயிற்றால் கட்டினார். "இப்ப தப்பியும், பார்க்கலாம்" என்று சொல்லிவிட்டு என்னிடம் சொன்னார், 'தாழம்பூ' படத்தில் பார்த்திருக்கேரா; வாத்தியார் இப்படிக் கட்டிப் போட்டதிலிருந்து நேக்காத் தப்பிப்பாரு, ஞாவகம் இருக்கா என்று. நான், 'தாழம்பூ' அதிகம் பார்க்காத படம், நினைவில்லை. ஆனால் "ஆமா", என்றேன். பழனி, கைகளை இறுக்கமாக நீட்டி, உடலை நெளித்து வளைத்து, கட்டிய கைகளைக் கால் வழியாக முன்னே கொண்டு வந்துவிட்டான். அப்புறம், பல்லால் கடித்துக் கட்டை அவிழ்த்து விட்டான். "நீரு நாளைக்கி இதை முயற்சி பண்ணணும்" என்றார் அண்ணாவி. "நாளைக்கு ஊரிலேயே இருக்கமாட்டாக அத்தான்" என்றான் பழனி. போதை, போன இடம் தெரியவில்லை. பசி, வயிற்றைக் கிள்ளியது.

பஸ்ஸிற்கு ஏகக் கூட்டம். அது, புதிதாய்த் தொடங்கியிருந்த, பெண்கள் கல்லூரிக்குச் செல்லும் பஸ். பழனி, நேற்று இரவில் சொல்லியிருந்தான், "அத்தானோவ், உங்க ஃப்ரெண்டு பெருமாள்

கோயில் தெருலேர்ந்து வருவாரே, அவர் தங்கச்சி ஒரு பையன்ட்ட மாட்டிக்கிட்ட மாதிரி இருக்கு. லெட்டர் கொடுத்து வாங்குது. பையன் ரொம்ப மோசமான பையன். நீங்க சொல்லி, கண்டியுங்க'', என்று. அது என்னவென்று பார்க்க, நான் பஸ் ஸ்டாப்பில் நின்று கொண்டிருந்தேன். ஒரு பையனைக் காண்பித்தான் பழனி, ''இது தான் புள்ளிக்காரன்; பார்க்காத மாதிரி பாருங்க'' என்றான். பஸ் புறப்பட்டதும், நானும் பழனியும் ஏறினோம். அந்தப் பையன், பின்னாலிருந்தவன் மெதுமெதுவாக பஸ்ஸின் மத்திக்கு வந்தான். பெண்ணின் அருகே நின்றுகொண்டான். உரசிக்கொண்டே இருந்தான். தள்ளித்தள்ளிப் போனாலும், பையன் விடவில்லை. அதன் மடியிலிருந்த புத்தகத்தை எடுத்து லெட்டர் போல ஒன்றை உள்ளே வைத்தான். பெரிய ரகசியமாய்த் தெரியவில்லை; செய்கைகள் எல்லோருக்கும் புரிகிற மாதிரி இருந்தன. நான், புத்தகத்தை அவள் வாங்கும் முன் பிடுங்கினேன். நீட்டிக் கொண்டிருந்த கடிதத்தை எடுத்துக்கொண்டு, புத்தகத்தை மடியில் போட்டேன். அதன் முகம் சிவந்து, அழுகை முட்டிக் கொண்டு வந்தது. ''எண்ணேன், இவன் என்னை தினமும் தொந்தரவு பண்ணுதான்'' என்றாள். பக்கத்தில் இருந்த பெண், ''ஆமா'' என்றது.

அடுத்த ஸ்டாப்பில், பையன் விறுவிறுவென்று கீழே இறங்கினான். இறங்கும்போதே, என்னை ஏளனமாய்ப் பார்த்தான். நானும் பழனியும் சட்டென்று கீழே இறங்கினோம். இறங்கிய வேகத்திலேயே, பழனி அவன் சட்டைக் காலரைப் பிடித்தான். பழனியைவிட அவன் நல்ல உயரம். சண்டியர்கள் நிறைந்த தெருவிலிருந்து வருபவன். நான், அருகில் போனேன். ''நீங்க தூரப் போங்க; வேலை - சோலிக்குப் போற ஆளு'' என்று சொன்னான். பஸ் கிளம்பியது. தள்ளி நடந்தேன். பின்னால் அடிவிழும் சத்தம் கேட்டது. பையன், கீழே குப்புறக் கிடந்தான். அவன் முதுகில் பழனியின் கால் இருந்தது. புத்தகத்தைப் பிடுங்கி ரசாபாசத்தை உண்டு பண்ணிவிட்டதாக எனக்குக் குறுகுறுப்பாய் இருந்தது. கொஞ்ச நேரம் கழித்துத் தெருவுக்குள் வந்த பழனியும் அப்படியே அபிப்ராயப் பட்டான். தூரத்தில், அடிபட்ட பையன் நாலைந்து பேருடன் வருவது தெரிந்தது. இப்போதும் பழனி என்னை, கட்டாயமாக, தள்ளிப் போகச் சொல்லிக் கொண்டிருந்தான். நான் அண்ணாவியின் வீட்டுக்கு, சைக்கிளை எடுத்துக்கொண்டு, வேகமாய்ப் போனேன் - அவராவது, குற்றாலிங்கமாவது இருக்க வேண்டுமே என்ற கவலையுடன்.

24

சிரிப்புப் பாதி அழுகை பாதி சேர்ந்ததல்லவோ...

பட்டாசலுக்கு அடுத்து, தார்சால். அதுவரைதான், உத்திரம் பரத்தி, கட்டை குத்தி, மச்சு கட்டியிருக்கும். அதற்குக் கீழ் உள்ள பகுதிக்கு (துத்த)நாகத்தகடு வேய்ந்து, அதன்கீழ் வெக்கை தெரியாமலிருக்க, மூங்கில்பாயில் தட்டி வேய்ந்திருக்கும். அது, கீழ்த்தார்சால். தலைவாசலிலிருந்து வீடு மற்றும் காம்பவுண்டிற்குள் வர ஒரு முடுக்குப் போன்ற நடையோடம் (நடைக்கூடம்). நடையோடம் ஜில்லென்றிருக்கும். நன்றாகக் காற்று வீசும். சிலசமயம், நல்ல கோடைநேரத்தில் அதில் யாராவது படுத்திருப்பார்கள். வியாபாரிகள் யார் வந்தாலும் அங்கேதான் உட்கார்ந்து பொருள்களைக் கடை விரிப்பார்கள். பழைய பேட்டையிலிருந்து எண்ணெய்ச் செட்டியார், வந்து உட்காரும் முன்னேயே அம்மா சத்தம்போட ஆரம்பித்து விடுவாள், ''செட்டியாரே சொவரை எண்ணெய் ஆக்கீராதீரும்'' என்று. செட்டியார் சிரித்துக்கொண்டே சொல்வார், ''ஆச்சி எப்படா நான் வருவேன்னு பார்த்துக்கிட்டே இருப்பாக போல'' என்று. செட்டியார் என்றால் வயதான ஆள் இல்லை. சின்ன வயசு. கறுப்பென்றால் அப்படியொரு கறுப்பு, எள்ளுப் புண்ணாக்கு போல. தலை, பம்பை மாதிரி பரந்து கிடக்கும்; முடி, சுருட்டையாய் இருக்கும். தலைமுடி பூராவும்

எண்ணெயாய்த்தான் இருக்கும். 'முதல்தேதி' சினிமாவில் வந்த எமகிங்கரன் போல இருப்பார்.

வெற்றிலை போட்ட வாய், எப்பவும் சிரிச்ச மாதிரி இருக்கும். தெரு பூராவுக்கும் அவர்தான் நல்லெண்ணெய் விற்பவர். ஒற்றை மாட்டு வில்வண்டியில் வருவார். வண்டியை, தெருவின் மேலக் கடேசியில் அவிழ்த்துப் போட்டுவிட்டு, வண்டியின்கீழ் தொங்கிக் கொண்டிருக்கும் கயிற்றுத்தூளியிலிருந்து மாட்டுக்கு வைக்கோல் எடுத்துப் போட்டுவிட்டு, எண்ணெய் டின்னையும் செம்பையும் எடுத்துக்கொண்டு வீடுவீடாகக் கிளம்பி விடுவார். நடையோடத்தில் உட்கார்ந்துகொண்டு, ''ஆச்சியோவ்'' என்று சத்தம் கொடுப்பார். அம்மா, எண்ணெய் விட்டு வைத்திருக்கும் பாரி கம்பெனி பீங்கான் ஜாடியை எடுத்து வருவாள். 'பாரீஸ்' என்று ஆங்கிலத்தில் எழுதியிருக்கும், திருகு வைத்த மூடியில். அதில் என்ன வரும், சாக்லேட்டா, என்று பல முறை யோசித்திருக்கிறேன், சிறு வயதில். தெரிந்து கொண்டதில்லை. பிற்பாடு யாரோ சொன்னார்கள், ஜாடியே பாரி கம்பெனி தயாரிப்பு என்று. ஆனால் எனக்கு அதை ஒப்புக்கொள்ள கஷ்டமாகவே இருந்தது.

காலியாகாமல் இருக்கும் கொஞ்ச எண்ணெயை, முதலில் செம்பில்விட்டு அளந்து தனியே வைத்துவிட்டு, அம்மா தயாராய் கொண்டுவந்து வைத்திருக்கும் போசனச் சட்டியில் (போஜன சட்டி) எண்ணெயில் போட்டிருக்கும் சிரட்டைக் கருப்பட்டியை எடுத்து வைப்பார். அவர் எடுத்துவைக்கக் காத்திருந்த மாதிரி கருப்பட்டி லேசாக இளகி உடைந்து உட்காரும். செட்டியார் வாயில் ஒரு துண்டு எடுத்துப்போட்டு விட்டு, ''ஏயப்பா, பஸ்ட்டாவுள்ள எண்ணையில்லா; இன்னும் மணக்கே'' என்பார். அம்மாவுக்கு, அவர் கருப்பட்டியைத் தின்பது அவ்வளவு பிடிக்காது. எனக்கு அந்த ருசி அவ்வளவு பிடித்தமாயிருக்காது. செட்டியார் சொல்வார், ''சாப்பிடுங்க தம்பீ, வாய்ப்புண், வயித்துப்புண்ணுக்கு நல்லதுல்லா'' என்று. அம்மா ஒரு துண்டு வாயில் போட்டு விட்டு, ''அப்படியொண்ணும் நல்ல எண்ணெய் இல்ல வே; ஜாடியில பாரும், ஒரே கசடா இருக்கு'' என்பாள். அதற்குள் செட்டியார் ஜாடியின் உள்பாகத்தைத் துணியால் துடைக்க ஆரம்பித்து விடுவார். ஜாடி பளீரென்றிருக்கும். ''ஆச்சி, எவ்வளவு விடட்டும்; ரெண்டு செம்பு விடட்டுமா; அடுத்த ட்ரிப் வாறதுக்கு நாளாகும்,'' என்பார். ''எங்க வே போறேரு, காசிக்கா போப்போறேரு. அதுக்கு இன்னும் வயசிருக்கு வே உமக்கு. ரெண்டு நாழி வேண்ணா விடும்; செக்கடி

எண்ணெய் நல்லாருக்காம்; தெக்கு வீட்ல சங்காச்சி சொன்னா. அடுத்த தடவை அங்கதான் வாங்கிப் பாக்கணும். உம்ம அப்பா காலத்துல எண்ணெய்க் கருப்பட்டி இப்படியா கசக்கும்,'' என்பாள்.

ரெண்டு பக்கா விட்டாலும் நல்லதுதான் அம்மாவுக்கு. ''கொஞ்சமா செலவாகுது; தோசைக்கே எவ்வளவு செலவாகுது. இதுல குளிக்க கொள்ள, வேற எண்ணெய் வாங்க வேண்டியிருக்கு. ஆறு மாசத்துக்கு ஒரு தரம் - பூவுக்குப் பூவு நெல் அறுத்த பிறகு தான் - இவருக்கு ரூவா கொடுக்க முடியுது. பலசரக்குக் கடையிலும் பற்றுவழின்னாலும் அங்க எண்ணெய் இந்த மாதிரி நல்லாருக்காது. அது மிஷின் எண்ணெய்'' என்று செட்டியார் போனபின், அக்காவிடம் அலுத்துக் கொள்வாள். ''சரி, ரெண்டு செம்பு விடும்'' என்பாள். ''நல்லா இல்லேன்னா குடுத்துவிட்ருவேன்'' என்பாள். அதுக்கும் ஒரு பலமான சிரிப்பு வரும் செட்டியாரிடமிருந்து. செட்டியார், பென்சிலைக் காதில் வைத்திருப்பதே தெரியாத மாதிரி முடி; ஒரு ப்ளாக் நைட் பென்சில், பச்சைக் கலரில் வத்திருப்பார். ''ஆச்சி, கத்தி குடுங்க'' என்பார். ''உமக்கு எங்க வீட்டுக்கு வந்தாலே பென்சில் மொட்டையாயிருமே'' என்பாள், அக்கா. சொல்லிக் கொண்டே ஒரு மடக்குக் கத்தியை எடுத்துத் தருவாள். அவரே இடுப்பில் சாவிக்கொத்தோட ஒரு கத்தி வைத்திருப்பார். ''இல்லை ஆச்சி, சுவர்ல எழுதுதேன், பாத்திங்களா; சீக்கிரம் கரைஞ்சிருது பென்சில்'' என்பார். சொல்லிக்கொண்டே நடையோடச் சுவரில், தேதி போட்டு, ரூவா, அணா, பைசா கணக்கில் எழுதுவார். ''ஆச்சி, போன பூவுக்கே ஐயா பாக்கி வச்சுக்கிட்டுத்தான் குடுத்தாக; இப்ப பிசானத்துலயாவது பூராத்தையும் குடுக்கச் சொல்லுங்க'' என்பார். எல்லோரின் முகமும் வாடி விடும். அவர் மட்டும், மறுபடி ஹெஹ்ஹஹ்ஹே என்று சிரித்து, ''வரட்டுமா ஆச்சி; வேய் தம்பியா பிள்ளை, வண்டிக்கி வாரேறா, கடலை மிட்டாய் தாரேன்'' என்று என்னிடம் சொல்வார்.

ஒரு தடவை இப்படிக் கூடப் போனபோது பெரிய பாளமா ஒரு துண்டு எள்ளுப் புண்ணாக்கு தந்தார். ஆசையாய்க் கடித்தேன்; ஒரே நறநறப்பு, கல்லு வேற; இனிப்பும் இல்ல, ருசியும் இல்ல. அப்படியே துப்பி விட்டேன். ''வேய், என்ன துப்பீட்டேரு, மாட்டுக்காவது குடுத்திருப்பனே'' என்றார். அதிலேருந்து அவர் கேட்டாலே, ''போரும் வே, செட்டியாரே'' என்பேன். இப்படி ஒரு தரம் சொல்லும்போது அப்பா இருந்தார். ''ஏல, ச்சீ, மரியாதை

வேண்டாம் நாயே'' என்று சுளீரென்று முதுகில் அறைந்தார். செட்டியார் மேல் கோவமாய் வந்தது. "அய்யயோ, புள்ளையப் போட்டு அடிக்கீகளே" என்று என்னை இழுத்து, வயிற்றோடு அணைத்துக் கொண்டார். மடியில் இரண்டு - மூன்று சிட்டைகள் வைத்திருந்தார்; அது தொந்தியை இன்னும் பெரிதாகக் காட்டியது. கைவைத்த பனியன் மாதிரி மல் சட்டை. இடுப்பு வேட்டிக்கும் சட்டைக்கும் நடுவே புதிதாய்ப் போட்ட பூணூல். அதன் கனத்த பிரி இன்னும் நினைவிருக்கிறது. அவர் மேல் கோபம் நீங்கியது. ஆனால் எண்ணெய்ப் பிசுக்கு வாசனை குமட்டியது. அவர் தொட்டதில், புறங்கையிலும் கன்னத்திலும் எண்ணெய். அதைத் துடைத்து, காலில் தேய்த்தேன். "ஆங், தலையில தேயுங்க; சூட்டுக்கு நல்லதுல்லா" என்று சொல்லியபடியே வெளியேறினார்.

செட்டியார், துணைக்கு ஒரு பையனை அழைத்து வரத் தொடங்கியிருந்தார். என் வயதுதான் இருக்கும். பெரும்பாலும், அவன் அவிழ்த்துப் போடப்பட்ட வண்டியின் கோஸ் பெட்டியில் உட்கார்ந்து சாட்டைக்கம்பைக் காற்றில் வீசிக்கொண்டே, எதாவது பேசிக்கொண்டே இருப்பான். அல்லது தூங்கி விடுவான். ஆனால் செட்டியார் எண்ணெய் ஊற்றிவிட்டு, ஒரு வளவை விட்டுக் கிளம்பினால் தெரிந்துவிடும். விழித்து எழுந்து உட்கார்ந்து கொள்வான். அவரும் அந்த வீட்டில் கடைசியாய்ப் பேசிய பேச்சின் மிச்சத்தோடும் சிரிப்போடும்தான் வளவைவிட்டு வெளியே வருவார். "யானை வரும் முன்னே" என்கிற கதை மாதிரித்தான். நாங்கள் தெருவில் விளையாடுகிறதை ஆசையோடு பார்த்துக் கொண்டிருப்பான். நானாகத்தான் அவனோடு பேச்சுக் கொடுத்தேன், ஒரு நாள். வண்டிக்குப் புதிதாக மாடு வாங்கியிருந்தார் செட்டியார். பழைய மாடு அநியாயத்துக்குச் சிலுப்பும். புது மாடு சாதுவாக இருந்தது. கொம்புசீவிப் பளபளவென்று, கறுப்பாய், பார்க்க பயமாய் இருந்தது. ஆனால் படு சாது. அதைப்பற்றிப் பேச ஆரம்பித்து, பழக்கம் ஆகிவிட்டது.

அவன், ஐந்தாம் வகுப்போடு நின்றிருந்தான். நான், ஆறாவது வகுப்பு போன புதிது; அதாவது, ஹைஸ்கூல் போன புதிது. அவனிடம் அதுபற்றிப் பீற்றிக் கொண்டிருந்தேன். அப்புறம் அவன் நல்ல நண்பனாகிவிட்டான்; சேக்காளி ஆகவில்லை. நாங்கள், "நண்பா, உன்னைக் காண ரொம்ப ஆவலாயிருந்தேன்" என்று கடிதம் எழுதுகிற தொனியில்தான் பேசிக் கொள்வோம். மாதத்துக்கு ஒரு தடவை போலத்தான், செட்டியார், தெருவுக்கு

வருவார். அவன்தான் ஒரு சமயம் கேட்டான், "எங்க செட்டியாரு, உங்க பெரிய அண்ணன்கிட்ட அடிக்கடி ரகசியம் பேசுகிறாரே என்னவாயிருக்கும்" என்று. எனக்குத் தெரியவில்லை. "எங்க செட்டியார் சம்சாரம் பெரிய சண்டக்காரியாக்கும். வெளியவே வராது. எல்லார் கூடவும் சண்டைதான். அதைப் பத்தித்தான் அன்னைக்கிப் பேசிக்கிட்டாங்க" என்று சொன்னான். "அது வரைக்கும் என் கிட்டக்க நின்னு பேசிக்கிட்டிருந்தாங்கடே; அதுக்கப்புறம் என்னமோ, என்னைத் 'தள்ளிப் போலே' என்று செட்டியார் திட்டி விட்டார், என்றான்.

'யார் பையன்' படம் பாப்புலர் டாக்கிஸீல் போட்டிருந்தார்கள். செகண்ட் ரன். (இரண்டாம் தடவை) முதலில் ரத்னாவில் வந்தது. நான் பார்த்ததில்லை. அப்பாதான் கூட்டிக்கொண்டு போனார். நியூஸ் ரீல் போடும்போது சோபா டிக்கெட்டில் நான் மட்டும்தான் இருந்தேன். அது, அப்பாவுக்கு வேண்டப்பட்ட தியேட்டர். அதில் பங்குகள் இருந்ததாகக்கூடச் சொல்வார்கள். என்னை விட்டுவிட்டு, அப்பா, மேனேஜர் ரூமில் உட்கார்ந்து பேசிக் கொண்டிருந்தார்கள். படம் ஓட ஆரம்பித்ததும் யாரோ பக்கத்தில் பயங்கரமாகத் தொடையை தட்டி, சோபாவைத் தட்டி அனுபவித்துச் சிரித்துக் கொண்டிருந்தார்கள். நானும் சுவாரஸ்யமாகப் பார்த்துக் கொண்டிருந்தேன். கொஞ்ச நேரத்தில் அடி என் மேல் விழுந்தது. சிரிக்கும் உற்சாகம். நான் பக்கத்தில் திரும்பினேன், செட்டியார். பக்கத்தில் ஒரு பெண். செட்டியார் நல்ல முழுக்கைச் சட்டை போட்டு, கையை மடித்து விட்டிருந்தார். பெண்ணும் செட்டியாரை நெருங்கி உட்கார்ந்திருந்தாள். தலையில் எண்ணெய் வழியவில்லை. அண்ணன் உபயோகிக்கிற மரிக்கொழுந்து செண்ட் வாசனையை அவரிடமிருந்து அப்போதுதான் உணர்ந்தேன். அவரும் என்னைப் பார்த்து விட்டார். "தம்பீ, வாரும் வேய். தனியாவா வந்தேரு" என்று கேட்டார், சுற்றுமுற்றும் பார்த்தபடி. "இல்லை, அப்பா வந்திருக்காங்க" என்றேன். "பெரிய அய்யாவா" என்று மறுபடி கேட்டார். "சரி சரி, படம் பாரும்" என்றார்.

அதற்கப்புறம் தியேட்டர் பூராவும் சிரித்துக் கொண்டிருந்தது. செட்டியார் சத்தத்தையே காணும். திரும்பிப் பார்த்தேன். அந்தப் பொம்பளை மட்டும் படத்தில் லயித்து, சிரித்துக் கொண்டிருந்தாள்.

வெள்ளை அடிக்க வந்த லச்சுமணன் கேட்டான் அப்பாவிடம், "அய்யா, இந்த எண்ணெய்க் கணக்கை விட்டுட்டு அடிக்கவா;

இல்லை அடிச்சரலாமா; அவர்தான் புகஞ்சு போய்ட்டாராமே'' என்று. அப்பா அவசரமாக, ''நில்லு நில்லு; அதைக் குறிச்சிக் கிடுவோம்'' என்று தன் கணக்கு நோட்டில் குறித்துக் கொண்டார். அப்பொழுதுதான் எனக்குத் தெரியும், செட்டியார் செத்துப்போனது. அம்மாவிடம் கேட்டேன். ''ஆமா, பாவம் பொட்டுப் பொடுக்குன்னு போய்ட்டான். முப்பத்திஅஞ்சு வயசுகூட இருக்காது; வாய்க் குத்துன்னு சொன்னானாம்; தண்ணீ கொடுக்கறதுக்குள்ள சீவன் போய்ட்டாம்'' என்றாள். ''நண்பா, உன்னைத் தேடுகிறது'' என்று சினிமா வசனம் போல் மனசுக்குள் ஓடியது.

●

25
கல்லில் வடித்த சொல் போலே அது காலம் கடந்த...

ஒட்டி உலர்ந்த வயிறு; முகத்தில் ரெண்டு - மூணு நாள் தாடி, முள்முள்ளாய். தெருவில் சைக்கிள் ஓட்டிப் பழகிக் கொண்டிருந்தேன்; சைக்கிளை வாசலில் நிறுத்திவிட்டு பதினொன்னரை மணி வெயில் தந்த தாகம், வீட்டுக்கு விரட்ட தண்ணீர் குடிக்க வந்தவன், நடையோடத்தில் அமர்ந்திருந்த வரைப் பார்த்தேன். மூக்கு, ராஜாஜி மூக்கு மாதிரி இருந்தது. கல்யாணி அண்ணன் வளவுக்கு எதிர் வீட்டில் இருந்த, காலேஜ் டெமான்ஸ்ட்ரேட்டர் வீட்டு ஜன்னல் கதவில் சாக்பீஸால் வரைந்து வைத்திருக்கும் கார்ட்டூன் கோடுகளில் இருக்கும் ராஜாஜியின் மூக்கு. அவரைச்சுற்றி, சில புதிய எவர் சில்வர் பாத்திரங்கள் கிடந்தன. நான் அவரைக் கடந்தபோது, ''பேர் வெட்டறதுக்கு கூப்பிட்டுருக் காங்க'' என்று அவராகவே சொன்னார். முகத்தில், ஒரு பஞ்சம் தெரிந்தது. அவரது தலைக்கு நேர் மேலே சுவரில் நான் வரைந்து வைத்திருந்த ஒரு கலங்கரை விளக்கம் வாட்டர் கலர் படத்தைப் பார்த்து, ''அடே, இது நீங்க வரைஞ்சதா; மேலப் பக்கம் பாத்தீங்களா, கோடு சீரா இல்லை, பாருங்க'' என்று கையில் வைத்திருந்த ஒரு சிறிய சாக்குப் பையிலிருந்து ஒரு சாக்பீஸை எடுத்து, ஒரு செங்குத்துக் கோடு போட்டு, அதன் இரு புறமும் சாய்வாக

இரண்டு கோடு போட்டார். சாய்வுக் கோடுகள், இரண்டு புறமும், கச்சிதமான சாய்வாக இருந்தது. ''பாத்தீங்களா, மேலேயிருந்து ஒரே மாதிரி ரெண்டு புறமும் இறங்குதா'' என்று ஆள்காட்டி விரல் இரண்டையும் மேலே இருந்து வெவ்வேறு இடங்களில் வைத்து இரு புறமும் அளந்து காண்பித்தார். நான் என் படத்தைப் பார்த்தேன்; தவறு புரிந்தது. இன்றைய விவரமான கணிதமொழியில் சொல்வதென்றால், அதில், 'SYMMETRY' சுத்தமாக இல்லை.

''தம்பி, என்ன பேர் வெட்டணும்; தரையில எழுதுங்க'', என்று சாக்பீஸை நீட்டினார். நான் அக்காவிடம் கேட்க, உள்ளே போனேன். அவர்கள், வேறு பாத்திரங்களைச் சேகரித்துக் கொண்டிருந்தார்கள். ''என்ன பேர் வெட்டணும்; அவரு கேக்காரு'' என்று கேட்டேன். ''T. K.ன்னு வெட்டச் சொல்லு''. நான் அதைச் சொல்வதற்காக வெளியே வந்தேன். அவர், ஒரு போணியில் எதையோ வெட்டிக் கொண்டிருந்தார். நான், அருகில் சென்றதும் காண்பித்தார். அழகான மயில், நீளமான தோகையுடன். காண்பித்துக்கொண்டே, வாயை மூடியபடியே புன்னகைத்தார். கூரிய மூக்கின்கீழ் ஒரு ஒற்றைக்கோடு போலிருந்தது வாய்; கோட்டின் முடிவு இரண்டும், சற்றே மேல் நோக்கி. இப்போது அவர் சொன்ன சமச்சீர்மை, புரிந்தது. நான் தரையில் பெயரை எழுதினேன். ''நான் படிக்கிற வசத்துல எழுதுங்க, சரியா'' என்றார். சொல்லிவிட்டு, பழைய கோட்டுச் சிரிப்பொன்றை உதிர்த்தார். ''இது என்ன இங்கிலீஸா'' என்று கேட்டார். 'என்னடா, இது தெரியாதா இவருக்கு' என்று நினைத்தபோது, ''தம்பி, கொஞ்சம் சோறு வடிச்ச கஞ்சித்தண்ணி இருந்தா வாங்கிக் கொடுங்க'' என்றார். கொஞ்சம் இருமத் தொடங்கியிருந்தார். இன்னும் சோறு வடித்திருக்கவில்லை. ஒரு நாழி அரிசி, மண்பானையில், வேக நேரம் ஆகும். அதற்குள் அப்பா, மாடிக் கொலுப் பொம்மை பீரோலிலிருந்து சில வெள்ளிப் பாத்திரங்களை எடுத்து வந்தா(ர்).

அப்பாவிடம் மயிலைக் காண்பித்தேன். ''அந்தக் காலத்து பாத்திரம், கனமா இருக்கு; இல்லேன்னா, இந்த வேலையெல்லாம் செய்ய வராது'' என்றார். அதற்குள் அம்மா கஞ்சித்தண்ணியும், கொஞ்சம் கருப்பட்டியும் கொண்டு வந்தாள். ''இந்தாரும் வேய், பேர் வெட்றவரு. இந்தத் தண்ணீல உப்புப் போடணுமா'' என்று கேட்டாள். கருப்பட்டியைப் பார்த்ததும் ''வேண்டாம்மா'' என்று சொல்லிவிட்டு, அதைக் குடித்து முடித்தார். ''புகைச்சலுக்கு நல்லது கருப்பட்டி'' என்று சொல்லிக் கொண்டார். அப்படி யொன்றும் பாத்திரங்கள் சேரவில்லை. ஒரு எழுத்துக்கு அரையணா

பேசியிருந்தார் போல. அரையணாவெல்லாம் போய் எவ்வளவு நாளாச்சு; மொத்தத்தில் ரெண்டு ரூபாய்கூடத் தேறாது போலிருந்தது. "இன்னும் வேறு ஏதாவது இருக்கா" என்று அப்பா கேட்டார். "இல்லை" என்றாள் அம்மா. அதற்குள் அவர் எனக்கு வரைந்து காண்பித்திருந்த கலங்கரைவிளக்கத்திற்கான கோடுகளை முழுமையான படமாக்கி இருந்தார். அது, உருளையான செங்கல் கட்டு போலிருந்தது. அதை முடித்துவிட்டு என்னைப் பார்த்தார், தன் கோட்டுப் புன்னகையுடன். அப்பா, "பார்த்தியா, வித்தைக்காரனுக்கும் உனக்குமுள்ள வித்தியாசத்தை" என்றார். "உமக்கு, வேற என்ன வேலை தெரியும்" என்று அம்மா கேட்டாள். "கல்லு வேலையெல்லாம் செய்வேம்மா. எங்க குடும்பம், செலை செய்யற வேலைக்காரங்கம்மா. மீன் மார்க்கெட் பக்கத்தில வீடு. வீட்டுப் பேரைக் கல்லில வெட்டிக் குடுப்போம். எங்க அப்பா மணிமுத்தாறு டேமில் வேலை பார்த்தவரு. டேமில் திறப்புவிழாக் கல்லு எல்லாம் செஞ்சிருக்காரு" என்று பேசிக் கொண்டிருந்தார். அப்பா, 'குமரன் இல்லம்' என்று கல்லில் பொறிக்க எவ்வளவு ஆகும் என்று கேட்டார். "செஞ்சு கொண்டாரேன், பாருங்களேன்" என்று ஏதோ ஒரு தொகை சொன்னார். அப்பா, சம்மதித்து இருபதோ முப்பதோ பணம் கொடுத்தார். தன் சாக்குப் பைக்குள் அதைப் பத்திரப்படுத்திவிட்டு, கும்பிட்டார்.

முகத்தில் சற்று ஆசுவாசம் வந்திருந்தது. "எங்க அப்பாதான், டேமில் வேலை பார்த்த தொழிலாளிங்க, இஞ்ஜீனியருங்க, சிலரு வேலை பாக்கும்போதே அடிபட்டுகிடிபட்டு செத்துருப்பாங்கள்ளா, அவங்க பேரையெல்லாம், ரெண்டாளு உயரத்துக்குச் செதுக்க ஆரம்பிச்சு வேலை முடியறதுக்குள்ள இவரே செத்துட்டாரு. நாந்தான் அதை முடிச்சுக் குடுத்தேன்" என்று சொல்லும்போது, கை பயங்கரமாக நடுங்கியது. "ஏம் வே, கை இப்படி நடுங்குது" என்று அம்மா கேட்டாள், "சோறு மட்டும் ஆகியிருக்கு; மோரு விட்டு, நார்த்தங்காய் வச்சு சாப்பிடுவேரா". "வேண்டாந் தாயீ. கேட்டதே போதும்" என்றவர் சொன்னார், "ஐய்யா, அது ஏதோ ஒரு சாபம்ய்யா; நான் செலை கொத்துனா கண்ணு திறக்கப் போறப்ப, இப்படி கைநடுக்கம் வந்து, செலையில ஏதாவது மூக்கோ காதோ உடஞ்சு கொருவாய் விழுந்து ஆகாமப் போயிருதுய்யா. எங்க 'அப்பாவுக்கும், கடைசிக் காலத்துல இப்படி ஆச்சு'ன்னு எங்க மாமியா சொல்லுதா" என்று சொன்னார். "அப்ப இந்த வில்லை செதுக்கும்போதும் உடையறதுண்டா" என்று பக்கத்து வீட்டு சின்னத்தாத்தா கேட்டார். அதற்குள்

வளவில் உள்ளவர்களும், தாத்தாவும் கதைகேட்கக் குழுமியிருந் தார்கள். ''இல்லங்கய்யா, இல்லங்கய்யா'' என்று அவசரமாக மறுத்தார். ''சரி, என்ன படிச்சிருக்கேரு'' என்று தாத்தா கேட்டார். தாத்தா ரொம்பக் கரெக்டான ஆள். குழந்தை - குட்டி ஒண்ணும் கிடையாது. ஆனாலும் மகா சிக்கனம். மரத்தில, தெருவோரக் கிளையில் கிடக்கிற முருங்கைக்காயைக்கூட எண்ணி வச்சுருப் பாரும்பாங்க. அவர் பட்டப்பேரே எங்க மத்தியில் 'இஞ்சி மரப்பா'. காட்டமான ஆளு. ''ஐயா, படிப்பெல்லாம் கிடையாது. நீங்க என்ன எழுதினாலும் அப்படியே செதுக்கிருவேன். என் பையன் எட்டு படிக்கான்'', என்றார். இன்னும் கேள்வி வரும் என்று நினைத்தோ என்னவோ, ''பத்து நாள்ல இதைக் கொண்டாரேன்'' என்று, நான் எழுதிக் கொடுத்த தாளை மடியில் வைத்துக் கொண்டார். ''படிச்சிருந்தா இப்படிப் பட்டினி போட்டுக் கொல்லுவாளா, அம்மையும் மகளும்'' என்று சொல்லிக்கொண்டே தெருவுக்கு இறங்கிப் போனார்.

பத்து நாளாகியும் வரவில்லை. ஒரு சாயந்திரம், அப்பா கேட்டார், ''வாறியா, அந்த ஆசாரியப் பாத்துட்டு வருவோம்''. சரி என்று கிளம்பினேன். குத்தால ரோடில் இருந்தது மீன் மார்க்கெட். ஆசாரி பேரை யாருமே கேட்டு வைத்துக் கொள்ள வில்லை. ஆனால் வீட்டைக் கண்டுபிடிப்பதில் சிரமம் ஏதும் இருக்கவில்லை. மீன்மார்க்கெட்டை அடுத்து நாலைந்து வீடுகளும், சிற்பக்கூடம் போல் தென்னந்தட்டியால் சுமாராக வேயப்பட்ட ஒரு நிழலடியில் நீளமான கல்லும் நிலைப்படிகளும், ஒரு பிள்ளையார் சிலையும் கிடந்தன. எனக்கு அவற்றைப் பார்க்கவே ரொம்ப சந்தோஷமாக இருந்தது. ஏதோ அபூர்வமான இடத்திற்கு வந்துவிட்டது போலிருந்தது. வீடுகள் எல்லாம் வரிசையாய் இருந்தன. ஏதோ ஒரு வீட்டில் இருந்து ''கடவுள் தந்த இருமலர்கள்'' என்று பாட்டுக் கேட்டுக் கொண்டிருந்தது. சிலோன் ரேடியோ, அன்றைய ஒலிபரப்பு முடியப் போகிற நேரம்; ஸ்டேஷன் தெளிவில்லாமல் கேட்டுக் கொண்டிருந்தது. அந்த வீட்டின் முன் நின்று சத்தம் கொடுத்தேன். ஒருவன் வந்தான். அப்பாவைப் பார்த்ததும் மடித்துக் கட்டியிருந்த வேஷ்டியை அவிழ்த்துவிட்டபடி, ''என்ன வேணும்'' என்று கேட்டான். அப்பா, ஒருவழியாக விஷயத்தை விளக்க வேண்டியிருந்தது.

''ஓஹோ, எங்க சின்னையாவா, அந்த முதல் வீடு'', என்று சொல்லியபடியே, அந்த வீட்டுக்குள் சென்று அவரை அழைத்து வந்தான். கூடவே இரண்டு பெண்களும் வந்தனர். அவர்கள்

வீட்டுக்குள்ளேயே நின்றுகொண்டு எட்டிப் பார்த்தபடி இருந்தனர். ''ஐயா, வாங்க'' என்று இருமலுக்கிடையே சொன்னான். கொஞ்சம் பெரிய செங்கல் போலிருந்த வில்லை ஒன்றை எடுத்து வந்தான், கல் தூசிக்குள்ளிருந்து. 'குமரன அகம' என்று அழகாக வடித்திருந்தது. எனக்குப் பகீர் என்றிருந்தது. 'ன' விலும் 'ம' விலும் புள்ளி வைக்கவில்லை. நாம்தான் தப்பாக எழுதிக் கொடுத்து விட்டோமோ என்றிருந்தது. அப்பா அதிர்ச்சி அடையவில்லை மாதிரி இருந்தது. நான் மெதுவாகச் சொன்னேன். ''அதுக்கென்ன, வச்சாப் போச்சு'' என்று அப்பா சொன்னதும்தான், 'ஆமா, இது ஒண்ணும் பயப்பட வேண்டிய விஷயம் இல்லையே' என்று தோன்றியது. அப்பாவுக்கு அந்த வில்லை, திருப்தியாக இருந்திருக்க வேண்டும் போலிருந்தது. அங்கே கிடந்த நிலைப்படிக் கல்லில் உட்கார்ந்தோம். இரண்டு காளி மார்க் கலர் வாங்கி வந்தார், முதலில் பார்த்தவர். பெயர் வில்லையின் பின்புறம் சமப்படுத்தப் படாமலிருந்தது. நான் அதைக் காண்பித்தேன். ''அப்பத்தான், சுவர்ல வச்சுக் கட்டும் போது நல்லாப் புடிச்சுக்கிடும்'', என்றார் அப்பா. அப்பாவுக்குச் சில நுணுக்கங்கள் நன்றாகத் தெரியும். ''ரெண்டு நாள்ல்ல பாலிஷ் போட்டுக் கொண்டாந்துருவாரு'' என்று அவன் மனைவி சொன்னாள். ''சரி, அதில ரெண்டு புள்ளி வச்சுரும்'' என்று அப்பா சொன்னதும், ''எவ்வளவு பேசிருக்காரு'' என்று அவள் கேட்டாள். ''என்ன உண்டுமோ அதான்'' என்று அப்பா சொன்னார். ''அதைக் குடுத்துட்டுப் போங்க'' என்றதும், ''கொண்டு வரும்போது குடுத்து விடுதோம்; இப்ப, பணமில்லை'' என்று சொல்லிவிட்டுக் கிளம்பினார். ''பணமில்லையாம்லா'' என்று இளக்காரமாகச் சொல்வது வீட்டுக்குள்ளிருந்து கேட்டது.

ஒரு வாரம் போலிருக்கும்; அவர் சுமக்க முடியாமல் சுமந்து கொண்டு வந்தார், ஒரு துண்டுச் சாக்கில் சுற்றி. அவர் வரும்போது சின்னத்தாத்தாவும் இருந்தார். அவருக்கே அதைப் பார்த்ததும் திருப்தியாய் இருந்தது. ''வேலை நல்லாருக்கு வே'' என்று பாராட்டினார். ஆசாரி, கொஞ்சம் நல்ல வேஷ்டி உடுத்தி, சட்டையைப் பைக்குள் வைத்திருந்தார். வழக்கமான சாக்குப் பையில்லை. சட்டையை எடுத்துப் போட்டுக் கொண்டார். ''நல்ல வேளைய்யா, என் மாமியார்ட்ட ரூவாயக் கொடுக்கலை; திருப்பதிக்குப் போறேன்யா. தேவஸ்தானத்துல எங்க சொந்தக் காரங்க இருக்காங்க; அங்க போனா ஏதாச்சும் வேலை இருக்கும்யா'' என்று சொன்னார். கொஞ்சம் சாவகாசமாகப் பேசுகிற மாதிரி இருந்தார். சின்னத்தாத்தா கேட்டார், ''சோமவார மண்டபத்துக்கு

முன்னால இருக்கே, அந்த அல்லி - அர்ஜுனன் சிலை; அதுக்கு மூக்கு இல்லையே. அதுவும் உம்ம மாதிரி ஆனதை அப்புறமா இட்டுக் கட்டினதோ, மூக்கைக் கிள்ளிட்டான் அர்ஜுனன்'', என்று இடக்காகக் கேட்டார். ''ச்சே ச்சே, அப்படியெல்லாம் இல்லை; அந்தச் சிலைகள்லாம் எப்படிச் செய்யுவாங்க தெரியுமா? காலையில குளிச்சு முடிச்சு, சாமி கும்பிட்டுட்டு, வேஷ்டிய வெயில்ல காயப் போட்டுட்டு, செலை வடிக்க ஆரம்பிச்சாங் கன்னா, அந்த வேட்டி நல்லா காயற ஒரு மணி நேரம், ஒண்ணரை மணி நேரம் வரைக்கும்தான் வேலை பாப்பாங்களாம். அதுக்கு மேல் உடம்பை வருத்தினா, நம்ம கதை ஆயிரும் போல இருக்கு; இப்படீன்னு சொல்லக் கேள்வி. எங்களுக்கெல்லாம் நல்ல கதி கிடையாதுன்னும் சொல்லுவாங்க; ஏன்னா 'மக்கள்ல்லாம் கும்பிடற சாமிய, நாங்க மேல ஏறி உக்காந்து, மிதிச்சு, எல்லாம் வேலை பாக்குறமே அதனாலே'ன்னு எங்க அம்மாவும் சொல்லுதா; மாமியாளும் சொல்லுதா. என் மாமியார்ட்ட இருந்து தப்பிச்சா போதும், சாமி; நான் வடக்க போறேன் சாமி, வடக்க போறேன்'' என்று சொல்லிக்கொண்டே தெருவுக்கு இறங்கினார். அப்பா, பேசியதைவிட அதிகமாகவே கொடுத்தார். ''இது வடக்க போற வரைக்கும் போதும்ல்லா'' என்று கேட்டதுக்கு, ''ஏயப்பா, இதை வச்சு காசி - கயாகூடப் போலாம் வே'' என்றார் சின்னத்தாத்தா. அதைக் கேட்க அவர் இல்லை.

அந்த வில்லையை வீட்டிற்கு வெளியே பதிக்க, சுவர் வாகாகவும் இல்லை; அதை ராஜவல்லிபுரம் வீட்டில் பதிக்கலாம் என்று, அப்பா அதை அங்கே கொடுத்து விட்டார், வயலை மேற்பார்ப்பவரிடம். அது அங்கேயும் பதிக்கப் படவில்லை. அது எங்கே போயிற்றென்று தெரியவில்லை. வீடே விலையாகி விட்ட பின் அது எங்கே போனால் என்ன.

பொதுப் புத்தி

பொதுப் புத்திக்காரனாய்
ஞாபக மறதியுடன்
போராடிக் கொண்டிருந்தேன்
பித்தளைப் பாத்திரத்தில்
பெயர்பொறிக்க வந்த
போது பழக்கம்
வீட்டின் பெயரை
கல் வில்லையில்

செதுக்கித் தந்து
காசு வாங்கியகையோடு
வேற்றூர் சென்றுவிட்டவன்
பெயர் என்ன
அணை கட்டும்போது
இறந்த தொழிலாளிகளின்
அனைத்துப் பெயர்களையும்
பொறிக்க ஆரம்பித்த
அவன் தந்தையே காலமாக
முடித்துக் கொடுத்தவன் அவனாம்
பசு வலிகண்டு அரற்ற
வெளியேறும் பனிக்குடத்துள்
தெரியும் கன்றின் தலைபோல
கல்லுக்குள் அசாதாரணச் சிலை
காணும் சிறப்புப் புத்திக்காரன்தான்
துலங்கி வந்து கொண்டிருக்கும்
சிலைகள் ஏனோ கடைசியில்
கொருவாய்விழுந்து வீணாகிப்போகுமென
நொம்பலப்பட்டுச் சொல்லிக்
கொண்டிருந்தான்.
எந்தச் 'சிற்பியின் நகரத்'தில்
எந்த மொழிக்காரர்களுக்காய்
என்ன வடித்துக் கொண்டிருக்கிறானோ
எழுதப் படிக்கத் தெரியாத அவன்.

26

பெண்ணாகப் பிறந்துவிட்டால் சொல்லாத நினைவிருக்கும்...

''ஊரைச் சொன்னாலும் பேரைச் சொல்ல மாட்டேம்ப்பா'', என்று சிறுவயதில் சொல்லிக் கொள்வோம். இப்ப பேரைக்கூட சொல்லிருவேன்; ஊரைச் சொல்றது சிலாக்கியமாப் படலை. அது நண்பனின் வீட்டு மாடி. நண்பன்னா எனக்கு ரொம்பப் பிடிச்சவன். மாறுதல் உத்தரவை வாங்கிக் கொண்டு, அந்த ஊருக்குப் போய் இறங்கும்போது, கையில் காசே கிடையாது. பத்து அல்லது பதினைந்து ரூபாய் இருக்கும். என்ன தைரியத்தில் அப்படிப் போனேன் என்று இப்போது நினைத்தாலும் ஆச்சரியமாக இருக்கிறது. கானா முருகன் அந்த ஊரில்தான் வேலை பார்த்து வந்தான். திங்கள் கிழமை காலையில் அவனுடன் கிளம்புவதாகத்தான் திட்டம். முந்தின நாள் கொண்டாட்டம் சற்று தூங்க வைத்து விட்டது. அது என்னவோ, புதிதாய் ஒரு சரக்கு. 'ஆக்மே'(Acme) என்று பெயர். ஏ. எல். சீனிவாசன் ஆரம்பித்த கம்பெனி என்றார்கள். ஆரம்பித்த கொஞ்ச நாளில், மதுவிலக்கு மறுபடி வந்து விட்டது. இது திருட்டுச் சரக்கு. அதுதான், கள்ளச் சந்தையில் அப்போது புழங்கிக் கொண்டிருந்தது. ஊரின் பழம் பெரும் குடும்பங்களில் ஒன்று அது. வீடே இரண்டு தெருவுக்கு, கொசவந்தட்டித் தெருவில் இருந்து தெற்கு ரதவீதிவரை இருக்கும். அவர்கள்

வீட்டில் யாருக்கோ மது பெர்மிட் உண்டு. அது இன்னமும் தொடர்கிறது. அந்த வீட்டின் கடைசிப் பையன், எனக்கு ரெண்டு - மூன்று செட் முந்தியவன். என்னுடன் எட்டாம் வகுப்பு படித்தான். ஆள், சற்று உயரமாய் இருப்பான். என்னுடன் படிக்கிற வருஷம், நல்லூரிலோ எங்கோ போர்டிங் ஸ்கூலில் படித்துவிட்டு - அங்கேயும் ஃபெயிலாகி - மறுபடி எங்கள் பள்ளிக்கே வந்து சேர்ந்திருந்தான். கடைசி பெஞ்சில் உட்கார்ந்திருப்பான். அதுக்குப் பேர், மாப்பிள்ளை பெஞ்சு. நடிகை ராஜசுலோசனா என்றால் உயிர். 'குமுதம்' படம் வந்து பெரும் வெற்றிபெற்றதை அடுத்து, மாடர்ன் தியேட்டர்ஸ் எடுத்த படம், 'கவிதா'. ராஜசுலோசனா கதாநாயகி. படம் எடுபடவில்லை. பாட்டுகள் கேவியெம் மாமாவின் இசையில் பிரமாதமாய் இருக்கும். நம்பியாரும் புஷ்பலதாவும் பாடுகிற, ''உள்ளே இருக்கும் பொன்னம்மா, வெளியே வந்து சொல்லம்மா'' என்ற பாட்டு எனக்கு ரொம்பப் பிடிக்கும். அப்புறம், ''பறக்கும் பறவைகள் நீயே''. அந்தப் படத்தை, கட் அடித்து, முதல் நாள் பார்த்துவிட்டு வந்து கிளாஸ் வாத்தியார் கணேச அய்யரிடம் ஏச்சு வாங்கிக் கொண்டிருந்தான்.

ராஜசுலோசனாவுக்குக் கடிதம் எழுதி, அதற்கு முகவரியை என்னை எழுதச் சொன்னான். என் எழுத்து ஒன்றும் அப்படி நன்றாயிருக்காது, அப்போது. பின்னாடிதான் தெரிந்தது, கடிதம் எழுதியிருந்ததே என் முகவரியை வைத்து என்று. டி. கே. சோமசுந்தரம், மூன்றாம் பாரம் 'பி', கீழக்கிளை என்று உள்ளே எழுதியிருக்கிறான். அது ரிடர்ன் லெட்டெர் ஆஃபீஸ் போய், திரும்பி வந்து விட்டது; இன்னொரு கவருக்குள் வைத்து, ஆர்.எல். ஓ. கவரில் டி. கே. சோமசுந்தரம் என்று விலாசம் எழுதி வந்து விட்டது. கணேச அய்யர் என் காதைத் துளை போட்டு விட்டார். ஆர். எல். ஓ. கவரில், மேல் ஓரத்தில், ஆங்கிலத்தில், ராஜசுலோசனா என்று எழுதியிருந்தது. அப்புறம், விஷயத்தை யெல்லாம் அழுதபடியே சொன்ன பிறகு, ''சரி சரி உக்காருல'' என்றார். அவரும் பக்கத்தில் வந்து உட்கார்ந்து கொண்டார். பன்னிரெண்டே முக்காலுக்குக் காலை வகுப்புகள் முடியும். அய்யர், கால் மணி முன்னதாகவே முடித்துவிட்டு இப்படி யார் பக்கத்திலாவது வந்து உட்கார்ந்து கொள்வார். பெரும்பாலும், முத்துக்குமார் பக்கத்தில்தான் உட்காருவார். அல்லது டி. எஸ். ஆவுடையப்பன். மெதுவாக, தொடையைத் தடவிக் கொடுத்துக்

கொண்டே இருப்பார். என்னருகே உட்கார்ந்து, அதை ஆரம்பித்ததும் கூச்சமாய் இருந்தது. கெக்கென்று சிரித்து விட்டேன். ''ஏல அசடு, சிரிச்சுக் கெடுக்காதலே'' என்று ஆவுடையப்பன் பக்கம் போய் விட்டார். அங்கிருந்து சத்தம் போட்டுச் சொன்னார், ''ஏல, இப்ப சரோஜாதேவின்னு புதூக் குட்டில்லாம் வந்திருக்காளே; அவளுக்கு காய்தம் போடாம, என்னலே எவளோ கிழவிக்குப் போட்டிருக்கே''ன்னார். எனக்கு 'யானைப்பாகன்' சரோஜாதேவி நினைவுக்கு வந்து போனாள். ''பதினாறும் நிறையாத பருவ மங்கை, காதல் பசியூட்டி வசமாக்கும் ரதியின் தங்கை'' என்று டி.எம். எஸ். நினைவில் பாடி முடிக்கும் முன், கிளாஸ் ஹோவென்று சிரித்தது. சுடலைமுத்து - அவன்தான் கடிதம் எழுதியது - மட்டும் சிரிக்கவில்லை.

சுடலைமுத்துவிடம் போய் - அவன், இப்போது 'பாட்டில் வியாபாரம்' பார்க்கிறான் - நான்தான் வாங்கி வந்தேன். கிட்டப்பாவுக்கு ஆண்குழந்தை பிறந்திருக்கிறது. அதற்கான கொண்டாட்டம். அதில் தலைகொடுத்திருக்க வேண்டாம். வாங்கிக் கொடுத்த பரவசத்திற்காக, எனக்கு ரெண்டு ரவுண்டு ஊத்திக் கொடுத்தார்கள். சாப்பிட்ட எல்லோருமே தெருவில் எனக்கு மூத்த செட். கன்னாபின்னாவென்று போதை ஏறி, படுத்தவன், கடுமையான தலைவலியோடு எழுந்தேன். அதற்குள் கானா முருகன் போய் விட்டிருந்தான். அங்கே அலுவலகத்தில் வந்து பார்ப்பதாகச் சொல்லிப் போயிருக்கிறான். பஸ்ஸிலிருந்து இறங்கி, வங்கி எங்கே இருக்கிறது என்று விசாரித்துக் கொண்டிருந்தேன். வீதியில் ஒரு இறுதியாத்திரை ஊர்வலம் வந்தது. '.... .... சமுதாயத்துக்குப் பாத்தியப் பட்ட இறுதி யாத்திரை வண்டி' என்று கோணல்மாணலாக எழுதியிருந்த வண்டியில் வைத்துத் தள்ளி வந்து கொண்டிருந்தார்கள். அப்படி வண்டியை நான் அதுவரை பார்த்ததில்லை; கேள்விப் பட்டிருக்கிறேன். நல்ல கூட்டம் பின்தொடர்ந்து வந்தது. நான் விசாரித்த பெட்டிக்கடைக்காரர், அதைப் பார்ப்பதிலேயே கண்ணாயிருந்தார். ஊர்வலம் அவரைக் கடந்த பின்தான், ''என்ன கேட்டிய'' என்று என் பக்கம் திரும்பினார்; பேசிக்கொண்டே, தன்னிச்சையாகக் கையில் ஒரு சிகரெட் பாக்கெட்டை எடுத்திருந்தார். நான், ''வில்ஸ் கொடுங்க'' என்று கேட்க வேண்டியதாயிற்று. அப்புறம் எனக்கு வழி சொன்னார். ஒருவகையில், இது ஒரு சௌகரியம்; ஒரு சிகரெட் வாங்கி, பல தகவல்களையும், நூறு ரூபாய்க்குச் சில்லரையும் வாங்கி

விடலாம். ''பாவம் இந்த அம்மா, கையெடுத்துக் கும்பிடலாம் போல அழகாயிருக்கும்; குழந்தை உண்டாகியிருக்கு; ரெண்டு உசிரும் போய்ட்டு. இந்தா, கடையை எடுத்து வச்சுட்டுப் போக வேண்டியதுதான்''. நான் சிகரெட்டை பற்ற வைக்க முயன்றபோது சொன்னார், ''சிகரெட் முடியறதுக்குள்ள பேங்கு வந்துரும்''. சொல்லிக்கொண்டே தீப்பெட்டியை நீட்டினார். நான், ''வேண்டாம்'' என்று சொல்லிவிட்டுக் கிளம்பினேன்.

மாலையில் வங்கி முடியும் முன்பே, கானா. முருகன் வந்து விட்டான். அவன் ஒரு ரூம் பார்த்து வைத்திருப்பதாகச் சொன்னான். அவன் சைக்கிளில் பின்புறம் ஏறிக் கொள்ளச் சொன்னான். நான் தயங்கினேன். அப்போது சைக்கிளில் டபுள்ஸ் போகக் கூடாது. எம். ஜி. ஆர். ஆட்சியில்தான் அதை நீக்கினார். ''இந்த ஊர்ல இதையெல்லாம் கண்டுக்க மாட்டாங்க; சும்மா வா'' என்றான் முருகன். கானா முருகன் என்றால் கானாப் பாட்டெல்லாம் பாட மாட்டான்; இனிஷியல், 'க'. அவன் கூட்டிப் போன இடத்தில் கையை விரித்து விட்டார்கள். ''சரி வா, எங்க ஆபிஸ்ல இன்னக்கி ஒரு பொழுது கழிச்சுட்டு நாளைக்கி வேற இடம் பாத்துரலாம்'', என்றான். அவன் ஆபிசில் தங்கிக் கொள்ளலாம். ஆனால் மற்ற சௌகரியங்களுக்கு கஷ்டம். முனிசிபல் பார்க்குக்கு வரணும். எனக்கு எந்திரிச்சவுடன் கக்கூஸ் போகணும். ''சரி, நான் ஊருக்கே போய்ட்டு வந்திருதேன்'' என்றேன். ஒண்ணரை மணி நேரப் பயணம். நேரமாகிக் கொண்டிருந்தது. ''வா, இங்க இன்னொரு இடத்தில பார்ப்போம்'', என்றான். அப்போதுதான், ''மாப்பிள, எங்கல இந்தப் பக்கம்'' என்று உயிர் நண்பன் வந்தான்.

''என்னல மாப்பிள, உங்க ஊர்ல தங்கறதுக்கு இடமில்லையேலே'' என்றேன். கொஞ்ச நேரத் தயக்கத்திற்குப் பின், ''எங்க வீட்ல, எடுப்பு கக்கூஸ்தான்; அதான் யோசிக்கேன்'' என்றான். ''அப்பறம் எங்க வீட்ல மட்டும் என்ன வாழுதாம்'' என்றதும், ''பொறவென்ன வா'' என்று கட்டியணைத்துக் கொண்டான். ''இன்னமும் வாத்தியார் ஆளாத்தான் இருக்கியா'' என்றான். ''பொறவு'' என்றேன். ''அதான பார்த்தேன், நம்மளாவது மார்றதாவது'' என்று, மறுபடி கட்டி அணைத்துக் கொண்டான். திருநெல்வேலியில் ஒன்பதுவரைக்கும் என் கூடத்தான் படித்தான். சொந்த ஊர் இதுதான். அவன் அப்பாவுக்கு இங்கே மாறுதலானதும் இங்கே வந்து விட்டான். அவன் அம்மா அப்படிச் சமைப்பாள். புளியில்லாக் கறி என்கிற பொரிச்ச குழம்பு வச்சான்னா வளவு

பூரா, எக்கா, மதினி என்று கேட்டு வந்து வாங்கிப் போகும். கொஞ்சம் கனத்த உடம்பு. அற்புதமான முகம். தங்கத்தக்கன்னா, தங்கம் மாதிரித்தான் இருப்பாங்க. கொஞ்சம் ரத்தக்கொதிப்பு உண்டு. முகம் சிரித்துக்கொண்டே இருந்தாலும், அசதியா இருக்கற மாதிரியே இருக்கும். நாங்கள் பள்ளிவிட்டு அவன் வீட்டு வழியாகத்தான் வருவோம். அனேகமான தினங்களில் அங்கே போவேன். அவன் ஏதாவது எம். ஜி. ஆர். பட ஃபிலிம், பாட்டுப் புஸ்தகம் வைத்திருப்பான். இரண்டு பேரும் சேர்ந்து ஒரு ஆல்பம் தயாரித்துக் கொண்டிருந்தோம். பேப்பரில் வருகிற எம். ஜி. ஆர். படங்களை வெட்டி, அதில் ஒட்டிவைப்போம். சில அபூர்வ ஸ்டில்களை நான் அவனுக்குக் கொடுத்தேன். ‘அன்று சிந்திய ரத்தம்’ பட ஸ்டில், ‘பேசும் பட’த்தில் வந்தது; ஒரு கூட்டத்தினரைப் பார்த்து எம். ஜி.ஆர். முழங்கிக் கொண்டிருக்கிற மாதிரி; பரணி லே அவுட் பண்ணியது; நான்தான் அவனுக்குக் கொடுத்தேன். அதிலிருந்துதான் அது இருவரின் ஆல்பமாயிருந்தது. ஊர் மாற்றிப் போகும்போது, அதை என்னிடமே தந்துவிட்டான். ஊரில் அவன் தாத்தா ரொம்பக் கண்டிசனானவராம். ரொம்ப நாள் வரை அது எவ்வளவு வளர்ந்திருக்கிறது என்று கடிதம் போட்டுக் கொண்டிருந்தான்.

அங்கே போனப்புறம்தான் தெரிந்தது, அது ஒரு பெரிய சந்தை மடம் என்று. கீழ்ப்பகுதியை வாடகைக்கு விட்டிருந்தார்கள். மாடியில்தான் நாங்கள் இருந்தோம். கீழே ஒரு இஞ்சினியர், அவரது மனைவி, இரண்டு குட்டிப் பிள்ளைகள். பெரியவள் பெயர் பாரதி. சின்னக் குழந்தை பெயர், மறந்துவிட்டது. அவங்க பேர் பத்மா. ‘‘கீழ்வீட்டுப் பத்மாக்காவின் மேலுதட்டு மருகூடச் சந்தனம்’’ என்று ஒரு கவிதையில் எழுதியிருப்பேன். அவளைப் பார்த்த உடனேயே தோன்றியது, அப்பா, செண்பகப்பூ என்று. ‘மேலே மாடியில், நாங்கள் அடிக்கிற கூத்தை, உதிர்க்கிற கெட்ட வார்த்தைகளை, எப்படி சகித்துக் கொண்டிருக்கிறார் இஞ்சினியர்’ என்று தோன்றும்;’ அவரைவிட பத்மாக்காவின் காது எப்படி கூசாமல் இருக்கிறது’ என்று தோன்றியது. முதலில் அவனது உள்ளூர் நண்பர்களின் கைதான் ஓங்கியிருந்தது. சாயந்திரமானால் ஒரு பெருங்கூட்டமே கூடிவிடும். ஏழு - ஏழரை மணிக்கு நடராஜனும் வரதனும் கையைச் சொறிய ஆரம்பித்து விடுவார்கள். ரொம்ப வேண்டாம்; ஆளுக்கு மூன்று ரூபாய் இருந்தால் போதும்; ரெண்டு அவுன்ஸ் இஞ்சி. நல்லவேளை, நண்பன் கொஞ்சநாளாய்

இதை நிறுத்தியிருந்தான். ஆனால் அவன் என்னிடம் கேட்டான், ''ஏல நீ எப்படி.'' ''ம், ரெடி போவோம்'' என்றேன். மற்றவர்கள் எல்லாம் அந்த மெடிக்கல் ஸ்டோரின் பக்கவாட்டிலிருந்த வண்டிப் பேட்டை வழியாக ரகசியமாகப் போகும்போது, நண்பன் நேராகக் கடையில் போய் உட்கார்ந்தான். கடைக்காரர், ''வாங்க, என்ன அதிசயமாருக்கே'', என்றார். ''மாப்பிளை ஊர்லேருந்து வந்திருக்கான்'' என்றதும் அவர் மரியாதையுடன் பார்த்து, ''உக்காருங்க, சார்'' என்றார். எனக்கு மட்டும் ஒரு கிளாஸில் வந்தது. ''சார், பழமா சாக்லேட்டா'' என்றார். நான், ''ஆரஞ்சு வில்லை'' என்றேன். ''ஏயப்பா, பெரிய கை போல இருக்கெ'' என்று சிரித்துக் கொண்டு, கடைப்பையனை வாங்கி வரச் சொன்னார். எனக்குப் புரியவில்லை; திருநெல்வேலியில் இதுதான் வழக்கம். ஜிஞ்சர் பரீஸில் தண்ணீரை விட்டதும், பாதாம்கீர் நிறத்துக்கு வந்து விடும். உறைப்பு, கடுமையாக இருக்கும். ஒரே மடக்கில் குடிக்க வேண்டும். நறநறவென்று இரண்டு ஆரஞ்சு வில்லையைத் தின்றால், மூன்று ரூபாய்க்கு சொர்க்கம்தான்; என்ன விடியக்காலம்தான் கொல்லக்கிப் போகும்போது, 'கங்கு' வைக்கும். நான், அவர்களுடன், நன்றாக நெருங்கி விட்டேன். நான் வந்தபின் கொஞ்சம்கெட்ட வார்த்தைகளை சத்தமாகப் பேசுவதில்லை.

அந்த மாத வாடகையைப் பாரதி கொண்டு வந்தது; மாடி ஏறி வரும் குழந்தையைப் பார்த்து, நான் என்னையறியாமல், ''என்ன பத்மா, என்ன விஷயம்'' என்று சொன்னதும், கீழிருந்து சத்தமாகச் சிரிப்புக் கேட்டது. சிரித்துக்கொண்டே பத்மாக்கா வீட்டுக்குள் ஓடினார்கள். அப்புறம்தான் நண்பன் சொன்னான், ''ஏல, என்ன அந்த அம்மா பேரைச் சொல்லுதே'' என்று. எனக்கு வெட்கம் பிடுங்கித் தின்றது. ஒரு திங்கள்கிழமை, ஊரிலிருந்து காலையில் வந்தவன், வழக்கத்துக்கு மாறாக, அலுவலகம் போகாமல் வீட்டுக்கு வந்தேன். நண்பன் வீடும் அதையொட்டி இன்னொரு வீடும் அந்தக் காம்பவுண்டில் இருந்தது. பக்கத்து வீட்டுப் பெரியவர், ப. சிங்காரம் மாதிரியே இருப்பார்; சத்தமாக, 'திருவருட்பா' பாடிக் கொண்டிருந்தார். நல்ல தொண்டை. பத்மாக்கா, அவர்கள் வீட்டு வாசலில் நின்று கொண்டிருந்தாள். வழக்கமாக எங்கள் தலையைக் கண்டதும், மெதுவாக உறுத்தாமல் உள்ளே சென்று விடுவாள். இன்று, நின்று கொண்டிருந்தாள். நான் மாடி ஏறிப் போனவன் அவளைப் பார்த்தேன். சிரித்தபடியே, தலையை

மட்டும் அசைத்து, அடுத்த வீட்டைக் காண்பித்தாள். 'அங்கிருந்து என்ன வருகிறது, கேட்கிறாயா' என்பது போலிருந்தது. அவள் கையில் ஃபெமினா இருந்தது. இடுப்பில், சீப்பு ஒன்றைச் சொருகியிருந்தாள். மீண்டும் தோன்றியது, 'செண்பகப்பூ'. என் கையில், புதிதாக, மேனகாகாந்தி ஆரம்பித்திருந்த 'சூர்யா இந்தியா' பத்திரிகையும் 'சன்டே பத்திரிகையும் இருந்தன. 'சூர்யா', சற்று கனமாக இருந்தது. அது, என்னது என்று சைகையில் கேட்டாள். நான் அவளிடமே நீட்டினேன்; இரண்டையும் வாங்கிக் கொண்டாள். 'சூர்யா'வில், பெருநகரங்களில் காணப்படும் 'ஹோமோ செக்ஸ்' பற்றிய கட்டுரை இருந்தது. அதைத் தரக் கூச்சமாயிருந்தது. ஆனால் அவள் இரண்டையும் 'ஃபெமினா'வோடு சேர்த்து வைத்துக்கொண்டு, ''சாயங்காலம் தந்தால் போதுமில்லியா'' என்று முதல் தடவையாகப் பேசினாள். நான் தலையை ஆட்டிவிட்டு ஏறும்போது, ''சாயந்தரம் பத்மாட்ட கொடுத்து விடுதேன்'' என்று சொல்லிச் சிரித்தாள். முதலில் புரியவில்லை; நான் மேலுதட்டு மருவையே பார்த்துக் கொண்டிருந்தேன். ''சரி சரி, பாரதிட்ட கொடுத்து விடுதேன்'', என்று மறுபடி சிரிப்புக்கிடையே சொன்னதும் தான், 'சை', என்று உதட்டைக் கடித்துக் கொண்டேன்.

பின் வாசலுக்கு - அதாவது, டாய்லட் - போக வேண்டுமானால், கீழ்வீட்டை ஒட்டிய முடுக்கு வழியாகப் போக வேண்டும். அங்கே ஒரு கதவு உண்டு; அதை வீட்டுக்குள்ளிருந்து வந்து, அவள்தான் திறக்க வேண்டும்; அதற்காக, அவள், அடுப்பில் ஏதேனும் கைச் சோலியாய் இருந்தால், அப்படியே போட்டு விட்டு வந்து திறக்க வேண்டும். இது, ஒரு பெரிய தொந்தரவு. காலைநேரத்தில் துப்புரவுத்தொழிலாளி வந்து போகும்வரை அது திறந்தேயிருக்கும். அப்புறம் அதை அடைத்து விடுவார்கள். இதற்காக நான் ஒரு வழி செய்தேன். அந்தத் தாழ்ப்பாள் நல்ல லூசாக இருக்கும்; அதனால் அதில் ஒரு நூல்க் கயிற்றைக் கட்டி, தாழ்ப்பாளுக்கு நேரே, நிலையில் ஒரு ஆணி அறைந்து, அதை உயரத்தில் நிலையிலிருந்த துவாரம் வழியாக வெளியே கொண்டு வந்து தொங்க விட்டேன். உள்ளிருந்து பார்த்தால், 'ட' வடிவத்தில் கயிறு தெரியும். கயிற்றை ஆணியிலிருந்து எடுத்துவிட்டால், திறக்க முடியாது. ஆணிவழியாக வந்தால், வெளியிலிருந்து லேசாகத் திறந்து விடலாம். இதை, நான், உண்டாக்குவதை அடுப்படியிலிருந்து சிரித்தபடியே பார்த்துக் கொண்டிருந்தாள், இதுக்குப்போய் இவ்வளவு மெனக்கெடணுமான்ன மாதிரி.

அப்புறம் என்னிடமிருந்து 'ப்ரதித்வந்தி', 'ஃபவுண்டன் ஹெட்' எல்லாம் கேட்டு வாங்கிப் படித்தாள். "அய்ன் ரேண்ட் பிடிக்காத பெண்ணுண்டா" என்று சொன்னாள். (நான் இன்று வரை படித்தது கிடையாது.) அவளுடைய கருப்பு பிரா, பின் வாசல்க் கொடியில், ஒரு நாள் விட்டு ஒரு நாள் காயும். நமக்குத் தான் நாக்கில் சனியாயிற்றே. "ஏங்க, இந்த உள்ப் பாடி உங்கள்ட்ட ஒண்ணுதான் இருக்கா" என்று கேட்டு விட்டேன். அதை அவளிடம் நெருங்குவதற்கான வாய்ப்பாக யோசித்தேன் என்றும் சொல்ல வேண்டும். படாரென்று, அதைக் கொடியிலிருந்து உருகி எடுத்துக் கொண்டு, வீட்டிற்குள் சென்று, கதவைக் கோபமாகச் சாத்தினாள். அந்தக் கனத்த கதவு சாத்தப் பட்ட சத்தம் கேட்டு, பக்கத்து வீட்டு ஆச்சியும் தாத்தாவும் என்ன என்ன என்று ஓடி வந்து விட்டார்கள். அப்புறம் எல்லாப் போக்குவரத்தும் நின்றுபோயிற்று. குழந்தைகள் கூப்பிடுவதுகூட நின்று போயிற்று.

ஒரு மாதம் இருக்கும்; வழக்கத்துக்கு மாறாக, அன்று கீழிருந்து கெட்ட வார்த்தை ஒன்று, இரவு பதினொரு மணி வாக்கில் கேட்டது. நானும் நண்பனும் மட்டும்தான் இருந்தோம். மாடியிலிருந்து வீட்டுக்குள் போகவும் ஒரு படிக்கட்டு இருந்தது. அதன் கதவை இங்கிருந்து திறக்க முடியாது. அந்தக் கதவின் விம்பல் வழியாக நானும் நண்பனும் பார்த்தோம். அவனுக்கு அதில் இஷ்டமில்லை. அவனது அலுவலகத்தில் வேலை பார்க்கும் பெண்ணுடன் காதலில் இருந்தான்; அதனால்தான் அவன் குடிப்பதை நிறுத்தியிருந்தான். வேறு பெண்களைப் பார்ப்பதும் கிடையாது. எனக்கும் சௌந்தர்ய உபாசனை தவிர்த்துப் பெரிய ஆர்வமில்லை(?). அவர் கையில் பெல்ட்டோ கயிறோ இருந்தது. நாங்கள் நின்ற இடம் குப்பை - கூளமாயிருந்தது. எங்கள் கால்கள் அதன்மீது உராயும் சப்தம் கேட்டிருக்க வேண்டும். அவள்தான் எங்கள் பக்கம் திரும்பினாள். அவரிடம் வாயைப் பொத்திச் சைகை செய்துவிட்டு எரிந்து கொண்டிருந்த ஒற்றை பல்பை அணைத்தாள். இருளில் விசும்பல் கேட்டது.

நாங்கள் சமையல் செய்து சாப்பிட ஆரம்பித்திருந்தோம். அதற்காக, உரலில், மிளகாய்ப்பொடி இடித்துக் கொண்டிருந்தேன். சமையலை, புதிதாக வந்த நண்பன் ஒருவன் பார்த்துக் கொண்டி ருந்தான். தங்கத்தக்காவிடம் பயின்றவன். பிரமாதமாகச் சமைப்பான். நீண்டநேரமாக இடித்துக் கொண்டிருந்தேன். "காணாது, இன்னும் இடி" என்று சொல்லிக்கொண்டே இருந்தான். "போடா, நீயும்

உன் சமையலும்'' என்று சத்தம் போட்டேன். அடுப்படியிலிருந்து பத்மாக்கா சிரித்துக்கொண்டே வந்தாள். உரலில், கரண்டியால் கிண்டி, பொடியைப் பார்த்து விட்டு, ''போறும் போறும்'' என்றாள். நான் அசடாய்ச் சிரித்தேன். ''சார் இல்லையா'' என்றேன். ''ஏன் மாடிப்படி வழியாப் பாக்கறதுதானே'' என்றாள்; கரண்டியை ஓங்கினாள். ''சாரி'' என்று சொன்னேன். அவள் ஒரு கோடீஸ்வர வீட்டுப் பெண் என்று கொஞ்ச நாள் முன்னால்தான் தெரிந்திருந்தது. சிதம்பரம் பக்கத்தில், பெரிய அரிசி ஆலை அதிபரின் மகள்.

''சார், ரொம்ப நல்லவங்க. எங்க அத்தை மகன் வந்து போனால் கொஞ்சம் முரடா ஆகிடுவாரு. குவார்ட்டர்ஸ்ல இருந்தப்ப அடிக்கடி வருவாங்க. இங்க அதிகம் வர்றதில்லை. அவர்ட்டயும் சொல்லிப் பார்த்துட்டேன் 'நீங்க வர வேண்டாம்'ன்னு; எனக்குமே அவர் வருகிறதைப் பிடிக்கிறப்ப, அவர் எப்படி வராம இருப்பாரு'' என்று இடுப்பைப் பார்த்தாள். சந்தனத்தில் குங்குமத்தீற்றல் மாதிரி நீளமாய்க் கன்றிப் போயிருந்தது.

●

27
உச்சிவெயில்...

அப்பாவின் ஆத்மார்த்தமான சினேகிதர்களில், ஷாப் கடை சங்கரன்பிள்ளையும் ஒருவர். முதலில், அவரும் அவரது தம்பியும் சேர்ந்து கடை வைத்திருந்தார்கள். அப்புறம் இரண்டு பேருக்கும் பிடிக்காமால்ப் போனதாலோ என்னவோ, கடையைப் பாகம் பிரித்துக் கொண்டார்கள். கடை, சந்திப் பிள்ளையார் கோயிலுக்கு எதிரில் இருந்தது. அப்புறமாக அதைத் தம்பிக்குக் கொடுத்துவிட்டு, போத்தி ஓட்டலுக்கு அடுத்த கடையை எடுத்து நடத்திக் கொண்டிருந்தார். அவரது பழைய கடையின் முகப்பு உயரமாய் இருக்கும். கடையின் முகப்பில் நீளமான பலகை, கடையினுள் அவர் ஏறிச் செல்ல; பலகையின் முடிவில், ஒரு ஆள் நுழைகிற அளவு இடமிருக்கும். என்னைப் போல் சின்னப் பையன், அதில் உட்கார்ந்து கொள்ளலாம். 'நாடோடிமன்னன்' நூறாவதுநாள் விழாவுக்கு எம். ஜி. ஆர். அந்த வழியாகப் போன போது அங்கிருந்துதான் பார்த்தேன். எவ்வளவோ கெஞ்சியும் அப்பா, தியேட்டருக்கு அழைத்துப் போக மறுத்து விட்டார். சங்கரன்பிள்ளை அண்ணாச்சி, கடையைப் பாகம் பிரித்தபோது அப்பாவும் உடனிருந்தார். நிறையப் பொருள்களைத் தம்பி விட்டுக்கொடுக்க மறுத்துவிட்டார். கடையை நான்தான் பெரும்பாலும் பார்த்துக் கொண்டேன் என்பது அவரது வாதம். கிட்டத்தட்ட, சங்கரன்பிள்ளை

அண்ணாச்சி புதிதாகத்தான் கடைக்குப் பொருள்கள் சேகரிக்க வேண்டியிருந்தது. புதிதாய்ப் பார்த்த இடத்தில், பரமசிவம் பிள்ளை என்றொருவர் கடை வைத்திருந்தார். அது நொடித்துப் போனது. கடை, அட்டம், ஒரு கண்ணாடி அலமாரி, கல்லாப்பெட்டி எல்லாவற்றையும் சேர்த்தே விலை பேசியிருந்தார். தம்பி, கல்லாப்பெட்டியைத் தருவதாகச் சொன்னவர், கடைசியில் மறுத்து விட்டார். அது மட்டும் வருத்தம் அவருக்கு. நொடித்துப் போனவரின் கல்லாப் பெட்டியை வைத்துக்கொள்ளவும் சிறிய தயக்கம். இதேபோலத் தயக்கம் தம்பிக்கும் இருக்காதா என்று அப்பாவின் நண்பரான குற்றாலிங்கம் செட்டியார் சொன்னார். ''அதுவும் சரிதான்'' என்று அண்ணாச்சி விட்டுவிட்டார். ஒரே ஒரு பொருளைக் கெஞ்சிக்கெஞ்சிக் கேட்டார்; அதைத் தர தம்பி மறுக்கவில்லை. ''மறுப்பதற்கு அது என்ன காசு பெறுமதியானதா'' என்று குற்றாலிங்கம் செட்டியார் சொன்னார்; வாயில் பெர்க்லி சிகரெட்டை வைத்துக்கொண்டே சொன்னார். ''சரி, அதை வாங்கித் தாங்க; இந்தா, இவனைக் கூட்டிட்டுப் போங்க'' என்று புதுக்கடை முன் அப்பாவுடன் நின்றுகொண்டிருந்த என்னைக் காட்டினார்.

செட்டியார் அண்ணாச்சி சிகரெட் பிடிப்பதைப் பார்ப்பது எனக்கு அலாதிப் பிரியம். எழுபது வயதுவரைகூட அவர் சிகரெட் பிடித்துக் கொண்டிருந்தார். அப்பா இறந்த துக்கம் விசாரிக்க வந்தவர், மாடியில் என் புத்தகமேஜை அருகேயே வந்தார். கல்லூரிப் புத்தகங்கள் தவிர, ஜே. கிருஷ்ணமூர்த்தியின் 'Commentaries on living' புத்தகத்தைப் பார்த்துவிட்டு, ''இது எப்படிப்பா இருக்கு; எல்லோரும் ரொம்பச் சொல்லுதாங்களே'', என்று எடுத்துப் பார்த்தார். ''வேணுன்னா, படிச்சுட்டுத் தாங்களேன்'' என்று கொடுத்தேன். என்னைக் கூர்மையாகக் கவனித்தார். என்னிடமிருந்து சிகரெட் வாசனையை உணர்ந்திருக்க வேண்டும். ''வேண்டாண்டே'' என்றார். சொல்லிவிட்டுப் புத்தகத்தை வைத்துக் கொண்டார். அப்புறம் தான் புரிந்தது, அவர் சொன்னது சிகரெட்டை என்று. மாடியைச் சுற்றுமுற்றும் பார்த்தார். ''ஏயப்பா, எப்பிடி கலகலன்னு இருந்த இடம்; சீட்டு என்ன, கச்சேரி என்ன. ஆமா இந்த ஃபேனை எங்க, வித்துட்டாரா, ச்சேய், அருமையான ஜி.இ.ஸி.ஃபேன்ல்லா; கொலுப்பொம்மை பீரோ இருக்காடே; வோர்ல்ட் வார் சமயத்தில அதில உங்க அப்பா கோல்ட் ஃப்ளேக் சிகரெட்டா வாங்கி டின்டின்னா அடுக்கியிருந்தாரு, பாக்கணும்'' சொல்லிக்கொண்டே ஒரு சிகரெட்டை எடுத்துப் பற்ற வைத்தார். இது சிஸர்ஸ்

சிகரெட். இப்போது, பெர்க்லி வழக்கொழிந்திருந்தது. ''உனக்குத் தெரியுமாடே; உங்க அப்பா ரத்தக்கொதிப்பு வந்து கவர்ன்மெண்ட் ஆஸ்பத்திரியில் ரொம்ப சங்கடப்பட்டாரு; அப்பவே போயிரு வாருன்னாங்க; தப்பிச்சிட்டாரு. அப்ப அவரு விட்டுட்டாரு சிகரெட்டை; இப்ப நானும் ராமானுஜமும்தான் குடிக்கிறோம். நீ ஆரம்பிச்சுராதப்பா. எந்த வகையிலாவது விட்டுரு'' என்று அருமையான ஆங்கிலத்தில் சொன்னார். தொடர்ந்து, ''எத்தனை பையங்க ஹாஸ்டல் மாதிரி இருந்து படிச்ச இடம்; ஆமா, வீட்டையும் விலை பேசியாச்சுல்லா; ச்சே ச்சே'' என்று தலையை இட வலமாக ஆட்டினார்; அப்படியே இறங்கிப் போய்விட்டார். 'துஷ்டிகேட்க வந்துட்டு விடைசொல்லக் கூடாது'ன்னு நினைச் சாரோ, இல்லேன்னா, பழைய நினைவுகளோ.

சங்கரன்பிள்ளை அண்ணாச்சி கேட்டது ஒரு புகைப்படத்தை. ஏற்கெனவே தம்பி அதைக் கழற்றி வைத்திருந்தார். ''இந்தாங்க'' என்று ரெடியாகக் கொடுத்தார். நான் வாங்கிப் பார்த்தேன். மூன்று பேர் ஒரே போல் மீசையும் தொப்பியும் வைத்து, நாற்காலியில் உட்கார்ந்திருந்தனர். ''இது என்ன படம் தெரியுதாடா'' என்று செட்டியார் அண்ணாச்சி கேட்டார்கள். ''தெரியாது'' என்று தலையை ஆட்டினேன். ''இதுதான் பகத்சிங்; சுதந்திரப்போராட்ட வீரன்''னாங்க. ''கட்டபொம்மன் மாதிரியா'' என்றேன். ''ஆமா, அவனைவிடப் பெரிய வீரருங்க'', என்றார். நான், 'சிவகங்கைச் சீமை'யில வாறவங்க மாதிரியா'' என்றேன். அவர் சிரித்தார்; ''உனக்கு சிவாஜி புடிக்காதுல்லா'' என்றார். சங்கரன்பிள்ளை அண்ணாச்சி அதை சந்தோஷமாக வாங்கினார். அவரும், ''இது, யாரு தெரியுமா'' என்றார். நான், ''தெரியும்; பகத்சிங்'' என்றேன். ''பரவாயில்லையே; அண்ணாச்சி, இவன் ரொம்ப கெட்டிக்காரன் அண்ணாச்சி'' என்று அப்பாவிடம் சங்கரன்பிள்ளை சொன்னார். நான், பாவமாக செட்டியார் முகத்தைப் பார்த்தது இன்றும் நினைவில் இருக்கிறது. ஆனால் அவர் ஒன்றும் சொல்லவில்லை.

சங்கரன்பிள்ளை அண்ணாச்சிக்கு என்மீது அபார நம்பிக்கை, அப்பா இழந்ததையெல்லாம் நான் ஒருவனே மீட்டு விடுவேன் என்று. அதைச் சொல்லவும் செய்வார். (இப்படியெல்லாம் சொல்லக் கேட்டுக்கேட்டு தலைக்கனம் ஏறியிருந்தது.) சாயந்தரம், ஸ்கூல்விட்டு வந்தால், போத்தி ஓட்டலில் சாப்பிட்டுவிட்டு, அண்ணாச்சி கடையில் ஒரு பாரிஸ் லாக்டோ பான் சாக்லெட் வாங்குவது வழக்கம். அந்தச் சாக்லெட்டைச் சுற்றியிருக்கும்

பச்சைத்தாளை சிவசங்கரனிடம் கொடுக்க வேண்டும்; அவன் அதைச் சேகரித்துக் கொண்டிருந்தான். நூறு காலி உறைகள் சேர்ந்ததும் கொடுத்தால், பாரி கம்பெனியிலிருந்து ஒரு கேரம் போர்டு பரிசு தருவார்கள் என்று நிறையப் பேர் சேர்த்துக் கொண்டிருந்தார்கள். கிட்டத்தட்ட, எண்பது சேர்த்திருந்த நிலையில், 'தினமணி'யில் விளம்பரம் வந்தது, காலியுறைகளைக் கட்டி வைத்திருப்பது போல் படம் போட்டு, இந்த மாதிரி பரிசுத்திட்டம் எதையும் பாரி கம்பெனி அறிவிக்கவில்லை, குழந்தைகளும் பெரியவர்களும் தொடர்ந்து ஆதரவு நல்க வேண்டும் என்கிற மாதிரி.

அண்ணாச்சிகடையில், அப்போது கல்கத்தாவிலிருந்து ராஃபில் டிக்கெட் வரும். தமிழ்நாட்டில், அப்போது லாட்டரி டிக்கெட் கிடையாது. அதற்குப் பணம் அனுப்ப ஒரு ஃபாரத்தை நிரப்பி, மணி ஆர்டர் ரசீது எண்ணைக் குறிப்பிட்டு எழுத வேண்டும். அதை எழுதவும், கவரில் ஆங்கிலத்தில் விலாசம் எழுதவும் நான் உதவி செய்வேன். ஏதோ ஒரு சாரிட்டீஸ் நடத்திய ராஃபில் டிக்கெட். சிட்போர் ரோடு என்றோ என்னவோ ஒரு ஞாபகம். நானும் சிவசங்கரன் மற்றும் தோழர்களும், காமராஜர், விருதுநகரில் தோல்வியடைந்த செய்தியை போன் மூலம் கேட்டதும், ஒரு தட்டி போர்டு எழுதி, போத்தி ஓட்டல் முன்னாலிருந்த தி. மு. க. கொடிக்கம்பத்தில் கட்டினோம். ஒரே பரபரப்பாகி விட்டது, அந்த இடம். எங்களை ஒதுங்கிப் போகும்படி, மூத்த கழகத்துக் காரர்கள் சொன்னார்கள். நாங்கள் கலையவில்லை. நான் சற்றே ஒதுங்கி, சங்கரன்பிள்ளை கடைப் பக்கம் வந்தேன். அவர் சொன்னார், ''பாத்துகிட்டே இரு, நான் சொல்ற மாதிரி ஜெயப்ரகாஷ் நாராயணன் ஆட்சிதான் வரப் போகுது. இதெல்லாம்தான் அதுக்கு முன்னோடி'', என்று. அண்ணாச்சி, பிரஜா சோசலிஷ்ட் கட்சி. ஒரு முறை வார்டு கவுன்சிலரா இருந்தவர். குடிசைச் சின்னத்தில் நின்று ஜெயித்தார். எப்போதும் கதர்வேஷ்டியும், காலர் இல்லாத வட்டக்கழுத்து கதர்சட்டையும்தான் போடுவார். ஜே. பி. தலைமையில் ஒரு புரட்சி வெடிக்கப் போவதாகச் சொல்வார். ஜே. பி., லோகியாவெல்லாம் இந்தி ஆதரவாளர்களாக நினைத்துக் கொண்டிருந்தோம். அண்ணாச்சி சொல்வார், ''ஜே. பி. தான் பிரதமர் பதவிக்கு லாயக்கு. அவர் இந்திக்கு ஆதரவாளர் இல்லை'' என்று. எம். என். ராய் பற்றிப் பேசுவார். ''அவரெல்லாம் சொன்னா, யாரு கேக்கா. டாங்கேக்கும், ஈ.எம்.எஸ்.க்கும்தான் மரியாதை''.

ராஜாஜியைப் பிடிக்காது. ''அவரு சும்மா ஓட்டுக் கட்சி நடத்து தாரு. பாரேன், காங்கிரஸ்கூடச் சேந்துருவாரு ஒரு நாளு'' என்பார். ''நேரு சொல்லித்தான், சுதந்திராக் கட்சியை ராஜாஜி ஆரமிச்சுருக்காரு'' என்பார்.

ஆனால் இதெல்லாம் எப்போதாவதுதான். அனேகமாய், காலையில் கடை திறந்ததும் போய் விடுவேன். 'தினமணி' பார்ப்பேன். 'தினமணி'யும் 'Express' பேப்பரும்தான் வாங்கி விற்பார். மற்றபடி வாரப் பத்திரிகைகள் எல்லாம் வரும். 'ராணி' வராது. 'தீபம்', 'அணில்' எல்லாம் வாங்கிப் போடுவார். பேப்பரை, கேட்காமலே தருவார். ''தள்ளி நின்னுக்க; யாவாரத்தைக் கெடுக்காத'' என்பார். அந்தப் பகுதியில், என்.வி.எஸ். பட்டணம்பொடி அவர் கடையில்தான் கிடைக்கும். அதற்காக, வாழைத்தடை வாங்கி வைத்திருப்பார். நாகர்கோயிலிலிருந்து வரும். நூறோ இருநூறோ கொண்டது ஒரு சக்கரம். அதை ஒவ்வொன்றாக எடுத்து, அதற் கென்றே இருக்கிற ஒரு வழுவழுப்பான கட்டையால் தேய்த்து, சுருக்கங்களை நீக்குவார். இது வியாபாரமில்லாத நேரத்தில் நடக்கும். அப்போது ஏதாவது நாட்டு நடப்புபற்றி யாரிடமாவது பேசுவார். மாசப்பிறப்பு என்றால், நான் வருவதை எதிர்பார்த்துக் கொண்டிருப்பார். என்னைக் கடையில் வைத்துவிட்டு சந்திப் பிள்ளையார் கோயிலுக்குப் போவார். மூன்று தேங்காய் உடைப்பார்; அது என்ன கணக்கோ. பெரும்பாலும், நான் கடையில் ஏறி உட்கார மாட்டேன். ஒரு நாள்; 1968 நவம்பர் மாதம் கார்த்திகை மாசப் பிறப்பு அன்று, நான் 'தினமணி' பார்த்துக் கொண்டிருந்தேன். அண்ணாச்சி, கோயிலுக்குப் போயிருந்தார். யாரோ பெண்குரல், ''கடையில் ஆளில்லையா'' என்று கேட்டது. ''என்ன வேணும்'' என்று கேட்டுக்கொண்டே பேப்பரைத் தாழ்த்தினேன். ''எக்ஸ்பிரஸ் பேப்பர் வேணும்'' என்ற பதிலைக் கேட்டதுமே, இரண்டு பேருக்குமே தெரிந்து விட்டது ஒருவருக்கொருவர் யாரென்று. பத்து வருடம் கழித்துக் கேட்கிற குரல். அதே நாலாம் வகுப்புக் குரல். நீல நிறத்தில் புடவை கட்டிக்கொண்டு. சசி. (இப்ப தெரிஞ் சுருக்குமே, எப்படிடா இவ்வளவு கரெக்டா தேதி, மாசம் எல்லாம் சொல்லுதாரு புள்ளையாண்டன்னு.) கடையில் இருப்பது ஒரு பேப்பர். அது, யாருக்காவது வழக்கமாக வாங்குபவர்களுக்காக இருந்தால் என்ன செய்வது / ஒன்றும் பதில் சொல்லாமல் நின்றேன்; அடுத்த கடைக்குப் போய்விட்டாள். அப்புறம் மாசாமாசமும் தினந்தோறும் தவம் கிடக்க வைத்த காதல், அன்றுதான் மறுஉதயமாயிற்று.

அண்ணாச்சி கடை அருகே நின்று, 'விகடனோ', 'குமுதமோ' பார்த்துக் கொண்டிருந்தேன். அண்ணாச்சி கூப்பிட்டு, நூறு ரூபாய்க்குச் சில்லரை மாற்றிவரச் சொன்னார். போத்தி ஓட்டலுக்குச் சென்று சில்லரைமாற்றி வந்து கொடுத்தேன். அதில் ஐம்பது ரூபாய் போல எடுத்து, ''இதை வச்சுக்க; போதுமா. இல்லேன்னா, இந்தா, எல்லாத்தையுமே வச்சுக்க'' என்று ஒருவனிடம் கொடுத்தார். அப்போதுதான் பார்த்தேன், அவன் எனக்கு நன்கு தெரிந்தவன். பெயரை நினைவுக்குக் கொண்டு வரும் முன், ''நீ கிளம்பு'', என்று அவனிடம் சொன்னார், அண்ணாச்சி. ''இவன் அப்பாவும் உங்க அப்பா மாதிரி நல்ல பழக்கம்'' என்று சொன்னார். ''சரி, பேப்பர்ல ஏதாவது வேலைக்கி வழியிருக்கான்னு பார்த்தியா'' என்று பேச்சை மாற்றுகிற தொனியில் சொன்னார். எனக்கு, போனவனைப் பற்றிய சிந்தனையாகவே இருந்தது. அதைப்பற்றி யோசித்தபடியே நகர்ந்தேன். அது, காலேஜ் வாழ்க்கையெல்லாம் முடிந்து, அப்பாவையெல்லாம் வழி அனுப்பிய நேரம். வீட்டுக்குப் புறப்படும் முன், போஸ்ட் மேன், எதிரே வந்து விட்டார்; பஜாரி லேயே பார்த்து விட்டேன். ஒரு புத்தகக் கட்டு கொடுத்தார். 'இந்திரா / இந்தியா 75'. தமிழ்நாடன் எழுதிய புத்தகம். பிரமாதமான அச்சு. அங்கேயே பிரித்துப் பார்த்துக் கொண்டிருந்தேன். பார்த்த படியே நடந்தேன். பின்னால் யாரோ வருகிற மாதிரி இருந்தது. திரும்புவதற்குள் சத்தம் கேட்டது, ''என்ன சோமு, வீட்டுக்குத் தானா''. தானாகவே பெயர் நினைவுக்கு வந்து விட்டது. ''ஏய், வீரவாகு; வா வா'' என்றேன்.

வீரபாகுவும் மாயாண்டியும்தான் அந்த நோட்டீஸுடன் ஒரு நாள் வீட்டிற்கு வந்திருந்தார்கள். ''சென்ட்ரல் டாக்கிஸுக்கு எதிர்த்த சந்திரவிலாஸ்காரரின் காலி மைதானத்தில் வைத்து ஒரு மாநாடு நடக்கிறது; கோல் வால்க்கர் என்று ஒரு பெரிய பேச்சாளர் வருகிறார். நீ கண்டிப்பா வா'' என்றார்கள். நோட்டிசில், 'ராஷ்ட்ரீய ஸ்வயம்சேவக் சங்க்' என்று போட்டிருந்தது. ''முடியுமானால், சாயந்தரம், மந்திரமூர்த்தி ஸ்கூல் கிரவுண்ட் பக்கம் வாயேன்'' என்றார்கள். இரண்டு பேருமே ஹைஸ்கூலோடு நின்று விட்டவர்கள். நான் கல்லூரியில் இரண்டாம் ஆண்டு படித்துக் கொண்டிருந்த ஞாபகம். மாயாண்டி நன்றாகப் படிப்பான். எப்போதுமே நான் 'சி' செக்ஷன் என்றால், அவன் 'டி' செக்ஷனாக இருப்பான். நான் இங்கே முதல் ரேங்க் என்றால், அவன் அங்கே. கையெழுத்து அழகாக இருக்கும். எஸ். எஸ். எல்.சி.யில் நானூறுக்கு

மேல் வாங்கினான். ஆனால் கல்லூரியில் சேரவில்லை என்று நினைக்கிறேன். மேலப்பாளையத்தில் ஒரு பீடி கம்பெனியில் வேலை பார்க்கிறான். வீரபாகு, படிப்பில் சுமார். பத்துவரைகூட படித்தானா நினைவில்லை. என்னுடன் சினிமாப் போட்டு விளையாட வருவான்.

இரண்டு நாள் கழித்து, இன்னொரு நண்பனுடன் ரயில்வே பீடர் ரோடிலிருந்த மந்திரமூர்த்தி ஸ்கூலுக்குப் போனேன். பத்து-இருபது பேர் கபடி விளையாடிக் கொண்டிருந்தார்கள். எல்லோருமே காக்கி அரை டிரவுசரும் வெள்ளைச் சட்டையும் போட்டிருந்தார்கள். கண்ணாடி போட்டு, ஒல்லியாக, நெற்றியில் கோபி போட்ட, ஒருவர் ரெஃப்ரியாக நின்று கொண்டிருந்தார். அவரும் டிரவுசரும் சட்டையும்தான் போட்டிருந்தார். ''கபடி கபடி'' யென்று பாடி விளையாடுவதற்குப் பதிலாக 'ர்ராம்ம்ம்' (ராம்) என்று ஒரு அணியும், 'ராவண்ண்ண்' என்று ஒரு அணியும் விளையாடிக் கொண்டிருந்தனர். வீரபாகு, என்னைப் பார்த்ததும் ரெஃப்ரியிடம் சொன்னான். அவர் சிரித்தபடியே, ''நல்வரவு'' என்றார். ''போய், கொடி வணக்கம் செஞ்சுட்டு வாங்க'' என்றார். என்னுடன் வந்த நண்பனுக்கு அங்கே போய்ப் பழக்கம். அவன் என்னையும் அழைத்துக்கொண்டு கொடிப் பக்கம் போனான். வலது கையை வயிற்றோடு மடித்துவைத்து, தலையைச் சாய்த்து ஒரு மஞ்சள்க்கொடியை வணங்கினான். அதில் தீபமோ எதுவோ போட்டிருந்தது. நானும் வணங்கிவிட்டு, விளையாட்டில் கலந்து கொண்டேன். நல்லவேளை, நான் போன நேரம், விளையாட்டு முடிகிற நேரம். சீக்கிரமே கிளம்பிவிட்டோம். நாங்கள் தெருவுக்குள் வந்து கொஞ்ச நேரத்தில், ''போடுங்கம்மா ஓட்டு, பானைச் சின்னத்தைப் பாத்து'' என்று ஒரு பத்து - இருபது பேர் வந்தார்கள். எல்லோரும் காக்கி டிரவுசர். கொஞ்ச நேரம் முன்பு பார்த்தவர்கள். அப்போதுதான் முனிசிபல் தேர்தல் - தி. மு. க. ஆட்சிக்கு வந்து நடக்கப் போகிறது. ஜன்சங்க் சார்பாக ஒரு ஐயர் எங்கள் வார்டில் தேர்தலுக்கு நிற்கிறார். நாங்கள் தி. மு. க. ஆதரவு, சுதந்திராக் கட்சிக்கு வாக்குச் சேகரித்துக் கொண்டிருந்தோம். அவர்களைப் பார்த்து அருகே போவதற்குள், அவர்கள் கொஞ்ச நேரம் சத்தம் போட்டுவிட்டு அமைதியாகப் போய்விட்டார்கள். அந்த கோஷம், எங்களுக்குப் புதிதாகவும் பிடித்தமானதாகவும் இருந்தது. அதைப் பற்றிப் பேசிக் கொண்டிருந்தோம். ஆர்.எஸ்.எஸ். மாநாட்டைப் பற்றி மறந்தே போய்விட்டது.

வீரபாகு, தயங்கித்தயங்கி வந்தான்; வீட்டுக்குள் வந்தான். நாங்கள், பெரியவீட்டை விற்றுவிட்டு எதிர்த்தாற் போலிருந்த சின்ன வீட்டில் இருந்தோம். வீரபாகு, ''அந்த வீடு என்னாச்சு'' என்றான். நான் கதையைச் சொன்னேன். அவன் கதை, பெரிய கதையாய் இருந்தது. பீகாரில் இருந்து வருவதாகச் சொன்னான். தமிழ்நாட்டில்தான் தற்போது சற்று பாதுகாப்பு என்று சொன்னான். இங்கேயும் திடீரென்று சூழல் மாறிக் கொண்டிருப்பதாகவும் சொன்னான். ''ஓட்டலில் எல்லாம் சாப்பிட முடியாது; வீட்டில் ஏதாவது சாப்பிடக் கிடைக்குமா என்றுதான் பின்னாலேயே வந்ததாக''ச் சொன்னான். ''அண்ணாச்சியிடம் பணம் வாங்கிக் கொள்ளும்படிச் சொன்னதால் டவுணுக்கு வந்தேன்; அவரை எனக்குப் பழக்கமே கிடையாது; இல்லையென்றால், அப்படியே கன்னியாகுமரி போகிறவன்'' என்றான். ''கேந்திரத்துக்குள்ள போய்ட்டா, கவலையில்லை'' என்றான். அவன் சொன்ன பிறகுதான், 'அவசர நிலை'யின் (Emergency) தன்மை விளங்கிற்று. ஜே. பி. கைதுபற்றியும், ஜார்ஜ் பெர்னாண்டஸ் கைது பற்றியும் சொல்லும்போது, ரொம்ப உணர்ச்சி வசப்பட்டான். ஜார்ஜ் பெர்ணாண்டஸ் கையில் விலங்கிட்டு, சங்கிலியால் பிணைத்திருக்கும் படம் ஒன்றைக் காட்டினான்; பார்க்கவே கஷ்டமாயிருந்தது. ''சாப்பிட ஒன்றுமில்லை'' என்றாள், தயங்கியபடி அம்மா. ''ரேஷன் அரிசி வேக நேரம் ஆகுது'' என்றாள். ''நம்ம, சினிமாப் போட்டு விளையாடுற எடம் அப்படியே இருக்கா'' என்று அவன் பேச்சை மாற்றினான். நானும், ''ஆமா'' என்றேன். பெரிய அண்ணன், வந்தான்; வீரபாகு, ''காசு தருகிறேன்; சாப்பிட ஏதாவது வாங்கி வரச் சொல்கிறாயா'' என்றான். நான், அம்மா, அண்ணன் மூன்று பேரும் பேச முடியாமல் இருந்தோம். அவர்கள் இரண்டு பேருக்கும் விஷயமே புரியவில்லை. வீரபாகு கிளம்பி விட்டான். அண்ணன், ''வேணுன்னா நான் போய் ஏதாவது வாங்கி வருகிறேன்'' என்றான். தெருவுக்கு அவசரமாக வந்து பார்த்தேன். உச்சிவெயிலில் தெருவில் நிழல்கூட இல்லை.

28

வந்த துன்பம் எதுவென்றாலும் வாடிநின்றால் ஓடுவதில்லை...

'கட்டளை ஆபீஸ்' என்கிற கட்லாபீஸ் முன்னால் சிறிய மைதானம் போல் காலி இடமும் ஒரு சோப்புக் காய் மரமும் உண்டு. ஒரு அழகான, ஆனால் தூர்ந்துபோன, கிணறு. அதைச் சுற்றி வட்டமான, நன்கு சிமிண்ட் பூசிய கைப் பிடிச்சுவர். உள்ளே இறங்குவதற்கு வாகாகக் கல்ப்படிகள். நின்றுகொண்டு துலாவை இழுத்து இறைப்பதற்குத் தோதுவாக - கிணற்றின் முக்கால் வட்டத்தில் - நாண் போல அகலமான கல். கிணறு, தூர்ந்து போனதாகச் சொல்ல முடியாது. தண்ணீர் இறைக்காமல் வற்றிக் கிடப்பது போல் இருக்கும். தெருவில், யாராவது வீட்டை இடித்துக் கட்டினால், அந்த உடைந்தது - உடையாததை அதில் போடுவார்கள். யார் வீட்டிலாவது எலி, பொறியில் சிக்கினால், அதைப் பொறியோடு தண்ணீருக்குள் முக்கி மூச்சுத் திணற வைத்துச் சாகடிப்பார்கள். இல்லையென்றால், இந்தக் கிணற்றுக்குள் திறந்துவிட்டு விடுவார்கள். அது, உள்ளே ஓடி ஒளிந்து கொஞ்ச நேரம் கழித்து, படி வழியே ஏறப் பார்க்கும். நாங்கள் அதைக் கல்லெறிந்து கொல்ல முயலுவோம். தப்பி ஓடி ஒளிந்து கொள்ளும். அந்த விளையாட்டுச் சலித்துவிட்டால், கிணற்றடியில், சோப்புக்காய் மரநிழலில் உட்கார்ந்து பேசிக் கொண்டிருப்போம்.

சோப்புக்காய் மரம் என்பது, சித்திரை மாதம் காய் காய்க்கும். பூந்திக்கொட்டை, நெக்கட்டங்காய் என்பவை அதன் மறுபெயர்கள். இலந்தைப்பழம் போல இருக்கும். திங்கவெல்லாம் முடியாது. தொலியைப் பிய்த்து, தண்ணீர் விட்டுத் தேய்த்தால் அழகாக நுரை வரும். நகைக்கடைக்காரர்கள் அதை விரும்பி வாங்குவார்கள். நகைகளில் அழுக்கெடுப்பதற்கு பிரயோசனப் படும்.

மரநிழலில் கிணற்றடியில் உட்கார்ந்து பேசிக் கொண்டிருந்தோம். கல்யாணியண்ணன் நேற்றுப் பார்த்து வந்திருந்த, 'சுமை தாங்கி' படம்பற்றிப் பேசிக் கொண்டிருந்தார்கள். முத்துராமனின் அமைதியான நடிப்பு பற்றியும் ஸ்ரீதரின் உறுத்தாத டைரக்‌ஷன் பற்றியும் பேசிக் கொண்டிருந்தோம். அப்போது, கே.எஸ்.ஜி.யின் சில படங்கள் பிரபலமாகியிருந்தன. அவருக்கு ஒரு கட்சி, தெருவில் உண்டு. 'சுமைதாங்கி' மூலக்கதை, ரா. கி. ரங்கராஜன். 'குமுதத்'தில் 'சுமைதாங்கி' என்ற பெயரில் தொடராக வெளிவந்தது. படத்தை 'சுமைதாங்கி' என்ற பெயரில்தான் எடுத்து வந்தார்கள். பாதியில், 'ஆயிரம் வாசல் இதயம்' என்று மாற்றினார் ஸ்ரீதர். ('நெஞ்சில் ஓர் ஆலயம்' பாட்டு பாதிப்பு) மறுபடி, 'சுமைதாங்கி' என்றே வந்தது. ஸ்ரீதர், அடிக்கடி பெயரை மாற்றுவார். 'வயது 16 ஜாக்கிரதை', அதுவே 'வயது 18 ஜாக்கிரதையா'கி, கடைசியில், 'ஊட்டி வரை உறவா'யிற்று. முதலில், ஜெயலலிதா கதாநாயகி, கே.ஆர். விஜயா இரண்டாவது கதாநாயகியாக நடித்து, படம் கொஞ்சம் வளர்ந்து நின்று விட்டது. எம்.ஜி. ஆரின் தலையீடு என்று ஒரு வதந்தி.

'ஊட்டிவரைஉறவி'ல் ஜெயலலிதா பாதியில் நின்று விட்டதை, கவிஞர், "புது நாடகத்தில் ஒரு நாயகி சில நாள் மட்டும் நடிக்க வந்தாள்" என்று பாட்டில் கிண்டலடிப்பதாகப் பேசிக் கொள்வோம். 'சுமைதாங்கி', 'ஊட்டிவரைஉறவு' இரண்டுமே கோவை செழியன், கண்ணதாசன் கூட்டுத் தயாரிப்புகள். சிவாஜியுடன் ஜெயலலிதா, "வந்த இடம் நல்ல இடம், வரவேண்டும் காதல் மஹாராணீ" என்று வாலி வாழ்த்து எழுத, சிவாஜி வாயசைத்து வாசிக்க, 'கலாட்டா கல்யாண'த்தில் முதன்முதலில் அறிமுகமானார்.

கல்யாணி அண்ணன் பேசியதைக் கேட்டுக் கொண்டிருந்ததும், நான் கேட்டேன்: "இப்ப போனா, படத்துக்கு டிக்கெட் கிடைக்குமா". ஞாயித்துக்கிழமை காலை பத்து மணி சுமாருக்குக் கேட்டேன். "அழகாக் கிடைக்குமே" என்றார். நாலணாவை எடுத்துக்கொண்டு ஒரே ஓட்டம். பெரிய கோபாலும் வந்தான்.

நெல்லையப்பர்கோயில் மேலக்கோபுர வாசல் வழியாகப் போய்க் கோயில் உள்ள கூடி ஓடினோம். மரத்தடியில் உட்கார்ந்திருந்ததில் உண்ணி காலில் ஏறியிருந்தது; சுளீரென்று கடித்தது; பாதத்தில், தொடையில் என்று கடித்தது. டிக்கெட் இருந்தது. படம் போட்டு விட்டார்கள். நல்ல வெயிலில் ஓடியும் நடந்தும் வந்தது, இருட்டுக்குள் நுழைந்ததும், தியேட்டரில் கண்ணே தெரிய வில்லை. இடம் இருக்கா தெரியவில்லை. ''வானுலகம் தெய்வசுகம், மண்ணுலகம் மங்கைசுகம்'', என்று குமாரி கமலா நடனம் ஆடிக்கொண்டிருந்தார். ஜானகி பாட்டு. திரையைப் பார்ப்பதும் சீட்டுகளைத் தடவுவதுமாக, நான், பெண்கள் பகுதிக்கு அருகேயே சென்று விட்டேன். யாரோ ஒருவர், என்னைத் தொட்டுத் தன்னருகே உட்கார வைத்தார். உட்கார்ந்து கொஞ்ச நேரத்தில் உண்ணி, கடிக்கக்கூடாத இடத்தில் கடித்தது. டிராயர் பைக்குள் கைவிட்டு கடிக்கிற இடத்தைக் கண்டுபிடித்து அப்படியே நசுக்க முயன்ற போது, ''ஏல, ஏம்ல நெளியுத, சீலப்பேன் கடிக்கிறவன் மாதிரி'' என்று சலித்தார், எனக்கு இடம் தந்து உட்காரவைத்தவர். பகீரென்றிருந்தது. அதற்குள் இருட்டு பழகிவிட்டிருந்தது. முகத்தைப் பார்த்தேன். வேணுவனேஸ்வரி என்கிற ஈஸ்வரி அக்கா மாப்பிள்ளை.

அருணகிரி வீட்டில் பூசையாகி, விசேஷமா பிரசாதம் கொடுக் காங்க என்று கேள்விப்பட்டதும், ''எல். ஓ. என். டி. ஓ. என். லண்டன்'' என்று லண்டன் விளையாட்டு விளையாடிக் கொண்டிருந்த நாங்கள், விளையாட்டை விட்டுவிட்டு ஓடினோம். கைரேகை மங்கும் கருக்கல் நேரம். கிரி வீடு, நீளமான ஓட்டு வீடு. இரண்டு கட்டு. ரயில் பெட்டி மாதிரி அடுத்தடுத்து இருக்கும். முதல் கட்டு, சமையல் அறை. அடுத்தது, சம்பந்தம் செட்டியாரின் பூசை அறை. இரண்டையும் சேர்த்து ஒரு ஓட்டுத் தார்சால். ஒரு ஊஞ்சல் பலகையை இரண்டு சாதிக்கா(ய்)ப் பெட்டிமேல், கட்டில் மாதிரி வைத்திருக்கும். கிரி, எங்களைப்போல் மிஷன் ஸ்கூலில் படிக்க வில்லை. மந்திரமூர்த்தி ஸ்கூலில் படித்தான். அங்கே அவன் ஒருவன்தான் நன்றாகப் படிப்பான். எனக்கு நினைவுதெரிந்து அவன் ஒருவன்தான் அங்கே நானூறு மார்க்குக்கு மேல் எஸ்ஸெல்ஸியில் வாங்கினான். எங்களையெல்லாம் ஒன்றுசேர்த்துப் 'பொற்கைப் பாண்டியன்' நாடகம், மில்லுப்பிள்ளை வீட்டு முற்றத்தில் வைத்துப் போட்டான். விளையாட்டாக ஆரம்பித்து, நாடகம், பெரியவர்களின் ஆசியோடு நன்றாக நடந்தது. கிரி,

தன் எடுப்பான பல்லுடன் பொற்கைப்பாண்டியனாக நடித்தான். நான் பாண்டியனை வாழ்த்துகிற ஏழைப்புலவனாக, ஒரே ஒரு காட்சியில் நடித்தேன். நாங்கள் நாடகம் போட்ட கொஞ்ச நாள் கழித்து, 'தாயைப்போல பிள்ளை நூலைப்போல சேலை' என்ற ஏ. பி. நாகராஜன் - கே.சோமு படத்தில் சிவாஜி, வசனமே இல்லாமல், பொற்கைப்பாண்டியனாக நடித்திருப்பார். ''என்னடி அநியாயம் இது, என்றும் இல்லாத விந்தையாக யார் கதவைத் தட்டியது'' என்று ஒரு பாட்டு, மற்றும் வழக்கம் போல் சீர்காழியின் விருத்தம் கலந்த பாட்டுடன் நாடகம் ஒன்று வரும்; சிவாஜி கௌரவ வேடம்.

''பூஜை அறையையொட்டி எல்லோரும் வரிசையாக நில்லுங்க'' என்று கிரியின் பெரிய அக்கா சிவகாமி சொன்னாள். தார்சால், தரையிலிருந்து இடுப்பளவு உயரத்தில் இருக்கும். வீடே தோட்டத்தில் இருப்பது மாதிரித்தான். தோட்டத்தின் ஓரத்தில் ஒரு சின்னக் குச்சுவீடு. வீட்டு உரிமையாளர்களுக்கும், கிரி வீட்டுக்கும் தனித்தனி லெட்ரின்கள்; நாகரிகமாகச் சொன்னால், காயும் கழிப்பறைகள் (ட்ரை லெட்ரின்). கொச்சையாச் சொன்னா, எடுப்பு கக்கூஸ். வீட்டின் சுவரையொட்டி, வாய்க்கால். தார்சாலை யொட்டி அடிபிடி போட்டுக்கொண்டு நின்றோம். ''வரிசையா, சண்டை போடாம நின்னாத்தான் தருவோம்.'' சிவகாமி சிரித்துக் கொண்டே சொன்னாள். அவளுக்கும் கிரி மாதிரி, அவர்கள் அப்பா மாதிரி, பல் எடுப்பாக இருக்கும். ஆளும் நறுங்கிப்போய் இருப்பாள். ஈஸ்வரிக்கு இந்தக் குறை எதுவும் கிடையாது. மூன்று பேருமே எப்போதும் சிரித்துக் கொண்டிருப்பார்கள்.

சிவகாமியால் சிரிப்பை அடக்க முடியவில்லை. ''ஏல ஏல, தள்ளுங்கலெ; காலுக்குக் கீழ எறும்புப்புத்துல'' என்று சொல்லி முடிப்பதற்குள், நல்ல சிவந்த, கடி எறும்புகள் காலைப் பதம் பார்க்க ஆரம்பித்திருந்தன. மில்லுப்பிள்ளை வீட்டு மணியின் சிவந்த கால்கள் இன்னும் சிவந்து போயிற்று. சிமினிவிளக்கு வெளிச்சத்தில் பார்த்தபோது, காலாலும் கையாலும் சொறிந்து ரத்த விளாறாய் ஆகிவிட்டது, நன்றாய்த் தெரிந்தது. சிவகாமி பயந்து போனாள். ஈஸ்வரி, திருநீற்றை எடுத்து வந்து தேய்த்தாள். ''பாத்தியா, விளையாட்டு வினையாயிட்டு'' என்று கிரியிடமும் சிவகாமியிடமும் சத்தம் போட்டாள். ''நீயும்தான் யோசனை சொன்ன'' என்று மூஞ்சியைத் தூக்கி வைத்துக் கொண்டாள், அவள். ''சரி சரி, சினிமாப் பேர் போட்டு விளையாடுமா'' என்று

கேட்டாள் ஈஸ்வரி. அரைமனசோடு வட்டமாக உட்கார்ந்தோம். ஈஸ்வரி பக்கத்தில் உட்காருவேன் என்று அழுதான் மணி. நான், எழுந்து சிவகாமி அருகே போனேன். சிவகாமியின் சேலையிலிருந்து புழுங்கிய நெடி, அதிகமாக அடித்தது.

சிவகாமியைப் பெண் பார்க்க வந்திருந்தார்கள். ஏற்கெனவே என்னை வரச் சொல்லியிருந்தாள் ஈஸ்வரி. நான் போனபோது, அவள், கழிப்பறை அருகே நின்று கொண்டிருந்தாள். ‘‘இங்க வா’’ என்று சைகையால் அழைத்தாள். இரண்டு கோலிக்காய் கொடுத்தாள். அது ஒன்றும் நல்ல கோலிக்காய் இல்லை. வெறும் மாக்கல்லால் ஆனது. ஒரு விளையாட்டுக்கே தாங்காது. அதுவும் டாங்காயால் அடித்தால், எட்டாங்குழி போடறதுக்குள்ளயே உடைந்துவிடும். கோலிக்காயில், கண்ணாடிக்காயைவிட டாங்காய் என்கிற மார்பிள் கோலிக்காய்தான் விசேஷம். இதுபற்றிய மீதிக் கதையை கல்யாணி அண்ணனிடம் கேட்டால் நல்லது.

‘‘இங்கனெயே விளையாடிக் கொண்டிரு; அவங்க வெளிய வரும்போது சொல்லு; நான் உள்ள போய் ஒளிஞ்சிக்கிடுதேன், சரியா’’ என்றாள். ‘‘சரி’’ என்றேன். ஆனால் நேரம் ஆக ஆக, அங்கே வீசிய பீ வாசனை எனக்கே தாங்க முடியவில்லை. அவள், எப்படி கிட்டத்தட்ட அதனுள்ளேயே நிற்கிறாள் என்று தெரிய வில்லை. ஒருவழியாய்ப் பெண்பார்த்து விட்டுப் போனார்கள். சிவகாமி அக்கா கல்யாணத்திற்குப் பின், அவர்கள் வீட்டைக் காலிசெய்து விட்டுப் போய் விட்டார்கள். செட்டியாரின் தங்கையை, பெரிய காசுக்கடை வீட்டில் கொடுத்திருந்தது. ஊரிலேயே ஜன்னல்கள் யார் வீட்டில் அதிகம் என்றால் கிரியின் அத்தை வீடு என்று சொல்லிவிடலாம். ஆற்றுக்குப் போகிற வழியிலிருக்கும் அதைச் சில சமயம் எண்ணுவோம். அந்த வீட்டோடு சேர்ந்த ஒரு சின்ன குச்சுக்குப் போய் விட்டார்கள்.

கல்யாணமெல்லாம் நல்லபடியாக முடிந்தது. புதுமாப்பிள்ளை நன்றாகவே இருந்தார். சிவகாமியை நன்றாகவும் வைத்துக் கொள்கிறார் என்று கிரி சொல்வான். ‘திருவள்ளுவர் நாடக மன்றம்’ என்று ஒன்று ஆரம்பித்திருப்பதாகவும் புதுவீட்டின் அருகில் உள்ள நண்பர்களோடு ஒரு நாடகம் போடப்போவ தாகவும் சொன்னான். நான் வந்தால் எனக்கு அதில் அதியமான் வேஷம் தருவதாகச் சொன்னான். நானும் போனேன். ஈஸ்வரி, சமையலறையில் இருந்தாள்; சற்று மெலிந்திருந்தாள். பழைய

வீட்டைவிடச் சின்னதாய் இருந்தது. என்னைப் பார்த்ததும் அழ ஆரம்பித்தாள். ஒன்றும் பேசாமல், கண்ணைத் துடைத்துக்கொண்டு சுவரில் இருந்த படத்தைப் பார்த்தபடி இருந்தாள். சிவகாமியும் அவள் கணவரும் இருக்கும் போட்டோ. திடீரென்று, ''எனக்குப் பார்த்திருக்கிற மாப்பிள்ளை அசிங்கமா இருக்காரு'' என்றாள். ''இந்த சிவகாமிச் சனியனோட கொழுந்தனாரு; அவ மாப்பிள்ளை சொன்னாருன்னு என்னை கட்டி வைக்காவோ'' என்றாள். இது புது பாஷையாக இருந்தது. செட்டியார் உள்பட எல்லோருமே நல்ல தமிழ் பேசுவாங்க. அதற்குள் கிரி ஒரு உண்டியலோடு வந்தான். அதில் திருவள்ளுவர் நாடகமன்றம் என்று எழுதி ஒட்டியிருந்தது. ''நாடகத்துக்குத் துட்டு சேக்கோம். நீயும் போட்டேன்னா நடிக்கலாம்'' என்றான்.

அடுத்த முறை போனபோது, எட்டணா போட்டேன். ''அதியமான் பாத்திரம் உனக்குத்தான்; நிறைய வசனம் வரும், நீதான் நல்லா படிப்பியே'' என்றான். அப்போது வீட்டுக்குள்ளிருந்து வந்த ஒரு ஆளைக் காண்பித்து, ''இதான், எங்க சின்ன அத்தான்'' என்றான். எனக்கு அவரை அசிங்கமாகத் தெரியவில்லை; என்னுடைய ஒரு அண்ணன் ஜாடையில் இருந்தார், அதனால் தானோ என்னவோ. என்னை யாரென்று விசாரித்து, ''என்ன படிக்கே'' என்றார். அது முழுப்பரீட்சை லீவு. ஏழு என்பதா எட்டு என்பதா தெரியவில்லை. ''பாஸாயிருவேல்லாடே; எட்டுன்னு சொல்லேன்'' என்று சொன்னான் கிரி. ''எட்டு போறேன்'', என்றேன். சின்ன அத்தான் சிரித்துக்கொண்டார்; ''நீ சொன்ன மாதிரி கெட்டிக்கரன்தான்டே'' என்றார். சந்தோஷமாயிருந்தது. கொஞ்சம் திமிராக்கூட இருந்தது. இந்தத் திமிருதான் என்னைக் கெடுத்தது என்று சொல்ல வேண்டும். பேசிக்கொண்டிருக்கையில், ஈஸ்வரி உள்ளிருந்து வந்தாள். நிறைய நகை, பட்டுச்சேலை எல்லாம் கட்டி நல்ல செழிப்பாகவே இருந்தாள். ''வாடே, இந்தா இவுகதான் எங்க வீட்டு ராசா'' என்றாள். அவர் சிரித்தார். ''ஆமா, சிரியுங்க'' என்றாள்.

ஒரு நாள் உண்டியலோடு வீட்டுக்கே வந்தான் கிரி. ''நீ எவ்வளவு போட்டிருக்கே'' என்றான். நான், ''ஒண்ணரை ரூபாய்'' என்றேன். ''இல்லை, ஒரு ரூபாய்தான்'' என்றான். அவனுடன் இரண்டு பேர் வந்திருந்தார்கள். எல்லாம் என் வயசுப் பையன்கள். கிரி என்னைவிட ரெண்டு வயசு மூப்பு. ''சரி, உடைச்சுப் பார்த்துருவோமே'' என்றான். ''எதுக்கு'' என்றேன். ''நாடக

மன்றத்தைக் கலைச்சுட்டோம்'' என்று சொல்லியபடியே உண்டியலை உடைத்தான். காசுகளை எண்ணியபோது, நான் சொன்னது சரிதான் என்று, ஒண்ணரை ரூபாய் கொடுத்தான்.

இடைவேளையின் போதுதான் பார்த்தேன், பெண்கள் டிக்கெட்டில் ஈஸ்வரி உட்கார்ந்திருந்தாள். படத்தில் வருகிற தேவிகா மாதிரி குண்டாக, அழகாக இருந்தாள். சின்ன அத்தான், கலர் வாங்கி அவளிடம் கொடுத்தார்; ரகசியமாகவும் வெடுக் கென்றும் வாங்கினாள். ''உனக்கு என்னடே பிடிக்கும்; கலர் சாப்பிடுதியா'' என்றார். ''வேண்டாம்'' என்றேன். ஏனோ பிடிக்க வில்லை. ஈஸ்வரி, ''சாப்பிடுடே'' என்று சொல்வாள் என்று எதிர்பார்த்தேன். இல்லை. சொல்லவில்லை. அவர், ''வா, வெளியே போவோம்'' என்று கூப்பிட்டுப் போனார். ஒரு பாசிங் ஷோ சிகரெட் வாங்கிப் பற்ற வைத்தார். எனக்கு, கடலைமிட்டாய் வாங்கித் தந்தார். பெரியகோபால், ''ஏய், எங்க உக்காந்துருக்கே; எனக்கு இடமே கிடைக்கலை'' என்றான். அவனுக்கு ஒரு கடலைமிட்டாய் கொடுத்தார். நான், அவர் சிகரெட் பிடிப்பதையே பார்த்துக் கொண்டிருந்தேன். சிகரெட் நுனி, எச்சிலாகி விட்டது. ''வேறென்னடே வேணும்'' என்று பையிலிருந்து ரூபாய் எடுத்தார். இரண்டும், ஐந்துமாக நிறைய இருந்தது. ''உங்க அக்காவுக்குத் தரை டிக்கெட்தான்டே பிடிக்கும்'' என்றார். அதற்குள் பெல் அடித்து, காட்சி தொடங்கியது.

படத்தின் முடிவு அற்புதமாக இருந்தது. அனேகமாக அழுதிருந்தேன். இன்னும் தொண்டையில் அழுகை முட்டிக் கொண்டிருந்தது. நல்ல வெயில். பெண்கள் வெளியேறும் பகுதியில் அவரும் நானும் கோபாலும் காத்துக் கொண்டிருந்தோம். அவளைப் பார்த்ததும், ''போவோமா'' என்றார். ''நீங்க, முன்னால போங்க; இந்தா இருக்கற தெக்குப் புதுத் தெருவுக்கு வரத் தெரியாதா.'' - சுள்ளென்று சொன்னாள். கோபால் உதட்டைப் பிதுக்கியபடி, ''யாத்தா'' என்றான். மூன்று பேரும் நடந்தோம். கொஞ்ச தூரம், ஆர்ச் வரை, வந்திருப்போம்; விறுவிறுவென்று எங்களைக் கடந்து சென்றாள் - யாரோ போல்.

●

29

நெஞ்சம் அலைமோதவே...

ட்ரான்சிஸ்டர், சேதுவிடம் இருப்பதாகச் சொன்னான். ''ஆனால் என்ன நிலைமையிலிருக்கிறது என்று தெரியாது. கட்டை போட்டால் பாடலாம். டில்லி, மதறாஸ் அலைவரிசையெல்லாம் எடுக்குமா தெரியாது'' என்றான். ஆளுக்குக் கொஞ்சம் காசு போட்டு, பேட்டரி செல் வாங்கி முயலுவது என்று வாங்கிப் போட்டோம். கான்பூர் டெஸ்ட் விறு விறுப்பாகப் போய்க் கொண்டிருக்கிறது. ஆஸ்திரேலி யாவின் பந்து வீச்சை கவாஸ்கரும் விஸ்வனாத்தும் 'உண்டு - இல்லை' என்று ஆக்கிக் கொண்டிருந் தார்கள். வீட்டில் ரேடியோவை எப்படி, யார், விற்றார்கள் என்று தெரியவில்லை. அப்பா சொல்லி, பெரிய அண்ணன்தான் விற்றிருக்க வேண்டும். அப்பாவுக்கு இப்படிப் பழைய சாமான்களை விற்றுக் காசாக்க அவனை விட்டால், ஆள் கிடையாது. நடுவுள்ளவனுக்கு இதுபற்றி ஒன்றும் தெரியாது. என்னிடம் சொன்னால், எதுக்கு விற்கவேண்டும் என்று சண்டை போடுவேன். பழைய சாமான்களை விற்கிற அந்தந்தக் கடைகள் அண்ணனுக்குத்தான் பழக்கம்.

பழைய பாத்திரம் என்றால், ரயில்வே ஃபீடர் ரோடில் இருக்கிற ஒரு கடை உண்டு. அதற்கு, என்னை அப்பா அவனுடன் ஒரு நாள் அனுப்பினார். பெரிய கிடாரம் ஒன்றை விற்கச் சொல்லியிருக்கிறார். அதற்குப்

பெரியவிலையை எதிர்பார்த்திருந்திருப்பார் போலிருக்கிறது. அண்ணன், கொண்டு வந்து தந்ததில் பணம் குறைவாயிருந் திருக்கிறது. என்னை, ''நீ போய் எவ்வளவுக்கு விற்றான் என்று கேட்டு வா'' என்று அவனுடன் அனுப்பினார். கடைக்காரர், அண்ணன் சொன்னதையே சொன்னார்; ஒரு தாளில் குறித்தும் கொடுத்தார். எனக்கு நம்பிக்கையில்லை. ''சரி, பணத்தைத் தந்து விடுகிறேன். கிடாரத்தைத் திருப்பித் தாருங்கள்'' என்றேன். எனக்கே நான் கெட்டிக்காரத்தனமாகப் பேசிவிட்டது போலிருந்தது. ''அது தூரெல்லாம் இத்துப்போனது, தம்பி; பிரயோசனப்படாது; உடைக்கதுக்கு அனுப்பிட்டேன்'' என்று பேசிக்கொண்டே கல்லாவைத் திறந்து பத்து ரூபாயை எடுத்து நீட்டினார்.

''இல்லை, பரவால்லை; கிடாரத்தையே தந்துருங்க; பத்து நிமிஷத்திலயா உடைச்சுருப்பாங்க; எங்க வச்சு உடைப்பாங்க, நான் அங்க போய்ப் பாக்கேன்'' என்றேன். யாவாரிக்குக் கோவம் வந்துட்டு; ''அது இந்நேரம் சப்பளிஞ்சு சாடையில்லாமப் போயிருக்கும்; நீரு என்னன்னா கூடப்பொறந்தவரையே சந்தேகப் படுதேரே'' என்றார். ''இதுக்குத்தான் இந்தச் சவங்களையெல்லாம் வாங்கப் படாதுங்கிறது; இப்ப என்ன செய்யணும்ங்கேரு. வே பாண்டியம்பிள்ளை, இன்னமே எதையும் விக்கக் கொண்டாரதீரும்; இந்தாரும், எனக்கு அவராதம்னு நினைச்சுக்கிடுதேன்,'' என்று ஐம்பது ரூபாய் கொடுத்தார். சந்தோஷமாக வாங்கிக்கொண்டு, அப்பாவிடம் கொடுத்தேன். சாயங்காலம் வீதி உலா சுத்தி வர்றப்போ அந்தச் சீட்டைக் காண்பித்து புதுப்பாத்திரக் கடை ஆண்டியப்பனிடம் விசாரித்தேன்; ''என்னடா, நீ ஏமாந்துட்டியே; ஏம் பேரைச் சொல்லிருக்க வேண்டியதுதானே. அவன் களவுச் சாமான் வாங்கறவன்ல்லா; இன்னும் அறுபது ரூபாவரை கொடுக் கலாமே'' என்றான். அப்பாவிடம் சொல்லவேண்டும் என்று நினைத்துக் கொண்டேன்.

இரண்டுநாள் கழித்து அண்ணனிடம் துட்டுப் புரளுவது தெரிந்தது. பனியன், கைக்குட்டை, செண்ட் எல்லாம் வாங்கியிருந் தான். ''அப்பாவிடம் சொல்லுதன்; உனக்கு இதுக்கெல்லாம் காசு ஏது'' என்றேன். ''அப்பாதான் கொடுத்தா(ர்), வேண்ணா கேட்டுக்க'' என்று சொல்லிவிட்டு வெளியே கிளம்பினான். அப்பா ''ஆமா, அந்த ஐம்பது ரூபாய நான்தான் அவன்ட்ட கொடுத்தேன்'' என்றார் அமைதியாக. ஒன்றும் சொல்லத் தோன்றவில்லை. ''இந்தா'' என்று பர்ஸிலிருந்து ஒரு ஐந்து ருபாயை என்னிடம்

தந்தார். ''வேண்டாம்'' என்று சொல்லிவிட்டு, மத்தியானச் சாப்பாட்டைச் சாப்பிட்டுவிட்டு, நானும் கிளம்பினேன். என்னிடம் சீட்டு விளையாட்டில் ஜெயித்த காசு கொஞ்சம் இருந்தது; இரண்டு நாளைக்குப் போதும். ''துரை, சிகரெட் குடிக்கக் கிளம்பியாச்சு'', என்று அப்பா சொல்வது கேட்டது. 'ச்சேய், இன்னம சிகரெட் குடிக்கக் கூடாது' என்று நினைத்துக் கொண்டேன்.

கமெண்டரி கேட்கத்தான் பேட்டரிக் கட்டையெல்லாம் போட்டு, ட்ரான்சிஸ்டர் தயார் பண்ணியது. தெருவுக்கு வந்தால் பாட்டுக் கேட்கிறது.

'நெஞ்சம் அலைமோதவே
கண்ணும் குளமாகவே
கொஞ்சும் கண்ணன்மேல்
கோபமாய்ப் போகிறாள்...''

என்று பி. பி. சீனிவாஸ் அற்புதமாய்ப் பாடிக் கொண்டிருக்கிறார். ''என்ன, என்னாச்சு மேட்ச் கேட்கலையா'' என்று சேதுவிடம் கேட்டேன். அவன் அப்படிச் சிரித்துக் கொண்டிருந்தான்; பதிலே சொல்லாமல் பயங்கரமாகச் சிரித்துக் கொண்டிருந்தான். குசன்(குஞ்சுப் பிள்ளை சன் குசன்; லெட்சுமண பிள்ளை சன், லெசன்; நான், கசன். கொஞ்சநாளாய் இப்படிக் கூப்பிட்டுக் கொண்டிருந்தோம்.) அதற்குமேல் சிரித்துக் கொண்டிருந்தான். சண்முகநாதன், வழக்கமான அமைதியுடன், கையில் பீடியுடன் இருந்தான். பீடி, கனமாயிருந்தது. அவன் சொன்னான், ''616க்கு ஏழு விக்கெட் இந்தியா டிக்ளேர் பண்ணியாச்சு''. சொல்லிவிட்டு, சேதுவைப் பார்த்துச் சிரித்தான்; சற்று அமைதியாய் இருந்த சேது திரும்பவும் பயங்கரமாகச் சிரித்தான்.

யாரோ சொன்னார்கள் என்னைப் பார்த்து, ''இந்தா வந்துட்டான், க்ளீனா செனையேத்துவான்; அவன்ட்ட குடுங்க'' என்று. விஷயம் புரிந்தது; புகை வாசனையும் புரிந்தது. என்னிடம் சண்முகநாதன் ஒரு ஃபில்ட்டர் சிகரெட்டையும் பொட்டலத்தையும் தந்தான். ஓரமாய் உட்கார்ந்துகொண்டு, சிகரெட்டைப் பிதுக்கிப்பிதுக்கிப் புகையிலைத்தூளை முக்கால்வாசி உதிர்த்துவிட்டு, அதில் பாதியைத் தூரக் கொட்டிவிட்டு, தூளைக் கலந்தேன். விதையும் தூளுமாக இருந்தது. விதையைச் சற்று நசுக்க வேண்டியிருந்தது. சிகரெட் தாளைச் சப்பையாக்கிவிட்டு, தூளும் புகையிலையும் கலந்த கலவையை இடது உள்ளங்கையில் வைத்து, வலது கை சிகரெட்டால் கொஞ்சம்கொஞ்சமாகக் கோதி நிறைத்தேன்.

கொஞ்சநேரத்தில், சினையேற்றிய சிகரெட் தயார். ஒன்றைத் தயார் செய்து முடிக்கவும், பாடலை சிலோன் ரேடியோவில் (ரெகார்டின் மறுபக்கத்தை) திருப்பிப் போடவும் சரியாய் இருந்தது.

"பாரா முகம்கண்டு
மாறாத் துயர்கொண்டு –மனமே
ஏமாறி ராதை போகிறாள்....
கொஞ்சும் கண்ணன்மேல் கோபமாய்ப்
போகிறாள்..."

இரண்டாவதை முடிப்பதற்குள், எல்லோரும் இரண்டு ரவுண்ட் முடித்திருந்தோம். ''இதான் பிரமாதமாருக்கு; பீடில ஏத்தினா உலஞ்சுஉலஞ்சு போகுது'' என்றான், சண்முகநாதன். சொல்லிக் கொண்டே உற்சாகமாய் இழுத்தான்; நானும்.

"கண்ணன் வேறானான்
ராதை வேறானாள்
இன்னல் புயலால்
திண்டாடலானாள்..."

எனக்கு இரண்டு போதை. டிரான்சிஸ்டரைத் தலையில் வைத்துக் கொண்டேன். சேது, தெருவே அதிரும்படிச் சிரித்தான். அவன் பையிலிருந்து பேனாவை எடுத்து நான் கையில் எழுதியிருந்த பெயரின் முதல் எழுத்து, 'M' பூதாகரமாகவும் சிறிதாகவும் மாறிமாறி வேடிக்கை காட்டத் தொடங்கியிருந்தது. வேறு பெயரை எழுத முயன்றேன்; தலை சுழன்றது. எஸ். பி. பி. பாடிய புதுப் பாட்டு, 'பட்டிக்காட்டு ராஜா' படத்தில், ''கம்பன் மகனாக நான் மாற வேண்டும், கன்னித்தமிழால் உன் புகழ் பாட வேண்டும்'' என்று நான் பாட ஆரம்பித்தேன். குமரன் கத்தினான், ''ஏல ஏல, இதுக்கே இந்த வரத்து வாற; இன்னும் கம்பன் மகனா வேற ஆகணுமா'' என்றான். எல்லோரும் சிரித்தார்கள். சிரிப்பென்றால், இடிச்சிரிப்பு. குமரன், ரொம்ப அழகாகப் பாடுவான்; கச்சேரிக்கெல்லாம் போவான்.

வேடிக்கை பார்க்கிற கூட்டம் அதிகமாகவே, வீட்டிற்குப் போகத் தொடங்கினோம். மாடிக்குப் போய் படுத்தேன். தரையி லேயே படுத்தேன்; விரிக்கக்கூட முடியவில்லை. சற்று நேரத்தில் பிரட்டிக்கொண்டு வந்தது. மாடியிலிருந்த ஒரு சின்ன மடையில் களக்கென்று கக்கினேன்; அவ்வளவுதான், திரும்ப வந்து படுத்தவன், படுத்தவன்தான்.

இரண்டு நாளாய் சண்முகநாதனைப் பார்க்கவேயில்லை. என்ன விஷயம் என்று வீட்டுக்குப் போனால், அவன், ''யாத்தா யம்மா'' என்று குறுக்குப்பிடியால் துடித்துக் கொண்டிருந்தான். அவன் அப்படி வாய்விட்டு அரற்றுகிறான் என்றால், வலி கடுமையானதாகத்தான் இருக்க வேண்டும். ''வா, டாக்டர்ட்ட போவோம்'' என்றேன். ''எல்லாம் பாத்தாச்சு. ஒரு மருந்துக்கும் கண்டிக்கலை'' என்றாள் அவன் அம்மா. ''உப்புத்தரிசில, யாரோ வருமம் தட்டறவன் இருக்கானாம்; அவன்ட்ட கொண்டு போணும்ன்னு அவன் அத்தான் சொல்லியிருக்காக'' என்றாள். அதற்குள் அத்தானே வந்து விட்டார். ''மாப்ளே, வாரேறா. அப்படீ சைக்கிள்ல வச்சுக் கூட்டிட்டுப் போவோம்'' என்றார். நானும் சரி என்று என் சைக்கிளை எடுத்துக்கொண்டு வந்தேன்.

உப்புத்தரிசு ஊருக்குத் தெக்கே தனியாய் வயல்நடுவே, இருந்தது. பாண்டி அண்ணனும் கூட வந்தான். அவனுக்கு அந்த இடமெல்லாம் பழக்கம். அது குறவர்கள் வாழ்கிற இடம். குறவர்கள் என்றால் நரிக்குறவர்கள் இல்லை. இவர்கள் வேறு. பேசுவதெல்லாம் தமிழ்தான். ஆனித்திருவிழாவில், ராத்திரி, சாமி வீதி வலம் வரும்போது, சாமிக்குப் பின்னால் கடைசியில் ஒரு கப்பல் மாதிரி ஒரு வண்டி வரும். வண்டி என்றால், நல்ல பெரியது; ஒண்ணரை ஆள் உயரமிருக்கும். அதில் இந்தக் குறவர் இனத்திலிருந்து மூன்று - நான்கு ஆள்கள் வருவார்கள். ஒருவன் நல்ல கிழவன் போல மேக் அப் போட்டு, சோவிப்பல் கட்டி ஏதோகூத்துப்போலப் பாடிக்கிட்டு வருவான். பூராவும் 'அப்படியாப் பட்ட சமாசாரம்.' கையில ஒரு கஞ்சிரா வச்சுக்கிட்டு அருமையாத் தாளம் போடுவான். கள்ளப்புருஷன் வச்சுருக்கிற 'பாதகத்தி'யப் பத்திப் பாடிக் கதை சொல்லுவான்.

''யேய் ஏய்ய்
மஞ்சணத்தி மரத்தப் பாரு
மதினி போற போக்கைப் பாரு
காலுல தண்டையப் பாரு...
ஏய்ய் யேய்ய்
காலுல தண்டையப் பாரு
கவுட்டையில... ஏய்ய் கவுட்டயில....''

- பாதியில விட்டுருவான்; கூட்டம் மிச்சத்தை நிரப்பும். ''கெடுத்தானே சின்னப்பய மகன், என்ன பேசுதான் பாரு'' என்று சின்னப்பையன் யாரையாவது கையைக் காமிச்சுக் கூப்பிடுவான்.

''ஏல, மகாசனங்க மத்தியில கெட்டசொல் சொல்லலாமாடா; ஓடுறா, இங்க இருந்து'' என்று சொல்லிவிட்டுக் கதையைத் தொடருவான். ''இந்த சண்டாளி, பாதகத்தி, வயல்ல உக்காந்திருக்கா; ஆமடையான்காரன் பரதேசம் போயிருக்கான். வந்தாம் பாரு, புள்ளிக்காரன்... வந்தவன் சோறும் கறியும் கொண்டாந்து ஊட்டுதான், ஊட்டுதான், அப்பிடி ஊட்டுதான்.

பாதகத்தி பாடுதா...

''...................

''கொத்தமல்லீக் குழம்புவச்சுக் குத்துறானே இந்தக் குத்து... யாத்தா''

இதுவரை கேட்டுக்கொண்டிருந்த பெண்கள், கிழங்கட்டைகள் எல்லாம் ''ச்சேய் ச்சேய்'' என்று சொல்லியபடியே நகரும். இது காலகாலமா நடக்கிற கூத்துதான்; அவன் பாடறதும், இவங்க கேட்கிறதும், பாதீல ஓடறதும்..

(கி. ரா. மாமா இதைக் கேள்விப்பட்டு, ''ஏய், முதல்ல போயி அதைப் பதிவு பண்ணிட்டு வா'' என்றார்கள். நான் ஊரை விட்டு வந்து ரொம்ப நாள் கழித்து, விசாரித்தபோது, அந்த குடும்பமே இல்லை. இருக்கிற ஒருத்தனும் பைத்தியமா திரியறான் என்று தகவல் வந்தது.)

நாங்கள் போனபோது திருவிழா, கொடையில் கரகமும் டான்ஸும் ஆடுகிற இரண்டு - மூன்று புள்ளைகள், ''எதுவும் ஆட்டத்துக்கு புக் பண்ண வந்தீங்களா'' என்று கேட்டது. அதுவும் அங்கதான் உண்டு. ''இல்லை, வருமம் தட்டணும்'' என்றதும், ஒரு குடிசையைக் காண்பித்தார்கள். அதற்குள், எங்கள் வீட்டுக்கு சின்னச்சின்னக் கொத்தனார்வேலை செய்கிற லட்சுமணன் ஓடி வந்தான்.

''ஐயா, என்ன இங்க, அண்ணாச்சியும் வந்திருக்காக. நீங்க இங்க வந்ததே இல்லியே.'' - விஷயத்தைச் சொன்னதும் ஒரு குடிசைக்குள் கூட்டிப் போனான். கிழவர் ஒருவர் படுத்திருந்தார். சுற்றிலும் மண்பானைகள்; எல்லாமே வெளியே ஈரமாய் இருந்தன. சிலவற்றில், சுண்ணாம்பால் நம்பர் எழுதியிருந்தது. கிழவன் பார்வை, சண்முகநாதன் முகத்தில் நிலைத்தது. அவன் முக்கலும் முனகலுமே காட்டிக் கொடுத்து விட்டது. நாடி பிடித்துப் பார்த்தான். ''ஐயா, கொல்ஸ்க்குப் போய் மூணு நாளாச்சா''

எனக் கேட்டான். ''ஆமா'' என்றதும், ''ஐயா அபின், கஞ்சா எதுவும் உண்டுமா'' எனக் கேட்டான். நான் தலைகுனிந்து நின்றேன். அத்தான், ''ஆமா ஆமா'' என்றார். அவர் பயங்கரமாக சிகரெட் பிடிப்பார்.

ஏதோ காய்ந்த புகையிலை மாதிரி ஒன்றை, ஒரு துணிச் சுருட்டிலிருந்து எடுத்தான். ஒவ்வொரு பானையாகத் திறந்தான். ''ஏழு'' என்று எழுதியிருந்த பானையில் இருந்து ஒரு புளிச்ச திரவத்தை ஒரு செம்புப் போணியில் ஊற்றினான். ''இந்தாரும்; இதைக் கடிச்சுக்கிட்டு, இதை மடக்குமடக்குன்னு குடிக்கணும்; குடியும்'' என்றான். லச்சுமணன், ''பாட்டையா, ஐய்யா வீட்டுப் புள்ளைக, பாத்து'' என்றான். அதுபற்றிக் கிழவன் கண்டுகொள்ள வில்லை.

''இதெல்லாம் ஒண்ணுமில்ல; நீத்துப்பாகம்தான்''. (தண்ணீர் ஊற்றிய பழையசோறு) என்றான் லச்சுமணன். ''இது, ஏழு நாளையப் பழையது; அது, எட்டு நாள்...'' என்று வரிசையாகச் சொன்னான். சண்முகநாதன் மடமடவென்று குடித்துவிட்டான்.

''வெளிய, காத்தாட உக்காரும்'' என்றான் கிழவன். நான், பானையைத் திறந்ததுமே, பாதி வெளியே வந்திருந்தேன். அங்கே குப்புறக் கிடந்த பழைய ஆட்டுரல் ஒன்றில் உட்கார்ந்தான் சண்முகநாதன். பதினைந்து நிமிடம் கழித்து, டர்புர்ரென்று காற்று வெளியாயிற்று, கீழிருந்து. இன்னும் இரண்டு நிமிடத்தில், கட்டியாய் வாந்தி பண்ணினான். முகம், தெளிவடைய ஆரம்பித் திருந்தது. அவன் வாந்தி எடுத்ததைநோக்கிச் சில பன்றிகள் ஓடி வந்தன; முகர்ந்து பார்த்துவிட்டுத் திரும்பி ஓடின. ''பார்த்தேளா, முதலாளி; வராகங்கூட வாய்வக்க மாட்டேங்கு'' என்றான் கிழவன்.

அதற்கு அப்பறம் ரெண்டு நாள் போய் மருந்து சாப்பிட்டு வந்தான். நான் அந்தப் பக்கமே போகவில்லை.

30
ஏமாந்துபோவே இன்னும் கேளு...

*1964*ல் தனுஷ்கோடி புயல் வீசியதன் செய்திகள், பத்திரிகைகளை நிறைத்துக் கொண்டிருந்த நேரம். எம். ஜி. ஆர்., தனுஷ்கோடி போய்ப் பார்த்துவிட்டு - ஒரு லட்சம் நிதி அளித்துவிட்டு - திரும்புகிற வழியில் திருநெல்வேலிக்கும் வந்தார். அப்போதுதான், திருநெல்வேலி நகராட்சியைத் தி.மு.க. கைப்பற்றி யிருந்தது. சென்னை, வேலூர் நகராட்சிக்குப் பிறகு நெல்லைதான் திமுக வசம் வந்த நினைவு. மஜீத் என்பவர்தான் சேர்மன். திருநெல்வேலியில் தி. மு. க. வை வளர்த்ததில் எங்கள் தெருவுக்கு நிறையப் பங்கு உண்டு. மஜீத், எங்கள் தெருவுக்கு இரண்டு தெரு தள்ளி கூலக்கடைத் தெருவில் உள்ளவர்.

1957-58களில் அவரது தங்கை காதர் பாத்திமா, எனது நான்காம் வகுப்புத் தோழி. பள்ளியில் தினமும் காலையில் ப்ரேயர் உண்டு. அது கிறிஸ்துவப் பள்ளி என்றாலும், தினமும் கீதை, (வினோபாஜி எழுதிய 'கீதைப்பேருரை' - தமிழ் மொழிபெயர்ப்பு - மலிவுப் பதிப்பு விலை ஒரு ரூபாய்) பைபிள், குரான் ஆகிய வற்றிலிருந்து சார் சொல்கிற பகுதியை வாசிக்க வேண்டும். பாத்திமா, தன்சின்ன குரான் புத்தகத்தைக் கொண்டு வந்து வாசிப்பாள் அதை தினமும் வீட்டுக்கே கொண்டுபோய் விடுவாள். கீதையைத் திருமலைக் கொழுந்து வாசிப்பான்; அவன் ஐந்தாம் வகுப்பு. இப் பொழுது, மதுரையில் அவன் பெரிய டாக்டர். ஐந்தாம்

வகுப்புக்கு நான் வேறு பள்ளிக்கூடத்திற்குப் போய்விட்டேன். அனேகமாக, அப்போதுதான் ஏழரைச்சனி முதல்சுற்று ஆரம்பித் திருக்க வேண்டும்.

புதிய பள்ளிக்கூடத்தில்தான் எனது சர்வ சுதந்திர வாழ்க்கை ஆரம்பித்திருக்க வேண்டும். என் வீட்டில், என் அண்ணன்மார்கள் யாரும் எஸ்ஸெல்ஸியைத் தாண்டியதில்லை. அதனால் என் படிப்பும் தரம் குறைய ஆரம்பித்ததை யாரும் கண்டு கொள்ள வில்லை. திருட்டு சினிமா, கெட்ட வார்த்தைகள் எல்லாம் அப்போதுதான் பழக்கமாகத் தொடங்கின. ஐந்தாம் வகுப்புக்கு - என்னைப்போலவே - செய்யது யாகூப் புதிதாய்ச் சேர்ந்திருந்தான். அவன், நான், அப்புறம் தவக்களை ராமகிருஷ்ணன், நசீர் முஹம்மது ஜாஃபர் எல்லோரும் ஒரு செட். யாகூபின் அப்பா போஸ்டாபீஸில் வேலை பார்த்தார். வேறு ஊரிலிருந்து ட்ரான்ஸ்ஃபராகி வந்தவர். அவர்கள் வீடு இருந்த தெரு, இரவுராணிகளுக்குப் பேர்போன தெரு. விவரம் தெரியாமல் குடிவந்திருப்பார்களென்று பால் செல்லையா சார்கூடச் சொல்லிக் கொண்டிருந்தார். அவர்தான் கிளாஸ் வாத்தியார். தெருவின் தெற்குப்பகுதியில் நல்ல குடும்பங்கள் இருந்தன. அங்கே ஒரு பெருங்காய கம்பெனிகூட இருந்தது. வாசனை, மூக்கைத் துளைக்கும். அவன் வீட்டிற்கு இரண்டு வீடு தள்ளி ஒரு சாவடி போல் பெரிய வீடு உண்டு. அங்கேதான் ஒருவர் உட்கார்ந்து எந்நேரமும் கருமசிரத்தையாய்த் தகரத்தில் அச்சு எழுத்து வெட்டிக் கொண்டிருப்பார். ''கூட்டாம்புளி ஜோஸ்யர் மூக்குப் பொடி''; ''அ. ப. அ. ப. மங்களசுந்தரி வாசனைப் புகையிலை'' என்று விளம்பரங்களுக்கான ஸ்டென்சில் வெட்டி கொண்டிருப்பார். யாகூப் வீட்டின் முகப்பிலும், பக்கத்து வீட்டிலும், சிகப்புக் காவியால் ஒரு அகல்விளக்குப் படம் போட்டு, 'குடும்ப வீடு' என்று பெரிதாக எழுதியிருக்கும்.

அது ஏன் என்று பாபு சங்கர்தான் சொன்னான். சரியான சண்டியன் அவன்; எட்டாம் கிளாஸ் அண்ணன்களையே சண்டையில் பீட் அடித்து விடுவான். அடுக்குமொழியில் கெட்ட வார்த்தைகளைப் பேசுவான். இவ்வளவிற்கும் அவன் அப்பா ஒரு அரசு உத்தியோகஸ்தர். என்னிடம் பிரியமாய் இருப்பான். வீட்டுக் கணக்குகளை என்னையோ ராமகிருஷ்ணனையோ பார்த்துத்தான் எழுதுவான். கெட்டிக்காரன்தான்; ஆனால் விளையாட்டுப் புத்தி. நான், அவன் கட்சி. அழகப்பன்தான் கிளாஸ் லீடர். அவன் உயரமாய் இருப்பான். சிவாஜிரசிகன். அவனும் குண்டு

ஜனார்த்தனனும் சிவாஜி கட்சி. ஜனா, அவன் சித்தப்பா வீட்டில் இருந்தான். நல்ல பயில்வான் போல இருப்பான். இடது கன்னத்தில் ஒரு தழும்பு போல இருக்கும். பிறவியிலேயே உள்ளது என்பான். சீக்கிரமே ஸ்கூலுக்கு வந்து விடுவான். கிரவுண்டில் யாருடனாவது விளையாடுவான். ஒருத்தரும் இல்லையென்றால், தனியாக ஓடிக் கொண்டிருப்பான். மங்களூர் பக்கத்துப் போத்தி. அவன் சித்தப்பா சந்திப்பிள்ளையார் கோயிலையொட்டிச் சுக்குவென்னீர்க் கடை போட்டிருப்பார். சாயங்காலம்தான் திறப்பார். எட்டு - ஒன்பது மணிவரைக்கும் இருக்கும். சுக்குவென்னீர் தவிர கொஞ்சம் முறுக்கு, தட்டை என்று போட்டு விற்பார். ஸ்கூல் விட்டு வந்ததும், ஜனார்த்தனனுக்கு, அந்தக் கடையில் எடுபிடி வேலைகள் பார்க்க வேண்டும்; கடை அடைக்கும்வரை டவரா கழுவ வேண்டும்.

யாகூப் வீட்டில் வாசல் கதவை அடைத்தே வைத்திருக்கும். மத்தியானம் வீட்டிற்குப் போய் சாப்பிட்டுவிட்டு வரும்போது, யாகூப் வீட்டிற்குப் போய் அவனைக் கூப்பிட்டுக்கொண்டு வருவேன். அவன் வீட்டில் ‘தந்தி’ பேப்பர் வாங்குவார்கள். அப்போது தான் தந்தியில் ‘குமரிக்குகை’ சித்திரத்தொடர் முடிந்து, ‘கன்னித்தீவு’ ஆரம்பித்திருந்தது. அப்போதுதான் முதன் முதலாக மாலைப் பத்திரிகையான ‘மாலைமுரசு’ நெல்லையிலிருந்து வெளிவரத் தொடங்கியிருந்தது. நான், ‘கன்னித்தீவு’ படிக்க ‘தந்தி’யைத் தேடுவேன். அவன் அப்பா அந்தப் பக்கத்தை மட்டும் மடித்துத் தருவார். அவரும் மதியச் சாப்பாட்டை முடித்துவிட்டு, ஒரு பெரிய ஈசிச் சேரில் உட்கார்ந்து பேப்பர் படித்துக் கொண்டிருப்பார். பட்டாணி சாய்பு. பட்டாணி மொழியில் யாகூபிடம், ‘‘சீக்கிரம் போ ஸ்கூலுக்கு’’ என்று சொல்வது மாதிரி இருக்கும். ஏதோ சத்தம் போடுவது போலவே இருக்கும். ஆனால் அவன், ‘‘எங்க அப்பா சத்தமே போடாது. உம்மாதான் மோசம்’’ என்பான். ‘‘சாப்பாட்டை ஸ்கூலுக்கே கொண்டுபோனால் என்ன; ஏன் வீணா வெயிலில் அலைகிறாயென்று சத்தம் போடுகிறார்’’ என்றான் ஒரு நாள். எனக்கு அவன் அம்மாவைப் பார்க்கையில் அப்படித் தோன்றவே தோன்றாது. யாகூப் பொத்துப்பொத்தென்று குண்டாக இருப்பான். அவன் அப்பா திடகாத்திரமாக இருப்பார். ‘மலைக்கள்ளனி’ல் வருகிற ஸ்ரீராம் போலிருப்பார். முகத்தில் அம்மைத் தழும்பாய் இருக்கும்.

‘மாலைமுரசி’ல், ‘‘இரவுராணி கொலைவழக்கில் துப்புத் துலக்க போலீஸ் நாய் வருகிறது’’ என்று செய்தி போட்டிருந் தார்கள். கொலை நடந்தது, யாகூப் வீட்டுத் தெருவில்தான்.

அப்போது நெல்லையில் போலீஸ்துறையில் துப்பறியும்நாய்கள் யுவராஜும் சுசியும் சேர்க்கப்பட்டு பிரபலம் ஆகியிருந்தன. அவை வந்த வருடம், பொருட்காட்சியில் துப்பறியும் நாய்க் கண்காட்சி நடந்தது. பொருட்காட்சியின் மையப்பகுதியில், தகரத்தால், வேலிமாதிரி நீள்சதுரமாக ஒரு திறந்தவெளி அரங்கம். கூரையெல்லாம் கிடையாது. ஒன்பது மணிக்குக் காட்சி ஆரம்பம். யுவராஜ், சாம்பல் நிறம். சுசி, செவலை நிறம். இரண்டும் அல்சேஷன் வகை. ஒன்பது மணிக்குள் வருபவர்கள், அந்த அரங்குக்குள் அமர்ந்து கொள்ளலாம். பார்வையாளர் யாரிடமிருந்தாவது ஒரு பர்ஸ் அல்லது ஹேண்ட் பேக்கை வாங்கி, அதை நாயிடம் மோப்பம் பிடிக்கச் சொல்வார்கள். அப்புறம், நாயைத் தூர அழைத்துச் சென்றுவிடுவார்கள். பர்ஸை ஒரு ஆளிடம் கொடுத்து, அவனைக் கூட்டத்தில் ஒருவராக அமரச் செய்வார்கள். அதற்குமுன், அவன் பொருட்காட்சியின் முக்கியமான இடங்களுக்குப் போய் வருவான். த. பி. சொக்கலால் ராம் சேட் பீடி ஸ்டால்,(அதில் ஒரு வட்ட நிலைக்கண்ணாடி முன்னால், பளீரென்ற தட்டில், ஒரு பீடி பண்டல் இருக்கும். அது, அந்தரத்தில் கண்ணாடியைச் சுற்றி வரும்; கண்ணாடியைத் தொட்டுமிருக்காது; கண்ணாடியில் அதன் பிம்பம் முழுவதும் தெரியும்படி சுற்றி வரும். இந்த அதிசயம் இன்றளவும் புதிராகத்தான் இருக்கிறது.)சுல்தானியா ஓட்டல், ஓரியண்டல் லிட்டில் பாம் ஸ்டால், சைபால் களிம்பு ஸ்டால் என்று ஒரு சுற்றுச் சுற்றி வந்து, கூட்டத்தில் அமர்ந்து கொள்வான். அப்புறம், நாயைப் பயிற்சி போலீஸ் அழைத்து வருவார். அது, அவன் சென்ற இடமெல்லாம் சென்றுவிட்டு, கூட்டத்தில் நுழைந்து கரெக்டாக அவனைக் கவ்விப் பிடித்து விடும். கூட்டம், ஆரவாரமாய்க் கைதட்டும்.

சுசிதான் இரவுராணி கொலை வழக்கில் துப்புத்துலக்க வந்தது. சாயங்காலம்தான் நாய் வந்தது. நாங்கள் ஸ்கூல்விட்டு வீட்டுக்குக்கூடப் போகாமல் யாகூப் வீட்டு மாடிக்குப் போய் விட்டோம். நாங்கள் போகும்போது அவன் அப்பா இல்லை. நானும் ராமகிருஷ்ணனும் மட்டும் போவதாக ஏற்பாடு. ஜனார்த் தனனும் சேர்ந்து கொண்டான். நாங்கள் போகும் முன்பே அவன் அம்மா, இன்னும் சில பெண்கள், மொட்டை மாடியிலிருந்து வேடிக்கை பார்த்துக் கொண்டிருந்தார்கள். நாங்களும் மாடிக்குப் போனதும் அவன் அம்மா என்னவோ சொன்னாள். ஜனாவை ஏன் அழைத்து வந்தாய் என்று கேட்ட மாதிரி இருந்தது. அதற்குள் தெருவில் பரபரப்பு உண்டாகி விட்டது. நாய், போலீஸ் சந்தேகப் பட்டவனையே கவ்விப் பிடித்தது. தெரு முழுக்கக் கூட்டமோ

கூட்டம். நான் கைப்பிடிச் சுவரின் அருகே நின்று பார்த்தேன். சரியாகத் தெரியவில்லை. சற்று எட்டிப் பார்க்க முயன்றேன். யாகூபின் அம்மா, என்னைத் தன் முன் நிறுத்தி, விழுந்துவிடாமல் பிடித்துக் கொண்டாள். மார்பும் கருமணிப்பாசியும் தலையில் அழுத்தின. கீழே, அவன் அப்பா, வீட்டுக்கு எதிரே நின்று இங்கேயே பார்த்துக் கொண்டிருந்தார். கதவை அடைத்துவிட்டுத் தான் நாங்கள் மேலே போயிருந்தோம். போலீஸெல்லாம் போய், கூட்டம் கலைந்ததும்தான் அவன் அம்மா, அப்பாவைப் பார்த்தாள். அவசரஅவசரமாகக் கீழே இறங்கிக் கதவைத் திறந்தாள். திறந்ததுதான் தாமதம், ஒரு பலமான அறை, அவள் கன்னத்தில் விழுந்தது. அவன் அப்பா, என்னையே முறைத்துப் பார்த்தார். ஜனா என்னை, "வெளியே வா" என்று இழுத்துக் கொண்டு வந்தான்.

மறுநாளிலிருந்து யாகூப் என்னுடன் பேசவே இல்லை. தவக்களையுடன் பேசிச் சிரித்துக் கொண்டிருந்தான். நானும் கொஞ்ச நாளில் இதைக் கண்டுகொள்ளவே இல்லை. பாபுசங்கர், இரவுராணி என்றால் என்ன என்று விளக்கினான். அப்போதுதான் எனக்கு, 'எங்கள் வீட்டு மகாலட்சுமி'யில் வரும் "இரவுராணிகள் வலையில விழுந்து ஏமாந்துபோவே இன்னும் கேளு" பாட்டுக்குக் கொஞ்சம் அர்த்தம் புரிந்தது. எனக்கும் பத்து வயசு ஆக இருந்ததுல்லா அன்னக்கி.

அன்று காலை, நகராட்சியில் எம். ஜி. ஆருக்கு வரவேற்பு. மாலையில் ரயில்வே பீடர் ரோட்டில் பொதுக்கூட்டம். அன்றுதான், 'எங்கவீட்டுப்பிள்ளை'க்கு ரிசர்வேஷன் டிக்கெட் கொடுக்கிறார்கள். அதையும் வாங்கிவிட்டு, எம். ஜி. ஆரைப் பார்க்க உட்கார்ந்திருந்தோம். "என்ன சோமு, இந்தா, சூடா சுக்குத் தண்ணி குடி" என்று குரல் கேட்டது. ஜனா. கரி அடுப்பின் மேல் வைத்த பானையில் சுக்குவென்னீர். ஒரு வாளியில் கிளாசை அலசத் தண்ணீர். "வேண்டாம்" என்றேன். "துட்டுத் தர வேண்டாம்டே; உங்க ஆளால நல்ல வியாபாரம் இன்னிக்கி" என்றான்; சட்டென்று, "ஆமா, யாகூப் வீட்டுக்குப் போனியா" என்றான். "யாகூபா, ஐந்து வருஷமாயிற்றே அவனைப் பார்த்து" என்றேன். "அது அவன் அப்பா இல்லடே; பெரியப்பா; அதுகூட உண்மையோ என்னவோ; அவன் அப்பா செத்துப் போயிட்டாரு" என்றான். அதற்குள் அவனை, "ஏய், சுக்குவென்னீ" என்று கூப்பிட்டார்கள். "இந்தா வாரேன்" என்று கிளம்பினான். கூட்டம் நெருக்கித் தள்ளியது. பின்னால் பின்னால் போய்க் கொண்டிருந்தோம்.

31
கங்கையிலே ஓடம் இல்லையோ...

ரொம்ப நாளாக அப்பாவின் இரும்புப் பெட்டி யிலிருந்து, என் கைக்கு வந்தது அந்த ராஜா தலை போட்ட ஒரு ரூபாய் நாணயம். அப்பாவின் இரும்புப் பெட்டியை அவர் திறக்கும்போது, நான் மட்டும் தான் அருகில் இருப்பேன். திண்டுக்கல் கோபால கிருஷ்ணா கம்பெனி இரும்புப்பெட்டி. அந்த வகை இரும்புப் பெட்டிக்கென்றே ஒருவகை பெயிண்ட் வர்ணம் உண்டு. பெட்டியைத் திறந்தால், தவறாமல், ஒரு லச்சுமி படம். அதற்கென்று பழகிவந்த வர்ணங்களில், பழகிவந்த முகத்தோடு. அதன் கிரீடத்தில்தான், ஒரு மெழுகுவைத்து நாணயத்தை ஒட்டியிருக்கும். அந்த ஓவியங்கள் ஒரு தனி ஸ்கூல் என்றே சொல்லலாம்; ரவிவர்மாவின் மோசமான பாதிப்பு என்று சொல்லலாம். அதற்கு இரண்டு பூட்டுகள். ஒன்றின் சாவித்துவாரத்தை ஒரு கனத்த தகடு மூடியிருக்கும். அந்தத் தகட்டை விலக்க ஒவ்வொரு இரும்புப்பெட்டியிலும், ஒரு ரகசியம் இருக்கும். எங்காவது மறைவாய், ஒரு விசை இருக்கும்; அதை இழுத்தால்தான் சாவித்துவாரத்தை மூடியிருக்கும் தகடு, விலகும். சில பெட்டிகளில் இரண்டாவது சாவித்துவாரம் இருக்கும் இடமே தெரியாது. கோபாலகிருஷ்ணா என்ற பெயர், தகட்டிற்குக் கீழ் இருக்கும். அப்பா எங்கள் வீட்டு இரும்புப்பெட்டியின் விசையை எப்படி இயக்க

வேண்டும் என்று சொல்லிக் கொடுத்ததிலிருந்து, ஒவ்வொரு இரும்புப்பெட்டியைப் பார்த்தாலும் ரகசிய விசை எங்கிருக்கிறது என்று தேடத் தொடங்கிவிடுவேன்.

எங்கள் வீட்டுப் பெட்டியில் அப்படி ஒன்றும் பெரிய திரவியங்கள் கிடையாது. கொஞ்சம் வெள்ளிப் பாத்திரங்கள் இருக்கும். பொருட்காட்சி சீஸன் டிக்கெட் இருக்கும்; முக்கியமாக, திருநெல்வேலி கூட்டுறவு அர்பன் பாங்கு கடன் பாஸ் புத்தகம். அதில் அப்பா பங்கு போட்டு வைத்திருக்கிறார். அதன் பேரில் கடன் பெறலாம். தனது பெயருக்கு மட்டுமின்றி, பின் வாசல் குச்சுவீட்டில் குடியிருக்கும் குண்டுராவ்மகன் முத்துப்போத்தி பெயரிலும் அப்பாவே பங்குகள் எடுத்து, அதிலும் கடன்வாங்கிக் கொள்வார். அதையும் அப்பாவே கட்டி விடுவார். முத்துப் போத்திக்கு உடுப்பிப் பக்கம். சந்திப் பிள்ளையார் முக்கு ('ஆஞ்சநேய விலாஸ்' என்று பெயர் இருந்தாலும்) அனைவரும் போத்தி ஓட்டல் என்றழைக்கிற காபி கிளப்பில் வேலை. தினமும் மாவரைப்பதும் சட்னி அரைப்பதும் வேலை. அந்த வேலையினாலோ என்னவோ, உடம்பு கர்லா சுத்துகிறவனின் உடல் மாதிரி இருக்கும். ஆள், நல்ல உயரம். அவர் வீட்டுக்குப் போகிற பின்வாசல் நிலை சற்று உயரம் கம்மி. அதில் அவர் முட்டிக்கொள்ளாத நாளே இருக்காது. ஒரு தரம் முட்டினால் அடுத்த முறை தலை தானாகவே தணிந்து கொள்ளும் என்பார்கள்; ஆனால் அவர் விஷயமே வேறு.

ஒவ்வொரு முறை அவர் கடனுக்குக் கையெழுத்துப்போடும் போதும், சொல்வார், ''பண்ணையாரே, மாட்டி விட்ராதீயும். பொழைக்க வந்தவன்; ஏதோ வீடு கொடுத்தேரு, இந்த வேலை பாக்கிறவன்னு யோசிக்காம; K. முத்துராவ்ன்னு எழுத மட்டும்தான் தமிழே தெரியும்'' என்பார். பெரும்பாலான சமயங்களில், என்னையும் அருகில் வைத்துக் கொள்வார் போத்தி. முத்துராவ் பாஸ் புக்கில், அவரிடமே ஒரு ரூபாய் நன்கொடை கொடுத்து வாங்கிய, உடுப்பி கிருஷ்ணன் கோயில், கிருஷ்ணர் படம் இருக்கும். அப்போது உடுப்பிகோயிலுக்கு வெள்ளித்தேர் செய்து கொண்டிருந்தார்கள். அதற்காக ஒரு ரூபாய் நன்கொடை விலையில் (1/16), ஒன்றுக்குப் பதினாறு சைசில், நீலப்பின்னணியில், வெள்ளிக் கலரில் அச்சடித்த கிருஷ்ணர் படம், மற்றும் வெள்ளித்தேர் படம், போத்தி ஓட்டலில் விற்றுக் கொண்டிருந்தார்கள். முத்துப் போத்தியும் அவர் மனைவியும் வருஷத்திற்கு ஒரு தரம் ஊர்

போய் வருவார்கள். அப்படிப் போய் வரும்போது, அவரும் சில படங்கள் வாங்கி வந்து அதில் ஒன்றை அப்பாவிடம் விற்று நன்கொடை வாங்கி அனுப்பியிருந்தார். கடனை அது முடியும் முன்பே புதுப்பித்து விடுவார். அப்படிப் புதுப்பிக்கும் சமயத்தில் போத்தி கையெழுத்துப் போடும் முன் விற்ற படம் அது. அந்தத் தடவை அந்த விண்ணப்பம், பாஸ் புஸ்தகங்களை நான்தான் பாங்கில் கொண்டுபோய்க் கொடுத்து வந்தேன்.

பாங்க், நயினார்குளத்திற்குத் திரும்புகிற ரோட்டின் முனையில் ஒரு மாடியில் இருந்தது. கீழே முத்துக்குமாரசாமியாபிள்ளை நாட்டுமருந்துக் கடை இருக்கும். எந்த, நாட்டுமருந்து வேண்டு மானாலும் அங்கே கிடைக்கும். அந்தக் கடையில் எப்போதும் ஒரு கறுப்புக்கொடி கட்டியிருக்கும். முனிசிபாலிட்டிக்கும் அவருக்கும் ஏதோ தாவா; அதற்காக அவர் தன்னந்தனியாய்ப் போராடிக் கொண்டிருந்தார். அவ்வப்போது அதுபற்றிப் பெரிய எழுத்தில் நோட்டீஸ் அடித்து ஒட்டியிருப்பார்கள். ஜனாதிபதிக்கு அனுப்பிய மனுவின் நகல் ஒன்றை ஒட்டியிருந்தது, நான் மரவெட்டி எண்ணெய் வாங்கப் போகும்போது. உடலெல்லாம் சொறிசிரங்கு வந்து, ''கையில் கிளி வளர்க்கிறான்'' என்று தெருவும் ஸ்கூலும் கேலி செய்த காலம் அது. எத்தனையோ களிம்புகள், ஏகப்பட்ட சதை ஊசிகள், நரம்பு ஊசிகள் எல்லாம் போட்டும், கேட்கவே இல்லை. வகுப்பில் தனியே தரையில் உட்கார வேண்டும். அந்த வருஷம்தான் ஸ்கூல்-டே நாடகத்திற்குத் தேர்ந்தெடுத்திருந்தார், கணேச அய்யர். முதல்நாள் ஒத்திகையின் போதே திருஞானசம்பந்தத்திடமிருந்து எனக்குத் தொற்றிக் கொண்டது, சிரங்கு. ''போடா செரங்கு வத்திகளா'' என்று இரண்டு பேரையும் அய்யர் துரத்தி விட்டார்.

கிராமத்துப் பனந்தோப்பைப் புதிதாய்க் குத்தகை எடுத்திருக்கிற நாராயண நாடார்தான் அப்பாவிடம் சொன்னார், ''இன்ன கடையில, மரவெட்டி எண்ணெயின்னு இருக்கு; அதை வாங்கியாந்து தினமும் தேய்த்து அரை மணி நேரம் ஊறவச்சு, நல்ல அரப்புப் போட்டுக் குளிச்சா ஒரு வாரத்தில பட்டுப் போயிரும்'' என்று. குத்தகைக்கு எடுத்த முதல் தடவையாக வருவதால், ஒரு சிப்பம் கருப்பட்டி, இட்லி - தோசைக்கு விட்டுச் சாப்பிட கூழ்ப்பதினி எல்லாம் கொண்டு வந்திருந்தார். கூழ்ப் பதினி என்பது, கருப்பட்டி காய்ச்சுகிற போது, கருப்பட்டி அச்சில் விடுவதற்கு சற்று முன்னர் எடுத்த பாகு. தேன் போல இருக்கும். இட்லி - தோசைக்கு விட்டுக்

கொள்வார்கள். சிலர் விருப்பமாய்ச் சாப்பிடுவார்கள். எனக்கு அவ்வளவாய்ப் பிடிக்காது. நாடாரே சொன்னார், ''தென்னமரக்குடி எண்ணெயின்னு இருக்கு; அது வேற, இது வேற'' என்று. நான் பள்ளிக்கூடம் போகாமல் வீட்டையே காத்துக் கிடந்தேன். தெருவிலும் ஒரு கேலிப் பொருள். சாயங்காலமாகிவிட்டால், சொறி தாங்க முடியாது. ராத்திரியானால், பழுத்திருக்கும் சிரங்கில், வலி விண்விண்ணென்று தெறிக்கும். அந்த நேரத்தில் அப்பாதான் என் அருமையான சிநேகிதராய் இருந்தார். சாயந்தரம் எங்கேயாவது வெளியே கூட்டிக்கொண்டு போவார். அப்படி ஒரு சாயங்காலம் ஜங்ஷன்ரோட்டில் போய்க்கொண்டிருந்தோம்.

ஜங்ஷன் கண்ணம்மன்கோயில் தெருவில் யாரோ ஒரு டாக்டர் பாவா என்று, இதற்கு நன்றாக வைத்தியம் செய்வார் என்று கண்ணம்மன்கோயில்தெரு வேலம்மா அத்தை சொல்லியிருந்தாள். (அவர் எதற்கு பிரபலம் என்று பின்னாளில் சொன்னார்கள், ''ஏல, அவரு பொம்பளைச் சீக்குக்குல்லா ஃபேமஸ்'') அவரிடம் போய் ஒரு மாட்டு ஊசியொன்றைப் போட்டுவிட்டும் பிரயோஜன மில்லை. அவரிடம் போவோம் என்று சொல்லித்தான் போய்க் கொண்டிருந்தோம். நான், ''வேண்டாம்; வலி ரொம்ப இருக்கிறது'' என்று சொன்னதும், - பக்கத்தில் பார்வதி டாக்கீஸில் 'நெஞ்சில் ஓர் ஆலயம்' ஓடிக் கொண்டிருந்தது - ''வா, நல்ல படமென்று சொன்னார்கள்; போவோமா'' என்றார், அப்பா. ''சரி'' என்றேன். தியேட்டருக்குள் நுழைந்ததுமே ஆப்பரேட்டர் துரைப்பிள்ளை, ''வாங்க அண்ணாச்சி'' என்று உள்ளே அழைத்துப் போனார். ஆபீஸ் ரூமுக்கு அழைத்துப் போய், அங்கே கொஞ்ச நேரம் மேனேஜர் நெட்டலிங்கம் பிள்ளையுடன் பேசிக் கொண்டிருந்து விட்டு, படத்திற்குப் போனோம். 'அடப்பாவமே, இதே தியேட்டரில் இதே ஸ்ரீதரின் 'தேனிலவு' படத்திற்குப் பொம்பளை டிக்கெட்டில் எவ்வளவு கஷ்டப்பட்டு, போனோம்' என்று நினைத்துக் கொண்டேன்.

கடைசியில் நாராயண நாடாரே, என்னைக் கூப்பிட்டுக் கொண்டு போய் அந்தக் கடையையும் காண்பித்து, மரவெட்டி எண்ணெயும் வாங்கித் தந்தார். எண்ணெயின் வாசனை எனக்கு ரொம்பப் பிடித்திருந்தது. ஏதோ டிம்பர் டிப்போவுக்குள் இருக்கிறது போல் குளுமையான வாசனை வந்தது. அதன் விளைவோ, இல்லை, ஏற்கெனவே சாப்பிட்டிருந்த இங்கிலீஷ் மருந்துகளின் விளைவோ ஒருவழியாய்ச் சிரங்கு என்னைக் குரங்காக்கிவிட்டு ஒழிந்தது.

முத்துப்போத்திக்குத் திருச்செந்தூர்கோயிலில் மடைப்பள்ளி வேலை கிடைத்திருந்தது. அப்பா, மாடியில் இருந்தார். ''அப்பா எங்கேடா கோபாலா; மச்சில இருக்காரா, வாயேன்'' என்று என்னை அழைத்துக்கொண்டு மாடியேறினார். நான் எல்லாக் குழறுபடிகளையும் பண்ணிவிட்டு, பண்ணிக்கொண்டு, வேலை யில்லாமல் சுற்றிக் கொண்டிருந்தேன் அப்போது. இரும்புப் பெட்டியின் பிதுரார்ஜிதங்கள் எல்லாம் ஒரு சாதாரணத் தகரப் பெட்டிக்கு மாறியிருந்தது. இரும்புப்பெட்டியை, வீட்டின் பேரில் கடன் தந்திருந்த தச்சநல்லூர் நாயுடு கேட்பதாகச் சொல்லிக் கொண்டிருந்தார் அப்பா. அதில் உண்மை இல்லை என்று எனக்குத் தெரியும். ''அதைக் கொடுக்க வேண்டாம்'' என்று சொன்னேன். ''குடுக்கலப்பா, குடுக்கல; அதை ராஜவல்லிபுரம் வீட்டுலதான் கொண்டு வைக்கப் போறேன்'' என்றார் எரிச்சலும் இரங்கலுமாக. அந்த வீட்டையே அக்காவிற்கு விற்று விட்டிருந்தார். ''சரி, என்னமாவது செய்'', என்று வெளியே போனேன். சிநேகிதன் ஒருத்தன் என்னைத் தேடிக் கொண்டிருந்தான், தயாராய் ஒரு மிலிடரி ரம்மை வைத்துக் கொண்டு. ரகசியமாய்ச் சாப்பிட்டு விட்டு, 'தேன் சிந்துதே வானம்' போனோம்; படத்தில், ஒரு பாட்டைத் தவிர, எந்தக் காட்சியும் மனசில் பதியவில்லை. கன்னாபின்னாவென்ற போதை. எப்படி போலீஸில் மாட்டாமல் வீடுவந்து சேர்ந்தேன் என்பது எனக்கே தெரியாது.

காலையில்தான் அப்பாவைப் பார்த்தேன்; காலையில்தான் முகத்தில் விழித்தேன் என்று சொல்லவேண்டும். இரும்புப் பெட்டி இருந்த மேடை காலியாக இருந்தது. அதன் பின்னால் இருந்த சுவரில் வெள்ளையடித்துப் பல காலமாகி இருந்தது, தெரிந்தது. அதை நானறிய, நகட்டியதே இல்லை. இரும்புப் பெட்டி ஒரு மர ஸ்டாண்டின் மேல் இருந்தது. அதில் ஒரு இழுவை டிராயர் உண்டு. அந்த டிராயரில், பத்தக் குரடு, சுத்தியல் போன்றவை கிடக்கும். அந்த டிராயரும் பொருள்களும் மட்டும் இருந்தன. இரும்புப்பெட்டியை நகர்த்தும் முயற்சியில், ஒரு கழுந்து உலக்கை (சிறிய உலக்கை; பெரும்பாலும் மஞ்சள் போன்ற பொருள்கள் இடிக்கப் பயன்படும். பொதுவாக, நுனியில் பூண் போட்டிருக்காது.) உடைந்திருக்கும் போலிருக்கிறது; முற்றத்தில் கிடந்தது. அம்மாவிடம், ''அந்த ஒரு ரூபாய்...'' என்று இழுத்தேன். ''இருக்கிறது'' என்றாள்.

போத்தி, ''பண்ணையாரே, அந்தக் கடன் கணக்கை முடிச்சுருமே; நான் ஊரை விட்டுப் போறேன். இன்னம எங்க இந்தப் பக்கம் வர'', என்று இழுத்தார். ''கோபாலன் பேர்ல லோனை மாத்த முடியாதா'' என்றார். நான், ''அதெல்லாம் முடியாது'' என்று அவசரமாய் மறுத்தேன். அப்பா, ''நீ கீழே போ; பாண்டியண்ணனை வரச் சொல்லு'' என்றார். நான் கீழே இறங்கி அண்ணனைத் தேடினேன். வழக்கம்போல், பார்பர் ஷாப்பில் இருந்து சிரித்துப் பேசிக் கொண்டிருந்தான். அப்பா கூப்பிடுவதாகச் சொல்லிவிட்டு, அப்படியே பெட்டிக்கடைப் பக்கம் கிளம்பினேன்.

அவன் பெயருக்கு லோன் தர முடியாது என்று சொல்லி விட்டார்கள். அப்பா, போத்தி குடியிருந்த குச்சு வீட்டை ஒத்திக்குத் தருவதாக எழுதிக் கொடுத்தார். போத்திக்கும் அவர் மனைவிக்கும் அதில் இஷ்டமில்லை. ''இரண்டாயிரம் ரூபாய்க் கடனுக்கு உம்ம நம்பாம இல்ல, வோய்'', என்று அவர் மனைவி மீனாட்சி சொல்லி, அந்த ஒத்திப்பத்திரத்தை திரும்பக் கொடுத்தாள். அப்பா, அமைதியாய் இருந்தார். ''எம் பையனை பொழைக்க வச்சதே நீர்தான்; உம்ம குடும்பத்தோட கூட எத்தனை சினிமா போயிருப் பேன். குஞ்சம்மாளுக்குப் போலவே எனக்கும் எத்தனை சேலை எடுத்திருப்பீர்; இந்தாரும், பத்திரம். இந்தா, கோபாலனுக்கு ஒரு வேலை கிடச்சா தீர்ந்தது ஒம்ம கஷ்டம்'' சொல்லிக் கொண்டே போத்தியைத் துளுவில் ஏதோ பேசி அழைத்துப் போனாள்.

78லிருந்து ஆசை, கொல்லூர் போகவேண்டும் என்று. மூகாம்பிகை, பார்க்க அவ்வளவு அழகாயிருப்பாள் என்று ஆர்.பாலுவோ மகாலிங்க மாமாவோ சொல்வார்கள்; ம்ஹூம், நிறைவேறவே இல்லை. பதினைந்து வருடமாக சபரிக்குப் போகிறேன்; இது வாய்க்கவில்லை.

தெருவாசல் நடையில் அமர்ந்து, ஒரு சிகரெட்டைக் குடித்தபடி நானும் சேகரும் பேசிக் கொண்டிருந்தோம். குழந்தைகள், மனைவி எல்லோரும் தூங்கி விட்டார்கள். வீட்டு லோன் சாங்ஷன் ஆகியிருந்தது. அதற்காகச் சென்னை போக வேண்டும் என லீவு போட்டிருந்தேன். அதற்குள்ளாகவே சாங்ஷனாகி வந்துவிட்டது. சேகரிடம், ''யேய், நாளைக்குக் கொல்லூர் போவோமா'' என்றேன். ''சரி'' என்றான். ''காலையில் ஆறு மணிக்கு ரெடியாயிரு; மூன்று நாள் பயணம்'' என்று சொன்னேன். ''ரெடி'' என்றான்.

காலையில் புறப்பட்டு, திருவனந்தபுரம் போய், மங்களூர் எக்ஸ்ப்ரஸில் டிக்கெட் எடுத்தோம். பாபு, தம்பானூர்ப் பக்கத்துக் கிளையில்தான் இருந்தான். அவனைப் பார்த்தோம். அவன், டிக்கெட்டை உறுதிசெய்து தந்தான். மாலை ஆறு மணிக்கு ட்ரெயின். காலையில் மங்களூர். பஸ்காரன் கூவி அழைத்துக் கொண்டிருந்தான் கொல்லூர் என்று. ஒரு பெரிய ப்ரெட் பாக்கெட், தண்ணீர் பாட்டிலுடன் பஸ்ஸில் ஏறி உட்கார்ந்து விட்டோம். வழியெல்லாம் ஆறுகளில் வெள்ளம் கரை புரண்டு ஓடிக் கொண்டிருந்தது. சேகர் வாப்பாரிக் கொண்டு வந்தான், ''இவ்வளவு தண்ணிய வச்சுக்கிட்டு, காவேரில விட மாட்டேங்கீங்களப்பா'' என்று. மங்களூர் கடலின் நீலத்தை மறைக்கும் அளவுக்குச் செந்நிற வெள்ளநீர் கடலில் சங்கமித்துக் கொண்டிருந்தது. ''யேய் பாவி, தண்ணி வீணாப் போகுதப்பா'', என்று புலம்பிக்கொண்டே வந்தான். சௌபர்ணிகாவில் குளிக்கும்போதும் இதே கதைதான்.

நாலு மணிக்கு நடை திறந்து மூகாம்பிகையைப் பார்த்ததும் தான் ஆதங்கம் அடங்கிற்று. ''இவ கொடுப்பாப்பா உங்களுக்கு'' என்றான், சேகர்.

உடுப்பியில் இறங்கியதும், கோயிலுக்கு ஆட்டோவில் போய் விடுவோம் என்று முடிவெடுத்தோம். நல்லவேளை, கோயிலுக்குப் போய் இறங்கியதுதான் தாமதம், மழை கொட்டத் தொடங்கியது. அங்கே போனதும்தான் நினைவுக்கு வந்தது, மீனாட்சி அக்கா, உடுப்பி கண்ணனைப் பற்றிச் சொன்னதெல்லாம். ஒரு ஜன்னல் வழியாக மட்டுமே கிருஷ்ணனைப் பார்க்க முடியும். ஏதோ ஒரு நிறைவு.

பசி, வயிற்றைக் கிள்ளியது. நேற்று மதியம் தம்பானூர் ஸ்டேஷனில் சாப்பிட்டது. யாரோ சொன்னார்கள், அன்னதானம் நடைபெறும் சாப்பிடலாம் என்று. அதை விசாரித்து அங்கே போனபோது டோக்கனெல்லாம் முடிந்து விட்டது என்றார்கள். அந்த அன்னதானம் நடைபெறும் ஹாலின் பெரிய கிரில் கேட்டை அடைத்து விட்டார்கள். அதன் முன்னால் பசியோடு நின்று கொண்டிருந்தோம். வெளியே எங்காவது ஓட்டல் இருக்குமா என்று அந்த கேட் அருகே நின்றிருந்த ஆளிடம் விசாரித்தோம். அவனைப் பார்க்கையில் சற்று ஏழ்மையாகத் தோன்றியது. அவனும் சாப்பிடத்தான் நின்று கொண்டிருந்தான்; ''எந்த ஊர்'' என்று கேட்டான். நான், ''தமிழ்நாடு, திருநெல்வேலிப்

பக்கம்'' என்று காது கேட்காதவனிடம் சொல்வது போல் சொன்னேன். ''குற்றாலம் தெரியுமா'' என்றான்; பேச்சில் தமிழ் வாடை லேசாய் வீசியது. ''குற்றாலமேதான்'' என்றான் சேகர். ''அப்படியா, இந்தாருங்கள்'' என்று ஒரு டோக்கனைக் கொடுத்தான். ''ஒன்று எப்படிப் போதும்'' என்றேன். அவன், சற்று உள்ளே தள்ளி நின்ற ஒருவனை அழைத்து, ஏதோ கன்னடத்தில் சொன்னான். அவன் எங்களிடம், ''தமிழ் ஆளுங்களா'', என்றான். ''ஆமா'', என்றதும் ''சரி, அந்தக் கடைசி வரிசையில் இலை போடலை. அங்க போய் படார்ன்னு உக்காருங்க'' என்று தமிழில் சொன்னான். சொன்னபடியே உட்கார்ந்தோம். இலை போட்டுக் கொண்டு வந்தார்கள். பாக்குமரத்தின் பட்டைதான் இலை. ஒரு டோக்கனைக் கொடுத்ததும், 'காச் மூச்செ'ன்று கத்தினான், இலைபோடுபவன். எங்களுக்கு முந்தியிருந்த ஆள் என்னவோ சொன்னான். பேச்சை சட்டென்று நிறுத்திவிட்டு இலை போட்டான். அவன் யாரென்று பார்த்தேன்.

எங்களுக்கு டோக்கன் கொடுத்த ஆள். 'இவன் எப்படி எங்களுக்கு முன்பே பந்தியில் அமர்ந்தான்' என்று யோசித்தேன். அதுவும் டோக்கனை நம்மிடம் கொடுத்து விட்டானே. அவனிடம், ''என்ன சொன்னாய்'' என்று கேட்டேன். நாங்கள் இரண்டு பேரும் தும்கூரிலிருந்து வருகிறோம்; சாப்பிட்டு, மூணு நாளாச்சு என்று சொன்னதாகச் சொல்லி சிரித்தான். ''தும்கூரா, அது எங்க இருக்கு'' என்று சேகர் கேட்டான். ''அதான் நான் பொறந்த ஊர்'' என்றான். ''அப்படீன்னா'' என்றேன். ''நான் ஒரு பிச்சைக்காரங்க; ஒரு வாரமா இங்கதான் சாப்பாடு. நாளக்கி தர்மசாலா போயிருவேன்; அங்க எத்தனை நாள் வேண்ணாலும் சாப்பிடலாம். இங்க மூணு நாளைக்கி மேல ஆச்சுன்னா விரட்டி விட்ருவாங்க'' என்றான். பசிக்கு, சாப்பாடு பரவாயில்லாமல் இருந்தது; சாம்பாரில்தான் பூசணிக்காய் வாசனை தூக்கலாய் இருந்தது. அதற்கப்புறம் சேகர் எந்த ஓட்டலிலும், இரண்டு நாளைக்கு சாம்பாரே கேட்கவில்லை.

சாப்பிட்டு முடித்துக் கோயிலைவிட்டு வெளியே வந்ததும், சேகர் அந்த ஆளிடம் சிகரெட்டை நீட்டினான். வாங்கிக் கொண்டு, சத்திரத்திற்கு வழிகாட்டினான். வழிசொல்லிவிட்டு, தெப்பக் குளத்தின் இருண்ட பகுதிக்கு நடந்தான். செல்லும் முன் பெயரைக் கேட்டேன். ''குண்டுராவ்மகன் போஜன் என்றான். ''முத்துராவ் இல்லையா'' என்றேன். ''அப்படியும் கூப்பிடுவார்கள்'' என்றான். சேகர், ''அது யார் சார், முத்துராவ்'' என்றான். சிரித்துக்

கொண்டேன். தெப்பக்குளத்தில் நீர், பாசி பிடிக்காமல், புதுநீராகத் தளும்பிக் கொண்டிருந்தது, கரையோர வெளிச்சத்தில் நன்றாகத் தெரிந்தது. லேசான தூறல், சின்னச்சின்ன நீர் வட்டங்களை உண்டாக்கிக் கொண்டிருந்தது. தும்கூர் போஜராவ் போனதிசையில் இப்போது இரண்டு தீக்கங்குகள் தெரிந்தன. சேகர் திரும்பவும் சொன்னான், ''அது எப்படி சார், இங்க மட்டும் தண்ணி இவ்வளவு செழிப்பா இருக்கு''. அவனே பதிலையும் சொன்னான், ''கண்ணனிடம்தான் கேட்க வேண்டுமோ''. பேசிக்கொண்டே சத்திரத்தில் நுழைந்தோம்.

சத்திரத்தில் நுழைந்ததும், ரிசப்ஷன் ஹாலின் சுவரில், வாசலுக்கு எதிராக, நடுநாயகமாக, பெரிய்ய, கிருஷ்ணன் படம், நீல நிறப் பின்னணியில் வெள்ளி நிறத்தில் - குண்டுராவ் மகன், முத்துராவ் தந்தது போலவே.

●

32
காவல்காக்கக் கடவுளையன்றி...

பழைய கவிதை நோட்டுகளை இப்போது பார்க்கையில் உருப்படியான காரியமாய்ச் சில வற்றைச் செய்திருப்பது தெரிகிறது. கவிதைகளின்கீழ் தேதி எழுதியிருக்கிறேன். சில பக்கங்களில் டயரிக் குறிப்பு போல் எழுதி வைத்திருக்கிறேன். இவளைப் பற்றி நீளமாக எழுதி, கடைசியில் 'THE TRAIN' என்று எழுதி வைத்திருக்கிறேன். முன்பெல்லாம் நாலைந்து கவிதைகள் எழுதியதும் - டிக்டேஷனில் பத்துக்குப் பத்து வாங்கின சிலேட்டை மதிப்பெண் அழிந்து விடாமல் காப்பாற்றி, வீட்டில் கொண்டுவந்து காண்பிக்கிற எலிமெண்டரி ஸ்கூல் குழந்தையின் ஆசைகளோடு - கல்யாணி அண்ணனிடம் கொண்டு போய்க் காண்பிப்பேன். அவர் பாராட்டுவார். 'தி டிரெயின்' என்பதைப் பார்த்துவிட்டு சந்தோஷப் பட்டார். ''தி. ஜானகிராமன், இதேபோல் நீளமாக நினைவுகளை எழுதிவிட்டு, 'அனுமார் வால்' என்று முடித்திருப்பார். அதே போல் இருக்கிறது உன்னுடைய ட்ரெயின் ஆஃப் தாட்டும்'' என்ற நினைவு.

நினைவுகள் ஒன்றுக்குள் ஒன்றாக அடுங்கிக் கிடக்கு. அதைத் திறக்கையில், அதற்குள் மூடிவைத்த இன்னும் நினைவுகள் வெளிக்கிளம்புகிறது. அம்மா அடிக்கடிச் சொல்வாள், ''வீட்டில் ரயில் அடுக்குப் பாத்திரம் ஒன்று இருந்தது'' என்று. அது, தாத்தா காலத்தது. அப்பாத் தாத்தா பி. ஏ. முடித்து விட்டு,

சப் ரிஜிஸ்ட்ரார் ஆக இருந்தவராம். அவருக்கு மேஜிஸ்ட்ரேட் அதிகாரமும் உண்டு. தமிழில் நல்ல பாண்டித்தியம் உள்ளவராம். பெரிய சிவபூசைச் செல்வர். அவருக்கு மூன்று பெண் குழந்தைகள். ஆண் வாரிசே இல்லையாம். அதற்காகப் பல பூசைகள் செய்திருக்கிறார். பதினாறு அபார்ஷனுக்குப் பின், அப்பா பிறந்தாராம். அவரது 'சிவபூஜை'யில் கரடியே புகுந்ததில்லை போலிருக்கிறது. அப்பா அப்படியொன்றும், தாத்தாவைப் போல் இருக்கவில்லை போலிருக்கிறது. அதை அவரே குறிப்பிட்டு, அபாரமான தமிழில் ஒரு உயில் எழுதி வைத்திருக்கிறார். அதையே நாலைந்து தொடராகப் போடலாம். நம்ம பௌத்த அய்யனார் படித்துவிட்டு ஆச்சரியப்பட்டார். ''இதை உடனே நாம அச்சாக்கணும்'' என்றார்.

கடைசியாக, கழுகுமலை போய் 'உவாசம்'(உபவாசம் / விரதம்) இருக்கணும்ன்னு முடிவு பண்ணிப் போனார்களாம். அப்பல்லாம் வில்லு வண்டியில்தான் பிரயாணம் போணும். ராஜவல்லிபுரம்தான் தாத்தாவுக்கும் ஊர். அங்கிருந்து சுமார் முப்பது மைலாவது இருக்கும், கழுகுமலை. அம்மா, ஒரு நாலைந்து கதைகளைத் திரும்பத்திரும்பச் சொல்வாள். எப்பொழுது சொன்னாலும் ஒரே மாதிரி இருக்கும். அதனால் அதில் பொய் யில்லை என்று தாராளமாக நம்பலாம். நடந்த கதைகள்; காபி வந்த கதை, அப்பா சிகரெட்டாக வாங்கி அடுக்கிய கதை, மகாத்மா காந்தியை, சாவடி அத்தான் வீட்டில் பார்க்கப் போனது. சாவடி அத்தான், அவளுக்கு மருமகன் முறை. அவருக்கு அப்பாவைவிட கொஞ்சம்தான் வயதுகூட. அவருடைய அம்மாஅப்பாவுக்கு மூத்த அக்கா; அவர் கணவர், பெரிய சாவடிப் பிள்ளை; இரண்டு பேருமே சக்தி உபாசகர்கள்.

தெருவில் இன்னொரு உறவினர், மாகாண சபைத் தேர்தலுக்கு ஒரு ஆளுக்கு ஒரு பவுன் கொடுத்தாராம். பெரிய சமபந்தி போஜனம் ஏற்பாடு செய்து, சாப்பாட்டில் உப்பு வைத்ததும் அதன் மேல் ஒரு பவுனை வைத்தார்களாம். சிலர், பவுனை எடுத்துக் கொண்டதும், தெரிந்தும் தெரியாமலும், நகக் கண்ணில் லேசாக மண்ணைத் தோண்டி உப்பின் மேல் வைத்துவிட்டுச் சாப்பிட்டார் களாம். அவர் ஜெயித்தாரா தோற்றாரா, அம்மா சொன்னது நினைவில்லை.

அம்மா, ஐந்தாவது வரை படித்திருக்கிறாள். கோமதி என்ற சண்முக வடிவு என்று கையெழுத்துப் போடுவாள். கழுகுமலைப் பயணத்திற்கு நாள் குறித்து, அப்பாச்சி இன்னும் சில பெண்கள்,

காவலுக்கு வேல்க் கம்புடன் இரண்டு பேர் வண்டி பின்னாலேயே, நடந்தும் ஓடியும் வர. வண்டியில் சமையலுக்கு வேண்டிய பொருள்கள்; மாட்டுக்கு வேண்டிய கூளம்; பாத்திரம் மட்டும், பிரயாணப் பாத்திரம் மட்டும். பிரயாணப் பாத்திரம் அல்லது ரயில் அடுக்குப் பாத்திரம். 'இஃது என்னவெனில்', ஒரு பெரிய குத்துப் போணி, அதை மூடுவதற்குச் சற்றே குழிவான ஒரு பாத்திரம். அதற்குள், ஒரு சருவப்பானை, அதற்குள், பெரிய அடுக்குகள் நான்கு, சிறியது நான்கு, ஒரு விளக்கு, இரண்டு டம்ளர்கள், இரண்டு கரண்டிகள் - ஒன்று சோறு கிண்ட, ஒன்று பால் காய்ச்ச, மற்ற உபயோகங்களுக்கு - ஒரு சிப்பில், ஒரு இட்லித்தட்டு - மூன்று குழிகள் கொண்டது - ஒரு வேப்பிலைத்தட்டு, (இதில் விடுகிற இட்லி, தோசை போல பெரிதாக இருக்கும்.) இரண்டு தட்டுகள் என்று இருபது - இருபத்தி ஐந்து பாத்திரங்கள்; ஒன்றுக்குள் ஒன்றாக கச்சிதமாகப் பொருந்திக் கொள்ளும். இடத்தை அடைக்காது. கங்கை கொண்டான் கோயிலில் ஒரு தாவளம் போட்டு, பொங்கிச் சாப்பிட்டு விட்டு, ஆற்றில் கழுவிக் காயவைத்துப் புறப்பட்டால், அடுத்து கயத்தாறு. வழியில் சத்திரங்கள் இருந்தால் அதில் தங்கல். அரிசி, தவசங்கள் கொடுத்துவிட்டுச் சாப்பாடு.

சத்திரச் சாப்பாடு நன்றாகவே இருக்குமாம். திருச்செந்தூர் போற வழியில் விஜயராகவ முதலி சத்திரச் சாப்பாடு, அதுதான் அம்மா சாப்பிட்டதாம். அப்படி ருசியாய் இருந்ததாம். அங்கு கட்டிக்கொடுத்த புளியோதரை, கெட்டுப் போகாமல், திருச்செந்தூர்ப் போய்த் திரும்பிய பின்னும் ஒன்றிரண்டு நாள் உபயோகிக்கும்படி இருந்ததாம். அந்த தவசுப் பிள்ளையை வரவழைத்து, யாரோ பூப்பெய்திய சடங்குக்கு - ஏதோ அஞ்சாம் கிழமைக்கு - சர்க்கரைப் பொங்கலும் புளியோதரையும் செய்து போட்டார்களாம்.

கயத்தாறு தாண்டியதும் மங்கம்மாசாலைப் பாதை - பெரிய பெரிய மரங்களோடு - பகல் மாதிரியே தெரியவில்லையாம். யாரோ இரண்டு பயணிகள், காவலுக்கு வந்தவர்களுடன் பேச்சுக் கொடுத்துக்கொண்டே வந்தார்களாம். அவர்களும் கழுகுமலை போகிறவர்கள்தானாம். அவர்களுக்கும் சேர்த்துச் சாப்பாடு சமைத்துப் போட்டார்களாம், வழியெல்லாம். அவர்களும் கூடமாட ஒத்தாசையாய் இருந்தார்களாம். கோயில் நெருங்கு வதற்குக் கொஞ்சம் முன்னால், வழியில் ஒரு தோப்பில் வண்டியை அவிழ்த்துப் போட்டுவிட்டு, சாப்பாடு முடித்து, காவல்காரர்கள்

சற்று கண்ணயர்ந்ததும், கூட வந்த ரெண்டு பேரும், கையில் ஆளுக்கொரு கத்தியை எடுத்தார்களாம். பெண்கள் ரொம்பப் பயப்படவில்லையாம். ‘‘நாங்க இன்னாரு, இன்ன ஊரு, எங்கட்ட எந்த நகை நட்டும் கிடையாது; ரெண்டு நாளா எங்க சாப்பாட்டை சாப்பிட்ட பொறவும் எங்களைப் பத்தி தெரியாமலா இருக்கீக; காவல்காரங்களை உசுப்புனா தெரியும் சேதி’’ என்று - பயந்தாலும் அதை வெளிக்காட்டாம - பேசிருக்காங்க. ‘‘காவக்காரங்கள நாங்க கட்டிப் போட்டுருக்கோம், வெத்திலையில் மருந்து வச்சு; உங்களையும் அப்படிக் கட்டிப்போட்டுட்டுப் போக முடியாதா என்ன. உங்க கைச் சோத்தை தின்னுட்டோம். எங்களுக்கு ரொம்பல்லாம் ஆசை இல்லை; அந்த பிரயாணச் சட்டியை மட்டும் கொடுத்திருங்க. திரும்ப ஊர் போறவரைக்கும் ஒருத்தனும் உங்களைத் தீண்ட மாட்டாங்க.’’ - சொல்லிக்கிட்டே, கழுவிக் காய வைத்திருந்த அடுக்கை ஒண்ணுசேத்துப் பூட்டித் தலையில வச்சுக்கிட்டுப் போய்ட்டாங்களாம். ‘‘அப்புறம்தான் உங்க அப்பா பொறந்தது. பொறந்து வளந்து, பதிமூணு வயசில என்ன இந்த மனுஷன் கையில ஒப்படச்சா எங்க அம்மா; எங்க அப்பாவுக்கு இஷ்டமே இல்லை. அது நினைச்ச மாதிரியே கிட்ணபிள்ளை சொத்தையெல்லாம் அழிச்சாச்சு. நானும் கோமதி, கோமதீன்னு கையெழுத்துப் போட்டு மாளாம, ஒரே பவரா எழுதிக் கொடுத்திட்டேன்’’ என்பாள்.

‘‘என் ஆயிசுல அப்படி ஒரு அடுக்கு செய்யணும்ன்னு ஆசை’’ என்று எப்பவும் அந்தக் கதையை முடிப்பாள். அதற்கு ஒரு சந்தர்ப்பமும் வந்தது. ‘‘நீ பாத்திருக்கியா அதை என்றால்’’, ‘‘இங்க எங்கெல அது இருக்கும்; கோவால் மாமா வீட்டுல இருக்கு’’ என்பாள். ‘‘நான் சரியாக்கூட பாத்ததில்லை’’ என்பாள். நானும் நினைத்துக் கொள்வேன், எப்பவாவது ராஜவல்லிபுரம் போகும்போது, கோபால் மாமா வீட்டுல பாக்கணும்ன்னு. அப்பா, இரண்டு பெரிய குத்துப்போணியை விற்க முடிவு செய்தார். அதை கல்யாணம் போன்ற பெரிய விசேஷங்களுக்குத் தான் உபயோகிக்க முடியும். இப்பல்லாம் அவை சமையல்பாத்திர வாடகைக் கடையில் கிடைக்கிறது. தவிரவும், நிறையப் பேர் அதை அவர்கள் வீட்டு விசேஷத்திற்கு இரவல் கேட்கிறார்கள். அடுப்பில் ஏற்றக்கூடாதுன்னு சொல்லி, கொடுத்தாலும் கரியோட தான் கொண்டுவந்து தாராங்க. இந்த சமாதானங்களை அம்மா ஏற்றுக் கொண்டாள். ஆனால் ஒரு நிபந்தனை போட்டாள். அதில் ஒன்றைவைத்து ரயில் அடுக்கு செய்ய வேண்டும்.

அப்பா, பெருமாள்கோயில்த் தெரு கண்ணாசாரியை வர வழைத்தார். அவரிடம் அம்மா விவரமாகச் சொன்னாள். ஒரு மணி நேரமாவது சொல்லியிருப்பாள். அப்போது நான் காய்ச்சலில் படுத்திருந்தேன். பக்கத்துவீட்டு கல்யாணத்தில் அடிக்கடி, ''பேசுவது கிளியா'' பாட்டும், ''என்னதான் நடக்கும் நடக்கட்டுமே'' பாட்டும் போட்டுக் கொண்டிருந்தார்கள். அப்பத்தான் 'பணத் தோட்டம்' படம் வந்திருந்தது. 'தேவன் கோயில் மணி ஓசை...' என்ற 'மணி ஓசை' பாட்டை முதல் தடவையிலேயே பாதியில் நிறுத்தி விட்டார்கள். ''சரி ஆச்சீ, சரி ஆச்சீ'' என்று ஆசாரியார் சொல்லிக் கொண்டிருந்தார். ''இங்க பாரும், சித்துச் சிறுசுன்னு அழகா இருக்கணும். 'ஆபூத்து'ன்னு செஞ்சுரக் கூடாது'' என்று பத்து தடவையாவது சொல்லியிருப்பாள். விவரம் கேட்க வந்தவர், சின்ன ஆசாரி; சின்னவரென்றால் மகன். கல்யாணம் ஆனவர்தான். ஆனால் அவர் எப்பவுமே டிராயர்தான் போடுவார். முழங்காலுக்குக் கீழே வருகிற காக்கி டிராயர். சட்டையெல்லாம் கிடையாது. மார்பில் பூணூல், காதில் கடுக்கன். அவரது அப்பாவின் ஜாடை அப்படியே இருக்கும். நான் அவரை அவரது பட்டறையில் பார்க்கிற போதெல்லாம் உலைக்குச் சக்கரம் சுற்றிக் கொண்டிருப்பார். ''உம்ம அப்பா இல்லையா'' என்று அம்மா கேட்டாள். ''அவரு தேசாடனம் போயிருக்காரு; இன்னும் ஒரு வாரத்தில வந்துருவாக; நான் பாத்துக்கிடுதேன் ஆச்சி'' என்றார். ''இவருதான் நல்ல வேலை செய்வாரு; அவரு, பெரிய ஆசாரிக்கு, இப்ப கண்ணே பத்தலையே'' என்று அண்ணனும் சொன்னான். இந்த ஒரு மணி நேரத்தில் நாலைந்து தடவையாவது அவர் வெளியே போய் மூக்குப்பொடி போட்டு வந்திருப்பார். மூக்கிலும் மீசையிலும் பொடி ஒட்டியிருந்தது. டிராயர் கரியையும் மீறி அங்கங்கே மூக்குப் பொடி தெரிந்தது.

அம்மாவுக்கு ஆசையை அடக்க முடியவில்லை. ஒரு வாரம் போல் ஆனதும் - விடியக்காலம் எட்டு மணி வாக்கில் - என்னை அனுப்பி, பட்டறையில் போய்ப் பார்த்து வரச் சொன்னாள். நான் போனபோது, அந்தப் பெரிய பட்டறை, ஆள் அரவமே இல்லாமல் இருந்தது. உலையில், தீ சாம்பல் பூத்துக் கிடந்தது. பட்டறை பூராவுமே மண் தரைதான். சாணி போட்டு மெழுகி, சில இடங்கள் அழகாய் இருந்தன. சுவர் பூராவும் மண் சுவர். தகரக் கூரை. பட்டறையின் வட மேற்கு மூலையில் வீடு. வீடென்றால் மேலும் நாலு மண் சுவர், அவ்வளவுதான். எதிர்த்த மூலையில் ஒரு

முருங்கைமரம். அதைச் சுற்றி ஒரு குளியலறை மற்றும் கக்கூஸாயிருக்க வேண்டும். பட்டறையின் அகலமான வாசலில் ஒரு மூங்கில்ப் படல். அதைத் தவிர வேறு கதவே இல்லை. பட்டறை, தெருவிலிருந்து உயரமாயிருந்தது. வீடு போன்ற பகுதி இருக்கும் இடம்தான் சற்று மறைவாய் இருக்கும். மற்ற எல்லாம் திறந்த மடம்.

நான், ''அண்ணாச்சி அண்ணாச்சி'', என்று இரண்டு சத்தம் கூப்பிட்டேன்; பதில் இல்லை. பட்டறைக்குள் ஏறினேன். ஈயம் பூசவென்று சில பாத்திரங்கள், உலை அருகே கிடந்தன. நவச்சாரக் கட்டி ஒன்று, பாதி உடைந்தது கிடந்தது. ஈயம் பூசப்பட்ட சில பாத்திரங்கள் பளபளவென்று மின்னிக் கொண்டிருந்தன. அவை, தீயில் வைத்ததால், வெளிப்புறம் நிறம் மங்கிக் கிடந்தன. மறுபடியும் கூப்பிட்டேன்; வீட்டுக்குள் சத்தம் கேட்டது. இதற்குள், பட்டறையின் அரை இருளுக்குக் கண் பழகியிருந்தது. அந்த வீட்டின் - அதை ஒரு அறையென்றுதான் சொல்லவேண்டும் - வாசலோரம் எங்கள் வீட்டுக் குத்துப் போணி போல் தெரிந்தது. நான் அருகே போனேன்.

அதேதான். நன்றாக விளக்கி வைத்திருந்தது. இருட்டு இன்னும் பழகினபின், அருகில் போய்ப் பார்த்தேன்; ஒன்றில் முழுக்கத் தண்ணீர் நிறைத்திருந்தது. 'அப்படியானால் இதை அவர்கள் புழங்குகிறார்களா?' யோசித்துக் கொண்டிருக்கும் போதே, உள்ளேயிருந்து, ''அது யாரு'' என்ற கேள்வி வந்தது. ''நாந்தான்'' என்று சொல்லமட்டுமே முடிந்தது. சின்னவர், இருட்டிலிருந்து வந்தார். நேரியல் போல லேசான ஒன்றை இடுப்பில் சுற்றிக் கொண்டே வந்தார். டிராயர் போட்டிருக்கவில்லை. முன்புறம் சற்று ஈரமாயிருப்பதாய்த் தெரிந்தது. சுவரோரம், பாயில், சுவரைப் பார்த்தபடி, ஒரு பெண் தும்மலாய்ப் போட்டுக் கொண்டிருந்தாள்.

உலைக்கு அருகே வந்து நின்று கொண்டேன். என்னவோ போலிருந்தது எனக்கு. அவரும் உலைக்கு அருகே வந்து சக்கரத்தைச் சுற்றாமல், துருத்தியைக் கையால் புஸ் புஸ்ஸென்று அடிக்கத் தொடங்கினார். சாம்பல் கனிந்து தீ பற்றிக் கொண்டது. நான், ''அடுக்கு செய்யவில்லையா'' என்று கேட்டேன். ''பெரிய அய்யா வேண்டான்னு சொல்லீட்டாகளே; அண்ணாச்சி வந்து ரூபாயை வாங்கிட்டும் போயிட்டாகளே; இது தகடு கனமாருக்கு. வேற கனம் குறஞ்சதிலதான் அப்படிச் செய்யமுடியும். இன்னிக்கி

எங்க பெரிய ஆசாரி ஊர்லேருந்து வந்துருவாரு; அவர்ட்ட சொல்லுவோம் தம்பி'' என்று சொல்லவும், வாசலில் ஊர் போய் வந்த மூட்டை முடிச்சுகளோடு பெரிய ஆசாரியும் அவரது மனைவியும் வந்து நின்றார்கள். உலையிலிருந்து எழுந்து சின்ன ஆசாரி உள்ளே போனார், அவசர அவசரமாக. உள்ளேயிருந்து ஆரத்தியுடன் அந்தப் பெண் வந்தது. என்னை ஒட்டியவாறு சென்றது. சின்னவர், இப்போது டிராயர் அணிந்துகொண்டு வந்தார். நான் சொல்லாமலேயே கிளம்பினேன், குனிந்து, ஆரத்தியைத் தூரக் கொட்டும் அந்தப் பெண்ணின் மார்புப் பிளவைப் பார்த்தபடியே.

அம்மா பார்த்திராத ரயில் அடுக்கை, நான் சமீபத்தில் பார்த்தேன் - இங்கு இடைகாலில், பக்கத்து வீட்டில்.

●

33

மூங்கில்மரக்காட்டினிலே...

அகதீசன், பத்தாவது வகுப்புக்குப் புதிதாய் வந்து சேர்ந்தான். சென்னையிலிருந்து வந்திருந்தான். அவனுடைய சென்னைத் தமிழ் வேடிக்கையாய் இருந்ததென்றால், அவன் பேசுகிற வேகம் அதைவிட வேடிக்கையாய் இருந்தது. கால்பரீட்சை வரை அவன் வேடிக்கைப் பொருள். பிரமாதமாகப் படிப்பான் என்று அவன் அப்பா அவனை வகுப்பில், முதல்நாள் கொண்டு வந்து விடும்போது சொன்னார். அப்படி யொன்றும் பிரமாதமாயுமில்லை. அவன் அப்பா மார்க்கெட்டில் பெரிய அதிகாரி என்று சொல்லி யிருந்தான். நான், 'நேதாஜி போஸ் மார்க்கெட்' என்கிற தினசரி காய்கறிச் சந்தைக்கு காய்கறி வாங்கப் போகிறபோதெல்லாம் அங்கே வாசலில் இருக்கிற ஒரு அலுவலகத்தில் எட்டிப் பார்ப்பேன். தினசரிச் சந்தைக்கு விற்பதற்கு வருகிற காய் - கனிகளுக்குக் கட்டணம் வசூலிக்கிற ஆதீனக் கோனார்தான் காக்கிச் சட்டை போட்டுக்கொண்டு நிற்பார். அவர் அகதீசனின் அப்பாவாக இருக்க முடியாது. ஏனென்றால், அவரைப் பதினொன்றாம் வார்டின் எல்லாச் சின்னப் பிள்ளைகளும் அறியும்.

துப்புரவுத்தொழிலாளிகளை மேற்பார்க்கிற வேலையும் அவர் செய்வார். தெருவில் வெளிக்கி யிருந்து கொண்டிருக்கிற எல்லாப் பிள்ளைகளும் அவரைக் கண்டால் எழுந்து ஓடிவிடும். அவர் கண்ணில்

பட்டுவிட்டால், அப்படியே தோளைப் பிடித்து ஒரு அழுத்து; இருந்து வைத்ததெல்லாம் பின்புறம் அப்படியே அடைபோல ஒட்டிக்கொண்டு விடும். சத்தியமாய்ச் சொல்கிறேன், நான் அவரிடம் மாட்டியதில்லை; இருந்தாலும், அவரைக் கண்டால் ஒரு பயம்தான்.

அகதீசனிடம் கேட்டேன், ''ஏல, உங்க அப்பா மார்க்கெட்டில ஆபீஸர்ன்னே; அங்கெ யாருமே இல்லையேலே. நான்தான் தினமும் மார்க்கெட்டுக்குப் போய் காய்கறி வாங்கறேன்.'' ''போடா கூமுட்டை, அது காய்கறி மார்க்கெட் இல்லைடா; ரெகுலேடெட் மார்க்கெட்'' என்று, அவன் அப்பா அலுவலகத்துக்கு ஒரு நாள் அழைத்துப் போனான். காசுக்கடை மகமைக்குச் சொந்தமான வைர மாளிகையில் இருந்தது, அந்த அலுவலகம். காசுக்கடை என்றால் தங்கநகை வியாபாரம்; அந்தக் கடைக்காரர் களுக்கு என்று ஒரு சங்கம்; அதுதான் மகமைச் சங்கம். அந்தக் கட்டடத்தில் மத்யஸ்தக் கடையும் உண்டு. வெளியூரிலிருந்து நகைவியாபாரிகள் வந்தால், அங்கே தங்கிக் கொள்ள அறை களுமுண்டு. இதேபோல், ஜவுளிக் கடைக்காரர்களின் சங்கம், தென்னம்பிள்ளைத்தெரு என்கிற அப்பர் தெருவில் இருந்தது. அங்கே ஒரு அழகான கிணறும் மோட்டாரும் உண்டு. மோட்டாரி லிருந்து மேலே டேங்கிற்குப் போகிற தண்ணீர், இடையில் ஒரு நள்ளியைத் திறந்தால், அருவி மாதிரி கொட்டும். அப்போதெல்லாம் மோட்டார் செட் என்பதே அபூர்வம். நான், ஒரு தடவை ஜவுளிக் கடை மகமைச் சங்கத்திற்குப் போய்க் கள்ளக்குளியல் குளித்து விட்டு, டிராயர் காய்வதற்காய் தெருத்தெருவாய்ச் சுற்றிக் கொண்டிருந்தேன். இன்னொரு தரம், துண்டு சகிதமாய் அங்கே போனபோது விரட்டி விட்டார்கள். அங்கேயும், வெளியூர் வியாபாரிகள் வந்தால் தங்கிக் கொள்வார்கள்; பெரும்பாலும், வடக்கத்திக்காரர்கள் தான்,கொடுத்த சரக்குக்காகப் பணம் வசூல்பண்ண வருவார்கள். அவர்கள் இங்கேதான் தங்குவார்கள். உள்ளே ஒரு குட்டி பேங்க்கே (வங்கி) இருந்தது, பின்னால்தான் தெரியும். சேட்டுகள், பணத்தை அங்கே உள்ள இரும்புப்பெட்டியில் வைத்திருப்பார்களாம். நாலைந்து கடை வசூல் முடித்துப் போக, இரண்டு - மூன்று நாள் ஆகிவிடுமாம். அதுவரை, பாதுகாப்பாக பணம் அங்கேதான் இருக்குமாம். ஆனால் டவுணில், பாண்டியன் பாங்கை, கனரா பாங்கும் இண்டோ - கமெர்ஷியல் பாங்கை, பஞ்சாப் நேஷனல் வங்கியும் எடுத்துக்கொண்டபோது இதற்

கெல்லாம் அவசியமில்லாமல் போயிற்றாம். வட இந்திய வியாபாரிகள் ட்ராஃப்ட் எடுத்துக்கொண்டு போய்விடுவார்களாம்.

இந்தக் கதையெல்லாம் பெரிய கோபாலின் அண்ணன் கிட்டப்பா சொன்னது. கிட்டப்பாவின் கடை கூலக்கடை பஜாரின் முனையில் இருந்தது. கடை, நாலடிக்கு நாலடிதான். இரண்டு பாய் விரிப்பதற்குக்கூட இடமிருக்காது. அப்போதெல்லாம் பஜாரின் பெரும்பாலான கடைகளில் தரையில் கோரம் பாய்தான் விரித்திருப்பார்கள். அதற்கென்றே ஸ்பெஷலாக நெய்த, அளவான பாய்கள். நாளை (தமிழ்)மாசப்பிறப்பென்றால், இன்று இரவு, கடை பூட்டும் முன், கடைச்சிப்பந்திகள், பஜாரில், அந்தப் பாய்களைப் போட்டு உதறுவார்கள். அல்லது இரண்டு பேர் பிடித்துக்கொள்ள மூன்றாவது ஆள், துணி சுற்றி வருகிற உருண்ட கம்பால் (பேனர் கட்ட சௌகரியமான கம்பு; இதற்கென்று தேர்தல் சமயத்திலோ எம்.ஜி. ஆர். படம் ரிலீஸாகிற சமயத்திலோ கடைகடையாய்க் காவடி எடுப்போம்.) அதை அடிஅடியென்று அடித்துத் தூசியைத் தட்டுவார்கள். ராத்திரி பத்து மணி சுமாருக்கு பஜார் பூராவும் இந்தப் பொடீத் தூசி நிறைந்திருக்கும். சிப்பந்திகள் தங்கள், சினந்தீருகிற வரை பாயை அடிப்பார்கள். ''ஏய், பிரமநாயகம் பிள்ளை கடைப் பாயா, தூசியே இல்லையே'' என்று கிட்டப்பா கேலிசெய்வார். அப்படியென்றால், அந்தக் கடையில் வியாபாரமே இல்லை என்று அர்த்தம். 'பி'-பிள்ளை, முனிசிபாலிட்டிக்கு காங்கிரஸில் நின்று எங்கள் வார்டில் தோற்றவர். அப்புறம் அவரே கட்சி மாறி, அடுத்த முறை சுதந்திராக் கட்சியில் நின்று எங்கள் உதவியால் ஜெயித்தார். (அது கூட்டணி தர்மம்!) 'சுயம்வரம்' குறுங்காவியத்தில், ''பாய்த் தூசிக்குப் பயந்து/ பகலில் வராத நட்சத்திரங்கள் / இரவிலும் வருவதில்லை'' என்கிற மாதிரி எழுதியிருப்பேன்.

அப்புறம் பாயெல்லாம் போய், லினோலியம் விரிப்புகள் வந்து விட்டன. கூலக்கடை பஜாரில் நகைக்கடையைவிட பட்டறைகள்தாம் அதிகம். தெரு ஆரம்பத்தில் நாலைந்து நகைக் கடைகள் உண்டு. பட்டறைகளிலிருந்து உமி கருகுகிற வாசனை, வந்து கொண்டிருக்கும். பாதித் தெரு தாண்டும்போது, சுகமாய், சர்க்கரைப்பாகு உருகுகிற வாசனை வரும்; அமிர்த விலாஸ் கடலைமிட்டாய்க் கம்பெனி. ஆனால் அதற்குப் போக வேண்டு மானால், மூத்திரச்சந்து வழியாகப் போக வேண்டும். அந்த மூத்திரச்சந்தில்தான் தங்கம் மூஸ் போடுகிற ஒரு சேட் இருந்தார்.

அப்பா தந்த பழைய ராஜா தலை நாணயத்தைக் கோபாலிடம் கொண்டு போய்க் கொடுத்து, ''ஏதாவது பெயருமா பார்'' என்றேன். ஒருவரும் எடுக்கவில்லை, அது கள்ளத் துட்டு என்றார்கள். பொசுக்கென்று போய்விட்டது. கோபால், முயற்சியைக் கைவிட வில்லை. ''வா, சேட்டு ஒருத்தர் இருக்கார்; அவர்ட்ட கேட்டுப் பார்ப்போம்; அட்லீஸ்ட், அவன் மருமகளையாவது பார்ப்போம்; குட்டி, சோக்கா இருப்பா'' என்றான். நாங்கள் போனபோது, சேட்டு ஒரு கண்ணாடிக்குடுவையில் ஏதோ அமிலங்களை விட்டு தங்கத்திலிருந்து பித்தளை, செம்பு ஆகியவற்றைப் பிரித்துக் கொண்டிருந்தான். குறுகிய வ்ாசல் வழியாக, நான்தான் முதலில் போனேன். ''ஜாவ் ஜாவ்'' என்று விரட்டினான். குடுவை அருகே இருந்த சாமான்களையெல்லாம் அவசரஅவசரமாகத் தள்ளி வைத்தான். பெரிய கோபால், ''தள்ளிக்கோ'' என்று என்னிடம் சொல்லிவிட்டு, முன்னால் வந்தான்.

அவனைப் பார்த்ததும் சற்று அடங்கினான் சேட்டு. அவனிடம் ஒரு ரூபாய் நாணயத்தைத் தந்தான், கோபால். ''என்னா வேணும் செட்டியாரே'' என்றான், சேட். ''இது, எவ்வளவு போகும்'' என்றான், கோபால். அவன் கையில் வாங்காமலேயே சொல்லி விட்டான், ''இதூ கவுண்டர் பீட் துட்டு'' என்று. அன்றுதான், கள்ளநோட்டுக்கு அதுதான் ஆங்கிலம் என்று தெரிந்தது. 'இதையா இவ்வளவு காலம் அப்பா போற்றிப் பாதுகாத்தார்' என்று நினைத்துக்கொண்டு திரும்பும்போது, சேட் மருமகள் வீட்டுக்குள்ளிருந்து முற்றத்துப் பம்பில் தண்ணீர் எடுக்க வந்தாள். குஜராத்தி அழகு, அமுக்கு உடுப்புகளை மீறி கண்ணைப் பறித்தது. இடுப்பு மடிப்பு,கோதுமை மாவை உருட்டி வைத்த மாதிரி இருந்தது. அவளை எச்சி ஒழுகாத குறையாய்ப் பார்த்துக் கொண்டிருந்தேன். கோபால், ''ஏய், போறுன்டா'' (போதும்டா) என்றான் ரகசியமாக. வாசலில் இறங்கும் முன், ''அரே செட்டியாரே, அதைக் குடு பாப்போம்'' என்று திரும்ப அழைத்தான் சேட். வாங்கி வெள்ளைச் சுவரில் நாலைந்து இடத்தில் தேய்த்தான். ஒரு இடத்தில் கரிக் கோடாய் இழுத்தது. தலையை தனக்குத் தானே ஆட்டிக்கொண்டு, ''செட்டியாரே, பாதி விலை தரவா'' என்றான். ''அப்படின்னா'' என்றேன் நான், ''அரே, 'பனம் படுவல்' தாரேன்'' என்றான். ஏதும் விளங்காமல் கோபாலைப் பார்த்தேன்.

''நாலு ரூபாய் தருவானாம்'' என்றான். ''சேட்டு, 'மூலம் படுவல்' தாய்யா சேட்டு'', என்றான் கோபால். ''தாவிங்காதிவிசம்

சேத்துத் தாரேன்'' என்றான் சேட்டு. ''இன்னும் நாலணா தருவானாம், வாங்கிருவமா'' என்றான். ''சரி'' என்றேன். நாலேகால் ரூபாய் தந்தான். ''என்னப்பா இது, சேட்டு பாஷையா'' என்றேன். ''இல்ல; இது எங்க நகைக்கடை பஜார் பாஷை'' என்றான். 'படுவல்' என்றால் ரூபாய். கேவு என்றால் ஒன்று; ராயம் என்றால் இரண்டு; உத்திரம் என்றால் மூணு; பனம் படுவல் என்றால் நாலு ரூபாய்; மூலம் என்றால் ஐந்து என்றான். அதற்கு மேல் எனக்கே தெரியாது என்றான். ''தாவிங்காதிவிசம் என்றால் நாலணாவா'' என்றேன். ''ஏல, கடைகிட்ட, எங்க அண்ணன்கிட்ட வச்சுச் சொல்லீராத; கோவப்படுவான்'' என்றான்.

பஜாரில் பல குழூஉக் குறி; அதில் இது ஒன்று. ஒவ்வொரு கடைக்கும் ஒரு ஒன்பது எழுத்து வார்த்தை உண்டு. ஒவ்வொன்றும் தனி எழுத்து; திரும்ப வராது. ''குருணை அளந்து போடு''; ''கடவுள் துணை போதும்'' என்று ஒன்பது எழுத்துகள் இருக்கும். சைபர், எல்லாத்துக்கும் பொது. ஒரு பொருளின் அடக்க விலை 16 ரூபாய் என்றால், 'குந்' என்று எழுதியிருக்கும். பதினெட்டு ரூபாய் சொல்வார்கள். ''என்ன அண்ணாச்சி, பானாச் சானா கடையில 15 ரூபாய்தானே சொன்னாங்க''ன்னா, ''சரி, பதினாறு குடுங்க; அதுக்குக் குறஞ்சா கட்டாது'' என்பார்கள். ஒரு மருந்துக்கடையின் குழூஉக் குறி, 'Rheumatic.'

ஆபிரகாம் ஓட்டல், புதிதாக ஆரம்பிக்கப்பட்ட மிலிடரி ஓட்டல். ''ரொட்டி சால்னா சூப்பரா இருக்கும்'' என்றார்கள். கூலக்கடை பஜாருக்கு எதிர்த்த கழுவேற்றி முடுக்கில் இருந்தது. நெல்லையப்பர்கோயிலின் மேற்குக் கோபுரவாசல் அது. அங்கே எங்கே கழுமரம் இருந்தது, அதில் யார் ஏற்றப் பட்டார்கள், அதெல்லாம் தெரியாது. ரெண்டு ரொட்டியும் மட்டன் சால்னாவும் 90 பைசா. கோபாலும் நானும் ஆபிரகாம் ஓட்டலுக்கு சாயந்தரம் போவது என்று முடிவுசெய்து, ராத்திரி போனோம். சாயந்தரமே அவன் கடைக்குப் போய் விட்டேன். அவன் கடையில் அடிக்கடி ஒரு திராவிடக்கழகத் தொண்டர் தென்படுவார்; அவரிடம் பேசுவது சுவாரஸ்யமாய் இருக்கும்.

''திருவாவடுதுறை, திருப்பனந்தாள்ன்னு மடம்ல்லாம் எதுக்கு வச்சு இருக்காங்கீய; அவ்வளவு சாமியாரும் நல்ல நெய்யுஞ்சோறும் தின்னு கொழுத்துப் போயிருக்கானே எதுக்கு; எல்லோரும் பொலி காளைங்க; உள்ள ஆள் போனா வெளிய வர

வழி தெரியாது, அப்படி மதில்மதிலா இருக்குமாம்'' என்பார். ''இந்த வல்லப விநாயகர்ங்கானே, அவரு, மடியில இருக்கிற பொண்ணோட சூத்திலயாக்கும் தும்பிக்கைய வச்சு அடைச்சுக் கிட்டிருக்காரு. அவ, அரக்கனா பெத்து உருவிப் போட்டுட்டு இருக்கா; முருகரு கொண்ணு மாளலை; 'அண்ணா'ன்னு புள்ளை யாரைக் கூப்பிட்டாரு; அவரு வந்து வல்லபைங்கிற அரக்கியோட, 'அதை' ஒரே பொத்தா தும்பிக்கைய வச்சு, அடைச்சுட்டாரு; அதான், 'கந்த புராணம்.' 'கந்தபுராணத்திலகூட இந்தப் புழுகு இல்லையே'ன்னு சும்மாவா சொல்லுதாங்க. நான் பொய் சொல்றேன்னா, தம்பிகளா நாளைக்கே குறுக்குத்துறை ஆத்தில இருக்கற காவேரிமண்டபத்தில போய்ப் பாருங்க; புள்ளையாரு எங்க தும்பிக்கைய வச்சுருக்காரு தெரியும்'' என்பார் அவர்.

ஆபிரகாம் ஒட்டலுக்குப் போனபோது, அகதீசன் பார்சல் வாங்க நின்று கொண்டிருந்தான். அவனுக்கு எப்படி இந்தக் கடை பற்றித் தெரிந்தது என்று யோசித்துக் கொண்டே, ''ஏல, எங்க, இங்க; எப்படி வந்தே'' என்றேன். ''அப்பா ஆபீஸ் இங்கதானடா'', என்றான். இரண்டு நாளைக்கு முந்திதான், கால்ப் பரீட்சை லீவு விட்டார்கள். கடைசிப்பரீட்சை சீக்கிரமாய் எழுதிவிட்டு இரண்டு பேரும் ஒன்றாய் வீட்டுக்குத் திரும்பிக் கொண்டிருந்தோம். பெரியகோயிலில், நெல்லையப்பர் சாமி கோயில் கிழக்கு நடை திறந்திருந்தது. மணி மூணரை இருக்கும். ''கோயில் உள்ளேகூடிப் போயிருவமா'' என்றேன். அவன் செருப்புப் போட்டிருந்தான். ''நான் கோயிலைப் பார்த்ததில்லை, போவோம்'' என்றான். செருப்பைக் கழற்றி நைசாகப் புத்தகப் பைக்குள் வைத்துக் கொண்டு, கோயிலுக்குள் நுழைந்தோம். சாமி கோயில் வாசல் வழியாகப் போனோம். கோயில் உள் நடை முழுதாகத் திறக்க வில்லை. உள்ளிருந்து மூங்கில்குருத்தாக வெட்டிக் கொண்டு வந்து கொண்டிருந்தார்கள். பாராக்காரர், நல்ல உயரமான மூங்கிலாக ஒன்றைத் தேர்ந்தெடுத்து, வவ்வால் விரட்ட உதவும் என்று எடுத்துவைத்துக் கொண்டார். மற்றவற்றை வெளியே கொண்டு சென்றார்கள். ''கோயில் நடை ஏன் திறக்கவில்லை'' என்று விசாரித்தபோது, ''அதுக்கு நேரமிருக்கு'' என்று சொன் னார்கள். நெல்லையப்பர்சன்னதிக்குப் பின்னால், தல விருட்சமான மூங்கில் மரம், புதராய் இருந்தது. அது உயரமாய் வளர்வதற்குத் தோதுவாய் கோயில்விதானத்தில் ஒரு சதுரத் தொண்டு இருக்கும். அதை நெருக்கி மரம் வளர்ந்து விட்டால், அதைச் சற்று வெட்டு

வார்கள். இதெல்லாம் பின்னால் தெரிந்துகொண்டவை. 'சரி, மேலக்கோபுர வாசல் வழியாகப் போவோம்' என்று போனபோது, அது திறக்கவே இல்லை. 'சரி, அம்மன் சன்னதி வழியாக'... அதுவும் திறக்கவில்லை. 'வந்த வழியே போய்விட வேண்டியது தான்' என்று கிழக்கே போனால் கதவை அடைத்து விட்டார்கள். கோயிலுக்குள் மாட்டிக் கொண்டோம். பயமாயிருந்தது. என்னை விட அகதீசன் அதிகமாகப் பயந்தான். சோமவார மண்டபத்தின் சிலைகள் அழகாயிருக்கும்; அதற்குள் அவனைக் கூட்டிப் போனேன்.

''காருகுறிச்சி அருணாசலம் கச்சேரி இங்குதான் நடந்தது, 'கொஞ்சும் சலங்கை' வந்த புதிதில்'' என்று சொல்லிக் கொண்டிருந்தேன். அவன் கேட்கிற மனநிலையில் இல்லை. ''நேரமாச்சு, அம்மாவைப் பார்க்கணும்'' என்றான். ''ஏம்ல அம்மாவைத் தேடுதே'' என்றேன். ''இல்லடா, அம்மாவுக்கு உடம்பு சரி கிடையாது; அம்மாவுக்குக் கிறுக்குடா'' என்றான். சொல்லும் போது அழுகை வந்தது. ''அப்பாரு, மருந்தரைக்கிற குழவி இருக்குல்லாடா, அதை வச்சு அம்மாவை அடிச்சுட்டாரு; அதில இருந்து கிறுக்காயிட்டு. அப்பாவைப் போய் பார்த்தா அவரு ஏதாச்சும் வாங்கித் தருவாரு; அதைக் கொண்டு போய் அம்மாவுக்குக் கொடுக்கணும். பைத்தியங்கள்ளாம் சீக்கிரம் சாகாது தெரியுமாடா'' என்றான்.

பேசிக்கொண்டே யானை கட்டும் இடம் - வடக்குக் கோபுர வாசல் அருகே - வந்திருந்தோம். யானைக்காரர், ''எப்படி உள்ள வந்தீங்க'' என்றார்; சொன்னோம். அவர் கையில் வாட்ச் கட்டியிருந்தார். மணிக்கட்டின் உள்ப்புறமாகக் கட்டியிருந்தார்; கையைத் திருப்பிப் பார்த்தார். ''இப்ப திறந்திருவாங்க; நீங்க முன்னால போங்க'' என்றார். சொல்லிவிட்டு, கோயில்மதிலின் ஓரமாகப் போனார்; நாங்கள் போகாமலிருப்பதைப் பார்த்து விட்டு, ''போங்கடேங்கறேன்'' என்று விரட்டினார். ''ஏலே, என்னமோ செய்யப் போறாருல'' என்றேன், அகதீசன் சிரித்தான். சன்னதிக்குள்ளிருந்து அருமையான நாதஸ்வரம் கேட்டது. ''தொறந்தாச்சுல'' என்று முன்பக்கம் வந்தோம். அகதீசன், ''உள்ள போவமா, நான் சாமியப் பாத்ததில்ல'' என்றான். போனோம். உள்ளே போகப்போக நாதஸ்வரம் அற்புதமாக நெருங்கி வந்தது. கோயிலில் வேறு ஆளே இல்லை. 'அந்த இசைக்காகவே கோயிலின் அமைப்பு அப்படி இருக்கோ' என்று தோன்றியது.

சின்ன சுப்பையாகம்பர், தனியாக நெல்லையப்பர் முன்னால் வாசித்துக் கொண்டிருந்தார். அப்போது, அவர் பிரபலமாகிக் கொண்டிருந்தார். எங்கள் தெருவில் சங்கரபாண்டியன் தங்கை கல்யாணத்திற்கு வாசித்தார். தெருவில் காட்டுக்கத்து கத்திப் பேசிக்கொண்டிருந்த நாங்களே கல்யாணவீட்டுக்குப் போய் உட்கார்ந்து கேட்டோம். 'பீஸ் சால் பாத்' படத்தின் ஃபேமஸான லதாவின் பாடலை வாசித்தார். அற்புதமாக இருந்தது. நாங்கள் 'ஒன்ஸ் மோர்' கேட்டோம். அவர் நெல்லையப்பர் கோயிலின் ஆஸ்தான வித்வானாக ஆகியிருந்தார். அதனால்தானோ என்னவோ, சன்னதி முன்னால் வாசித்துக் கொண்டிருந்தார். அகதீசன் கண்ணை மூடி அழுது கொண்டிருந்தான், கைகூப்பியபடி. நான் கம்பரையும் அவனையும் மாறிமாறிப் பார்த்தேன். கம்பர் சிரித்தார், வாசித்துக் கொண்டே. ''மலர்ந்தும் மலராத பாதி மலர் போல...'' சினிமாப் பாட்டின் சாயல் தென்பட்டது. இதே போல் அவரும் நானும் இதே சன்னதி முன்னால் நின்று கொண்டிருந்தோம் - பின்னொரு நாளில். அப்போது அவர் பக்கவாதத்திலிருந்து மீண்டு வந்த சமயம். அப்போதும் வாசித்துக் கொண்டிருந்தார்; அது ரொம்ப காலத்திற்குப் பின்.

நாங்கள் அடுத்த பிரகாரத்துக்கு வந்தோம்; இப்போது மூங்கில் அருகே வந்திருந்தோம். ''இங்க இருந்துதான் மூங்கில வெட்டிட்டுப் போறாங்களா'' என்றான். ''ஆமா'' என்றேன். சுற்றி வந்து, சஹஸ்ரலிங்கம் பக்கத்தில் வந்தோம். ''இது என்ன தெரியுமாலே; இதுல லிங்கத்தோட உடம்பு பூரா பொம்பளையோட இது வரைஞ்சிருக்கும்'' என்றேன். அவன் ''ச்சேய்'' என்றான். அப்புறம் நான் நெடுநேரம் பேசவே இல்லை. கோயிலைச் சுற்றி வந்து, ''ஏன் இந்தக் கோயிலில் தெற்குப் பக்கம் வாசலே இல்லை'' என்றான். ''இருக்குடா; அதுக்கு ஆயிரங்கால் மண்டபம் வழியாத் தான் போக முடியும்; அதைத் திருக்கல்யாணத்துக்கு மட்டும்தான் திறப்பாங்க'' என்றேன். என்ன நினைத்துக்கொண்டானோ, ''வாடா, வெளிய போவோம்; அப்பாரு வைவாரு'' என்றான். மேலவாசல் வழியாக வந்து கழுவேற்றிமுடுக்கு வழியாக மேல ரதவீதிக்குள் நுழைந்தோம். ரதவீதி களைகட்டி இருந்தது.

●

34

கடலிலே ஓலவும் கரளிலே மோகவும்...

அந்த வீடு, சம்முவத்திற்குச் சொந்தமான வீடு. சம்முவம் வசிக்கும் வீடு, அதற்கு அடுத்த தெருவில் இருந்தது. அனேகமான தெருக்களில், வீடுகளின் பின்புறமும் அடுத்த தெருவின் பின்புறமும் இணைகிற இடத்தில் ஒரு சந்து இருக்கும். அது, 'பீமுடுக்கு' என்றழைக்கப் படும். அதன் வழியாக, பல வீட்டின் உலர் கக்கூஸ்களுக்குப் போக முடியும். சில சமயங்களில், அதன் அருகில் நல்ல வீடுகளும் அமைந்து விடும். அப்படி எடுப்புக் கக்கூஸ் போகிற வழியில் அமைந்ததுதான் சம்முவத்தின் இந்த வீடு. இரட்டை வீடு; முன்னால் பெரிய முற்றம். ஒரு தலைவாசல். தலைவாசல்க் கதவு சாற்றியே இருக்கும், நாற்றத்திற்குப் பயந்து. வீடு, உறுதியாகவும் குளுமையாகவும் இருக்கும். இதே வீடு வேறு இடத்தில் இருந்தால் அதன் மதிப்பே தனி. சம்முவத்தின் அப்பா, பாப்புலர் டாக்கீஸில் சம்பந்தமுள்ளவர். சினிமாக் கொட்டகைக்காரர் வீடு என்று அது பிரபலம். அந்த வீட்டின் இன்னொரு பிரபலம், அதில் ஒரு மாதத்திற்கு மேல் யாரும் இருந்தது கிடையாது. அது காலியாகிற சமயத்தில் சம்முவம், என்ன வேலையாய் இருந்தாலும், போய் விடுவான். காலிசெய்து போகிறவர்கள் ஏதாவது காசு விட்டுச் சென்றிருப்பார்கள். ஆறாம்

வகுப்பு பெயிலாகி, என்னோடு இரண்டாம் தடவையாகப் படித்தான். பொதுவாக, இந்த மாதிரிப் பையன்களைத்தான் கிளாஸ் லீடராக ஆக்குவார் வாத்தியார். சம்முவம், கிளாஸ் லீடர்.

என் அப்பாவுக்கு சம்முவத்தின் அப்பாவை நன்றாகத் தெரியும். காலையில் போத்தி ஓட்டலில் ரெண்டு பேரும் சந்தித்து 'சில' விஷயங்களைப் பேசிக் கொள்வார்கள். அப்படிப் பேசுகிற நாள்களில், நான், சமயத்தில் அவர்களுடன் இருப்பேன். சில நாள், சாயந்தரம் போத்தி ஓட்டலில் சாப்பிட்டுவிட்டு, அப்பா, என்னைத் தன்னுடன் அழைத்துப் போவது வழக்கம். பக்கத்துவீட்டு அமீனாப்பிள்ளைகூடச் சொல்வார், ''வேய், அவனை எதுக்கு கூடக்கூடக் கூட்டீட்டு வாரேரு.'' என்றாலும், அப்பா என்னைத் தவிர்த்ததில்லை. ஒரு நாள், அவர்களுடன் பேசிக்கொண்டே நயினார்குளம் கரைக்கு வந்து அரசமரத்தடியில் உட்கார்ந்திருந்தோம். பேச்சு, எப்பவோ பாளையங்கோட்டையில் நடைபெற்ற பாம்பே ஷோ பற்றி இருந்தது. ''இதெல்லாம் என்னவே, பொருட்காட்சி; அந்தக் காலத்துல பாம்பே ஷோ பாத்திருக்கேரா'' என்று அமீனாப் பிள்ளை இன்னொரு சிநேகி தரிடம் பேசிக்கொண்டிருந்தார்: ''பத்து ரூபாய் டிக்கெட் கட்டணும்; அழகழகான குட்டிகள்; வரிசையா வந்து நிக்கும்; முதல்ல, போகஸ் லைட்ல்லாம் பிரமாதமா இருக்கும். அப்புறம் கொஞ்சம் கொஞ்சமா லைட்டெல்லாம் அணைச்சிருவான். இதுக்குள்ள நூறு ரூபாய் டிக்கெட்ட வச்சுக்கிட்டு நம்ம சீட்டுக்கே வந்திரு வானுக. நூறு ரூபாய் கொடுத்து வாங்கினா, மேடைக்கே கூட்டீட்டுப் போயிருவானுக; மேடையிலதான் பார்ட்டீல்லாம் நிக்கும், ஓரமா. ஒரு தீக்குச்சியக் கொளுத்துவான்; அது அணையற துக்குள்ள நமக்குப் புடிச்ச குட்டிய என்ன வேண்ணாலும் செய்யலாம்; பாதீல குச்சி அணைஞ்சா விலகீரணும். இல்லேன்னா, இன்னொரு நூறு தெண்டம் அழனும். நாமளே குச்சியக் கொளுத்திக் கொள்ளலாம்; அதுக்கு டபுள் அமவுண்ட்..''

எங்கிருந்தோ, ''ஒரே ஊரிலே ஒரே ஒரு ராஜா'' பாட்டு கேட்டுக் கொண்டிருந்தது. நான் பாட்டைத்தான் கேட்டுக் கொண் டிருந்தேன்; எப்ப இந்தப் பேச்சில் கலந்தேன், தெரியவில்லை. ''இவரு அதிலெல்லாம் வல்லாளகண்டன்'' என்று அப்பாவைப் பார்த்துச் சொன்னார், அமீனாப்பிள்ளை. நான், ''ஷோவா, அப்படீன்னா'' என்றதும்தான், அமீனாப்பிள்ளை சித்தப்பா விழித்துக் கொண்டார். ''பாத்தேரா, அவன்ல்லாம் சூடிகையான

வங்கென்; அவனைக் கூட்டியாராதீரும் இன்னமே'' என்றார். தரதரவென இழுக்காத குறையாக என்னை இழுத்துக் கொண்டு கிளம்பினார் அப்பா. அவர்கள், அங்கேயே இருந்தார்கள். போனவர், வீட்டுக்குப் போகவில்லை; தெரு முனை வந்ததும், ''நீ வீட்டுக்குப் போறியா'' என்றார். நான் மறுத்தேன். ''சரி, வா'' என்று பாப்புலர் டாக்கீஸ் பக்கம் போனோம். டாக்கீஸை அடுத்து ஒரு பீடி கம்பெனி இருந்தது. ஏ.ஜெ. பீடி கம்பெனியோ என்னவோ பேர். அதற்குள் போனோம். முதலில் ஒரு அலுவலகம் போல் இருந்த அறையில் பெரிய மேஜை போட்டிருந்தது. பத்மினி, குமாரி கமலா, சந்திரபாபு, சூரியகலா, குசலகுமாரி என்று சினிமா நடிகைகளின் பெரிய போட்டோக்கள், ஒரே அளவில் ஒழுங்காக மாட்டியிருந்தன. சூர்யகலாவை சமீபத்தில்தான், 'அன்பு எங்கே' படத்தில் பார்த்திருக்கிறேன். ''டிங்கிரி டிங்காலே மீனாட்சி,'' ''மின்னல் பூச்சி ஜாக்கெட்டு, மேலே பறக்கும் ராக்கெட்டு, ஆளை மயக்கும் ஃபேஸ்கட்டு, அதுதான் இப்போ மார்கெட்டு'' என்று பாலாஜியும் சூர்யகலாவும் பாடி ஆடும் பாட்டுகள் நினைவில் வந்தன. (பாலாஜி இறந்து போனாராமே இன்று-ரொம்ப வருடங் களுக்கு முன் பாலாஜி இறந்து போவதாக ஒரு கனவு கண்டேன்.) படங்களின் கீழ் எல்லாம் செரியன் ப்ரோஸ், மெட்ராஸ் என்று போட்டிருந்தது. அதேபோல் ஒழுங்காக அடுக்கப்பட்ட போட் டோக்கள், சென்ட்ரல் தியேட்டரில் பின்னாளில் உண்டு.

அப்பாவைப் பார்த்ததும் அங்கிருந்தவர்கள் கலகலப்பாக வரவேற்றார்கள். ஒருவர், கொஞ்ச நேரப் பேச்சுக்கு அப்புறம் பெரிய ஆல்பம் போல் ஒன்றை அப்பாவிடம் கொண்டு வந்து கொடுத்தார். நான் சுவரையொட்டிப் போடப்பட்டிருந்த ஒரு ஸ்டூலில் உட்கார்ந்திருந்தேன். அப்பா, மேஜையையொட்டி உட்கார்ந்திருந்தார். இங்கிருந்து, அதில் என்ன இருக்கிறது என்று தெரியவில்லை. ஆனால் அந்தப் பதினொரு வயதில் நிறையத்தான் தெரிந்திருந்தது. சம்முவத்தின் அப்பாவும் அங்கே இருந்தார். கொஞ்ச நேரத்தில் வீடு வந்து சேர்ந்ததும், நான் ஏ.ஜே. பீடிக் கம்பெனிக்குப் போனதைப் பற்றிப் பெருமையாகச் சொல்லிக் கொண்டிருந்தேன். அம்மா, அக்கா போன்றோர் அதை ரசிக்க வில்லை. திரும்பவும் சொல்ல முயன்றபோது, ''போடா, அதிகப் பிரசங்கி'' என்று சத்தம் போட்டார்கள்.

சம்முவத்தின் அந்த வீடு கொசவந்தட்டித் தெருவில் இருந்தது. இப்போது அதன் பெயர் சிவா தெரு. அதில் எங்கள்

ஆறாம் வகுப்பு சார், ஜான் ஆசிர்வாதம் குடியிருந்தார். அவருக்கு அப்போதுதான் கல்யாணம் ஆகியிருந்தது. ''அவர் மனைவி, அவருக்குச் சேலை கட்டிய மாதிரியே இருக்கா'' என்று போட்டோ ஸ்டுடியோ ராதாகிருஷ்ணன் சொல்வான். அவன்தான் சார் வீட்டுக்கு, ஹெட் மாஸ்டர் ஆசிர்வாதமும் அவர் மனைவியும் விருந்துக்கு வந்தபோது போட்டோ எடுத்தான். அவன் தம்பி முரளி, என் வகுப்பு. ஃபைன் துட்டையெல்லாம் அவன்தான் வைத்திருப்பான். சர்வ சாதாரணமாக ஆட்டை போட்டு விடுவான். அதை சாரிடம் சொல்லப் போவதாக நான் சொன்னபோது, கனத்த 'Ilford' ஃபிலிம் டப்பா, ஃபிலிம் ரோலுக்கு வெளியே இருக்கும் கருப்பும் ரோஸும் கலந்த தாள், ஸ்பூல் எல்லாம் தந்து என்னை அமுக்கிவிட்டான். இல்ஃபோர்ட் ஃபிலிம் டப்பாவை, அக்கா, ட்ரேசிங் பேப்பர் கார்பன் தாள், பெருமாள் செட்டி பென்சில் எல்லாம் போட வைத்துக் கொண்டாள். அவளுக்கு அது பிரயோஜனமாய் இருந்தது, எனக்கு ரொம்பப் பெருமையாயிருந்தது.

அதற்கப்புறம் அங்கே யார் யாரெல்லாம் வந்து போனார்கள் தெரியாது. பேட்டை ரோட்டில், ரூலிங் அண்ட் புக் பைண்டிங் ஆபீஸ் வைத்திருந்த கல்யாணி அண்ணாச்சி நொடித்துப் போய், கட்டிங் மிஷின், ரூலிங் மிஷினெல்லாவற்றையும் விற்று விட்டு, வெறும் குத்தூசியும் கத்தரிக்கோலும் கலிக்கோவுமாகக் கடையைத் திறந்துவைத்து உட்கார்ந்திருப்பார். அவர் ஒரு நாள் என்னை அழைத்து ஒரு ரீம் போல கட் பண்ணிய பேப்பரைக் கொடுத்து, ''இதைக் கொண்டு போய், இந்த அயூப் பாய் வீட்ல கொடுத்து பெர்ஃபொரேஷன் போட்டு வாங்கிட்டு வாறியா'' என்றார். கொஞ்ச நாளைக்கு முன்தான் அவர் மனைவியோடு விஷம் குடித்து, இரண்டு பேரும் தப்பிப் பிழைத்திருந்தார்கள். என் இரண்டாவது அண்ணன் அவருக்கு ரொம்ப நெருக்கம். எப்போதும் ஒரு காலத்தில் நண்பர்கள் கூட்டத்துடன் அந்தக் கடை கலகல வென்று இருக்கும். அங்கே பெர்ஃபொரேஷன் மிஷின் இருக்கும். அதில் போய் நான், வீட்டில் ஃபிலிம் வைத்து விளையாடும் விளயாட்டுக்கு டிக்கெட் தயாரித்திருக்கிறேன். அவர் சொன்ன லெக்கில் போனேன். அது சம்முவம் வீடு என்று தெரிய ரொம்ப நேரம் ஆகவில்லை.

கதவை ரொம்ப நேரம் தட்டிக் கொண்டிருந்தேன். ஒரு பெண் வந்து கதவைத் திறந்தாள். என் வயது இருக்கும். ரொம்ப அழகாய் இருந்தாள். விஷயத்தைச் சொன்னதும், ''அப்பா இல்லையே;

அண்ணனிடம் வேணுன்னா கேளு'' என்றாள். சொல்லிவிட்டு, ''நாகூரண்ணேன்'' என்று சத்தமிட்டுக்கொண்டே உள்ளே போனாள். வாசலிலேயே மிஷின் இருந்தது. உள்த்தார்சாலில் நீளமாக ரூலிங் மிஷின் வைத்திருந்தார்கள். அங்கங்கே நீலமும் திக்கு ரோஸுமாக பீங்கான் கிண்ணங்களில் மை இருந்தது. அந்த வீட்டின் அமைப்பு எனக்கு அத்துபடி. கிழக்கு ஓரத்தில் மாடிப்படி. அதில்தான் ஜான் ஆசிர்வாதம் சார் இருந்தார். அங்கிருந்து பாட்டும் தாளமும் சத்தமாய் வந்து கொண்டிருந்தது. ''அது யாரு, புள்ள'' என்று கேட்டபடியே நாகூர் மீரான் மாடி அறையிலிருந்து எட்டிப் பார்த்தான். அவன், எனக்கு ரெண்டு செட் சீனியர், ஸ்கூலில். ''வே, வாரும்'' என்றபடியே இறங்கி வந்தான். அவனிடம் விஷயத்தைச் சொல்லி பேப்பரைக் காட்டியதும், ''இதுக்கு அப்பாதான் வரணும். ஒட்டல் பில் பாத்தேரா, சிறிசா இருக்கும்; மைன்யூட்டா வேலை கேட்கும்; வாரும், மாடில இருப்போம்; அப்பா இப்ப வந்திருவாக'' என்றான். அவனும் அழகாக இருப்பான். 'பாலும்பழமும்' சிவாஜி ஸ்டைலில் தலைசீவி கூடு வைத்திருப்பான். அப்பொழுதே அவனுக்கு அருமையான மீசை.

மாடியில், அநேகமாக, தெரிந்த முகம் நிறைய இருந்தது. படி ஏறிக் கொண்டிருக்கும்போது, ''எண்ணன், டீ ''என்று குரல் கேட்டது. கீழே பார்த்தேன். அவன் தங்கை, டீயுடன் நின்று கொண்டிருந்தது. ''போரும், டீ சாப்பிட்டுட்டு வாரும்'' என்று அனுப்பினான். நான் மறுபடி கீழே வந்து டீயை வாங்கிக் கொண்டேன். அது, ஒரு அசாதாரண அழகாயிருந்தது; அலட்டாமல் இருந்தது, இன்னும் மனசை என்னவோ செய்தது. டீ தம்ளரில் புதுப் பேப்பரின் மணம் வீசியது. டீ குடிக்கும்போது, கீழே குனிந்தபடி குடித்தேன். டிராயர் அணிந்திருந்தது வெட்கமாய் இருந்தது. அதுவும் ஸ்கூல் யூனிஃபாரம் டிராயர். ''நீங்க ஷாஃப்டர் ஸ்கூலா'' என்று கேட்டது. ''ஆமா, லெவெந்த்'' என்றேன். ''நானும்'' என்றது கேட்காமலே. ''கல்லணை ஸ்கூல் தானே; எங்க அக்கா அங்கதான் படிச்சா'' என்றேன். ''கண்களும் காவடிச் சிந்தாகட்டும்'' என்று எல். விஜயலட்சுமி மனசுக்குள் பாடிக் கொண்டிருந்தாள், காரணமின்றி. ''இப்ப எங்க அக்கா படிக்கலை; கல்யாணமாயிட்டு'' என்றேன். ''அப்படியா'' என்னும்போது முகம் சிவந்தது. நாகூர் மீரான் மேலே இருந்து எட்டிப் பார்த்தான். ''மெதுவா குடிச்சுட்டு வாரும்'' என்றான். நான், ''இந்தா வாரேன்'' என்று மேலே போனேன்.

நாகூர் மீரானைச் சுற்றி இருந்தவர்களுடன் நானும் அமர்ந்து கொண்டேன். ''ஆகாய வீதியில் அழகான வெண்ணிலா'' என்று பாட்டைப் பாதியிலிருந்து தொடர்ந்தான். அற்புதமான குரல். கண்டசாலா குரல் மாதிரியே பாடினான். நான், சாவகாசமாக உட்கார்ந்து கொண்டேன்.

''ஒருமுறை பார்த்தாலே போதும்
உன் உருவம் மனதை விட்டு நீங்காது எப்போதும்.....''

ஏ. எல். ராகவனின் அருமையான பாட்டு. 'அடடா அற்புதமான நேரத்தில்தான் வந்திருக்கிறோம் போலிருக்கிறது' என்று நினைத்துக் கொண்டிருந்தேன். பாட்டு தடைப்பட்டது. ஸ்டான்சா மறந்து விட்டது. ''பூங்குயிலே'' என்று திரும்பத் திரும்ப பாடிக் கொண்டிருந்தான். நான்,

''மாந்தளிரைக் காணும் போது-உன்
வண்ண மேனியதில் தோன்றுதே
பூங்குயிலே உன்னை எண்ணும்போது
புதிய உணர்வலைகள் தோன்றுதே''

என்று எடுத்துக் கொடுத்தேன். ''சபாஷ், ஃப்ரெண்டு'' என்றான் மீரான். பாடலை முடித்துவிட்டுக் கேட்டான், ''இது எந்தப் படத்துல ஃப்ரெண்டு.'' நான், ''மாதவி'' என்றேன். சபை என்னை மரியாதையாகப் பார்ப்பது போலிருந்தது.

மீரானே ஒரு சின்ன ஸ்டூலில் அழகாகத் தாளம் போட்டுக் கொண்டிருந்தான். நினைத்தாற்போல், மன்னாடேயின் ஹம்மிங்கை ஆரம்பித்தான்.

''மானச மைனே வரூ
மதுரம் நுள்ளி தரூ...
கடலிலே ஓலவும்
கரளிலே மோகவும்
அடங்குகில் ஓமலே
அடங்குகில்லா''

பாடி முடிக்கவும், நாலுபேரும் தன்னை மறந்து கையைத் தட்டினோம்.

கீழே வந்தபோது, பெர்ஃபோரேஷன் போட்டு தயாராயிருந்தது. அவனுடைய அப்பா எப்போது வந்தார், எப்போது முடித்தார் தெரியவில்லை. பெண், தார்சாலில் ஒரு ஓரமாக உட்கார்ந்து

செக்ஷன் தையல் போட்டுக்கொண்டிருந்தது. நான் கிளம்பும் போது எழுந்து வந்து, ''உங்க ஸ்கூல் சயின்ஸ் கொஸ்டின் பேப்பர் இருந்தா அண்ணண்ட குடுத்துவிடு'' என்று சொல்லிவிட்டு, நான் தெருவில் இறங்கியதும் கதவை மெதுவாகச் சாத்தியது.

●

பொன்னம்மேயை நான் முதன்முதலில் பார்த்தது, 1967 ஜனவரி கடைசியாயிருக்கும் அல்லது பிப்ரவரி முதல் வாரமாயிருக்கும். வறுத்தெடுக்கிற வெயிலில் நாங்கள் பத்துப் பேர் இன்ன தெரு, இன்ன வீடு என்றில்லாமல் ஓட்டு சேகரித்துக் கொண்டிருந்தோம். செக்கச் சிவந்த சின்னப் பெண்ணாக நின்று கொண்டிருந்தாள். அவளோடு நாலைந்து பெண்கள். அவளைவிட எல்லோருமே மூத்தவர்கள். மற்றவர்கள் கண்ணில் தூக்கம் இருந்தது. குளப்பிறைத் தெரு, 'அதற்கு'ப் பிரபலமாகி இருந்தது. ஒன்றிரண்டு வீடுகளில் 'குடும்பவீடு' என்று எழுதிவைத்திருந்தார்கள். நாங்கள் அந்த வீட்டிற்குள் நுழைந்ததுமே, அந்தப் பெண்கள் கலைந்து உள்ளே ஓட ஆரம்பித்தார்கள். ஒரு முற்றம். சற்று உள்த் தள்ளி வீட்டு வாசல். வாசலுக்கு இரண்டு புறமும் உயர்ந்த திண்ணைகள். திண்ணையில் மூங்கில் அழி அடைத்திருந்தது. திண்ணையில் தான் அவர் உட்கார்ந்திருந்தார். மூக்கு, சுத்தமாகச் சப்பி விட்டது. காது, பழுத்துக் கொண்டிருந்தது. லுங்கி மட்டும் உடுத்தியிருந்தார். சட்டையில்லாத மார்பில் அங்கங்கே புண்கள். விரல்கள் அழுகிப் பெருத்திருந்தன. ஆனால் மூன்று விரல்களில் அகல அகலமான மோதிரங்கள். ''ஏல சோமு, இங்க போகணுமா'' என்று யாரோ கேட்டார்கள். ''போவோம்லெ'' என்று யாரோ சொன்னார்கள். நான் அதற்குள் முற்றத்தில் இறங்கியிருந்தேன்.

அவர், ''வாங்க தம்பிகளா'' என்றார். உச்சிவெயில். வீட்டுக் குள்ளிருப்பது தெரியவில்லை. ''உட்காருங்க'' என்று திண்ணையைக் காட்டினார். வாக்குச்சீட்டின் மாதிரியைக் கையில் வைத்திருந்தோம். அதை எப்படி மடிக்க வேண்டும், எங்கே, எப்படி முத்திரை வைக்க வேண்டும் என்று விஸ்தாரமாகச் சொல்லிக் கொண்டிருந் தோம். ஒவ்வொரு பெண்களாக அவர் அருகில் வந்து நிற்க ஆரம்பித்தன. பொன்னம்மே, அவர் கையிலிருந்த மோதிரத்தைக் கழற்றுவதும் திரும்ப மாட்டுவதுமாக விளையாடிக் கொண்டிருந் தாள். அவர் தோளைப் பிடித்தபடி நின்று கொண்டிருந்தாள். வோட் லிஸ்டில், அந்த முகவரியில் இரண்டு ஓட்டு இருந்தது.

ஸ்ரீரெங்கன், மூக்கம்மாள். மூக்குத்தி போட்டு, சற்று மாறு கண்ணுடன் இருந்தவள்தான் மூக்கம்மாவாய் இருக்க வேண்டும். சேலை, ஒரு பக்கத்து மார்பை மூடவேயில்லை. மார்பு தெறித்துக் கொண்டிருந்தது. ''இங்க யாருக்கு ஓட்டு இருக்கு; ஓட்டைதான் இருக்கு'' என்று ஒரு பெண் சொன்னது. ''என்னட்டி பொன்னம்மா, உனக்கு இருக்கா'' என்றது. ''இல்ல, சேச்சி'' என்று சொன்ன படியே மோதிரத்தைத் தன் சிறிய விரலில் போட்டாள், பொன்னம்மா. ''இங்கன்னு இல்லை, இந்தத் தெருவில, யாரும் காங்கிரஸுக்குப் போட மாட்டோம்; போய்ட்டு வாங்க'' என்று அனுப்பினார் அந்த ஆள். ''மோர் குடிக்கீங்களா'' என்று மூக்கம்மா கேட்டாள். அப்போதுதான் முற்றத்தின் ஓரத்தில் இரண்டு மாடு கட்டியிருப்பதைப் பார்த்தேன். வெளியே வரும்போது, ''ஓ மிஸ்டர் சோமு, இங்கே வா மிஸ்டர் கேளு'' என்று ஒரு பெண் பாட, எல்லோரும் சிரித்தார்கள்.

அப்போது திருநெல்வேலிக்கும் தூத்துக்குடிக்கும் தனியார் மின் விநியோகம். டி. டி. ஈ. எஸ். என்று பேர். வாகையடி முக்கில் தான் பணம் கட்டுகிற இடம். பத்தாம் தேதிக்குள் கட்ட வேண்டும்.

பணம் கட்ட வரிசையில் நின்று கொண்டிருந்தேன். மூக்கம் மாவும் பொன்னம்மாவும் பெண்கள் வரிசையில். அங்கே கூட்டமே இல்லை. ரொம்ப நேரமாக அவர்கள் கட்டிக் கொண்டிருந்தார்கள். அப்புறம்தான் தெரிந்தது, அவர்கள், மற்றவர்களுக்குக் காசு வாங்கிக்கொண்டு கட்டுகிறார்கள் என்று. இன்னொரு கிழவி லச்சுமி என்று; அவளும் அப்படிப் பணம் வாங்கிக் கொண்டு பில் கட்டித் தருவாள். பொன்னம்மேயைப் பார்த்து ஒரு வருடமிருக்கும். அளவுக்கு அதிகமான போகத்தின் பாதிப்பு உடலில் தெரிந்தது. நன்றாகவே கறுத்திருந்தாள். மூக்கம்மாவிடம் மூக்குத்தி இல்லை.

•

தசரா. பக்கத்துக் கோயிலில் ஆரம்பித்து, பத்து - பதினைந்து கோயிலுக்கு வேகவேகமாய்ப் போய் விட்டு வந்தேன். வருடந் தோறும் அது வழக்கம். ஐந்தாறு வருடமாய் இந்தப் பழக்கம். நான் போகிறபோது அநேகமான கோயிலில் அலங்காரம் ஆகிக் கொண்டிருக்கும். நான் காத்திருப்பதில்லை. புட்டாரத்தி அம்மன் கோயில்தான் கடைசி. அங்கே, திரை போட்டு, சந்தனக்காப்பு நடந்து கொண்டிருந்தது. திரையின் ஊடாகப் பார்த்தபோது மார்பில்

சந்தன அலங்காரம் நடந்து கொண்டிருந்தது. ஒரு கும்பிடு போட்டு விட்டு, ஸ்தல புராணப் பாட்டை முணுமுணுத்து விட்டு, வெளியே வந்தேன். அதோடு அன்றைய விரதம் முடிந்தது. நாக்கு, சரக்குக்குப் பரபரத்தது. அப்படியொன்றும் தினசரி குடிக்கிறவனில்லை. தசரா என்றால், சமீபமாக இது வழக்கம். சரக்கடித்து விட்டு, பாளையங்கோட்டையைப் பார்க்கக் கிளம்பி விடுவோம். நான் தெருவுக்கு வந்தபோது கோஷ்டிகள் எதுவுமே இல்லை. எல்லோரும் சரக்கைத் தேடிப் போயிருந்தார்கள். திரும்பவும் மதுவிலக்கு அமலாகியிருந்தது. கண்ணில், நட்டு அருணா தென் பட்டான். ''ஏல, எங்கல ஒருத்தரையும் காணும்'' என்றேன். ''எல்லாம் போயாச்சு; நம்மட்ட படுவல் இல்லை, அதான் வாப் பாறிட்டுக் கிடக்கேன்'' என்றான். அவன் அப்பா பலசரக்குக் கடை வைத்திருக்கிறார். ரொம்ப நல்ல பையன். என்ன, பதினைந்து வயசிருக்கும். வீட்ல தண்ணி தெளிச்சு அனுப்பியாச்சு. சோறு மட்டும் வீட்ல. ராத்திரிகூட அவன் வீட்டுக்குப் போகும் முடுக்கில் படுத்துக் கொள்வான்.

''எங்கல போயிருக்காங்க''. ''எங்கேன்னா என்னண்ணன், வாங்க, நான் கூட்டீட்டுப் போறேன். தம்பியக் கொஞ்சம் கவனிச்சுருங்க; நமக்கு ஒரு மூணு ரூவா கட்டளை செய்யக் கூடாதா'' என்றான். ''சரி, வாடா'' என்று கிளம்பினோம். சம்முவம் வீடு. ''ஏல, இங்க......'' என்று இழுத்தேன். அதற்குள் கதவைத் தட்டியிருந்தான். கதவு ஒருக்களித்துத் திறந்தது. இருட்டில் கண்ணாடி வளையல் சத்தம். ''உள்ள வாங்கண்ணேன்'', என்று சொன்னபடியே, அவன், அந்த ஒரு கதவு வழியாக நுழைந்தான். உள்ளே வீட்டில் லேசான வெளிச்சம். ''யாரு, நட்டா, என்னலே'' என்று கேட்டாள், கதவைத் திறந்தவள், கதவை மறுபடி சாத்திக் கொண்டே. ''எக்கா, கொஞ்சம் இஞ்சி வேணும்'' என்றான். ''போலே, நட்டுக்கூதியான்; ஏதாவது தரைப்படம் பாக்க ஆளாயிருக்கும்ன்னு பார்த்தா, போயும்போயும் மூணு ரூபாய்க்கி ஆளைக் கூட்டீட்டு வந்திருக்கான்'' என்றாள். இப்போது வெளிச்சத்திற்கு வந்திருந்தோம். பொன்னம்மே, ''ஏய், இவரு மிஸ்டர் ஸோமு சாருல்லா'' என்றாள். எனக்கு உதறலெடுக்க ஆரம்பித்தது. 'நட்டுன்னா சரியாத்தானே இருக்கு; மாட்டி விட்டுட்டானே, பேசாம பாளையங்கோட்டை சம்சு கடைக்கே போயிருக்கலாமே' என்று நினைத்தேன். அதற்குள், நட்டு வீட்டுக்குள்ளேயே போயிருந்தான்.

ஒரு பெரிய ஹார்லிக்ஸ் பாட்டிலோடு வந்தாள் பொன்னம்மே. அதில் பூராவும் கொத்தமல்லி. அதற்குள் கையை விட்டுத் துழாவிக் கொண்டிருந்தாள். மார்பில் சேலையே இல்லை. அந்த மங்கலான 15 வாட் வெளிச்சத்தில், இறுக்கமான சட்டையினூடாக வெளிப் பிதுங்கும் மார்பைக் கவனிப்பதை அவள் கண்டுகொள்ள வில்லை. 'சற்று முன், திரையினூடாகக் கும்பிட்டது' என்று தோன்றியது. அதற்காக ஞானமெல்லாம் வரவில்லை. இரண்டு சின்னப் பாட்டில்களில் தேடிப் போன திரவம். ''குடிச்சிருதீங்களா'' என்றாள். தலையை ஆட்டினேன். ஒரு பெரிய தம்ளரில் விட்டு, தண்ணீரும் கொடுத்தாள். குடித்து விட்டு வெளியே வந்தோம். நட்டு, ''ரெண்டு அரிசி கொடுக்கா'' என்றான். ''மயிரு'' என்றபடி அவள் கொஞ்சம் மல்லியைக் கொடுத்தாள். ஏற்கெனவே, சரக்கே தன் வாடையை மீறி மல்லி வாசம்தான் வீசிக் கொண்டிருந்தது.

ராத்திரியெல்லாம் விழித்து, சுவரில் ஆலடி அருணாவுக்கு ரெட்டை இலை வரைந்த அலுப்பு; மத்தியானம் சாப்பிட்டு விட்டு ஆஃபிஸ் போகும்போது, படுத்துவிட மாட்டோமா என்றிருந்தது. பாய், கடை முன், வேனல்ப் பந்தல் போட்டு நன்றாக தண்ணீர் தெளித்து,சர்பத் கடை போட்டிருந்தார். அங்கே நின்று இரண்டு சிகரெட் வாங்கி, ஒன்றைப் பையில் வைத்துக் கொண்டு, ஒன்றைப் பற்றவைக்கத் தீப்பெட்டி கேட்டுக் கொண் டிருந்தேன். ''ஒரு ரூவா இருக்கு, பாய்; இதை வச்சுக்கிட்டு குடுங்க. இப்ப படம் போடறதுக்கு முன்னால தந்திருதேன்'' என்ற ஒரு குரல் கேட்டது. ''என்னாத்த படம் போட, அட மூத்தவளே படம்ல்லாம் அப்பவே போட்டாச்சு. அங்கயே கூட்ட மில்லை; அங்க டிக்கெட் காலியாகி, இவட்ட டிக்கெட் போட வாரான், இவ பேத்தியான். இடத்தைக் காலி பண்ணு, யாவாரத்தைக் கெடுக்காத'' என்று சத்தம் போட்டுக் கொண்டிருந்தார் பாய். ''யோவ், தாரும்ன்னா, ரொம்ப கிராக்கி பண்ணுதேரே'' என்று சற்று குரலை உயர்த்தினாள் அந்தப் பெண். அப்புறம் அவளே திரும்பவும் தழைந்தாள். நான் தந்த ஐந்து ரூபாய்க்கு பாய் நீட்டும், மீதிச் சில்லரை மூணு சொச்சத்தையே அவள் பார்த்தாள். நானும் முகத்தைப் பார்த்தேன். பொன்னம்மே. கறுத்து, மேலெல்லாம் தேமல். ''ஒரு கத்தரி சிகரெட்டாவது குடுங்க பாய்'' என்று கெஞ் சினாள். ''பாய், குடுங்க'' என்றேன். பாய், அழுத்தமான ஆள். ''அந்தா, அங்க படில போய் உக்காரு'' என்று ஒதுக்குப்புறமான படியைக் காண்பித்தார். சர்பத் பெட்டிக்குள் குனிந்து, ஒரு

கிளாஸில் விட்டு, பின்புறமாக நீட்டினார், ‘‘இந்தா, நன்னாரிப் பால் சாப்பிடு’’ என்றபடி. அவசர அவசரமாக அதை வாங்கி ஒரேமூச்சில் குடித்தாள். அதை ரசிச்சா குடிக்க முடியும்.

நான் இருபதடி தள்ளி இருக்கும் அலுவலகத்திற்கு நடந்தேன். அலுவலகத்தை ஒட்டிய சந்தில் போய், பின்புறப் படிக்கட்டு வழியாகப் போனால் ஆபீஸில் என் ஸீட்டுக்கே போய் விடலாம். போய்க் கொண்டிருந்தேன். ஒரு டாக்சி என்னை ஒட்டியபடி போய் ஸ்ரீரெங்கன் வீட்டு முன்னால் நின்றது. அவன் வீடு இப்போது மாறியிருந்தது. அதிலிருந்து ஒரு பெண்ணை இறக்கிக் கொண்டிருந்தார்கள்; நிற்க முடியாமல் தடுமாறிக் கொண்டிருந்தது. தோளில் ஒரு ஏர் பேக். வண்டி வந்து நின்றதும் மூக்கம்மா, மாட்டுக்கொட்டிலில் இருந்து தலையை முடிந்தபடி ஓடி வந்தாள். இப்போது மாட்டுக்கொட்டில், தெருவில், வீட்டு முன்னால் இருந்தது. திடீரென்று அந்தப் பெண் சுதாரித்து ஓட முயன்றது. அதைப் பார்க்கவும், ஒருமாதிரியான பெண் போலத்தான் இருந்தது. பெண் ஓடியது, சந்திலிருந்து மெயின் ரோட்டைப் பார்க்க; எதிரே பொன்னம்மே வந்தாள். ‘‘ஏட்டி புடிடி, பொன்னம்மே, பதினஞ் சாயிரம்டி’’ என்று மூக்கம்மா கத்தினாள். ‘‘போட்டுண்டி, தேவடியாளே’’ என்று கத்தியபடி மூக்கம்மாவை மறித்தாள், பொன்னம்மே. அதற்குள் இன்னொரு புறமாக வந்த ரெண்டு பேர், புதியவளது ஏர் பேக்கைப் பிடித்துப் பின்புறமாக இழுத்தபடி வந்தனர். அது, வசமாகக் கழுத்தில் கிடந்தது. பொன்னம்மே நிலைகொள்ளாமல் ஆடிக் கொண்டிருந்தாள். மூக்கம்மா, புதிய பெண் பின்னால் போய்க் கொண்டிருந்தவள், பொன்னம்மாவை ஒரு மிதி மிதித்தாள்; சுவரோடு மோதி விழுந்தாள் அவள். அலுவலகம் முச்சூடும் கீழே இறங்கி வந்திருந்தது. பொன்னம்மே எழுந்து, மறுபடி, ‘‘போட்டுண்டி ரூவா, போட்டுண்டி சக்கரம்’’ என்று மூக்கம்மா வீட்டை நோக்கியே போனாள். அதற்குள் அங்கே கதவுகள் எல்லாம் சாத்தப்பட்டிருந்தன.

ஜன்னல் வழியாக ஏதோ ரூபாய் மாதிரி விழுந்தது. பொன்னம்மே தள்ளாடியபடி, அதைப் பொறுக்கிக்கொண்டு, அடைத்துக் கிடந்த வாசலிலேயே உட்கார்ந்தாள். நான் மாடி ஏறினேன்.

●

35

வீழும் கண்ணீர் துடைப்பாய்...

டி. என். ஹரிகரன். இரண்டேமுக்கால் ஆண்டுகள் என்னுடன் கல்லூரியில் படித்தான். அப்புறம், பம்பாயில் தனது சகோதரன் வேலை வாங்கி வைத்திருப்பதாகச் சொன்னதும், படிப்பைப் பாதியில் நிறுத்திவிட்டுப் போய் விட்டான். ஜங்ஷனிலிருந்து சைக்கிளில்தான் வருவான். கிட்டத்தட்ட, ஏழு மைல். அனேகமாக, பேட்டை மீனாட்சி டாக்கீஸ் அருகே அவனுடன் நான், 'பல்லவன்' நடராஜன், அருணாசலம் எல்லோரும் சேர்ந்து கொள்வோம்; அல்லது 'புட்டு ரெடி ஓட்டல்' அருகே சேர்ந்து கொள்வோம். ஓட்டலுக்குப் பெயர் எதுவும் கிடையாது. சிறியதாக, 'புட்டு ரெடி' என்று ஒரு போர்டு இருக்கும். அதுவும், யாரும் தேர்ந்த ஓவியன் எழுதியதில்லை. பொதுவாகவே, பேட்டையில் விளம்பர போர்டுகளோ கடையின் பெயர்ப் பலகைகளோ இருக்கவே இருக்காது.

ஜங்ஷனில், அப்போது, 'ஜாலி ஆர்ட்ஸ்' சைன் போர்டுகள் பிரபலம். அவருடைய லெட்டரிங் புது விதமாக இருக்கும். அவரிடம் நடையாய் நடந்து, நானும் நெல்லை லாட்ஜ் கணேசனும், 'அன்பே வா' படம் வெளியாகிற அன்று, ''இத் திரைப்படம் காண வந்துள்ள ரசிகப் பெருமக்களை வரவேற்கிறோம். நிருத்தியச் சக்கரவர்த்தி, எம். ஜி. ஆர். ரசிகர் மன்றம், நெல்லை'' என்று ஸ்லைடு தயாரித்து வாங்கி வந்தோம்.

இலங்கையில் கொடுத்த பட்டம் அது. எம்ஜிஆரின், 1960 களில் உள்ள, மேக் அப் போடாத படம். பார்டர், கொசகொசவென்ற டிசைன், எதுவும் இல்லாமல் பளீரென்று இருந்தது. ஸ்லைடை நேராகப் பார்க்கையில் எனக்கு திருப்தியாய் இல்லை. ஆனால் ஆர்டிஸ்ட் சொன்னார், ''ஸ்க்ரீனில் பிரமாதமா இருக்கும், தம்பி'' என்று. அவரிடம் அப்பப்ப கோபுலு படங்கள், 'குமுத'த்தில் வர்ணம் அவர்களின் வாஷ் டிராயிங்க் பற்றி, அதில் புதிதாய் வரைந்து கொண்டிருக்கிற ஜெயராஜ் பற்றி இருவரும் ஒரே நேரத்தில் வியப்பைப் பகிர்ந்து கொண்டது, சினிமா விளம்பரங்கள் பற்றிப் பேசியதில் அவருக்கு என் மீது ஒரு பிரியம் உண்டாகி யிருந்தது. எல்லாவற்றையும்விட, பாலஸ் - டி - வேல்ஸ் தியேட்டரில், பிரமாதமாகத் தட்டிபோர்டு எழுதுகிறவர் பற்றிப் பேசிக் கொண் டிருந்ததும், அவருக்கு என்னை ரொம்பப் பிடித்துப் போயிற்று. ''அவர்தான் என் குருநாதர் மாதிரீ'', என்று சொன்னார்.

அதுபோலவே, நாங்களே எதிர்பார்க்காத தருணத்தில், படம் ஆரம்பிக்க மணியடித்து,அரங்கம் இருளில் மூழ்கியதும் திரையில் ஸ்லைட் பளீரென்று விரிந்தது. கைதட்டல் காதைப் பிளந்தது. இப்படி ஸ்லைடு போடுவது திருநெல்வேலியில் அதுதான் முதல் முறை. ஹரிகரன், சிவாஜி ரசிகன். அவனுக்கு, ''புட்டு ரெடி ஓட்டலி'ல் தயாரிக்கிற கடலைமிட்டாய் ரொம்பப் பிடித்தம். அதில் லேசான சாக்லெட் வாசனை இருக்கும். ஹரி, நோட்டுத் தாளைக் கிழித்துக் கவிதைகள் எழுதி வருவான். எல்லாமே காதல் கவிதைகள். 'மணமகள்' படத்தில் வி.என்.சுந்தரம் பாடுகிற, ''உன் கண்ணில் நீர் வழிந்தால்'' பாட்டையொற்றி ஒரு காதல் பாட்டு எழுதியிருந்தான். நான் சொன்னேன், ''இது பாரதியார் பாட்டு. இதை வைத்து, 'ஆனந்த விகடனி'ல் தொடர்கதை வந்திருக்கிறதே தெரியாதா'' என்று. அவனுக்கு சற்று வருத்தமாகப் போயிற்று. அதைச் சமாதானம் செய்யும் முயற்சியில், அன்று மாலை ஜங்ஷன் கைலாசபுரம் கோயிலுக்கு அவன் ஆளைப் பார்க்க வருவதாகச் சொன்னேன். ரொம்ப நாளாகக் கூப்பிட்டுக் கொண்டிருந்தான்.

அன்றுதான் அந்தக் கோயிலுக்குப் போனேன்; சிறுவயதில் போன நினைவு. கோயில், பெரிதாக இருந்தது. வெளிப் பிரகாரத்தில் தளமெல்லாம் சுத்தமாக சிமெண்ட் போடப்பட்டு அழகாயிருந்தது. வெளிப்பிரகாரத்தில், தட்சணாமூர்த்தி சன்னதியாய் இருக்கலாம், அதன் அருகில் காத்திருந்தோம். வெளிச்சம், பிரமாதமாயில்லை.

ஒடிசலாய் இரண்டு பெண்கள் வந்தன. அவனில் பரபரப்பு தொற்றிக் கொண்டது. அவன் எப்போதும் சட்டை காலருக்குள் கைக்குட்டையை வைத்திருப்பான். சற்று ரவுடித்தனமாக இருக்கும். அதில் ஒரு பெண், வேகமாக அருகே வந்தது; இடுப்பில் இருந்து எதையோ எடுத்துக் கொடுத்தது. நான் என்னை அறிமுகப்படுத்து வான் என்று ஆசையாய் இருந்தேன்; அதற்குள் போய்விட்டது. நான் சற்று தள்ளியே இருந்தேன். இடுப்புப் பாவாடையைத் தளர்த்தி, எதையோ அவனிடம் காண்பித்தபடியே போய் விட்டது.

ஒரு நோட்டுத்தாளில் இரண்டு - மூன்று கொழுக்கட்டைகள் சுடச்சுட இருந்தன. கொழுக்கட்டைகளை அவசரமாக மடியில் சுருட்டிவைத்து எடுத்து வந்ததில், இடுப்பு, பொத்துவிட்டதாகச் சொன்னாளாம். என்னிடம் ஒன்றைக் கொடுத்தான். எனக்கு என்னவோ போலிருந்தது. 'வேண்டாம், அது முறையில்லை' என்பது போல் மறுத்து விட்டேன். அவனுக்கு சந்தோஷம். ''நீ உண்மையிலேயே வாத்தியார் ரசிகன்தான்'' என்றான்; எனக்கு ரொம்ப சந்தோஷமாயிருந்தது. என்ன கேட்டும் அந்த நோட்டுத் தாளைக் காண்பிக்க மறுத்து விட்டான்; ஒரு காதல் கடிதத்தை நான் அதுவரை படித்ததே இல்லை.

சைக்கிளில் லைட் கிடையாது. அதனால் உருட்டியபடி வந்தேன். ஜங்ஷன் போலீஸ் ஸ்டேஷன் தாண்டினால் சைக்கிளில் ஏறிக் கொள்ளலாம். அதுவும்கூட பயந்துபயந்துதான் வர வேண்டும். பேலஸ் - டி - வேல்ஸில், 'விவசாயி' ஓடிக் கொண்டிருந்தது. ''காதல் எந்தன் மீதில் என்றால் காதில் இனிக்கிறது'' பாட்டு; அப்படியே ஒரு இந்திப் பாட்டின் காப்பி. நாமும் யாரையாவது காதலிக்கலாம் போலிருக்கிறதே என்று நினைத்துக் கொண்டேன், முதன்முதலாக. காதலும் கவிதையும் தோன்ற ஹரிதான் காரணம் என்று தோன்றுகிறது.

ஹரியை தினமும் சந்தித்தாலும் நெருக்கம் ஏற்பட்ட தென்னவோ இந்தி எதிர்ப்புப் போராட்டத்தின் போதுதான். இது இரண்டாவது போராட்டம். தி. மு. க. ஆட்சிக்கு வந்த பின், திடீரென்று மத்திய அரசு, 'ஆல் இந்தியா ரேடியோவின் சென்னை வானொலி நிலையம்' என்பதை, 'ஆகாஷ்வாணி' என்று மாற்றியது. அதை எதிர்த்துப் பெரிய போராட்டம் வெடித்தது. மாணவர் போராட்டமென்றால், எப்போதுமே இந்துக் கல்லூரி, முன்னால்

நிற்கும். 67-இல் காங்கிரஸை வீழ்த்திய தேர்தல் போராட்டம் முடிந்து, மாணவர்களிடையே எதையாவது செய்ய வேண்டுமென்று ஒரு வேகம் இருந்தது. மத்திய அரசு தன் சுய ரூபத்தைக் காட்ட ஆரம்பித்ததும், மறுபடி ஒரு போராட்டம் வெடித்தது. மத்திய அரசு அலுவலகங்கள் முன் போராட்டம், ரயில் மறியல் என்று இரண்டு நாள்கள் தொடர்ந்தன. மூன்றாம் நாள், ரயிலில் சென்று ஸ்டேஷனில் உள்ள இந்தி எழுத்துகளையெல்லாம் தார்பூசி அழிப்பது என்று கிளம்பினோம். பதினொரு மணிக்கு ரயில், பேட்டை ஸ்டேஷனுக்கு வரும். காலையில் அதில்தான் ட்ரெயின் ஸ்டூடண்ட்ஸெல்லாம் கல்லூரிக்கு வருவார்கள். அதுவே ஜங்ஷன் வரை போய்த் திரும்பிவரும். அதில் செங்கோட்டைவரை போய், வருவதென்று தீர்மானித்தோம். 'பல்லவன்' நடராஜனும் அருணாசலமும் தயங்கி நின்று விட்டார்கள். நானும் ஹரியும் உற்சாகமாகக் கிளம்பிவிட்டோம். ஹரி, சைக்கிளைத் தன் பக்கத்துவீட்டுப் பையனிடம் கொடுத்து விட்டான். எனக்கு சைக்கிளை என்ன செய்வது என்று தெரியவில்லை. கல்லூரி விடுமுறை அறிவித்து விட்டார்கள்.

கல்லூரிக்கு அருகில், ஆனால் சற்றே தள்ளி, ஒரு பர்மா அகதி கடை போட்டிருக்கிறார். வகுப்பு இல்லாத நேரங்களில் அங்கே ஒரு கூட்டம் இருக்கும். டீ, காபி, சிகரெட் இத்தியாதி, இத்தியாதி. கொஞ்சமாக, சாப்பாடும் போட்டு வந்தார்கள். பக்கத்துக் கூட்டுறவு மில்லிலிருந்தும் ஆள்கள் வந்து சாப்பிடுவார்கள். ''அங்கே சைக்கிளைப் போட்டுவிட்டுப் போகலாம்'', என்றான் ஹரி. ரயிலில் போய்விட்டு, அதே ரயிலில் மாலை திரும்பி விடலாம் என்று திட்டம். சைக்கிளை, அங்கே கொண்டு போய் விட்டோம். புறம்போக்கு இடத்தில், கூரை போட்டுக் கடை நடந்துவந்தது. அந்தப் பகுதியில் நிறைய அகதிகள் இருந்தார்கள். ஆனால் அவர்கள், கொஞ்சம் தள்ளி, சுத்தமல்லிப் பகுதியில் வசித்தார்கள். சைக்கிளைக் குடிசைக்குப் பின்புறமாக வைக்கச் சொன்னார், அந்த ஆள். சேதுபதியோ என்னவோ பேர் சொன்னான் ஹரி. நான் பின்புறம் சென்றபோது, அவர் மனைவி கல்லுரலில் ஏதோ அரைத்துக் கொண்டிருந்தாள். இரண்டு - மூன்று தகர ட்ரம்களில், தண்ணீர் தளும்ப நிறைந்திருந்தது. பெரிய உரலில் கொஞ்சமாக மாவு சத்தத்துடன் அரைபட்டுக் கொண்டிருந்தது. நான், சைக்கிளை நிறுத்திப் பூட்டினேன். ''காலேசு கிடையாதாமில்லா; அதனாலதான் ஊறப்போட்டதில பாதிப் பருப்பை எடுத்துக் காய

வச்சிட்டென்'', என்று கேட்காமலே சொன்னாள். புறங்கையால் நெற்றியில் வழியும் வியர்வையைத் துடைத்தாள். அதற்குள் சேதுபதி கூப்பிடவே, மாவை ஒதுக்கி, குழவியை ஒட்டி வைத்துவிட்டு ஒரு நார்ப் பெட்டியால் மூடினாள், ''மரத்தடி பார்த்தீங்களா, ஏதாவது எச்சம் போட்டுரும்'' என்றபடி முன்பக்கம் நகர்ந்தாள். நானும்.

ஹரி, ஒரு வடை தின்று கொண்டிருந்தான். எனக்கும் ஒன்றை எடுத்துத் தந்தான். ''சீக்கிரம் ரெண்டு டீ போடுங்க'' என்றான். ''இன்னும் ரெண்டு வடை வேணும்ன்னா எடுங்கோ'' என்று அவர் மனைவி சொன்னாள். டீயைக் குடித்துக் கொண்டிருந்த ஹரி, இன்னும் இரண்டு வடையை எடுத்து ஒரு தாளில் சுற்றிக் கொண்டான். டிரெயின் வரும் ஓசையும் மாணவர்களின் கூச்சலும் கேட்டன. நாங்கள் இரண்டு பேரும் ஓடத் துவங்கினோம். சேதுபதி, ''சைக்கிள் சாவியை வேணும்ன்னா குடுத்துட்டுப் போங்க, மேக்காம போறீங்ள்ளா'' என்றார். நானும், 'அது நல்ல யோசனை' என்று கொடுத்துவிட்டு ஓடினேன்.

ட்ரெயின், நிரம்பி வழிந்து விட்டது. ஸ்டேஷன் பக்கத்து இந்தியன் ஆயில் டிப்போ அப்போதுதான் நிறுவிக் கொண்டிருந் தார்கள். அங்கிருந்து ஒரு பெரிய தார் டின்னையே தள்ளிக்கொண்டு வந்து விட்டார்கள். அதைக் கடைசி கார்டு வண்டியில் ஏற்றினார்கள். அவர் தடுத்தபோது, பெரும் கூச்சல் எழுந்தது. அவர், அமைதியாகி விட்டார். முதலில், ஹரிதான் ஒவ்வொரு ஸ்டேஷனாக இறங்கி, தார் பூசி அழித்துக் கொண்டிருந்தான். நான், அவன் வேஷ்டியை மடித்துக்கட்ட, கைக்குட்டையை கழுத்தில் நன்றாக வைத்துவிட, உதவிக் கொண்டிருந்தேன். டிரெயின் கிளம்பினால், சங்கிலியை இழுத்து நிறுத்தி விடுவோம், எல்லோரும் ஏறி, கார்டு வண்டி யிலிருந்து கருப்புக்கொடியை எங்களில் யாராவது காண்பித்தால் தான் வண்டி ஓடும். ஆழ்வார்குறிச்சி காலேஜ் பின்புறமாக ரயில் வந்த போது கல்லூரிக்குள் கற்கள் பறந்தன.

பாதி தூரத்தில் மாணவர்களின் கூட்டம் குறைந்து விட்டது. அநேகமான ட்ரெயின் ஸ்டூடண்ட்கள் அவரவர் ஊர் வந்ததும் இறங்கி விட்டனர். ஹரி வைத்திருந்த தோசையையும் என் சாப்பாட்டையும் சேர்த்துச் சாப்பிட்டோம்; நான்தான் அவனுக்கும் ஊட்டினேன். அவனுடைய வேஷ்டியெல்லாம் தார் அப்பியிருந்தது.

அம்பை வந்தபோது, அனேகமாக, பாதிப்பேர் இறங்கி விட்டனர். அதற்குப் பிறகு நானும் தார் வாளி தூக்க ஆரம்பித்து விட்டேன். தார் வாளியும் வாழைத்தாரின் தடித்த காம்பை வெட்டிக் கல்லால் ஒரு முனையில் நைத்த ப்ரஷ்ஷாக நானும் அழிக்க ஆரம்பித்தேன். கை காலெல்லாம் தார்; என் வேஷ்டியில், பெரும்பாலான இடங்களில் தார். ஒருவழியாக, ட்ரெயின் செங்கோட்டை ஸ்டேஷனில் நின்றது. ஸ்டேஷனில் இருந்து ஊர் தூரமாக இருந்தது. இருபது பேருக்குக் குறையாமல் ஊர்வலம் போனோம். ஒரு நோக்கமும் இல்லை. யாரோ, ''செங்கோட்டை தபால் நிலையம் போகலாம்'' என்றார்கள். அங்கே போவதற்குள், ஏற்கெனவே அங்கே இந்தி எழுத்தை அழித்திருந்தார்கள். எங்களுக்கு வேலையில்லை. ஸ்டூடண்ட் சேர்மன், ''எல்லோரும் ஏழு மணிக்குள் திரும்ப ஸ்டேஷன் வந்து விட வேண்டும்'' என்றார். கையில் ரெண்டு - மூன்று ரூபாய் இருக்கும்.

வரும்போது ஆயிரக்கணக்கில் வந்ததனால் டிக்கெட் பிரச்னையில்லை. 'இப்ப டிக்கெட் கேட்டா என்ன செய்யறது'ன்னு பயம் வந்து விட்டது.

பசி. சாப்பிடப் பயம். ஆயிரங்காத்தான் என்று நினைவு, ஒரு ஏத்தம்பழம் வாங்கித் தந்தான். அவந்தான் கிளாசிலெயே அதிக உயரம். அவன் மேல்த்தான் அதிக தார்; அவனே அட்டக் கறுப்பு. ட்ரெயின், ஒருமாதிரி கிளம்பியது. செங்கோட்டை ஸ்டேஷனில் வயிறாரத் தண்ணீர் குடித்தது. யாரும் டிக்கெட் கேட்கவில்லை. எங்களைத் தவிர, மற்ற பயணிகள் உட்காரவே இல்லை. சீட், ஜன்னல், கதவு, கைப்பிடி என்று கேரேஜ் முழுக்க தார்.

பேட்டை வந்தபோது ஹரி கேட்டான், 'நான் வரவா, இல்லேன்னா நீயே சைக்கிள எடுத்துக்கிடுவியா' என்று; ''நான் அப்படியே ஜங்ஷன் போயிருவேன்'' என்றான். நானும் அவசர அவசரமாக இறங்கினேன். கடை, சாத்தியிருந்தது. உள்ளே சிம்னி விளக்கு எரிவது தென்னந்தட்டி வழியே தெரிந்தது. ''அண்ணாச்சி, அண்ணாச்சி'' என்று பலமாக சத்தம் கொடுத்தும், யாரும் வருவதாயில்லை. எனக்கு பயம் தொற்றிக் கொண்டது. அதற்குள், ட்ரெயின், தூரத்தில் ஸ்டேஷனை விட்டுக் கிளம்பியது தெரிந்தது. சரிதான், இன்று அம்பேல்; ஏற்கெனவே வீட்டில் போட்டுத் துவைப்பதற்கு ஏகப்பட்ட விஷயமிருக்கு; இதில சைக்கிள் வேற

இல்லேன்னா வேற வினையே வேண்டாம். நானே பின்பக்கம் போய்ப் பார்த்தேன்; சைக்கிள் எதுவும் தென்படவில்லை. இருட்டாய் வேறு இருந்தது. அங்கிருந்தும், ''அக்கா அக்கா'' என்று கூப்பிட்டேன். மறுபடி வாசல்புறமாக வந்து கூப்பிட்டேன். கதவு என்று இருந்தாலும் தட்டியாவது பார்க்கலாம். இங்கே வெறும் மூங்கில் படல்தான் இருந்தது.

கொஞ்ச நேரம் கழித்து, ''அது யாரு'' என்று அவர் சத்தம் கேட்டது. ''அண்ணாச்சி, சைக்கிளை எடுக்கணும்'', என்றேன். படலைச் சுற்றியிருந்த சங்கிலியைத் திறந்துகொண்டு வந்தார். ''சைக்கிளைத் தர முடியாது; அவன் நிறைய பாக்கி காசு தரவேண்டி இருக்கு'' என்றார். ''அதுக்கு நான் என்ன செய்ய; அவன் நாளைக்கி வந்து தருவான்'' என்றேன். ''நாளைக்கா, இன்னும் ஒரு வாரத்துக்கு காலேசு கிடையாது. அவனைக் கூட்டீட்டு வந்து சைக்கிளை எடுத்துக்கோ'' என்றார். எனக்கு அழுகை வராத குறை. ''எவ்வளவு தரணும்'' என்றேன். ''நீ எவ்வளவு வச்சிருக்கே'' என்றார். அதைச் சொல்லவும் பயம்; இருக்கிற மூணு ரூபாயக் குடுத்துட்டு அப்புறமும் சைக்கிளைத் தரலைன்னா... ''முதல்ல சைக்கிளைக் குடுங்க; இல்லேன்னா போலீஸோட வாரேன்'' என்றேன்.

அதற்குள் அவன் மனைவி வந்தாள். ''என்ன கருமம் செஞ் சோமோ, இங்க வந்து கஷ்டப்படுதோம். நம்மள ஒத்தது, அந்தா, அங்க சுத்தமல்லிலே தசைய வித்துப் பொழைக்குக; நாம மரியாதையா இருக்கோம். ஏற்கெனவே கச்சேரிக்காரன் தொந்தரவு தாங்கலை. அவன்கிட்ட குடுங்க; எப்பா, எவ்வளவு இருக்குப்பா கையில'' என்றாள். ''ரெண்டு ரூபா இருக்கு'' என்றேன். ''அதைக் குடு'' என்றாள். கொடுத்தேன். வீட்டிற்குள்ளிருந்து சைக்கிளைக் கொண்டு வந்தான். ஒன்றுமே பேசவில்லை. புடுங்காத குறையாய் சைக்கிளை வாங்கிக்கொண்டு ஏறி மிதித்தேன். லைட், போலீஸ் பற்றியெல்லாம் எந்த பயமும், தனியாய், இல்லை.

ராத்திரி, அப்பா கண்ணில் படவில்லை. மறுநாள் காலையில் மாடிக் கதவைச் சாத்திக்கொண்டு மண்ணெண்ணெயைத் தொட்டுத் தொட்டு வேஷ்டியின் தாரைப் போக்கிக் கொண்டிருந்தேன். அது போகிற வழியாயில்லை. கீழிருந்து யாரோ கதவைப் பலமாகத் தட்டினார்கள். நான் எல்லாவற்றையும் சற்றே ஒளித்து வைத்து விட்டுப் படியிறங்கிக் கதவைத் திறந்தேன். ஹரி. ''வா, மேலே போவோம்'' என்று மாடிக்குப் போனோம். ''இது என்னடா சவம்; வேட்டிய தூரப் போடாம, என்ன செய்யறே. இன்னிக்கி பேப்பரைப்

பாத்தியா; அண்ணா, சட்டசபையைக் கூட்டி இருமொழித் தீர்மானம் கொண்டு வந்திருக்காரு'' என்றான். அவன், 'அண்ணா' என்றது ஆச்சரியமாய் இருந்தது.

ஹரி, பம்பாய் போனபின், ஒரு தரம் வந்தான். ஒரு கதை எழுதி எடுத்து வந்திருந்தான். அவனுடைய சொந்தக் கதை. அவன் சிநேகிதியைப் பற்றியதுதான். நான் என்னுடைய கவிதை நோட்டை அவனிடம் காண்பித்தேன். ரொம்ப ஆச்சரியப் பட்டான். என் தற்கொலை முயற்சிபற்றித் திரும்பத்திரும்பக் கேட்டான். என் கவிதைகள் ஒன்றிரண்டு அப்போது பிரசுரமாகியிருந்தன. 'விகடன்', 'கல்கி'க்கெல்லாம் அனுப்பு'' என்றான்.

ஒரு வாரம் கழித்து அவனை வழியனுப்ப வருவதாகச் சொல்லி யிருந்தேன்; போகவில்லை. பம்பாய் போய் எழுதியிருந்த கடிதத்தில், 'வியட்நாம்வீடு' படத்தின் பாட்டை ஒரு பக்கம் முழுதும் எழுதியிருந்தான். ''வீழும் கண்ணீர் துடைப்பாய், அதில் என் விம்மல் தணியுமடி...'' என்பதைச் சற்றே சாய்த்து, துடிப்பாகத் தெரியும்படி எழுதியிருந்தான்; அதில் கடைசியில் இரண்டு கண்ணீர்த்துளிகள் வேறு.... ரொம்ப நாள், அந்தக் கடிதத்தைப் பத்திரமாய் வைத்திருந்தேன்.

●

36

செந்தமிழே வணக்கம்...

ஆகஸ்ட் பதினைந்தாம் தேதி வருவதாக இருந்த படம், 22-ஆம் தேதி வந்தது. மத்தியானம் அப்பாவுடன் போனபோது, பாப்புலர் தியேட்டர் முன்னால் அப்படியொரு கூட்டம்; கிழக்குக் கடேசி கேட் வழியே சைக்கிள் டிக்கெட்டிற்கும் கூட்டம். அப்படித் தான் போனோம். ''இன்னும் படப்பெட்டி வர வில்லை'' என மேனேஜர் ராஜூ, அப்பாவிடம் சொல்லிக் கொண்டிருந்தார். 'உலக உரிமை: செட்டியார் பிலிம்ஸ், மதுரை' என்று போட்டிருந்தது சில போஸ்டர்களில். அப்பா கேட்டுக் கொண்டிருந்தார், ''நமக்கு டிஸ்ட்ரிப்யூஷன் மட்டும்தானா'' என்று. ''ஆமா, ஆனா படம் பிரமாதமா வந்திருக்காம். அய்யர் பேசீட்டு வந்திருக்கார்; ஏரியா கமிட் ஆயிரும்'' என்றார், ராஜூ. இதெல்லாம் பின்னாளில் தெரிந்து, புரிந்துகொண்ட வார்த்தைகள். மாலை நாலு மணிவரை பெட்டி வரவில்லை. அப்பா, ''வா, போவோம்'' என்றார். நான் மறுத்தேன். என் பெரிய மதினியின் தம்பி வேலு அத்தான் சொல்லியிருந்தார், லீவுக்கு வரும்போதே, ''நீ முதல்நாளே பார்த்திருலெ'' என்று. 'புதுமைப்பித்தன்' படத்தை மூன்றாவது நாள் காலைக் காட்சியில் அநியாய வெக்கையில் பார்த்தபோது, அப்பாவுடன் அவரும் வந்திருந்தார். அது, மூன்றாம் வகுப்பு படிக்கையில்.

காணாததற்கு, என்னுடன் கூடப் படிக்கும் வாசமுத்து வேறு உசுப்பேற்றியிருந்தான், ''ஏல, நீயெல்லாம் அந்தக் கூட்டத்தில போனா சட்னியாயிருவேலெ'' என்று. எனக்கு தியேட்டரை விட்டு வெளிய வர மனசில்லை. மறுத்து அழுவது போல், ''முடியாது'' என்றேன். சோபா டிக்கெட் வாசலில் பகவதியா பிள்ளை நின்று கொண்டிருந்தார். அவர் தலைமுடி, சுருள்சுருளாக இருக்கும். கிட்டத்தட்ட, சினிமாக் கதாநாயகன் முடி போல இருக்கும். கையில் 'பகவதி' என்று பச்சை குத்தியிருப்பார். அவரிடம் சொன்னார் அப்பா, ''பகவதி இவனை பாத்துக்க'', என்று. 'ஒங்க அப்பாவுக்கு போத்தி ஓட்டலில் காபி குடிக்க நேரமாயிட்டுரே' என்று அவர் என்னை விட்டுவிட்டுப் போன பின், சாமியா பிள்ளை என்னிடம் கிண்டலாகச் சொன்னார். சோபா டிக்கெட்டில் எஸ். கே. முதலாளி, நாகுப்பிள்ளை என்று சிலர் உட்கார்ந்து பேசிக் கொண்டிருந்தார்கள். நான், அவர்களிடமிருந்து தள்ளி உட்கார்ந்திருந்தேன். ஒரு சோபாவில் மூன்று பேர் உட்காரலாம். நான் ஒரு ஓரத்தில் எலிக்குஞ்சு போல உட்கார்ந்திருந்தேன்; எங்கே வெளியே அனுப்பி விடுவார்களோ என்று பயம். எட்டு மணி வாக்கில் படப்பெட்டி வந்து விட்டதாக பரபரப்பு ஏற்பட்டதுதான் தாமதம், என்னைச் சுற்றிக் கூட்டம் அப்பிவிட்டது. படபடவென்று லைட்டையெல்லாம் அணைத்து, படம் ஓடத் தொடங்கியது.

திரையில் ஒரு பெண்ணும் ஆணும் சிலையாய் இணைந்து தி.மு. க. கொடியைப் பிடித்தபடி, வட்ட மேடையில் திரும்பவும் தியேட்டரில் விசிலும் கும்மாளமும் காதைப் பிளந்தது, நன்றாய் நினைவிருக்கிறது. 'ஒளிப்பதிவு ஜி. கே. ராமு' என்று எழுத்து (டைட்டில்) போடுகிறபோது கைதட்டல் பலமாய் இருந்தது. பின்னால், வேலு அத்தானோடு ஒரு முறை பார்க்கிறபோதுதான், ஜி.கே. ராமு பற்றியும், படத்தின் கலர்ப் பகுதிக்காக, எம்.ஜி.ஆர். அவரை பம்பாய்க்கு, கலர்த் தொழில்நுட்பம் படித்து வர அனுப்பி வைத்த கதை பற்றியும் தெரிய வந்தது. டபிள்யூ. ஆர். சுப்பாராவ், ('அலிபாபா' படத்திற்கு கேமராமேன்) அதைப் பண்ணித்தர மறுத்து விட்டார் என்றெல்லாம் செய்திகள் வந்திருந்தனவாம். 'வசனம், கண்ணதாசன்-ரவீந்தர்' என்று போட்டபோதும் கை தட்டுகள் எழுந்தன. படம் போய்க் கொண்டே இருந்தது. 'மன்னன் எம்ஜியார்' பழரசம் அருந்தி மயங்குகிற கட்டத்தில்,

'இதுதான் போஸ்டரில் இருக்கிறது' என்று நினைவு வந்தது. சந்திரபாபு, வாயிலிருந்து கோழிக்குஞ்சை எடுக்கிற கட்டத்தில் விழுந்துவிழுந்து சிரித்தது பசுமையாய் நினைவிருக்கிறது.

"வீர மாமுகம் தெரியுதே, அது வெற்றிப்புன்னகை புரியுதே" என்று க்ளைமாக்ஸ் பாட்டு வந்தபோது, அனேகமாய், தியேட்டர் முழுவதும் எழுந்துநின்று உற்சாக வெள்ளத்தில் ஆடிக் கொண்டிருந்தது. விசில், காதைப் பிளந்து கொண்டிருந்தது. நானும் சோபாவிலிருந்து, நசுக்கி, நகர்த்தப்பட்டு அதன் அகலமான கைப்பிடியில் நின்று கொண்டிருந்தேன். யாரோ, "விழுந்துராதலே" என்று சொன்னார்கள். படம் முடிந்து வெளியே கூட்டம் பிதுங்கிக் கொண்டிருந்தது. அடுத்த காட்சி கிடையாது என்றும், உண்டு என்றும், ஒரே தள்ளுமுள்ளாய் இருந்தது. எப்படி வீட்டுக்குப் போவது என்று பயமாய் இருந்தது. ஒன்றுக்கு வேறு முடுக்கிக் கொண்டிருந்தது. "கிட்டு அண்ணாச்சி, எங்க அப்பா எங்க" என்று தியேட்டரில் வேலை பார்க்கும் இன்னொருவரிடம் கேட்டேன். அம்மைத் தழும்பு விழுந்த முகம் அவருக்கு. அவர்தான், நாங்கள் குடும்பத்துடன், சினிமா பார்க்கப் போனால், டீ - காபியெல்லாம் வாங்கி வந்து தருவார். நான்கூட, ஒரு முறை, அவரை அப்பா கூப்பிடுவது போல், "கிட்டுப்பிள்ளை", என்று அதிகப் பிரசங்கித்தனமாகக் கூப்பிட்டு, அப்பாவிடம் ஏச்சு வாங்கியிருக்கிறேன். அது 'புதையல்' படம் பார்க்கிற சமயமாயிருக்கும். இன்று பயத்தில் மரியாதையாக விசாரித்தேன். அதற்குள் பெரிய அண்ணன் வந்து விட்டான். வீட்டில் எல்லோரும் விழித்துக் கொண்டிருந்தார்கள். மதினி - 'வரிசையார்' என்று அழைப்பதுதான்வழக்கம் - "ஏலே, 'நாடோடிமன்னன்'பாத்துட்டியா; கெட்டிக்காரந்தான்டே. சரி சரி; சாப்பிட வா" என்று கூப்பிட்டார்கள். மற்றவர்கள் எல்லாம் ஒருமாதிரியாக - ஆனால் அமைதியாக - இருந்தார்கள். மறுநாள், என் இரண்டாவது அண்ணன், படம் பார்த்துவிட்டு, பாட்டுப் புத்தகம் வாங்கி வந்தான். அவன் தமிழரசுக் கழக அனுதாபி. அவனுடைய நண்பன் தூத்துக்குடி சேது, எம்ஜியார் ரசிகன். வருடந்தோறும் "திராவிட நாடு திராவிடருக்கே" என்று எழுதி, பொங்கல் வாழ்த்து அனுப்புவான், அண்ணனுக்கு. எல்லாவற்றையும், அவன் என்னிடம் தந்து விடுவான். 'நாடோடிமன்னன்' பாட்டுப் புத்தகத்தை என்னிடம் ரொம்ப நாள் கழித்தே தந்தான். அவன் ஞாபகமாக அது என்னிடமே இருக்கிறது.

'நாடோடிமன்னன்' வந்தது 1958-ல்; அதற்கப்புறம், படமே வரவில்லை. சீர்காழியில், 'இன்பக்கனவு' நாடகத்தில், குண்டு மணியைத் தூக்கி நடிக்கும் காட்சியில் எம்.ஜி.ஆர். கால் முறிந்து, ஆஸ்பத்திரியில் இருந்தார். 1959 டிசம்பர் 31-ந் தேதி, 'தாய் மகளுக்குக் கட்டிய தாலி' வந்தது. அந்த வருடம் படமே வரவில்லை என்ற குறை இருக்கக் கூடாது என்பதற்காக வந்த படம் என்பார்கள். அண்ணா, கதை - வசனம் எழுதிய படம்; படம் ஓடவில்லை. 'குமுதத்'தில் ஒரு பக்கம் முழுக்க ஒரு ஸ்டில் போட்டு, மறுபக்கத்தை வெறுமையாக விட்டு, கடைசியில் ஒரே ஒரு வரி, விமர்சனம், "வெட்கக்கேடு" என்று எழுதியிருந்தார்கள். சரியாகப் பத்து வருடம் கழித்து, எம்.ஜி.ஆரைச் சென்னையில் நேரில் பார்த்தேன். அதற்கு முன், 1964-ல் தனுஷ்கோடி புயல் வீசியபோது அங்கு போய் விட்டு, திருநெல்வேலியில் ஒரு மாபெரும் கூட்டத்திற்கு வந்திருந்தார்; அப்புறம், 'எங்க வீட்டுப் பிள்ளை' வெற்றிவிழாவிற்கு வந்திருந்தார். 67-ல் தி. மு. க. ஆட்சிக்கு வந்தபோது, எம்ஜியார் சிறுசேமிப்புத் திட்டத் துணைத் தலைவராக இருந்தார். அப்போது, சந்திரகாந்தா நாட்டியத்திற்குத் தலைமைதாங்கி, சிறுசேமிப்பு விழாநடத்த திருநெல்வேலி வந்திருந்தார். அப்போது கலெக்டர் வீட்டில் மதிய விருந்து. அந்த சமயத்தில், 'தினமலரி'ல் நிருபராய் இருந்த என் ஒன்று விட்ட அண்ணன் ஒருவர் அங்கே அழைத்துப் போயிருந்தார். அப்போதுதான் முதன்முதலாக நெருக்கமாகப் பார்த்தது.

அது பழைய ப்ரிட்டிஷ் காலத்து வீடு. அங்கே மீட்டிங் நடந்து கொண்டிருந்த அறையின் சுவர் பச்சை வண்ணமாய் இருந்தது. தரையிலும் அடர் பச்சை நிறத்தில் காயர் விரிப்பு; அந்தப் பின்னணியில், கம்பிகளற்ற ஜன்னல் வழியாக, ரோஸ் நிறத்தில் எம். ஜி. ஆரைப் பார்த்ததும் எனக்கும் சபாபதிக்கும் மூச்சே நின்று விட்டது. அவனும் என் அண்ணனிடம் கெஞ்சிக் கூத்தாடி உள்ளே வந்து விட்டான். எனக்கும் அவன் வந்தது குறித்து ரொம்ப சந்தோஷம்; ஏனென்றால் நான் எம். ஜி. ஆரை நேரில், அருகில், பார்த்ததுக்கு சாட்சி வேண்டாமா?. மீட்டிங் முடிந்ததும், சாப்பிடு வதற்கு முன், அவர் சாலையில் கூடியிருந்த கொஞ்சம் ரசிகர்களின் ஆரவாரம் கேட்டு காம்பவுண்ட் வாசல்வரை வந்து கையசைத்தார், 'இருங்க, வாரேன்' என்கிற மாதிரி. சபாபதி, "ச்சேய்" என்று உற்சாகமிகுதியில் சத்தம் போட்டான். அவருடைய பாடி கார்ட் எங்கள் அருகே வந்து யார் என்ன என்று விசாரிக்கவும், தள்ளவும்

ஆரம்பித்து விட்டார். என் கையை லேசாகத் தட்டி விட்டார். எலும்பில் வலி விண்ணென்று தெறித்தது. "தர்மலிங்க அண்ணன்" என்றேன்; அந்த ஆள் சிரித்து விட்டார். அவர்தான், 'எங்க வீட்டுப் பிள்ளை'யில் ஒரு சண்டைக் காட்சியில் சரோஜாதேவியிடம் கைப்பையைத் திருடிக்கொண்டு ஓடுவார்.

எப்படியாவது சென்னை செல்ல வேண்டும், எம். ஜி. ஆருடன் புகைப்படம் எடுத்துக்கொள்ள வேண்டும் என்று ஆசை கிடந்து அடித்தது. 'தினமலர்' நிருபர் - சங்கரின் அண்ணன் - ஆவுடையப்பன், என்னிடம் ரொம்ப பிரியமாக இருப்பார். சங்கரண்ணனுக்கு வேலை வாங்க உதவியது அப்பாதான். இருவரும், எனக்கு, பெரியப்பாவின் மகன்கள். அவரது பெயரும் ஆவுடையப்பபிள்ளை தான். தென்காசி திருவள்ளுவர் கழகத்தில் பெரிய ஆர்வலர். மு. வ. வெல்லாம் நல்ல பழக்கம். அந்தக் குடும்பத்திலும் ஏதோ கஷ்டம். திருநெல்வேலிக்குப் பிழைக்க வந்து விட்டார்கள். ஆவுடையப்ப அண்ணன், 'ஜேயார் மூவிசி'ல் ப்ரொடக்‌ஷன் மேனேஜராக வேலை பார்த்தார். 'புதியபூமி' படப்பிடிப்பு நடந்து கொண்டிருந்தது. தென்காசியில் அவனுக்குப் பழக்கமானவர்கள் எடுக்கிற படம். நம்பிக்கையான ஆள் தேவை என்பதால், அங்கே வேலை பார்த்து வந்தான். எம்.ஜி.ஆர். குண்டடிபட்டுப் படப் பிடிப்பெல்லாம் நின்று போயிருந்த சமயம், திருநெல்வேலியில் தான் அண்ணன் இருந்தார். அப்போது அவரிடம் என் சென்னை வரும் ஆசை பற்றிப் பேசினேன். "அட கிறுக்கா, இதுக்கா யோசிக்கெ; அங்க கடல் மாதிரி ஆபீஸ் எடுத்துப் போட்டுருக்கோம். நீ எப்ப வேண்ணாலும் வா" என்றார். "இப்ப, 'ரகசிய போலீஸ்' ஷூட்டிங்க்ல பிஸியா இருக்காரு. அது முடிஞ்சதும் நம்ம படம் தான்னுருக்காரு" என்று சொல்லி 'ரகசிய போலீஸ்' ஸ்டில் ஒன்றைக் கொடுத்தார். என் அப்பாவிடமும், "இவனை என்கூட அனுப்புங்க; அவனும் மெட்ராஸெல்லாம் பாக்க, பழக வேண்டாமா" என்று அப்பாவிடமும் ஒரு நாள் அண்ணனே சொன்னார்.

அந்தா இந்தாவென்று, சென்னை ஆசை அந்த வருட லீவில் நிறைவேறியது. கல்யாணிஅண்ணனின் அண்ணன் கணபதி அப்போது சென்னையில் இருந்தார். அவருக்குத் திருமணம் உறுதியாகி இருந்தது. உண்மையில், கணபதியண்ணன்தான் எங்களுக்கு எல்லா வகையிலும் முன்னோடி என்று சொல்ல வேண்டும். அற்புதமான ஓவியர். மிகச் சிறந்த மரபுக்கவிஞர்.

ப்ரஷுஂம் பேனாவும், கல்யாணி அண்ணனுக்கும், அவர் மூலமாக எனக்கும் அறிமுகமானதே அவரால்தான். என் எந்தத் தொகுப்பு வந்தாலும் முதல் பிரதியை, ''ஓம் கஜானனம் பூத கணாதி ஸேவிதம்...'' என்று எழுதி அவருக்குத்தான் அனுப்பி வைப்பேன். நான் ப்ரஷைத் தொட்டதில்லை. அவர் நெல்லை வந்துவிட்டு மெட்ராஸ் போவதாகச் சொன்னார். அப்பாவிடம் கேட்க வேண்டும். அப்பா ஊரில் இல்லை. அவர் வந்ததும் கேட்க வேண்டும். 'என்ன சொல்வாரோ, இது நடக்குமா' என்று பல சோழிகளை உருட்டிக் கொண்டிருந்தேன். திருநெல்வேலி ரேடியோவில் பாட்டுப் போட்டுக் கொண்டிருந்தார்கள். அப்போது ஒரு விளை யாட்டு, எங்களுக்கு வழக்கம். நாம நினைக்கிறதுக்கு சாதகமான வரியுடன் அடுத்த பாடல் ஒலிபரப்பப்பட்டால், நாம நினைச்சது நடந்துரும். 'நாடோடி' படம் நல்லா ஓடுமா என்று சபாபதியும் நானும் பேசிக் கொண்டிருந்தோம். ''காகிதத்தில் கப்பல் செய்து கடல் நடுவே ஓட விட்டேன்...'' என்று பாடல் போட்டார்கள். ''யேய், படம் டப்பா'' என்று சொல்லியதை சபாபதி ரசிக்க வில்லை. ரேடியோவையே அணைத்து விட்டான். இன்று நான் எனக்காக, மெட்ராஸ் போக வாய்க்குமா என்று ரேடியோ ஜோஸ்யம் கேட்டுக் கொண்டிருந்தேன். 'அனுபவி ராஜா அனுபவி' படத்தி லிருந்து வரும் அடுத்த பாடலைப் பாடியவர்... 'அடேய், டி.எம்.எஸ். ஸுன்னு சொல்லுங்க' என்று மனசு சொல்லும் போதே, சௌந்தர்ராஜன் என்று சொன்னதும் கத்தாத குறைதான். ''மெட்ராஸ் நல்ல மெட்ராஸ்....'' பாட்டை எனக்காகவே ஒலிபரப்பிய மாதிரி இருந்தது.

அப்பா, முதலில், ''இப்ப ரூவா இல்லையே'' என்றுதான் ஆரம்பித்தார்கள். ''எனக்குக் கொஞ்ச ரூவா போதும்; டிக்கெட்டுக்கு மட்டும் கொடு'' என்றேன். ''சரி, தெய்வானை மகன் என்னிக்கி போறான்; அவன் கூடப் போய்ட்டு வா'' என்றதும், சந்தோஷம் பொங்கியது. ''ஏயப்பா, வாயெல்லாம் பல்லாருக்கே புள்ளைக்கி'' என்று சின்ன அக்கா கேலி செய்தாள்.

1966-ல் தெருவில் நண்பர்கள் எல்லோரும் சேர்ந்து பிப்ரவரி மாதம், 11வது வட்ட தி.மு.க. உட்கிளையாக, 'மக்கள்திலகம் எம்.ஜி. ஆர் ரசிகர் மன்றம்' ஆரம்பித்திருந்தோம். ஜனவரியில் ஆரம்பிப்பதாக இருந்தது, லால் பகதூர் சாஸ்திரி இறந்ததால் அதைத் தள்ளிவைத்து பிப்ரவரியில் திறந்தோம். திருச்சி, தி.மு.க. எம். எல். ஏ., எஸ். எஸ். மணி திறந்து வைத்தார். கலைஞரை

அழைக்கும் கனவில் ஆரம்பித்து, காஞ்சி கல்யாணசுந்தரம், காட்டூர் கோபால் என்று விசாரித்து, எஸ். எஸ். மணியில் வந்து நின்றது. அவருக்குப் போக்குவரத்துச் செலவுக்கு ஐம்பது ரூபாய் மணி ஆர்டர் நான்தான் அனுப்பி வைத்தேன். அதிலிருந்து மன்றத்தின் கடிதப் போக்குவரத்துக்கு நானே பொறுப்பானேன். எங்கள் வீட்டு முகவரியான, '28. சுடலைமாடன் கோயில் தெரு', அதற்கான முகவரியாயிற்று.

தென்சென்னை எம். ஜி. ஆர். ரசிகர் மன்றச் செயலாளர் எஸ்.கல்யாணசுந்தரம், வடசென்னை, குமரப்பமுதலி தெரு, எழுகிணறு எம்.ஜி.ஆர். ரசிகர் மன்றம், மதுரை புதுக்குயவர் பாளையம் சீத்தாராமன், சுந்தரராஜன், வேலூர் ஆர்.எஸ். மாறன், பீப்பிள்ஸ் ஸ்டார் எம். ஜி. ஆர். ஃபேன்ஸ் அசோஷியேஷன் தூத்துக்குடி பாலகிருஷ்ணன், திருச்சி. தா.வரதராஜன், ('தினத்தந்தி' டெலிபிரிண்டர் ஆபரேட்டர், பறவை சாலை, திருச்சி.) இன்னும் சேலம், கரூர் என்று எத்தனையோ மன்றங்கள். தினமும் தபால் வரும், வசூல் நோட்டீஸ் வரும். நானும் இங்கே அடிக்கிற நோட்டீஸ்களை அனுப்புவேன். இரண்டு வருடத்தில் அவை நூற்றுக்கணக்கில் சேர்ந்து விட்டன. சிலர், அற்புதமான பேனா நண்பர்களாகி விட்டனர். எல்லாவற்றையும் ஒரு பெரிய கைப் பையில் எடுத்துக்கொண்டு, சென்னைக்குக் கணபதியண்ணனுடன் ரயிலேறினோம்.

●

37
செந்தமிழே வணக்கம் - 2

மதுரை ரயில் நிலையத்தில், பந்தடி ஐந்தாவது தெரு, எம். ஜி. ஆர். மன்றத்திலிருந்து சரத்சந்திரன், அங்கும் இங்கும் அலைந்து கொண்டிருந்தார். நான் கம்பார்ட்மெண்டின் வாசலில் நின்று கொண்டிருந்தேன். என்னைப் போலவே ஒடிசலாய் இருந்தார். நம்மைத் தேடிக்கொண்டுதான் அலைகிறார் என்று புரிந்து விட்டது. நான் மெட்ராஸ் போகிற தகவலை அனைத்து மன்றங்களுக்கும் ஏற்கெனவே எழுதிவிட்டேன். கையில், ஒரு இலையில் பொதிந்து, பூமாலை வைத் திருந்தார், அதுதான் சற்று தயக்கமாய் இருந்தது. மூன்றாம் முறை என்னைப் பார்த்தபடியே கடக்கும் போது, ''ஹலோ மிஸ்டர் சரத்சந்திரன்'' என்றேன். ''ஆமா, நீங்க சோமசுந்தரமா'', என்று சொல்லி கொண்டே, கையிலிருந்த மாலையைப் பிரிக்க ஆரம்பித்தார். இதற்குள், இன்னொரு பெட்டியில் இருந்த கணபதியண்ணன் என்னருகே வந்திருந்தார். அவர் இந்த வேடிக்கையைப் பார்த்து மௌனமாகச் சிரித்துக் கொண்டிருந்தார். நான், சரத்சந்திரனை மாலையைப் பிரிக்காமல் தடுத்தபடி, ஸ்டேஷனின் ஒதுக்குப் புறமாக அழைத்துப் போனேன். மாலையைப் பிரிக்காமலேயே கையில் வாங்கிக் கொண்டேன். சுமார் அரைக் கிலோ போல் சாக்லெட் பொட்டலம் ஒன்றும் தந்தார். ''வாத்தியாரிடம் எங்கள் மன்றத்தைப் பற்றியும் சொல்லுங்கள்; எனக்கு இன்னும் பரீட்சை முடியவில்லை; இல்லையென்றால், உங்களுடனேயே

வந்து விடுவேன்'' என்று உணர்ச்சிபூர்வமாகப் பேசிக் கொண்டிருந்தார். அவர் பாலிடெக்னிக் படித்துக் கொண்டிருந்தார். அவரது மன்றத்தின் ரப்பர் ஸ்டாம்ப் அழகாயிருக்கும். ''அதேபோல் ஒன்றைச் செய்து தாருங்கள்; நான் திரும்புகிற போது, வாங்கிக் கொள்கிறேன்'' என்றேன்.

ரயில் கூவியது; விடைபெற்றுக் கொண்டேன். கணபதி யண்ணன், ''ச்சே, கெடுத்துட்டியே.... மாலை போட்டதும் நான் கைதட்ட ரெடியாய் இருந்தேன்'' என்றார். என்னை - மாலையும் மணமுமாய் பெட்டிக்குள் நுழையும் என்னை - ஒருமாதிரியாகப் பார்த்தார்கள். வெட்கம் பிடுங்கித் தின்றது. என் அருகே உட்கார்ந்திருந்தவர், ஒரு அரசு எஞ்சினியர். ரயில், நெல்லையில், புறப்படும்போதே, நான் 'குமுத'த்தில் அப்போது வந்து கொண்டிருந்த, சி. ஏ. பாலனின் 'தூக்குமரத்தின் நிழலில்' தொடரை வாசிப்பதைப் பார்த்து, ''தம்பி, இதைப் படிக்கிறீங்களா; உங்களுக்கு இது பிடிச்சிருக்கா'' என்றார். ''ஆமா'', என்று அதைப்பற்றிப் பேசிக்கொண்டு வந்தேன். அந்த மரியாதை இப்போது கெட்டு விடுமோ என்று யோசித்தேன். ஆனாலும் அவர், ''என்ன இதெல்லாம்'' என்று கேட்டபோது ஒன்றையும் மறைக்கவில்லை. ''பிற்காலத்தில் பெரிய அரசியல் வாதியாய் ஆயிருவீங்க போல இருக்கே'' என்று சிரித்துக் கொண்டார். ''கையைக் காமியுங்க; ஆமா, சூரியரேகை நல்லா இருக்கே; நிச்சயம் அரசியல்வாதிதான்'' என்றார். யோசித்துப் பார்க்கிறபோது, அவர் சாலமன் பாப்பையா ஜாடையில் இருந்ததுபோல் நினைவுக்கு வருகிறது.

அவரிடம் 'ஸெரோ' எழுதிய, கைரேகைப் புத்தகம் பற்றிப் பேசிக்கொண்டு வந்தேன். பதினேழு, பதினெட்டு வயசில், அதைப் படிக்க முயலாதவர்கள் யாரும் இருந்திருக்கமாட்டார்கள். லைப்ரரி போகிற பழக்கம் உள்ளவர்கள், ஒரு வாரமாவது அதை எடுத்து வைத்திராமல் இருக்கமாட்டார்கள். சென்னை மாம்பலத்தில் இறங்குகிற போது, அவசரமும் பரபரப்புமாய் இறங்கியதில், அவரிடம் சொல்லிக்கொள்ளக்கூட இல்லை. அவராகவே, ''பாத்தீங்களா, சொல்லாமலே போறீங்களே; மாலையை வேற விட்டுட்டிங்களே'' என்றார். சுருட்டியவாறே, அது, வாடிக் கிடந்தது. எடுக்கவில்லை. சாக்லெட் பொட்டலத்தை எடுத்துக் கைப்பைக்குள், கடிதங்களுடன் வைத்துக் கொண்டேன். மாம் பலத்தில் இரண்டு நிமிடம்தான் நிற்கும், சீக்கிரம் இறங்க வேண்டும் என்று சொல்லியிருந்தார்கள். அவரிடம், ''ஸாரி'' சொல்லிக்கொண்டே இறங்கினேன்.

உஸ்மான்ரோடு துவக்கத்தில், ப்ரிவியூ பாரடைஸ் தியேட்டருக்கு எதிரில் இருந்தது, அந்த சத்யா லாட்ஜ். அங்குதான் கணபதியண்ணன் தங்கியிருந்தார். ப்ரிவியூ பாரடைஸ் தியேட்டரை யொட்டி சினிமா சென்சார் போர்ட் அலுவலகம் இருக்கும். உஸ்மான்ரோட்டில் நடந்தே, ஹபிபுல்லா ரோடு போய்விட்டோம். அங்கேதான் ஜேயார் மூவீஸ் அலுவலகம் இருந்தது. அங்கே விட்டுவிட்டு, கணபதியண்ணன் சொன்னார்கள், "நீ மெட்ராஸை எப்ப வேணும்ன்னாலும் பாத்துக்கிடலாம்; சினிமா ஸ்டுடியோ வுக்குள்ள போகிறதும் வருகிறதும் கஷ்டம்; அதனால அதை நல்லாப் பாரு" என்று. அது எவ்வளவு பெரிய உண்மை என்று நான் யோசிக்காத நாளே கிடையாது. அந்த ஆபீஸுக்குள் நுழைந்ததுமே, வேறு எந்தப் படங்களும் இல்லை; பெரிதாக, அடுத்தடுத்து எம். ஜி. ஆர். படமும் எம். ஜி. சக்கரபாணி படமும் மாட்டியிருந்தன. "சின்னவரும் பெரியவரும்" என்று ஆவுடையப்ப அண்ணன் சொன்னார்கள். அவருக்காகக் காத்திருந்த நேரத்தில், ஜேயார் மூவீஸின் பெரிய முதலாளி ப. கு. சங்கரன் அவரது அறைக்குள்ளிருந்து ஒரு பில்லுடன் வந்தார். "நீ யாருப்பா, கைலாஷ் சில்க் செண்டர் ஆளா; பில்லுக்குப் பணம் எதுவும் கொடுக்கணுமா" என்று என்னைப் பார்த்துக் கேட்டார். "இல்லை, நான் ஆவுடையப்பனின் தம்பி" என்றதும், "ஏன் வெளியே உட்கார்ந்திருக்கிறாய்; உள்ளே அவன் ரூமில் போய் இரு" என்றார். அந்த பில்லை என்னிடம் கொடுத்து, "அதை அந்த மேஜைக்குள் வை" என்றார். நான், அதைப் பார்த்தேன்; பில் ஆயிரம் ரூபாய்க்கு மேல் இருந்தது. அவர் காட்டிய மேஜைக்குள் வைக்க அதைத் திறந்தேன். ஐந்தும் பத்துமாக, ஏகப்பட்ட ரூபாய் உள்ளே கிடந்தது. இரண்டு பெரிய ஆல்பம் இருந்தது. வெங்கடாச்சாரி அன் சன்ஸ் என்றோ ப்ரதர்ஸ் என்றோ போட்டு ஒரு விசிட்டிங் கார்ட் ஒட்டியிருந்தது. பிரித்தேன். எல்லாம் 'புதியபூமி' ஸ்டில்கள். எல்லாவற்றிற்கும் அதனதன் அடியில் நம்பர் எழுதியிருந்தது. எல்லாம் போஸ்ட் கார்ட் சைஸ் ஸ்டில்கள். எம்.ஜி.ஆர். - ஜெயலலிதாவின் அழகான படங்கள் இருந்தன. போகும்பொழுது, 'இதில் பல படங்களைப் பிய்த்துப் போய்விட வேண்டும்' என்று நினைத்துக் கொண்டேன். ஆனால் அதற்கெல்லாம் அவசியமே இல்லாமல், ஆவு அண்ணனின் செல்வாக்கு இருந்தது. அண்ணன், போன அன்றே, டிரைவர் மணியிடம் என்னை அறிமுகப்படுத்தி விட்டார். மணி, எம்.ஜி.ஆர். வீட்டில் டிரைவராய் இருந்தவர். ஏனோ என்னையும் அவருக்கு பிடித்துப் போயிற்று. அங்கே அண்ணனைத் தவிர, அழகப்பன்

என்று ஒருவரும் ப்ரொடக்ஷன் மேனேஜர். அது தவிர, ஒரு சீனியர் ப்ரொடக்ஷன் மேனேஜர்; பெயர் மறந்து விட்டது. அவர் நிறைய கம்பெனிகளுக்குப் பணியாற்றி வந்தார். அவர், பதினொரு மணிக்குத்தான் வருவார். அவருக்குத் தனி போன். அவர்தான் பீச், மவுண்ட்ரோடு, நேப்பியர்பாலம் போன்ற இடங்களில் ஷூட்டிங் என்றால் எல்லா ஏற்பாடுகளையும் எளிதில் செய்து விடுவார். அருண் பிரசாத் மூவீஸுக்கும் அவர்தான் ப்ரொடக்ஷன் மேனேஜர். நான் போயிருந்த சமயம், ''அத்தைக்கு மீசை வச்சுப் பாருங்கடி'' பாட்டுக்கு, ஏதோ ஒரு சாலையில் ஜெயலலிதா படப்பிடிப்பிற்கு, இங்கிருந்து போனிலேயே பேசி முடித்தார். அவர் வந்ததுமே, மணி காரை எடுத்துக்கொண்டு தேனாம்பேட்டை எல்டாம்ஸ் ஓட்டலுக்குக் கிளம்பிவிடுவார் என்னையும் அழைத்துப் போவார். நானும் அவரும் காஃபியோ கூல்ட்ரிங்ஸோ சாப்பிட்டு விட்டுத் தவறாமல், சீனியர் ப்ரொடக்ஷன் மேனேஜருக்குத் தயிர்வடையும் காராபூந்தியும் வாங்கி வருவோம். அதைச் சாப்பிடும்வரைதான் அவர் இங்கே இருப்பார்; அதற்குப் பின் அவர் வேறு சினிமாக் கம்பெனி போய் விடுவார்.

அங்கே போய் இரண்டு நாள் கழித்து, ஒரு மாலையில் நான் மட்டும் முன் அறையில் இருந்தேன்; பழம்பெரும் நடிகர் முஸ்தபா வந்தார். அவரை எனக்கு ரொம்பப் பிடிக்கும். 'யார் பையன்', 'திருடாதே' படங்களில், நல்ல வேஷங்களில் நடித்திருப்பார். பெரும்பாலும், இன்ஸ்பெக்டராக நடிப்பார். நன்றாக வெளுத் திருந்த முழுக்கைச் சட்டையும் வேஷ்டியும் அணிந்திருந்தார். வந்தவர், சிரித்தபடியே வணக்கம் சொன்னார். எனக்குத் தயக்கமாக இருந்தது. அவருடைய வணக்கம், நான் ஏதோ கம்பெனியில் முக்கியமான நபர் போல நினைத்துக் கொண்டாரோ என்றிருந்தது. நான் உள்ளே போய் ஆவு அண்ணனிடம் சொன்னேன். அவரும் வந்து பேசிக் கொண்டிருந்தார். என்னைத் தன் தம்பி என்று அறிமுகப்படுத்தினார். மீண்டும் ஒரு அதிகப்படியான சிரிப்பும் வணக்கமும் சொன்னார். நான், அவருடைய 'திருடாதே' நடிப்பைப்பற்றி மனதாரப் பாராட்டிக் கொண்டிருந்தேன். அவருடைய சிரித்த முகத்தில் கூடுதலாய் ஒரு முறுவல் தோன்றி மறைந்தது. அண்ணன், ஒரு சிகரெட்டை அவரிடம் நீட்டினான். வாங்கிப் பற்றவைத்துக் கொண்டார்; ஆனால் புகைக்கவில்லை. அண்ணன், அவரைத் தவிர்ப்பதற்காகவோ என்னவோ மறுபடி உள்ளே போய்விட்டார். திடீரென்று, ''தம்பி, தப்பா நினைக்காதீங்க; இந்த சிகரெட்டைத் தூரப் போட்டுரலாமா; உங்க அண்ணாருகிட்ட

சொல்லமாட்டிங்களே'' என்றார், முஸ்தபா. நான், புரியாமல் தலையாட்டினேன்.

''என்ன செய்யறது தம்பி; நானும் காலையிலிருந்து ஜெமினி, வள்ளி பிலிம்ஸ்ன்னு கம்பெனி கம்பெனியா அலையறேன்; எல்லா கம்பெனியிலும் தாராளமா சிகரெட்டை நீட்டுதாங்களே தவிர, 'சாப்பிட்டியா'ன்னு கேக்க மாட்டேங்கிறாங்க. கணேசண்ணன் கம்பெனிக்குப் போக முடியாது; வீட்ல புள்ளைங்க சாப்பிட்டு ரெண்டு நாளாகுது'' என்றார். சொல்லிக் கொண்டே ஹாலில் மாட்டியிருந்த 'சின்னவர்' படத்தைப் பார்த்தார். மனசுக்கு என்னவோ போலிருந்தது. என் முகபாவமும் அவர் பேச்சுக்கேற்ப சோகமாய் மாறியதை இன்றுகூட உணர முடிகிறது. ''தம்பி, நீங்களும் இங்க வேலை பாக்கிறீங்களா'' என்றார். ''இல்லை, நான் காலேஜில் படிக்கிறேன்'' என்றேன். ''ரொம்ப நல்லது'' என்றார். இதற்குள் உள்ளிருந்து அண்ணன் வந்தார்; கையில் சில பத்து ரூபாய்கள் இருந்தன. ''இந்தாங்க, வச்சுக்குங்க; முதலாளி கிட்ட சொல்றேன். படம் முக்காவாசி முடிஞ்சாச்சு; சின்னவர், சத்யா மூவீஸ் ஷூட்டிங்ல தீவிரமா இருக்காரு; அவரைப் பாருங்களேன்'' என்றார். பணத்தை வாங்கிக் கொண்டார். கும்பிட்டுக்கொண்டே இறங்கினார். அவர் போனதும் அண்ணன் சொன்னார், ''பாவம், இதுதான் சினிஃபீல்டு; பாத்தியா'' என்று. படம் வெளிவந்தபோது, முஸ்தபா அதில் இன்ஸ்பெக்டராக நடித்திருந்தார். நான் நினைத்துக் கொண்டேன், அண்ணன் உதவியிருக்கலாம் என்று. புகைக்காமல் கையில் சாம்பல் நீண்டு கொண்டிருந்த சிகரெட்டும் முஸ்தபாவும், அசோகமித்திரனின் 'புலிக்கலைஞனை'யும், வண்ணநிலவனின் 'குணசித்திரநடிகர்' கதையையும் படிக்கிறபோது, தவறாமல் நினைவுக்கு வரும்.

முதல் சென்னை அனுபவத்தின் இன்னொரு மறக்க முடியாத மனிதர், கவிஞர் நெ. மா. முத்துக்கூத்தன். 'புதியபூமி'யில், அவர் பாட்டு எதையும் எழுதவில்லை. நாகேஷுடன் நகைச்சுவைக் காட்சியில் நடித்திருப்பார். உதவி இயக்குநர் என்று டைட்டிலில் போட்டார்கள். அவர்மீது சின்னவருக்குத் திடீர் கரிசனம் எப்படியோ உண்டாகியிருந்தது. 'அரசகட்டளை' படத்தின் ''ஆடப்பிறந்தவளே'' பாடலின் மூலம் அவர் மறுபடி சற்று பிரபலமாகியிருந்தார். 'நாடோடிமன்னனி'ல், ''செந்தமிழே வணக்கம்'' பாடலையும் அவர்தான் எழுதியிருந்தார். அது, எம்.ஜி. ஆர். நாடக மன்றத்துக்காக எழுதிய பாடல் என்று சொன்னார். ''அவரைப் பார்ப்போமா''

என்று ஒரு அந்தியில், கடற்கரைக்குப் போகிற வழியில் அண்ணன் சொன்னார். அவர் வீடு, திருவல்லிக்கேணியோ, அருகேயோ இருந்தது. காரை, தள்ளி நிறுத்திவிட்டு, ஒரு சந்துக்குள்ளிருந்த அவர் வீட்டுக்குப் போனோம். முழங்கையில், ஒரு கட்டி. வலியில் துடித்துக் கொண்டிருந்தார். எங்களைப் பார்த்ததும், "எங்கேயாவது வெளியில் போனால் நல்லதுதான்" என்று உடனே கிளம்பி விட்டார். மெரினா பீச்சில், புஹாரி ஓட்டலுக்குப் போனோம். "ஏதாவது சாப்பிடுகிறாயா" என்று அண்ணன் கேட்டார், என்னிடம். "சரி" என்றேன். கூத்தன்தான் "ஃபலூடா, சாப்பிட்டிருக் கீங்களா" என்றார். கேள்விப்பட்டதே இல்லையே, எங்கே சாப் பிட்டிருக்க. "சரி" என்றேன். எனக்கு, 'சிக்கன் 65 என்று சொல்கிறார்களே, 'எங்க வீட்டுப் பிள்ளை'யில் எம். ஜி. ஆர். சாப்பிடுவாரே, அதைக் கேட்கலாமா' என்றிருந்தது; கேட்கவில்லை.

ஃபலூடா சாப்பிட்டுவிட்டு, கடற்கரையில் சாலை ஓரமாக நடந்தோம். கூத்தன் ஆள்தான் சிறியவராய் இருந்தார்; படு வேகமாக நடந்தார். வல்லிக்கண்ணனைப் பார்க்கையில் எனக்கு கூத்தன் நினைவு வரும். 'நாடோடிமன்னன்' பாட்டைப் பற்றிச் சொன்னேன். "அது, சின்னவர் நாடகத்துக்காக எழுதுனது, தம்பி; படத்துல இதைவிட அருமையான பாட்டெல்லாம் எழுதியிருக் கேன். பானுமதியம்மா பாடுகிற ஒரு பாடல், படத்தில் வரவே இல்லை. ஷூட்டிங்கெல்லாம் பண்ணினார்கள்" என்று அதைப் பாடிக் காண்பித்தார். சாலை என்றெல்லாம் பார்க்காமல், உற்சாக மாகப் பாடிக்கொண்டு வந்தார். அவர் ஒரு டீ மட்டும் குடித்திருந்தார். "படத்தில், எந்த இடத்தில் இந்தப் பாடல்" என்று கேட்டேன். "அரண்மனைக்குள் வந்து விட்ட நாடோடிக்காக, வந்து காத்திருக்கிற இடத்தில், இந்தப் பாடல் வரும்" என்றார். அடுத்த கட்டத்தில், சந்திரபாபுவைப் பானுமதி வெளுத்து வாங்குவார். "அம்மையார் பூண்ட போர்க்கோலம் அடியேன் பூண்ட அலங் கோலம்" என்று சந்திரபாபு பேசுகிற வசனத்தைச் சொன்னேன். அவர் உற்சாகமாகி விட்டார். "தம்பி, படத்தை நல்லா பாத்திருக் கீங்களே" என்றார்; எம். ஜி. ஆரைப் பற்றி நிறையப் பேசிக்கொண்டு வந்தார். எல்லாமே எனக்குப் பிடிக்காமலிருந்ததை உணர்ந்தவர் மாதிரி, "தம்பி, சின்னவர் ரசிகருல்லா" என்று சிரித்துக் கொண்டார். பின்னாளில், அவர் 'தூர்தர்ஷனி'ல் பொம்மலாட்டம் மாதிரி ஒரு நிகழ்ச்சியைத் தொடர்ந்து நடத்தி வந்தார். தூர்தர்ஷனுக்குக்கூடக் கடிதம் எழுதி, அவர் விலாசம் கேட்டேன்; பதிலே இல்லை.

மணி, தினமும் எடிட்டிங் நடக்கிற ஏ. வி. எம். முக்குக் கூட்டிக் கொண்டு போய் விட்டுவிட்டு வந்து விடுவார். தேவராஜ் மாஸ்டரிடம் உதவியாளராய் இருந்த கிட்டுதான் எடிட்டிங் வேலையைப் பார்ப்பார்; முதல்நாள், ''நான்தான்டி காத்தி'' பாட்டுக்கு எடிட்டிங். மூவியோலாவில் ஓடவிட்டு, மஞ்சள் பென்சிலால் பாட்டின் தொடர்ச்சிக்கேற்ப, சீனைக் குறித்துக் கொண்டு வெட்டிவெட்டி, ஃபிலிம் சிமெண்டால் ஒட்டுவார். காலையில் ஆரம்பித்து மாலைக்குள் பாட்டு ஒருவழியாய் முடிந்தது. அருகே, கே. பாலசந்தரின் 'தாமரைநெஞ்சம்' படத்துக்கான கட்டிங் நடந்து கொண்டிருந்தது. ''அடீப் போடி பைத்தியக்காரி'' பாட்டுக்கு முந்திய சீன். வாணிஸ்ரீ, ஊஞ்சலாடி காலை ஒடிக்கிற மாதிரி காட்சி. பாலசந்தர், நகத்தைக் கடித்துக் கொண்டே பார்த்துப்பார்த்துச் சொல்லிக் கொண்டிருந்தார். படம் ரிலீஸ் தேதி அறிவித்துவிட்ட டென்ஷன். ஒரு சாஸ்க்ரீன் பேண்ட், தொளதொளவென்று; முழுக்கையை மடித்துவிட்ட சட்டை. இடையிடையே சூட்டை விட்டு வெளியேவந்து கோல்ட் ஃப்ளேக் சிகரெட்டாக ஊதிக் கொண்டிருந்தார். ''நான், உங்கள் ரசிகன்'' என்றேன். தலையை மேலும் கீழுமாக அசைத்தார். ''கிருஷ்ணன் பஞ்சுவுக்குப் பின் நீங்கள்தான் மிகச் சிறந்த டைரக்டர்'' என்றேன். சிரித்துவிட்டார். ''நீங்க உண்மையாகச் சொல்கிற மாதிரி இருக்கிறது. நான்தான் பெரிய டைரக்டரென்று சொல்லாமல், என்னை ரெண்டாவதாகச் சொன்னதைச் சொல் கிறேன்'' என்றார். ''இல்லை, உங்கள் படமெல்லாம் ஒவ்வொன்றும் ஒவ்வொரு வகை. எனக்கு 'அனுபவி ராஜா அனுபவி' ரொம்பப் பிடிக்கும்'' என்றேன். ''ஏன், 'நீர்க்குமிழி' பிடிக்காதா'' என்றார். ''பிடிக்கும்'' என்றேன். 'தாமரை நெஞ்சம்' பாருங்கள் என்று சொல்லிவிட்டு நகர்ந்து விட்டார். மறுநாள் பார்த்தபோது, நேற்று பேசின மாதிரியே காட்டிக்கொள்ளவில்லை.

அன்று மாலையில் ஒரு கால்ஷீட் கொடுத்திருந்தார், சின்னவர். அது படத்தின் ஒப்பனிங் ஷாட். காலையிலிருந்தே அலுவலகம் பரபரப்பாய் இருந்தது. படத்தின் டைரக்டர் சாணக்யாவும் உதவியாளர் ஜெகனாதனும் வந்தார்கள். நான் என் அண்ணனிடம் சொல்லியிருந்தேன், ''ஏன் சாணக்யாவைப் போட்டீர்கள்; அவருக்கு, 'நான் ஆணையிட்டால்' படம் சுத்த ஃப்ளாப் ஆயிற்றே'' என்று. ''இதெல்லாம் சின்னவர் சொல்லுகிறதுதான் நடக்கும். 'சாங்க் பிக்சரைசேஷனில் ஸ்ரீதரை விட்டா சாணக்யாதான்

எக்ஸ்பெர்ட்' என்று ஃபீல்டே கொண்டாடுகிறது. ஜெமினியின் புதுப்படத்துக்குக்கூட அவர்தான் கமிட் ஆகியிருக்காரு என்று நியூஸ்'' என்று சிரித்துக்கொண்டே சொன்னார். எஸ். எஸ். தென்னரசு வந்திருந்தார். அவர்தான் படத்தின் வசனகர்த்தா. சாணக்யா, சீனியர் ப்ரொடக்‌ஷன் மேனேஜரிடம் செட்டைப் பற்றி விசாரித்துவிட்டு, வி. சி.குகநாதனிடம் காட்சியைப் பற்றிக் கேட்டுக் கொண்டிருந்தார். அவர் அங்கேதான் தங்கியிருந்தார்.

காலையில் அண்ணனும் நானும் பி. அங்கமுத்து வீட்டுக்குப் போனோம். அவர்தான் படத்தின் ஆர்ட் டைரக்டர். அவர் வீட்டின் பின்னால் போடப்பட்டிருந்த பெரிய கூரைக்கடியில், ஒரு உலை மாதிரி இருந்தது. அதனருகே அவ்வையார் சிலை செய்து கொண்டிருந்தார்கள். மார்பு அளவுக்குச் சிலை வார்க்கப் பட்டுக் கிடந்தது. அங்கமுத்து, அதனருகில் உட்கார்ந்து அரத்தால் ஏதோ நுணுக்கமாகச் செய்து கொண்டிருந்தார். ''அதுதான் ஏற்கெனவே பீச்சில் சிலை வைத்தாயிற்றே'' என்றேன். ''அது வெறும் மாதிரி தான்; இப்பத்தான் வெண்கலத்தில் செய்கிறோம்'' என்றார். ''அது முழு அளவில் இருக்கிறதே; இது மார்பளவுதானே இருக்கிறது'' என்று கேட்டேன். ''இரண்டாகச் செய்து இணைக்க வேண்டும்'' என்றார் அவர். கரி படிந்த அந்த உலோக அவ்வையார், அழகாய் இருந்தார். ''இதுக்கு யார் மாடல்'' என்று கேட்டேன், வள்ளுவர் சிலைக்கு சிவாஜி மாடலாய் இருந்தார் என்று படித்ததை வைத்து. ''மாடலெல்லாம் கிடையாது; படம்தான், தம்பி. படம்ல்லாம் வரைவீங்களா'' என்று கேட்டார். ''வீட்டுக்குள்ள வாரீங்களா; நிறைய படம் பாக்கலாம்'' என்று சொல்லிவிட்டு அண்ணனைப் பார்த்துச் சிரித்தார். ''நேரமாயிட்டு; இன்னிக்கி விஜயாவுல செட்டுக்கு வந்துருங்க; சின்னவர் கால்ஷீட் இருக்கு'' என்றார். ''சரி தம்பி, செட்டுல பார்ப்போம்'' என்று சொல்லி விட்டு, உலையில் கொதித்துக் கொண்டிருந்த உலோகத்தின் பக்கம் போனார். எனக்கு ஆசைதான், அதைப் பார்க்க; ஆனால் அன்றுதான் எம்ஜியாருடன் படம் எடுத்துக்கொள்ள வேண்டும். இதைவிட்டால் வேறு சந்தர்ப்பம் வாய்க்காது.

மாலை, ஷூட்டிங். விஜயா ஸ்டுடியோவுக்கும் ஒவ்வொரு ஆர்டிஸ்ட் வீட்டுக்கும், இடத்திற்கும் மணி காரில் ஓடிக் கொண்டிருந்தார் - என்னையும் கூடவே அழைத்துக் கொண்டு. ராமாவரம் தோட்டம் போய், திருப்பதிசாமியை அழைத்து வந்தோம். அவர் அங்கேயேதான் இருப்பாராம். தோட்டத்துக்கு முன்பாக ஒரு சின்னப் பாலம்; அதன் முடிவில் ஒரு கேட்; அது

அடைத்தே இருந்தது. பாலத்தின் முன்னால் கொடிக்கம்பத்தில் தி. மு. க. கொடி பறந்து கொண்டிருந்தது. எம். ஆர். ராதா சுட்ட பிறகுதான் இந்தக் கெடுபிடியாம்; மணி சொன்னார். வி.என்.ஜானகி, போர்டிகோவரை வந்து நடிகை சந்திரகாந்தாவை வழியனுப்பிக் கொண்டிருந்தார். ஒரு சின்ன பாமரேனியன் அவர் காலைச் சுற்றி வந்தது. நான் ஒரு கும்பிடு போட்டேன்; அந்த அம்மா கவனிக்க வில்லை. அற்புதமான ரோஸ்நிறம். அவர், மணியிடம் விசாரித்தார், ''என்ன மணி, சொல்லி விட்டேனே; இங்க ஆள் வேணுமே; வரப் பிடித்தமில்லையா'' என்று கேட்டார். ''இல்லங்கம்மா, இங்க படம் முடிஞ்சதும் வந்திருதேன்'' என்றார். அவர் ஒன்றும் சொல்லாமல் உள்ளே போய்விட்டார். ''மணியண்ணன், இப்ப சின்னவர் தூங்கீட்டு இருப்பாரா'' என்று கேட்டேன். எனக்கும், 'சின்னவர்' பழக்கமாகியிருந்தது. ''அவர் சத்யாவில 'கணவன்' ஷூட்டிங்ல இருக்காரு; அங்கேயிருந்து நேரா நமக்கு வந்துருவாரு'' என்றார்.

விஜயா ஸ்டுடியோ, அல்லோலகல்லோலப் பட்டுக் கொண்டிருந்தது. ஃப்ளோரின் வெளியே ஒரு தோட்டக்காரர் எதையோ செதுக்கிக் கொண்டிருந்தார். அங்கே வந்த நாகிரெட்டியார், ''போப்பா, போப்பா; சின்னவர் வாற நேரமாச்சு'' என்று விரட்டினார். எனக்குப் பயமாய் இருந்தது - சின்னவர் வருகிற நேரம் பார்த்து என்னை யாரும் விரட்டிரக் கூடாதே என்று. மணியை விடாமல் பின்தொடர்ந்து கொண்டிருந்தேன். அவரிடம் சொன்னேன், ''நீங்க சின்னவர்ட்ட சொல்லுவீங்களா, அவர் கூட ஒரு படம் எடுக்கணும்''. ''யாத்தா, நீங்க கேளுங்க தம்பி. அவர் கூப்பிடா மல்லாம் கிட்டவே போகக்கூடாது'' என்றார். அனேகமாக, அண்ணன் உள்பட எல்லோரும் இதைத்தான் சொன்னார்கள். அப்புறம் வாசு ஸ்டுடியோ போய், 'மூன்றெழுத்து' ஷூட்டிங் கிலிருந்து, ஷீலாவைக் கூட்டிக்கொண்டு வந்தோம். எங்கள் காரிலேயே வந்தார். நான் முன்சீட்டில் இருந்து மெதுவாகத் திரும்பிப் பார்த்தேன். மணி, ''அம்மா, இது ஆவுடையப்பண்ணன் தம்பி'' என்றார். நான் நன்றாகத் திரும்பி வணக்கம் சொன்னேன். 'என்ன அழகான மூக்கு' என்று தோன்றியது - அந்த மூக்கின் அடியில் நெளிந்த, வாய் மூடிய சிரிப்பைப் பார்த்ததும். அவரைப் பார்த்ததும் சாணக்யா, ''ஏயப்பா, மேக்கப்பே வேண்டாம் போல இருக்கே. இதே ஸாரியோடவே பண்ணீருங்க'' என்றார். ''ராமண்ணா சாரும் இதையேதான் சொன்னார்'' என்றார் ஷீலா சிரித்தபடியே.

சொல்லிக்கொண்டே மேக் அப் ரூமுக்குப் போனார். பரபரப்பு அதிகரித்தது. சின்னவர் வந்து விட்டார். வந்தவர், தனக்கான தனி மேக் அப் ரூமுக்குள் போய்விட்டார். படக் கம்பெனியின் இரண்டு முதலாளிகளும் நடுங்கிக்கொண்டிருந்தார்கள் என்று சொல்லவேண்டும்.

படப்பிடிப்பு ஆரம்பித்தது. நான் மெதுவாக உள்ளே போய் காமிராவுக்குப் பின்னால் நின்று கொண்டிருந்தேன். பி.என்.சுந்தரம் அழகான மீசையும் டி. ஷர்ட்டுமாக காமிராவை இயக்கிக் கொண்டிருந்தார். எம்.ஜி.ஆர்., ஒரு கிறிஸ்தவனைப் போல் காமிராமுன் நின்று, கையை வான்நோக்கி நீட்டி லேசாக முத்தமிட்டுக் கொண்டார். சாணக்யா, ''ரெடி, ஸ்டார்ட்'' சொன்னார். எம். ஜி. ஆர். ஆப்பரேஷன் தியேட்டரிலிருந்து, ஒரு துண்டில் கையைத் துடைத்தபடி வெளியே வருவதாக சீன். காமிரா, கையை க்ளோசப்பில் பிடித்துக் கொண்டிருந்தது. படத்தின் ஆரம்பத்தில் எம்.ஜி.ஆரின் கையை மட்டும் காண்பிப்பது ஒரு சென்டிமெண்ட். ஐந்தாறு டேக் எடுத்தார்கள். திருப்பதிசாமி சொதப்பிக் கொண்டிருந்தார். எம்ஜியார் தலையிலடித்துக் கொண்டார். அவர் பேச வேண்டிய வசனம், ''கங்கிராஜுலேஷன் டாக்டர், இந்தியாவிலேயே இந்த மாதிரி ஹார்ட் ஆப்பரேஷனை நீங்கதான் முதல் தடவையா செஞ்சிருக்கீங்க''. ஒருவழியாய் டேக் முடிந்து, ஃப்ளோருக்கு வெளியே சின்னவர், தனியாய் ஒரு நாற்காலியில் உட்கார்ந்து தானாகச் சிரித்துக் கொண்டிருந்தார். அண்ணன், ''போ, நல்ல மூடு போல இருக்கு'' என்றான்.

நான், அருகில் போய் சட்டைப் பைக்குள் வைத்திருந்த மன்ற லெட்டெர் ஹெட்டின் ஒரு தாளை எடுத்துக் காண்பித்து திருநெல்வேலியிலிருந்து வருவதாகச் சொன்னேன். அதற்குள், அவருடைய பாடி கார்டெல்லாம் விறுவிறுவென்று பக்கத்தில் வந்து விட்டார்கள், ''ஏய் ஏய்ய்'' என்றபடி. ''ஆமா, இதை மட்டும் காமிக்கறதால உன்னை எப்படி நம்பறது'' என்றார், எம்.ஜி. ஆர். ''இல்லை, இன்னும் நிறைய தொடர்புகள் எல்லாம் காரில் இருக்கு; எடுத்துட்டு வாரேன்'' என்றேன். ''வேண்டாம், வேண்டாம்; நாளைக்குப் பாத்துக்கலாம்; வள்ளி பிலிம்ஸ் ஷுட்டிங்குக்கு வா'' என்றார். அதற்குள் முதலாளி இரண்டு பேரும் பின்னாலிருந்து, 'தூரப் போ' என்கிற மாதிரி சைகை செய்தார்கள். நான் தள்ளி வந்தேன். எம்.ஜி.யார் மீண்டும் தனக்குத் தானே சிரித்து, தலையை அசைத்துக் கொண்டிருந்தார்.

நிறைவேறாத இந்த ஆசை இன்னும்கூட கனவில் வருகிறது. அந்த வெறுப்பில், ஊர் வந்தவுடன் கண்டபடி திட்டி ஒரு கடிதம் எழுதினேன். இரண்டு பக்கத்திற்குப் பதில் எழுதியிருந்தார்: ''புகைப்படம் எடுப்பவர்கள், அதை எப்படியெல்லாமோ தவறாக உபயோகப் படுத்துகிறார்கள்; என்னுடைய மன்றங்கள் மக்களுக்கு சேவை செய்யவேண்டுமே தவிர, படத்தை ஓடவைப்பது பெரிய காரியமில்லை. தென்காசி இடைத்தேர்தலுக்கு வருகிறபோது படம் எடுத்துக் கொள்ளலாம், தங்களுக்கு என்மீது உண்மையான அன்பிருக்குமாயின். அன்பன் எம். ஜி. ராமச்சந்திரன்''.

தென்காசி இடைத்தேர்தலையொட்டி, 'புதியபூமி' படம் வந்தது. படத்தில் எம்ஜியார் பெயர், கதிரவன். வேட்பாளர் பெயரும் கதிரவன். கருமுத்து தியாகராச செட்டியாரின் பங்களாவில் தி.மு.க.வினர் பலரும் முகாமிட்டிருந்தார்கள். 'முரசொலி' அடியார், கடிதத்தைப் பார்த்துக் கிண்டல் செய்தாலும், பிரசாரத்துக்குக் கிளம்பிக் கொண்டிருந்த எம்ஜியாரிடம் அனுப்பி விட்டார். என்னுடன் இன்னும் இரண்டு பேர் வந்திருந்தார்கள். வேனில் ஏறப்போனவரை மறித்தாற்போல நின்று கும்பிட்டோம். கடிதத்தை நீட்டினேன்; லேசாகப் படித்துவிட்டு, ''என்னாபா, படம் எடுத்தாதான் நீ என் ரசிகனா; செரி, செரி. யாருபா போட்டோகிராபர், எங்க கூப்பிடுங்க'' என்றார். எங்கள் யோகம், 'தினத்தந்தி' போட்டோகிராபர் அதுவரை அங்கே நின்றவர் ஆளையே காணும்.

''நீ அப்பவே வந்தா என்ன; செரி, பின்னால பாக்கலாம்'' என்று வேனைக் கிளப்பி விட்டார். தலையை வெளியே நீட்டி, கையை அசைத்தார். அது யாருக்கு என்று புரியவில்லை. எங்களுக்கு என்றே என்னுடன் இருந்தவர்கள் சொன்னார்கள்.

'ஒளிவிளக்கு' படத்திற்கு ஒரு சிறப்பு மலர் தயாரித்தேன், சினிமாப் பாட்டுப் புத்தகம் போல். அதை அனுப்பி, 'அடிமைப் பெண்' படத்தை பார்வதி தியேட்டரில் வெளியிடப் போவதாக அடிபட்ட செய்தியைச் சொல்லி, அதை சென்ட்ரல் தியேட்டரில் திரையிட ஏற்பாடு செய்யுமாறும் எழுதியிருந்தேன். உடனேயே பதில் வந்தது.

முதல் கடிதம் தொலைந்து விட்டது. இரண்டாவது கடிதம், இனி, தொலையாது.

●

38

நீராடும் கண்கள் ஆகாயகங்கை போராடும் உள்ளம் பாதாளகங்கை

பெரிய அண்ணன், சமயாசமயத்தில், தெருவில் என் தோள் மட்ட சேக்காளிகளுடன் பேசிக் கொண்டிருப்பான். சிரிப்பும் கும்மாளமுமாய் இருக்கும். நான் போனால், நைசாக நகர்ந்து விடுவான். பசங்க, ''ஏல, உன்னய யார்ல இப்ப கூப்பிட்டா; நல்ல கட்டத்துல வந்து கெடுத்துட்டியே'' என்பார்கள். அண்ணன், தன் 'அடல்ட்ஸ் ஒன்லி' பிரதாபங்களைச் சொல்லிக் கொண்டிருப்பான் அப்படி நேரங்களில் என்று கொஞ்ச நாள் கழித்தே பிடிபட்டது. பொன்னாக் குடியாளின் புது மருமகளை, (அவளுக்கு நாங்கள் 'கும்கும்' என்று பேர் வைத்திருந்தோம். அப்போது, 'பம்பாய் கா பில்லி' என்ற படம் வந்திருந்தது. மனோஜ்குமார் கதாநாயகன் என்று நினைவு. அதில் பெரிய மார்புடன் வருகிற நகைச்சுவை நடிகைக்கு அதுதான் பெயர்) வளைத்துப் போட்டதைப் பற்றிப் பேசிக்கொண்டிருக்கையில், நான் போய்ச் சேர்ந்தேன். தலையைக் குனிந்தவாறே நகர்ந்து விட்டான்.

அப்போது பார்த்து, தெருப் பம்பில் 'கும்கும்' தண்ணீர் எடுக்க வந்தாள். நான் மெதுவாக, ''ஏய், கும்கும்'' என்றேன். சேக்காளி களிடம் மௌனமான சிரிப்புப் பரவியது. ராமு, ''யாரு உங்க மதினியா'', என்றதும் எல்லோரும் குபீரென்று சிரித்து விட்டார்கள்.

எனக்கு அப்போதுதான் எல்லாமும் விளங்கியது. கோபமும் அவமானமுமாய், நானும் வீட்டுக்குக் கிளம்பினேன். யாரோ, ''ஏல ஏல, வீட்ல போய் உளறீராதாலெ'' என்றார்கள். எதைக் கேட்கவும் நான் தயாராய் இல்லை.

ரத்னா டாக்கீஸில், 'ஆயி மிலன் கி பேலா' வந்திருந்தது. 'ஸ்க்ரீன்' பத்திரிகையில் அதன் விளம்பரங்கள் ரொம்ப நாளாக வந்து கொண்டிருந்தன; அதனால் அது நல்ல படமாயிருக்கும் என்று ஒரு மேட்னி ஷோவுக்குப் போயிருந்தோம். தவிரவும், அதை, தமிழில் எம்.ஜி.ஆர்., ஜெய்சங்கர், சரோஜாதேவி நடிக்க, கே. சங்கர் இயக்க, 'ஒரு தாய் மக்கள்' ஆக வருவதாக செய்தி வேறு வந்திருந்தது, 'வந்தது வசந்தம்' என்றோ என்னவோ முதலில் பெயர்சூட்டியிருந்தார்கள். 'பாம்சிங்', மன்னிக்கணும், பீம்சிங்கிற்குப் 'ப' வரிசை சென்டிமெண்ட் மாதிரி, ஓம்பிரகாஷுக்கு 'ஆ' சென்டிமெண்ட். 'ஆம்பிரகாஷ்' படம் அது. பெண்கள் தரை டிக்கெட் பகுதியில், பேருக்கு ஒரு ரெண்டு பெஞ்சை ஒதுக்கி யிருந்தார்கள். அதில் இரண்டே இரண்டு பேர் மட்டும் இருந்தார்கள். அதில் ஒருத்தி, அழகாய் இருந்தாள். சிரித்த முகம். அழுந்தச் சீவி, வட்டக்கொண்டை போட்டு, கனகாம்பரம் வைத்திருந்த நினைவு. 'இரண்டே பேர் மட்டுமே இருக்கிறோம், நம்மையே எல்லோரும் பார்க்கிறார்கள்' என்கிற மாதிரியான ஒரு சௌந்தர்யக் கூச்சம் அது என்று இப்போதைய பாஷையில் சொல்லலாம். படம் புரியவே இல்லை; ப்ரிண்டும் சரியாயில்லை. சாயிராபானுவை எவ்வளவு நேரம் பார்த்துக் கொண்டிருப்பது. ராஜ்குமார் என்றால் நடிப்பையாவது ரசிக்கலாம்; ராஜேந்திரகுமாரை எப்படி சகிக்க. இடைவேளை முடிந்து கொஞ்ச நேரத்தில் ஒரு கூச்சல் போட்டு விட்டுக் கிளம்பி விட்டோம். யார் கிளம்புவார்கள் என்று காத்திருந்தார்களோ என்னவோ, அந்த இரண்டு பெண்களும் கிளம்பி விட்டார்கள்.

தியேட்டர் கசகசப்பைவிட்டு வெளியே வந்ததே பெரிய விடுதலையாய் இருந்தது. காணாததற்கு, அந்த இரண்டு பெண்களும் எங்களுக்கு முன்னால்தான் போய்க் கொண்டிருந்தார்கள். வழியில், மார்க்கெட்டுக்குள் நுழையும் போது இரண்டு பேரும் எங்களைப் பார்த்துத் திரும்பி ஒரு சிரிப்பை உதிர்த்துவிட்டுப் போனார்கள். எங்களுக்கு நிலைகொள்ளவில்லை. ஆனால் ஏனோ மார்க் கெட்டிற்குள் போகவில்லை. தெருவிற்கு வந்து, வழக்கமாய் உட்காருகிற காடினாவின் நீள நடையில் உட்கார்ந்து, அவளில் அழகானவளுக்கு சாய்ராபானு என்று பேர் வைத்தோம். அதைப்

பற்றியே பேசிக்கொண்டுமிருந்தோம். கொஞ்ச நேரத்தில், இரண்டு பேரும், எங்கள் தெரு வழியாகவே, எங்கள் முன்பாகப் போனார்கள், அதே சிரிப்புடன். சரி என்ன ஆகிறது பார்ப்போம் என்று நான், பெரிய கோபால், கனகு, மூன்று பேரும் பின்னாலேயே போனோம். பேட்டை ரோட்டில் போய்க்கொண்டே இருந்தார்கள்.

வேணுவனகுமாரர் கோயில்தெரு என்கிற மாதாகோயில் தெருவில் நுழைந்தார்கள். அங்கே ஒரு அழகான முருகன் கோயில் உண்டு. வேணுவனகுமாரர் என்று பெயர். நெல்லையப்பர் கோயிலைச் சேர்ந்தது. அதன், பக்கவாட்டில் நல்ல மைதானம் ஒன்று இருக்கும். அதில்தான் 'பாண்டியன் உடற்பயிற்சிக் கழகம்' என்று முன்பு இயங்கி வந்தது. அங்கே ஒரு கபடி டீம் உண்டு. எங்கள் தெரு 'பெரிய டீம்' அங்கே போய் விளையாடி, தோற்று விட்டு வந்தது. நாங்கள், 'சின்ன டீம்'. நான் டீமிலேயே கிடையாது. அந்தத் தெருவைத் தொடர்ந்து, மாதா புங்கடித் தெரு. இரண்டு பெண்களும் அந்தத் தெருவின் முடிவில் திரும்பியவர்கள், எங்கே போனார்கள் என்று தெரியவில்லை. புங்கடித் தெருவிற்குள் போனார்களா, அல்லது மொட்டையாய் முடியும், வேணுவன குமாரர் கோயில்தெருவில் எந்த வீட்டிற்குள்ளாகவும் போய் விட்டார்களா தெரியவில்லை. எங்கள் முயற்சியும், 'மொட்டையாய் முடிய'வே நாங்களும் திரும்பிவிட்டோம்.

எப்பொழுதாவது தெரு வழியே அந்தப் பெண், அதான் சாய்ராபானு, போவாள். எப்போதும் உறுத்தாத அலங்காரமும் புன்னகையுமாய் எங்களைக் கடக்கையில் லேசாகத் திரும்புவாள். அவள் யார், எங்கே போகிறாள், என்று புரியாமலே இருந்தது.

மதினி இறந்து ஒரு வருடம் போல் இருக்கும். 'பெற்றால்தான் பிள்ளையா' ஓடுகிற தியேட்டரில் நானும் சபாபதியும் நின்று கொண்டிருந்தோம். அதுதான் தினசரி வழக்கம் காலேஜ் விட்டு வந்ததும்; வாத்தியார் படம் ஓடுகிற தியேட்டரில் போய் நிற்பது. அங்கே ஒரு கூட்டமே வரும். உடையார்பட்டி மணி, பொன்னையா, மேலப்பாளையம் சோமு, சி.என். கிராமம் பிச்சுமணி, காவல் பிறைத்தெரு மொக்கசாமி, வில்லை கம்பெனியில் வேலை பார்க்கும் உசிலம்பட்டி மூக்கையா என்று ஒரு கோஷ்டி சேரும். எப்பவாவது, 'ஆல் இந்தியா ரேடியோ'வில் வேலைபார்க்கும் நாராயணன் கணேசன் வருவார். அவர் தள்ளியே நிற்பார். பின்னாளில், இவர்தான் ப்ரோக்ராம் எக்ஸிக்யூடிவாக இருக்கும்போது, என்னுடைய முதல் ரேடியோ பேச்சை முன்நின்று ஒலிப்பதிவு

செய்தார். 'நான்தான் கலாப்ரியா' என்று தெரிந்ததும், ரொம்ப சந்தோஷப்பட்டார்; ஆச்சரியப்படவில்லை; அது, எனக்கு ஆச்சரியமாய் இருந்தது. ''சினிமா படத் தயாரிப்பாளர்கள் சங்கத்தில் உறுப்பினராக இருப்பவர்களின் படப் பாடல்களைத்தான், ஏ. ஐ. ஆரில் ஒலிபரப்புவார்கள். எம்ஜியார் பிக்சர்ஸ் அதில் உறுப்பினர் இல்லை. அதனால், 'நாடோடிமன்னன்' பாட்டை எந்த ஸ்டேஷனிலும் ஒலிபரப்ப மாட்டார்கள். ஆனால் ஸ்டேஷன் லைப்ரரியில் இசைத்தட்டு இருக்கிறது'' என்று அவர் சொல்வார். 'அடிமைப் பெண்' வந்த 69-ல்தான் எம்ஜியார் அதில் உறுப்பினரானார். சரியாக, 'நாடோடிமன்னன்' படம் வந்து பதினொரு வருடம் கழித்து, 'அடிமைப்பெண்' படம் வந்த அன்று, திருநெல்வேலி வானொலி நிலையத்திலிருந்து, ''கண்ணில் வந்து மின்னல் போல் காணுதே'' பாட்டையும் அதைத் தொடர்ந்து, ''ஆயிரம் நிலவே வா'' பாடலையும் ஒலிபரப்பினார்கள். நாங்கள் நினைத்துக் கொண்டோம், இது கணேசன் சார் ஐடியாதான் என்று. அவரது கல்யாணத்திற்கு லாலா மணி தலைமையில் ஒரு ரசிகர் கூட்டமே போனோம்; அப்போது பிரபலமாகிக் கொண்டிருந்த வண்ண மயமான பெரிய ப்ளாஸ்டிக் பக்கெட் பரிசாக வாங்கிப் போனோம். அதை இப்போது நினைத்தால் சிரிப்பாக இருக்கிறது. கணேசன் சார் சீக்கிரமே காலமாகி விட்டார்.

நான் தியேட்டரில் ஒரு ஓரமாக நின்று கொண்டிருந்த சாய்ரா பானுவைப் பார்த்தேன். பார்த்து, ஒன்றிரண்டு வருடங்கள் ஆகியிருக்கும். யாரையோ எதிர்பார்த்து நின்ற மாதிரி இருந்தது. அதேபோல, இரண்டு சோஃபா டிக்கெட் பாஸுடன் அண்ணன் வந்தான் அவளை நோக்கி. 'ஸ்வாமி பிக்சர்ஸ்' முதலாளி, தனது ஆரம்ப காலங்களில் எங்கள் வீட்டின் ஒரு குச்சில்தான் தங்கியிருந் தார். அப்போது, அவர் 'ஸ்ரீவள்ளி' படத்திற்காக சேலத்திலிருந்து வந்த ரெப்ரெசெண்டேடிவ். அவருக்கு வீட்டில் பெயரே, 'வள்ளி படத்துக்காரர்'தான். அதனால் அண்ணன் எளிதாக பாஸ் வாங்கி வந்து விடுவான்; அதுவும் ஹைகிளாஸ் பாஸ். அந்தப் பெண் தான், 'அந்தா, அங்கே பார்' என்பது போல் என்னை நோக்கித் தலையை அசைத்துக் காண்பித்தது. நான், தியேட்டரை விட்டு வெளியே வந்து நின்று கொண்டேன். இடது கை மணிக்கட்டை வலது கையால் பிடித்துக் காரணமில்லாமல் தேய்த்துக் கொண்டிருந் தேன்; கோபமும் அவமானமுமாய் உணர்கையில் அது என் 'மேனரிஸம்'. சபாபதி வந்து சொன்னான், ''நீ வேணும்ன்னா படம் போவியாம்; வீட்ல சொல்லீராத''ன்னு அண்ணன்

கெஞ்சுவதாக. நான், ''வேண்டாம், யார்ட்டயும் சொல்லலை'' என்றேன். அதற்குள் தோசை ஆறுமுகம் வந்தான்; அவன் துணி வியாபாரம் பார்க்கிறவன். ஆனித்திருவிழா, பொருட்காட்சி சமயத்தில் கார் டியூபில் சரக்கு கடத்துவான். அவன் வந்தாலே எல்லோரும் கலைந்து விடுவோம்.

'வேட்டைக்காரன்' பட ஸ்டைலில், ''ஏய், க்கோவாலு, லதாக்குட்டிய யாருடே தள்ளீட்டு வந்திருக்கா; போய்க் கலைச்சு விட்ரலாமா. கூ... மவ ரொம்ப நாளா டோக்கர் விட்டுட்டு இருக்காளே'' என்றான். சபாபதி, அவனிடம் ஏதோ சொன்னான். இதற்குள் இரண்டு பேரும் மாடி ஏறி தியேட்டருக்குள் போயிருந்தனர். ''அப்படியா சங்கதி. வேட்ரக் குடிப் புள்ளல்லா, உம்ம அண்ணாச்சிக்கு எப்படிப் பழக்கம்'' என்றான். நான் அமைதியாய் இருக்கிறதைப் பாத்துட்டு, அவனும், ''சரி, தர்ம காரியம்.... நடக்கட்டும்'' என்று தள்ளிப் போனான். படம் போட மணி அடித்ததும், நாங்கள் நயினார்குளம் கரைக்குப் போனோம் அங்கே காற்று நன்றாக வீசும். அங்கே அரச மரத்தடியில் உட்கார்ந்து பேசிக் கொண்டிருப்போம். பிச்சுமணி, மூக்கையா போன்றவர்கள் அங்கே கொஞ்சம் தள்ளி இருக்கும் முனிசிபாலிடி கக்கூஸுக்குப் போய் விட்டு வருவார்கள். அங்கே சகலமும் நடக்கும். தோசை, ''ஸ்ஸ்... அப்பா.. தாயோளி உறிஞ்சி எடுத் துட்டான், கரிப்பய'' என்றவாறே வந்தான். 'தாய்க்குத் தலை மகனுக்குப் பத்து டிக்கெட் தாரேன்'னிருக்கான். பொங்கலும் அதுவுமா என்னத்தையும் அம்பது ரூவா கிடைக்கும்ன்னு பாத்தா, க்கூ... யான்...'' என்று சொல்லிக் கொண்டிருந்தான். ''க்கோவாலு, தொண்டையில முடி முளைச்சுருக்கும்ங்காங்களே... அப்படி உண்டுமாடே'' என்றான். நான் பதில் சொல்கிற மாதிரி இல்லை. ''க்கோவால் மேல நிறைய பேருக்கு ஒரே கண்ணாயிருக்குடே; அறுக்கதுக்கு சும்மா கேயார் விஜயா கணக்கா இருப்பான்னு...'' என்றான். எனக்கு, 'இன்னிக்கி நேரம் சரியில்லை, இந்த சங்காத்தமே வேண்டாம்' என்று பட்டது. ''சரி, போவமா'' என்று சபாபதியிடம் கேட்டேன். அவனும் கிளம்பினான்.

இரண்டு - மூன்று வருடங்களில் எல்லாமே திசைமாறிப் போயிருந்தன. நான் வகுப்பில் முதல் மாணவனாகியிருந்தேன். எம்.ஜி.ஆர். படங்களும் குறைந்து போயிருந்தன. 69-ல் இரண்டே படம். 70-ல் நாலைந்து படங்கள் வந்தன. தியேட்டரில் கூடுவ தெல்லாம் குறைந்து விட்டது.

ஒரு வருட இடைவெளிக்குப் பின் நான் ஆசைஆசையாய் எம்.எஸ்.சி. சேர்ந்தேன். பாலகுமாரனெல்லாம்கூட கடிதம் எழுதியிருந்தான், ''ஏதோ ஸ்டேட் பேங்கில் தற்காலிக வேலை பார்க்கிறேன் என்றாயே. அதைத் தக்க வைக்க முடியுமாமே; எம்.எஸ்.சி.யெல்லாம் அவசியமா'' என்று. அப்பாவுக்கும் அதுதான் ஆசை. எனக்கு, 'கல்லூரி ஆசிரியராக வேண்டும்; கணிதத்தில் ஆராய்ச்சி செய்ய வேண்டும், பி. எச். டி; அப்புறம் அவளைக் கைப்பிடிக்க வேண்டும்' என்றெல்லாம் ஏகப்பட்ட கனவு. ஒன்றும் கைகூடவில்லை. ''உள்ளதும் போச்சு நொள்ளைக் கண்ணா'' என்று ஆனதுதான் மிச்சம். எம்.எஸ்.சி. யில் என்னுடன் சாரங்கன் சேர்ந்திருந்தான். அவனுக்கு அப்பா கிடையாது. பெரியப்பா வீட்டில் இருந்து படித்தான். நாகர்கோயில் பக்கம், தோவாளை. பூக்கட்டும் வகுப்பினர். திருநெல்வேலியில் குடியேறி நெடுங்காலமாயிற்று. வீடு, வேணுவன குமாரர் கோயில் தெருவில் இருந்தது. பி.எஸ்.சி.யில் நல்ல மார்க். அவனது கல்லூரி ஆசிரியர்கள் எல்லாம் சேர்ந்து வீட்டுக்கே வந்து, அவனைக் கட்டாயம் மேற்படிப்பு படிக்க வையுங்கள் என்று சொல்லவே அரைமனதாக அவன் பெரியப்பா சம்மதித்தார் .

''நாம ரயில்ல ஏறினா, நம்ம விதி இஞ்ஜின்ல ஏறி நமக்கு முன்னேயே ப்ளாட் பாரத்தில இறங்கி நிக்கிது'' என்று பசங்க சொல்வது போல, அவன் பெரியப்பா பக்கவாதத்தில் விழுந்தார். அவர், திருச்செந்தூர் மார்க்கத்தில் உள்ள செய்துங்கநல்லூர், கருங்குளம், பெருங்குளம், ஆழ்வார்திருநகரி, தென்திருப்பேரை, குரும்பூர், அம்மன்விளை, சோணகன்விளை மாதிரி ஊரில் உள்ள சிறிய பலசரக்குக் கடையிலெல்லாம் போய் ஆர்டர் எடுத்து வந்து, இங்குள்ள ஹோல்சேல் கடையிலிருந்து சரக்குகளை ரெகுலர் லாரி சர்வீஸில் போட்டு விடுவார். ஆர்டர் எடுக்கையில், பழைய பாக்கியை வசூலித்து வருவார். ஏதோ பணம் ஓட்டமிருக்கும். இதுபோக, வீட்டில் பெண்கள் பூக்கட்டிக் கொடுப்பார்கள். முத்துக்குமாருப்பிள்ளை பூக்கடையில் பெரிய ஆர்டரெல்லாம் எடுத்து வருவார்கள். அவர்களுக்கு இவர்கள் பூக்கட்டிக் கொடுத்துக் கூலிவாங்கிக் கொள்வார்கள்.

இதுபோக, குமாரர்கோயிலுக்கு அடுத்தாற்போல ஒரு அம்மன்கோயில். அதுவும், நெல்லையப்பர்கோயில் ஆளுகைக்கு உள்பட்டது. அதற்குப் பூசைவைக்க வேண்டிய நித்திய முறையும் சாரங்கனுக்கு உண்டு. அதற்கு, வருடத்திற்கு ஆறு - ஏழு மூட்டை

நெல் பெரியகோயிலில் தருவார்கள். அந்தக் கோயிலையொட்டி வாய்க்கால் ஓடும். சுற்றி ஒரு நந்தவனம்; தங்கஅரளி, நந்தியாவட்டை, ஒரு மஞ்சள் பூங்கொன்றை என்று குளிச்சியாக இருக்கும். கோயில் முன் மண்டபத்தில் வாழை நார் வைத்திருப்பார்கள். சோறு நீக்காத வாழை மட்டைகள் நிறையக் காய்ந்தபடியே கிடக்கும். அதுவும் ஒரு வாசனையைத் தந்த வண்ணமிருக்கும். வியாபாரப்பொறுப்பு சாரங்கன் தலையில் விழுந்தது. வாரத்தில் இரண்டு நாள், வகுப்புக்கு வர முடியாது. அன்றைய தினங்களில் நடந்ததை என்னிடம் கேட்டுத் தெரிந்து கொள்வான். இதற்கு உகந்த இடமாக அம்மன்கோயில் இருந்தது. நானும் சக்திபைத்தியம் பிடித்து அலைந்த நேரம் அது. அம்மனின் பெயர் ஆயுள்பிராட்டி. உட்கார்ந்த நிலையில், சற்றே உக்கிரமான முகத்துடன் இருக்கும் சிலை. யாரையும் வதம் செய்கிற மாதிரி இருக்காது. காலையில் குளிப்பாட்டி, ஒரு சேலையைச் சுற்றி, வீட்டில் கட்டிய மாலையைப் போட்டு (அது பெரிதும் முதல் நாள் இரவு போட்டுக் களைந்த மாலையாய் இருக்கும். மத்தியானம்தான் பூ, மார்க்கெட்டிற்கு வரும்) ஒரு கால்ப் படி அரிசி வெந்து, அதுதான் பிரசாதம்; வீட்டிலும் அதுதான் சாப்பாடு.

அன்று என் வீட்டில் இருந்து படிக்க முடியவில்லை. மனம் ரொம்பப் பிறழ்ந்து கிடந்தது. இனம் புரியாத பயம் ஒன்று சூழ்ந்திருந்தது. புத்தகங்களை எடுத்துக்கொண்டு சாரங்கன் வீட்டிற்குப் போனேன். அவன் ஊருக்கு, வசூலுக்குப் போனவன் இன்னும் வரவில்லை.

அவன் வீட்டுக்குப் பக்கத்து வீட்டில் ஒரு தாத்தா, கலகல வென்று பேசுவார். பெண்கள் வைத்திருப்பது போல் - இடுப்பில் - ஒரு குழந்தையை வைத்திருப்பார். அதற்குச் சோகை விழுந்து, உதட்டின் ஓரங்களில் எல்லாம் வெள்ளைப் புண்ணாயிருக்கும். கழுத்திலும் கையிலும், சோகைக்கு, வேர் கட்டியிருக்கும். தாத்தா சற்று விவரமானவர், விவரமும் இல்லாதவர். அவர், சாரங்கன் பெரியப்பா, எதிர்வீட்டு சுப்பிரமணியன் - தனியார் பேங்கில் வேலை பார்க்கிறவர் - அவர் மனைவி, அப்படி அழகாயிருப்பாள் - எல்லோரும், லீவு நாள்களில் தார்சாலில் நாங்கள் படித்துக் கொண்டிருக்கையில், எதிரே அமர்ந்து சீட்டு விளையாடுவார்கள். பெரியப்பாவால் சீட்டைச் சரியாகப் பிடிக்க முடியாது. பெரும்பாலும், 'மக்கு' விளையாட்டே நடக்கும். அதில் சீட்டைக் கையில் பிடிக்க வேண்டாம். உச்சிவெயில் வருகிறபோது ஒரு

வைத்தியர் வருவார். பெரியப்பாவுக்கு, கோவணம் மட்டும் கட்டி, ஏதோ எண்ணெயைத் தேய்த்து, ஒரு மரப்பலகையில் முற்றத்து வெயிலில், படுக்க வைத்து விடுவார். அவர், ''அப்பா அப்பா'' என்று துடிப்பது பாவமாக இருக்கும். பெரியம்மா அழுதபடியே வீட்டுக்குள்ளிருந்து பார்த்துக் கொண்டிருப்பாள். ''வைத்தியரே போறாதா பக்குவம்; குளிக்கட்டுமே, ரொம்ப சங்கடப் படுதாகளே...'' என்று சொல்லிக் கொண்டிருப்பாள். வைத்தியர் விட மாட்டார். எங்களுக்கே சங்கடம் வந்து, நாங்கள் அதற்குப் பின்தான் கோயிலில் போய் உட்கார்ந்து படிப்பது என்று முடிவெடுத்தோம்.

அன்றும் வைத்தியர் படாத பாடு படுத்திக் கொண்டிருந்தார். உணர்வில்லாத கையை எப்படியோ இழுத்துக் கொண்டிருந்தார். பெரியப்பா, என்னவோ ரொம்பத் துடித்துக் கொண்டிருந்தார். பெரியம்மா, ''போறும் விடுங்கய்யா; இங்கிலீஷ் வைத்தியம் பாத்துக்கிடுதோம்'' என்று சத்தம்போட்டுக் கொண்டிருந்தாள். வைத்தியர், ''சரி, உங்க பிரியம்; 'இன்னா வலிக்கு'ன்னு அழுதாரு; அப்படீன்னா மருந்து வேலை செய்துன்னுதான அர்த்தம்'' என்றார். ''அதில்ல வே, வலி வேற எங்கியோல்லவே இருக்கு. நீங்க போங்க, ரெண்டு நாள் கழிச்சு சொல்லிவிடுதேன்'' என்றார் பெரியப்பா. அதற்குள் சாரங்கன் வந்து விட்டான். ''இன்னாலெ சாரங்கா, அவரு கையில ரூவாயக் கொடுலெ'' என்றார். ''எவ்வளவு'' என்றான். அவர், முந்நூறு ரூபாய் கேட்டார். ''அவ்வளவு இல்லை, இன்னாங்க நூத்தி அறுபது ரூபா இருக்கு'' என்று கொடுத்தான். அவன் திரட்டிக்கொண்டு வந்ததில் அவ்வளவு தான் மிச்சம்.

நான், கோயிலில் போய் இருந்தேன். சாரங்கன், குளித்து விட்டு கையில் பொங்கலுடன் வந்தான். கண்ணீர் முட்டி நின்றது கண்ணில். கோயில் வளைவையொட்டி, ஒரு சின்னப் படித்துறை உண்டு. அதில் யாரோ துவைத்துக் கொண்டிருந்தார்கள். 'இந்த உச்சிவெயிலில் யார் துவைக்கிறார்கள். ''பொதுவாக, இந்நேரம் தீட்டுத்துணிதான் துவைப்பார்கள்' என்றான் சாரங்கன். சொல்லும் போது முகத்தில் ஒரு அச்சானியம் படர்ந்தது. பொங்கலை ஓரமாக வைத்துவிட்டு, ஆடை களைந்து, ''இன்னக்கி பூசை வேண் டாம்ன்னா, கேக்காளா அம்மா'' என்று சொல்லியபடியே ஆயுள் பிராட்டி சிலைக்கு எண்ணெய் தேய்த்துக் கொண்டிருந்தான். நான் அருகே இருந்து பார்த்துக் கொண்டிருந்தேன். ஒரு அம்மன்

சிலையை அவ்வளவு அருகில் நின்று பார்ப்பது அதுதான் முதல் தடவை. என்னையும் அனுமதித்தால், நானும் அதற்கு இரண்டு குடம் தண்ணீர் விடலாம் போலிருந்தது. கோயில்வாசலில் நிழலாடியது. இரண்டு பேரும் திரும்பினோம்; யாருமில்லை.

நாலைந்து குடம் தண்ணீர், அருகேயே, ஒரு கொப்பரையில் இருந்தது. சாரங்கன், அதிலிருந்து மொண்டு குளிப்பாட்டத் தொடங் கினான். மீண்டும் வாசலில் நிழலாடியது; திரும்பினோம். பெரியப்பா. இடுப்பில் ஒன்றுமே இல்லை. கம்பை ஊனியபடித் தட்டுத்தடுமாறிச் சுற்றி வந்து கொண்டிருந்தார். வேஷ்டியை எங்கே போட்டார் என்று தெரியவில்லை. ஏதோ வெறி வந்தவர் போலிருந்தது. நான் பின்னாலேயே போனேன். "போப்பா, நொண்டியாக்கிட்டாளே, நொண்டியாக்கிட்டாளே" என்று அரற்றியபடி சுற்றி வந்தார். சுற்றிலும் எங்கேயும் வேஷ்டியைக் காணவில்லை. சாரங்கனும் துண்டு மட்டுமே கட்டியிருந்தான். அதுவும், குளித்து ஈரம் முழுதும் காயாத துண்டு. அவன், சாமி காரியத்திலிருந்து எப்படி பாதியில் வருவது என்று தயங்கினான். அப்போது கோயில் வளைவுக்குள் அந்தப் பெண் வந்தாள்; சாய்ராபானு என்கிற லதாக்குட்டி. சற்று வயதாகியிருந்தது. அவள் கையில் ஈர வேஷ்டி இருந்தது. பெரியப்பா வேஷ்டியை உரிந்து வாய்க்காலில் எறிந்திருக்க வேண்டும். அவள் நுழையவும் பெரியப்பா தடுமாறி விழவும் சரியாக இருந்தது. நான், அருகே ஓடினேன். அவளும் வேகமாக வந்தாள். "ஏ மாரி, பாத்தியா; எனக்கு இது வேணுமா" என்று அவளிடம் புலம்பினார். உடம்பில் ஒட்டுத் துணியில்லை. என்னால் தூக்க முடியவில்லை. வசமில்லாமல் விழுந்து கிடந்தார். அவள், ஈரச்சேலையை மார்பு வரை சுற்றியிருந்தாள். தலையை முடிந்தபடி வேகமாய் வந்தவள், அவரது ஒரு கையில் கம்பை எடுத்துக் கொடுத்து, இன்னொரு கையைத் தூக்கித் தனது தோளில் போட முயன்றாள். அது விளங்காத கை. அதற்குள், சாரங்கன் வந்து விட்டான். பூசையை எப்படி முடித்தானோ. நானும் அவனும் தூக்கி நிறுத்தினோம். தொடை இடுக்குகளிலெல்லாம் தூசியும் நெருஞ்சிமுள்ளுமாய் இருந்தன. அவள், அதையெல்லாம் வேகமாகத் தட்டிவிட்டு வேஷ்டியைக் கட்டி விட்டாள். நான், அவள் துடைக்கும்போதும் வேஷ்டியைச் சுற்றிக் கட்டும் போதும், அவ்வப்போது பிதுங்கித் தெரியும் மாரியின் மார்புகளைப் பார்த்துக் கொண்டிருந்தேன்.

●

39

நாம் சிரிக்கும் நாளே திருநாள்

வீடு, அடுக்களை, பட்டாசல், மேல்த் தார்சால் என்று மூன்றும் கட்டை குத்தியது. கீழ்த் தார்சால் வெறும் தகரச் சாய்ப்பு; ஆனால் வெக்கை தெரியா வண்ணம், கனத்த பிரப்பந்தட்டி அடித்திருக்கும். தகரத்திற்கும் அதற்கும் அரையடி இடைவெளி இருக்கும். அதில் பூனைகள் சாதாரணமாக நடமாட முடியும். அதனுள் பூனை நுழைய வசதியாய் ஈசானிய மூலையில் ஒரு திறப்பிருக்கும். மாடி பாத்ரூமின் நீர்ப் போக்குக்குழாய் வரும் வழி அது. குட்டி போட்டிருந்தால், அந்தத் திறப்பையொட்டி தாய்ப் பூனை அமர்ந்திருக்கும். அதற்குக் கீழ்தான் சைக்கிள் நிறுத்தும் இடம். அருகே யாராவது போனால் பயங்கரமாகக் கிறீச்சிடும். இரண்டு நாள் இந்தக் கூத்து; அப்புறம் எங்கே போனது என்று தெரியாமல் போய்விடும். பெரிய அண்ணனைக் கண்டால் மட்டுமே சாதுவாய் இருக்கும். அவனுக்கு நாய், மாடு, பூனை என்றால் சற்று பிரியம். ''அவன் வளர்க்காத நாய் வகைகளே கிடையாது'' என்பாள் அம்மா. எனக்குத் தெரிய, ஒரு 'டேபிள் நாய்' வளர்த்தான். சிறியதாய், மேஜை மேல் வைத்தால், அங்கு இங்கு அசையாது. எப்போதும் தூங்கிக் கொண்டே இருக்கும், ஒன்றுக்குப் போனதுகூடத் தெரியாமல். இதற்காகவே ஒரு மேஜையை 'செட் அப்' செய்து வைத்திருந்தான். மற்றபடி, ''அவன்

மேஜையில் உட்காருகிற ஆளா'' என்று அக்கா கேலி செய்வாள். மதினி, ''தோழியாரே, இந்தக் கிண்டல்தானே வேண்டாங்கிறது'' என்று பொய்யாய்க் கோபிப்பாள். வரிசையார்(மதினி), தங்கள் நாத்தனார்களை, சற்று தன் வயது ஒத்தவர்களை, ''தோழியாரே'' என்று அழைப்பது எங்கள் குடும்ப வழக்கம்.

ஒரு பசுமாட்டை - சித்திரை மாச நயினார்நோன்பு அன்று- குளிப்பாட்டும்போது, அது சற்று முரண்டு பிடிக்கவே, அவன் அடித்த அடியைக் காணச் சகிக்காது, அம்மா, ''இன்னமெ, இந்த வீட்ல வாயில்லாச் சீவனை வளக்காதீங்க'' என்று அப்பாவிடம் கண்டிப்பாகச் சொல்லிவிட்டாளாம். அப்பா, எப்படி அம்மா சொன்னதைக் கேட்டார் என்று புரியவில்லை. அதிலிருந்து நாங்கள் மட்டுமே வளர்க்கப்பட்டோம். ஒரு நயினார்நோன்புக்கு நான் தூக்கமாத்திரைகளை விழுங்கிவிட்டுச் சாகக் கிடந்தபோது, அம்மா இதைச் சொல்லியும் அரற்றிக் கொண்டிருந்தாளாம். நான் பிழைத்து வந்தபின் அவள் எதுவும் சொல்வதில்லை, மறுபடி.

நல்ல உச்சிப்பொழுது, அப்பா, கீழத்தார்சாலில் தனது ஈசிச் சேரில், அரைத்தூக்கமாய், உட்கார்ந்து, தூங்கிக் கொண்டிருந்தார். நான், 'மன்னாதிமன்னன்' படத்தை பேப்பரிலிருந்து வெட்டிக் கொண்டிருந்தேன். ''கலையில் நிலா, களத்திலே புலி, குணத்தில் தங்கம், கொதித்தால் சிங்கம்'' என்று வசனம்போட்டு, ஒரு அழகான விளம்பரம் வந்திருந்தது. இந்தமாதிரி வேலையெல்லாம் பார்த்தாலும், அப்பா ஒன்றுமே சொல்வதில்லை. 'இவனும் எங்கே உருப்படப் போகிறான், பத்தோடு பதினொன்று, தொலையுதான்' என்று நினைத்தாரோ என்னவோ. திடீரென்று ஒரு செண்ட் மணம் வீட்டுக்குள் தலைவாசல் வழியாக வந்தது. நெடுநெடுவென்று வளர்ந்த ஒல்லியான ஆள், அழுக்கு பைஜாமா - ஷெர்வாணி மாதிரி ட்ரெஸ் போட்டுக் கொண்டு உள்ளே நுழைந்தார். பார்வைக்கு, அந்தக் கால இந்தி நடிகர் பால்ராஜ் சஹானி மாதிரி இருந்தார். தோளில் சின்னப்பெட்டி மாதிரி ஒன்றைக் குறுக்காகத் தொங்கவிட்டிருந்தார். ''அரே மாலிக், ஹைசா ஹை'' என்கிற மாதிரி பேசிக்கொண்டே அப்பாவை நெருங்கி, தன் பையிலிருந்து விதவிதமான நீளக் காதுக்குடும்பிகளை எடுத்து அரைத்தூக்கத்தில் இருந்தவரின் காதுக்குள் லாகவமாக நுழைத்து, உருட்டி, சுண்டைக்காய் பருமனில் அழுக்கை எடுத்து விட்டார். நான், சற்று பயந்து போனேன். அப்பா, ஒன்றும் பெரிதாகக் கோபப்படவில்லை. வந்தவர், இன்னொரு காதில்

அழுக்கு எடுக்க ஆரம்பித்து, இன்னொரு 'சுண்டைக்காய்' எடுத்துக் காண்பித்தார். அப்புறம், கொஞ்சம் போல் பஞ்சை எடுத்து, ஒரு செண்ட் பாட்டில் வாயில் வைத்துச் சாய்த்து, அதை இரண்டு காதிலும் வைத்தார். இரண்டு பேரும் காசுக்குத் தர்க்கம் பண்ணிக் கொண்டிருந்தார்கள். கடைசியில், ''ஃபோர் அணாஸ் ஒன்லி'' என்று அப்பா ஒரு நாலணாவை மட்டும் கொடுத்தார். அவன், ஏதோ கெஞ்சிக் கொண்டிருந்தான். அப்பா அருகே நன்றாகக் குத்தவைத்து உட்கார்ந்து கொண்டான். அப்பாவுக்கு இந்தியோ உருதோ தெரியுமா என்று சந்தேகப்படும்படி இருவரும் பேசிக் கொண்டிருந்தார்கள். நீண்ட காலமாக வருகிறவன் போல இருந்தது. அம்மாவின் தலைதெரிந்ததும், ''க்யா மாஜி'' என்று ஒரு செண்ட் பாட்டிலை எடுத்து நீட்டினான். அம்மா, சுத்தமாக, ''அதெல்லாம் வேண்டாம் வே'' என்று உள்ளே போய் விட்டாள்.

என்னைக் காண்பித்து ஏதோ பேசிக் கொண்டிருந்தான். நான், கையிலிருந்தவற்றை ஒளித்துவைக்க முயன்று கொண்டிருந்தேன். என் அருகே வந்து கையைப் பார்த்து, ''ஆயுள் பலமாயிருக்கிறது'' என்கிற மாதிரி சொல்லிக் கொண்டிருந்தான். அப்பா, போத்தி ஒட்டலுக்கு ஒரு சீட்டில் ஏதோ எழுதிக் கொடுத்தார். இந்நேரம் அங்கே என்ன இருக்கும்; போண்டா, கூல்டிரிங்க்ஸ் எதாவது இருக்கும். என் கையைப் பார்க்கிற எல்லோருமே இதைத்தான் சின்ன வயசில் சொல்வார்கள்.

முட்டை விற்கிற நாடார் ஒருவர் வருவார். அப்பா, அப்போது டி. பி. யால் கஷ்டப்பட்டபோது தினமும் முட்டை அவரிடம்தான் வாங்குவார்கள். இப்போதும் அந்தப் பழக்கத்திற்கு வந்து, ''முட்டை வேணுமா'' என்று கேட்டுப் போவார். கலைந்த தலை; ரெண்டு - மூணு நாள்த் தாடி; சட்டை போடாமல் கனத்த டைமண்ட் துண்டு மட்டும் போட்டிருப்பார். ரொம்ப பிரியாசத்தின் பேரில் தான் கைரேகை பார்ப்பார். அவரும் சொன்னார், ''இது, கடைசிவரை படிக்கிற கை'' என்று. ''வேலைக்குப் போவானா, மேல படிக்கணும்ங்கானே'' என்று ஒரு தரம் கேட்டபோது, இப்படிச் சொன்னார். யார் கையையோ தானாகவே, ''கையைக் கொண்டாரும் வேய்'' என்று பார்த்துவிட்டு, ''இது, பாம்பு இரைதேடற உச்சி வேளையில் கருத்தரிச்ச ஜாதகர்; இது கூடப் பொறந்ததுகளுக்குக் கொஞ்சம் ஆயுள் பலம் கம்மி'' என்று சொல்லிவிட்டு அவரே சொன்னார், ''பாத்தேளா, என் வாய் நிக்காது; என் புருவம் ரெண்டும் ஒண்ணு சேர்ந்திருக்கு, பாத்தேளா; நாக்கு கொஞ்சம்

கரிநாக்கு. நான் சொன்னா நடக்கும் - அது நல்லதோ கெட்டதோ. என்னால சொல்லாமலும் இருக்க முடியாது. இதுனாலதான் நான் ரேகை பாக்க மாட்டேன்னு தவக்கம் காட்டறது'' என்று சொல்லி விட்டு, காசு கொடுத்ததை வாங்க மறுத்துவிட்டார். ''வேணும்ன்னா, நாலு முட்டை வாங்குங்க; யாவாரமாவது நடந்த மாதிரி இருக்கும்'' என்று தன் முட்டைக்கூடையை எடுத்து முழங்கையில் மாட்டிக் கொண்டு கிளம்பி விட்டார்.

ரொம்ப வருஷங்கள் கழித்து, ஒரு சமயம், அவராகவே அப்பாவின் கையைப் பார்த்து, ''யாருக்காவது சாப்பாடுபோட்டு, வேஷ்டி - சட்டை தானம் கொடுங்க ஐயா; அப்பவே கவனிச்சது தான்; இங்கன இந்த ரேகையில லேசா ஒரு பெருக்கல்க் குறி மாதிரி இருக்கு, பாத்தேளா; நேரம் வரும்போது, சொல்லணும்ன்னு நெனைச்சேன். எதுக்கும் ஜாதகமும் பாருங்க'' என்றார். அப்பா, ஜாதகம் பார்த்துச் சின்னதாய்ப் பரிகாரம் பண்ணிக் குறுக்குத்துறை கோயில்மடைப்பள்ளியில் எடுபிடி வேலை செய்கிறவனுக்குத் தானம் கொடுத்தார். அவன் அந்த வேஷ்டி - நேரியல் எல்லாத்தையும் கட்டிக்கொண்டு புதிதாய்ச் சிரைத்த குடுமியோடு வந்து, வீட்டில் காட்டிக் கொண்டிருந்தான், ''மாமி பாத்தேளா, எல்லோரும் நல்லாருக்குங்கா'' என்று. கொஞ்ச நாள் கழித்து, அவன் காக்காய் வலிப்பு வந்து ஆற்றில் விழுந்து ஆற்றோடு போய்விட்டான் என்று சொன்னார்கள். இதைக் கேட்டதும் அப்பாவின் முகத்தில் ஒரு பய ரேகை ஓடிற்று, இன்னமும் நினைவு இருக்கிறது.

அப்பாவைத் தேடி - அல்லது அப்பாவிடம் எதிர்பார்த்து - பழையகாலத்து ஆள்கள் யாராவது வருவார்கள். ஒருநாள்ப் பகல் பதினொரு மணி இருக்கும்; தெருவில் நின்று கொண்டிருந்தேன். யாரோ சொன்னார்கள், ''உங்க வீட்ல நெறைய ஆளாத் தெரியுதே, என்ன'' என்று. நான் வீட்டுக்குள் ஓடினேன். பளபளக்கும் தகரங்கள், பல சைசில், நடைக்கூடத்தையொட்டிச் சாய்த்து வைத்திருந்தன. அதன் அருகே ஒரு பெண் - கிட்டத்தட்ட நரிக்குறத்தி மாதிரி - தன் முந்தானையில், அதைத் தொட்டில் போல ஆக்கிக் குழந்தையைத் தூங்க வைத்திருந்தாள். இன்னும் இரண்டு பேர் அப்பாவிடம் பேசிக் கொண்டிருந்தார்கள். ''ஐயா, எவ்வளவு நாள் கழிச்சு வாரோம்; ஒரு வேலையும் இல்லெங்கேங்களே. எத்தனை நெலைக்கண்ணாடி உண்டு வீட்ல; அதையெல்லாம் காட்டவாவது செய்ங்க ஐயா'' என்று சொல்லிக் கொண்டிருந்தான் ஒருவன். ''அதெல்லாம் மக வீட்ல இருக்கு'' என்று அப்பா சுருக்கமாகச்

சொன்னார். ''சரி, அங்க போய் ரசம் பூசிட்டாப் போச்சு; என்னாம்மா, நான் சொல்றது'' என்று வாசல்நிலை ஓரமாய் நின்றிருந்த அம்மாவைப் பார்த்துச் சொன்னான் ஒருவன். ''சின்னம்மாவை எங்க கட்டிக் குடுத்திருக்கு'' என்று கேட்டான் இன்னொருவன். யாரும் பதில் சொல்லவில்லை. அந்தப் பெண், ''அம்மா, இந்தப் பிள்ளைக்கி என்னமும் காபித்தண்ணி குடுங்கம்மா'' என்று கேட்டாள். அம்மா உள்ளே போய் விட்டாள். உள்ளிருந்து கடுங்காப்பி வாசனை வந்தது.

''ஐயா, அந்த பீரோல்கண்ணாடி ரொம்ப ஒசத்தியான பெல்ஜியம் கண்ணாடியாச்சே; அது, எப்படிய்யா இருக்கு. அதுக்கு நான்தான ரசம்பூசனது. - அவன், கேள்விகளாய்க் கேட்டுக் கொண்டிருந்தான். அப்பா, ''ம், ம்'' என்று வெறும் உம் கொட்டிக் கொண்டிருந்தார். ''என்னய்யா, உங்க வீட்ட வச்சு இங்க நாலஞ்சு வீடு வேலை கெடைக்கும்ன்னு வந்தோம். இப்பல்லாம் ரசம் வாங்கறதே பெரும்பாடா இருக்கு; ரொம்ப கட்டுப்பாடு. கண்ணாடி கள்ளாம் கடையில் தகடால்லா கெடைக்கி; ஒண்ணாவது விரலவச்சுப் பாத்தா இடைவெளி தெரியணுமெ; விரலோட விரல் ஒட்டிருக்கு. அந்தக் காலத்துக் கண்ணாடியில பல்லி ஊர்ந்துபோனா அடி வயிறு அழகா, முட்டையோட, தெரியுமெ'' என்று சொல்லிக் கொண்டிருந்தான்.

''ஐயா, பழைய படமெல்லாம் இருக்காய்யா; அவ்வளவும் ஜெர்மன்ல அச்சடிச்சதுல்லா. அந்த, நெறைய க்ரிஷ்ணர்கள் நிலவுல நெறைய பொண்ணுங்க கூட ஆடறமாதிரி ஒண்ணு உண்டே; அது இருக்கா'' என்று கேள்வியாய் அடுக்கிக் கொண்டிருந்தான். மாடிஹாலில் நிறையப் படங்கள் உண்டு. ரவிவர்மா படக் காலண்டர்கள், சன்லைட் சோப், A-F HARVEY LTD, வினோலியா சோப் என்று எத்தனையோ கம்பெனி காலண்டார்கள்; பெரிய ஃப்ரேமில் அடைத்து மாட்டப்பட்டிருக்கும். சிசுபாலன், கிருஷ்ணரைக் கௌரவ சபையில் கேள்விகேட்கும் படம் ஒன்றைப் பற்றி யாருக்கும் தெரியவில்லை. ரொம்ப நாள் கழித்து, போத்தி ஒட்டலில் அதே படத்தைக் காண்பித்து, பத்மநாதன் என்கிற சப்ளையர் சொல்லித்தான் தெரியும். அவர், சேர்மாதேவிக்காரர். சினிமா ரசிகத்தன்மை எங்களை ஒன்று சேர்த்தது. அந்த ஓட்டலில் இருந்த பல படங்கள், ஓவியங்களை அவர் விளக்கியிருக்கிறார். வாயுபுத்திரர்களான அனுமனும் பீமனும் சந்திக்கிற மஹாபாரத ஓவியம் ஒன்று உண்டு. பீமனின் வழியைத் தன் நீண்ட வாலால்

மறித்தவாறு, அனுமன் உட்கார்ந்திருப்பார். கேட்பாரற்று அந்த ஓவியம் ஒரு ஓரத்தில் இருக்கும். அதைப் பற்றியெல்லாம் பத்ம நாதன் விஸ்தாரமாகச் சொல்வார். 'தாழம்பூ' படத்துக்கு அவர்தான் டிக்கெட் ரிசர்வ் செய்து வைத்திருந்தார். அவர், சேர்மாதேவியில் கிளப்பு நடத்தி, நொடித்துப்போய் இங்கே வேலைக்குச் சேர்ந்தவர். இடையிடையே சிகரெட் பிடிக்க நைசாக சப்ளையை விட்டு விட்டு வெளியே வருவார். உள்ளூர் ஐயர்; போதாதா, கன்னடத்துப் போத்தி அவரை வேலையைவிட்டு நீக்க.

''எல்லாம் இருக்கு'' என்று சற்று சலித்தபடி சொல்லிக் கொண்டு அம்மா கடுங்காப்பியை அந்தப் பெண்ணுக்காக நீட்டினாள். ''பால் இல்லையோ; ஆமா, இந்நேரம் எங்க இருக்கும்'' என்று அவளே சொல்லிக் கொண்டாள். கருப்பட்டிக் காப்பி வாசம் அந்த இரண்டு ஆண்களையும் இழுத்ததோ என்னவோ, ''எங்களுக்கு கிடையாதா'' என்று கேட்டு வாங்கிச் சாப்பிட்டார்கள். இதற்குள், அப்பா குளியலறையிலிருந்த ஒரு ரசம்போன கண்ணாடியை எடுத்து வரும்படி பெரிய அண்ணனிடம் சொன்னார். அது ஒன்றரைக்கு ஒரு அடி கண்ணாடி. அதை பார்த்ததும், ''ஐயா, இதுக்காக வேலைய ஆரம்பிச்சா கட்டுபடியாகாதே'' என்று அதில் ஒருவன் இழுத்தான். இன்னொருவன், ''குடுங்க ஐயா, வந்ததுக்கு உங்க வீட்ல வேலை செய்யாமப்போனா நல்லாருக்காது'' என்று வாங்கி, அதன் சட்டங்களைப் பிரித்து, கண்ணாடியை எடுத்துப் பின் புறச் சிவப்பு வர்ணத்தைச் சுரண்ட ஆரம்பித்தான். மேல்த் தார்சால் எங்கும் மினுமினுக்கும் கண்ணாடி ரசத் துகள், தூசியாய்ப் பரவ ஆரம்பித்தது.

''என்ன மாதிரியான வார்ப்பு, பாரு'' என்று இருவரில் இளையவன் போலிருந்தவனிடம் சொன்னான். அவன் முகத்தில் ஒரு பிரகாசம் தெரிந்தது. கிட்டத்தட்ட, கண்ணாடி அளவான தகட்டை எடுத்து, ஒரு குடுவையிலிருந்து பாதரசத்தை அதில் விட்டு அவசரமாகப் பரப்பித் தேய்த்தார்கள். அதே அவசரத்தோடு, சுத்தமாக்கியிருந்த பழைய கண்ணாடியை அதில் ஒட்டியொடுத் தார்கள். பளபளவென்று கண்ணாடி மின்னியது. எல்லோரிடமும், ''பாருங்க ஐயா, பாருங்க தம்பி, அம்மா'' என்று காண்பித்தான். அப்பா, பேசாமலேயே இருந்தார். அப்புறம் ''இதெல்லாம் ஒன்றும் புதிசில்லை, என்று நினைக்கிற மாதிரி லேசாகச் சிரித்தார். எனக்கும் வியப்பு மேலிடச் சிரிப்பு வந்தது. அவன், கண்ணாடிக்குப் பின்புறம், ரசத்துக்கு மேலாக ஆரஞ்சுச் சாயம் போல ஒன்றைத்

துணியில் நனைத்துப் பூசிக்கொண்டிருந்தான். அந்தப் பெண், ஒரு வாரியலைக் கேட்டு வாங்கிக் கண்ணாடி ரசத் துகள்களைக் கூட்டி அள்ளினாள். ஆனாலும், இன்னும் அவர்கள் விடைபெற்றுப் போனபின்னும், தார்சாலின் சாணமிட்டு மெழுகிய செங்கல்த் தரையிலும், வரிவாளங்களிலும் ஜிகினா போல் மின்னிக் கொண்டிருந்தது. கண்ணாடியைத் தார்சாலிலேயே மாட்டி வைத்தோம். கண்ணாடிக்குருவிகள் வந்து கொண்டிருந்தன, நீண்ட காலமாய்; என் கவிதையில் இன்னும் கொத்திக் கொண்டிருக்கின்றன.

40

மேடை அவன் மேடையல்லவோ...

ரதவீதியின் அந்த சந்தியில்தான் பெரும்பாலான அரசியல்க் கூட்டங்கள் நடக்கும். யார் கூட்டம் நடத்தினாலும் கேட்பதற்கு அங்கே ஆள் இருக்கும் என்பதுதான் முதலான காரணம். எங்கள் தலை முறையில், காங்கிரஸ் கட்சியின் பொதுக் கூட்டத் திற்குக்கூடக் கூட்டம் கூடிவிடும். 1967 வரை அங்கே கூட்டம் நடத்த அனுமதி இல்லாமல் இருந்தது. ரயில்வே பீடர் ரோட்டில்தான் நடத்த வேண்டும். அருகேயே பிள்ளையார் கோயில். அதற்கு சூடன் ஏற்றுவதாக வேண்டிக்கொண்டால், வாத்தியார் படத்திற்கு முதல்நாள் டிக்கெட் கிடைத்து விடும். தந்தை பெரியார் பேசும் கூட்டமோ வீரமணி உரையாற்றும் கூட்டமோ எதுவானாலும் அர்த்த சாம பூஜைக்கு மணியடிக்க ஆரம்பித்ததும், பேசு வதைச் சற்று நேரம் நிறுத்தி வைப்பார்கள். பூசை முடிந்ததும்தான் மறுபடி துவக்குவார்கள். பொதுக் கூட்டம் எதுவுமே நடைபெறவில்லையென்றால் கூட அந்த இடம் கலகலப்பாகவே இருக்கும். டவுணுக்கு வருகிற பஸ்கள் அனைத்தும் நிற்கும் கடைசி இடம் அதுதான். அங்கிருந்துதான் மேற்கே உள்ள அனைத்துத் தெருக்களுக்கும் போகவேண்டும். எங்கள் தெரு, அந்த ரதவீதியிலேயே ஆரம்பித்து விடும். அதனால் சற்று வாலைப் பருவம் வந்தபிறகு, எங்கள் சாயந்தர இருப்பிடமே அதுதான். அசைவ

ஓட்டல் என்று, ஒரே ஒரு 'இந்தியா ஓட்டல்' என்று உண்டு. அதுவும், வெவ்வேறு கைமாறி அவ்வளவு நன்றாய் நடக்க வில்லை. அப்புறம், அதுவும் போய் அங்கே பிலிப்ஸ் ரேடியோக் கடை வந்து விட்டது.

டாக்ஸி ஸ்டாண்டும் அதுதான். அதிகம்போனால், ஐந்து அல்லது ஆறு டாக்ஸிகளே நிற்கும். எல்லாமே கறுப்பு - மஞ்சள் அம்பாஸிடர். அதில் ஒன்றை அமர்த்திக்கொண்டு, பி. எஸ்.சி.யில் இடம்வாங்கச் சாவடி அத்தானை இந்து காலேஜுக்கு அழைத்துப் போனேன். நம்பர் MDT 6716. பி. யு.சி.யில் பாஸ் பண்ணினதே பெரிய புண்ணியம். அதே கார், அதே டிரைவருடன் பத்து வருடம் அப்படியே இருந்து, அதில்த்தான் கல்யாணம் ஆன கையோடு அம்மாவைச் செப்பறைக்கோயில் கும்பாபிஷேகத்துக்கு அழைத்துப் போனேன். டிரைவர், பழைய விஷயத்தை நினைவு கூர்ந்தார்.

அன்று, திருமலை அண்ணன்தான் அந்த டாக்ஸியைப் பேசி அழைத்து வந்தான். அவன், எனது மூன்றாவது அண்ணன். ஈஸ்டர்ன் பிராஞ்ச் ஸ்கூலில், எட்டுவரை படித்தான். ஹெட்மாஸ்டர் ராகவையங்கார் அடித்தார் என்று கிளாஸை விட்டு ஓடி வந்தவன் தான்; அப்புறம் பள்ளிக்கூடமே போகவில்லை. ராஜமார்த் தாண்டனைப் போல் கூர்மையான மூக்கு. ஆளும் சிகப்பாக இருப்பான். அவன் ஒரு அச்சகத்தில் வேலை பார்த்துவந்தான். அவன் சரியானபடி தொழில் கற்றுக் கொண்டிருந்தால், என்றோ அச்சகம் ஆரம்பித்திருப்பான். மீரானியா அச்சுக்கூடம், ஹிலால் அச்சு இயந்திரசாலை, செண்பகாதேவி பிரஸ் என்று எல்லாவற்றிலும் குப்பை கொட்டிவிட்டு, கடைசியாக ஹமீது பிரஸில் வேலைக்கு இருந்தான். அதில், பெரிய முதலாளிக்கு இவன் வேலைமீது திருப்தியே இருக்காது. அவரது மகன், சின்னவர் கனி பாய்க்கு இவன்தான் செல்லப்பிள்ளை. ஒரு நாள், பெரிய முதலாளி ஃபோர்மேனிடம் ஏதோ சத்தம் போட்டுக் கொண்டு இருந்தான் என்று - இவனை வேலையை விட்டு நிற்கச் சொல்லி விட்டார். காலையிலேயே சொல்லி விட்டார். கனி அண்ணாச்சி வெளியூர் போயிருந்தார். ''அவரிடம் சொல்லி விட்டுப் போகிறேன்'' என்று பிரஸிலேயே இருந்தான். பிரஸில், இவன் இல்லாமல் யாருக்குமே பொழுது போகாது. இவனுக்கு வேலையே, அச்சடித்து முடிந்த பாரங்களைக் கழுவி, எழுத்துகளைப் பிரித்து அதற்கான கேஸில் போட வேண்டியது மட்டும்தான். மற்றவர்கள், ஒண்ணுக்கு எட்டு சைசில் ஒரு பக்கம் கோத்திருந்தால், இவனது ஸ்டிக்கில் மூன்று வரிகூட கம்போஸ் ஆகியிருக்காது.

'நிர்மால்யம்' என்றொரு 'இலக்கிய இதழை' நாங்கள் நடத்தியபோது - முதலும் கடைசியுமான அந்த இதழை - ஹமீது பிரஸில்தான் அடித்தோம். அதில் கார்லோஸ் (தமிழவன்) நாடகம் ஒன்று வெளியானது. அது, ஒரு 'அப்சர்ட்' நாடகம். தவிரவும், தமிழ்நாடன், ஓவியர் பால் க்ளீ பற்றி ஒரு கட்டுரை எழுதியிருப்பார். அதைப் பார்த்துவிட்டு, 'கசடதபற' மகாகணபதி கூட கிண்டலாகக் கேட்டார், ''உமக்கு பால் க்ளீ எல்லாம் தெரியுமா'' என்று. மஹா கணபதி நன்றாக வரைவார்; லினோ கட், பன்வர் கட் எல்லாம் வரைவார். அவரது எமிலி டிக்கின்ஸன் மொழிபெயர்ப்பு முக்கியமானது. அப்போது பக்கத்திலிருந்த ஞானக்கூத்தன் அவரைக் கடிந்து கொண்டார், அப்படியெல்லாம் எதிர்பார்க்கக் கூடாது என்று. ஆனால் கட்டுரையைப் புரிந்தே, கொண்டு வந்திருந்தேன்.

விளையாட்டாக, தமிழவன் நாடகத்தை நான் கம்போஸ் செய்தேன். நான் ¼ சைசில் அரைப் பக்கம் 'கம்போஸ்' செய்து முடித்து விட்டேன், அண்ணன், பெரிய சினிமா நோட்டீசை மர எழுத்துகளால் கம்போஸ் செய்து முடிக்க முடியவில்லை. பிரஸில் தொழிலாள நண்பர்கள் எல்லாம், ''என்ன வே, தீனா; ஒம்ம தம்பி ரெண்டு நாள்ல வேலை படிச்சிட்டாரு; நீரு எத்தனை வருஷமா இன்னும் கேலில இருந்து டைப்பப் பிரிச்சுப் போட்டுக் கிட்டே இருக்கேரு'', என்று கிண்டல் செய்தார்கள். என் திருமண அழைப்பிதழையும் அங்கேயே நான்தான் கம்போஸ் செய்தேன். இது, முதல் சம்பவத்திற்கு, பத்து வருடம் கழித்து. என் திருமணத் திற்கு, அவன் தொழிலாளத் தோழர்கள் வாங்கிப் பரிசளித்த நிலைக்கண்ணாடி இன்னும் இருக்கிறது. இன்ஷா அல்லா, என் கடைசிவரை அது இருக்கவேண்டும்.

வேலையை விட்டு நிறுத்திய அன்று, கனிபாய் வர இரவு எட்டு மணி ஆகி விட்டது. இவன் கடைக்கு வெளியே நின்று கொண்டிருந்தானாம். ''என்ன திருமலை, வா; போய் டீ வாங்கீட்டு வா'' என்றாராம் கனி அண்ணாச்சி. ''நான் ஒண்ணும் வேலையில இல்லை'' என்றிருக்கிறான். ''அப்ப, ஏன் நின்னுட்டு இருக்கே'' என்று விளையாட்டாகக் கேட்டிருக்கிறார். ''வேய் பண்ணையாரே, உக்காரும்; உமக்கும் சேத்து டீ வாங்கீட்டு வரச் சொல்லுதேன்'' என்று சிரித்திருக்கிறார். ''இங்க பாருங்க, இவங்க எப்படி நோட்டீசை அடிச்சுக் கட்டி வச்சுருக்காங்கன்னு; நாளக்கழிச்சு படம் ரிலீஸ்'' என்று பொறிந்திருக்கிறான். ''என்ன வே,

கொண்டாரும் பாப்போம்'' என்று இவன் சட்டைப்பையில் இருந்து எடுத்து நீட்டியதை வாங்கிப் பார்த்திருக்கிறார். 'கலைக் காவேில்' என்று ரெட்டைக் கொம்பை, 'வி'க்கு முன்னதாகக் கம்போஸ் செய்து, ஒண்ணுக்கு ரெண்டு சைசில் வாலமாக ஐயாயிரம் நோட்டீஸ் 'கலைக்கோவில்' படத்துக்காக அடித்துக் கட்டி வைத்திருக்கிறார்கள். அதைப் பார்த்ததும், கனி பாய்; ''ஏ பாவிகளா, கெடுத்திட்டியளே காரியத்தை; ராமாபிலிம்ஸ் அய்யரு உண்டு - இல்லேன்னு ஆக்கிருவாரே - கோபாலகிருஷ்ணா ப்ரஸிலே இருந்து சினிமா ஆர்டர வாங்க முடியாமல்லா வாங்கீட்டு வந்திருக்கேன்'' என்று அங்கலாய்த்திருக்கிறார். ஜங்ஷன் கோபால கிருஷ்ணா பிரஸ், சினிமா நோட்டீஸ் அடிக்க மட்டுமே சாமி பிக்சர்ஸ்காரர்களால் நடத்தப்படுவது.

''ஃபோர்மேன்ட்ட இதைச் சொல்லத்தான் வந்தேன்; பெரிய முதலாளி சத்தம்போட்டு வேலையவிட்டு நிக்கச் சொல்லிட்டாக'' என்று சொல்லிவிட்டு வீட்டுக்கு வந்து விட்டான். கனி அண்ணாச்சி, ஆள் விட்டு என்னைக் கூப்பிட்டார்; சிரித்துக்கொண்டே விஷயத்தைச் சொன்னார். ''போ, இன்னக்கி திருமலையால ஒரு அருமையான கச்சேரி போச்சு'' என்றார். உள்ளே, மும்முரமாக மறுபடி நோட்டீஸ் அடிக்கும் வேலை நடந்து கொண்டிருந்தது.

மறுநாள் காலையில் அண்ணாச்சி, வேலைக்குப் போனான். ஞாபக மறதியாய்ப் பெரியவர், ''அன்னா, திருமலை வந்துட்டான்; திருமலை, போய் ராஜவெல்லி கம்பெனில பில் ரூவா வாங்கீட்டு வந்திரு. நீ போனாத்தான், உக்காந்து வாங்கிட்டு வர முடியும்'' என்று சொல்லியிருக்கிறார். எல்லோரும் சிரித்திருக்கிறார்கள், கனி பாய் உள்பட. அப்பத்தான் பெரிய முதலாளிக்கும் தன் ஞாபகமறதி புரிந்திருக்கிறது.

அவனை, அங்கே, ''மைனா'' என்று கிண்டலாகக் கூப்பிடு வார்கள். அவன் மைனாவதி ரசிகன். மைனாவதிக்கு உலகிலேயே இவன் மட்டும்தான் ரசிகனாய் இருந்திருக்க முடியும். 'ஆரவல்லி' படப் பாட்டுப்புத்தகத்தில் வந்த மைனாவதி ஸ்டில்லை அட்டையில் ஒட்டி, அதற்கு கண்ணாடிப் பேப்பரெல்லாம் ஒட்டி - அழகாக ஃப்ரேம் போட்டது போல் செய்து - தன் பீரோலுக்குள் வைத்திருப்பான். எனக்கு, 'சாரதா' பட ஸ்டில்களை அப்படி ஒட்டி வாங்கி வந்து தந்தான். அதுதான் என்றில்லை, சில்பியின் படம் என்றால் அவனுக்கு ரொம்பப் பிடிக்கும். மீனாட்சி,

அபிராமி என்று சில்பி வரைந்த படங்களைத் தடிமனான அரை பவுண்டு அட்டையில் ஒட்டிக் கண்ணாடிப் பேப்பர் சுற்றி வீட்டில் போட்டிருப்பான். அவற்றைத்தான் அப்பா போன பிறகு எங்களால் விற்க முடியவில்லை; மற்ற போட்டோ ஃப்ரேம், கண்ணாடிகள் எல்லாம் விலையாகி விட்டன. வீடு இருக்கும் நிலையில் அவனுக்கு கல்யாணமும் வாய்க்கவில்லை. எனக்கு வேலை கிடைத்ததும், என் கல்யாணம் முடியட்டும் உனக்கும் ஒரு பெண்ணைப் பார்ப்போம் என்று சொல்லியிருந்தார்கள் என்று பின்னால் தெரிந்தது.

அவன் எப்போது சிவாஜி ரசிகனாக மாறினான் என்று தெரியாது. ஒரு தீபாவளிக்கு, ‘மன்னாதிமன்னன்’ படத்திற்குப் போய்வந்த பின் என்று யாரோ சொன்ன நினைவு. அவனுக்கு சைக்கிள் ஓட்டத் தெரியாது. ‘பழநி’ படம் 1965 பொங்கலுக்கு வந்தபோது, நான்தான் அவனுக்கு டிக்கெட் ரிசர்வ் செய்து கொடுத்தேன். அதேபோல், ‘கௌரவம்’ படத்துக்கு நான்தான் டிக்கெட் வாங்கி அனுப்பி வைத்தேன். ‘ராஜராஜசோழன்’ படத்திற்குப் பெரிய எதிர்பார்ப்பு இருந்தது, தமிழின் முதல் சினிமாஸ்கோப் படம், ஜி. உமாபதி தயாரித்தது என்று. பூர்ணகலா என்று ஒரு புது தியேட்டரில் வந்தது. அதன் உரிமையாளர்களின் தம்பி, பாபு என்கிற சிவராஜ் என் கல்லூரித் தோழன். அண்ணன், அதற்கு டிக்கெட் கிடைக்குமா என்று என்னிடம் தயங்கித்தயங்கிக் கேட்டான். அவன், இரண்டு வார்த்தை பேசுவதற்குள், ஒன்று வெகுளித்தனமாய் சிரிப்பான் அல்லது காச்மூச்சென்று கத்துவான். படம் ரிலீசாகும் மறுநாள் எனக்கு எம். எஸ். சி. தேர்வு இருந்தது. ‘சரி, போய்க் கேட்டுப் பார்க்கலாம்’ என்று முதல்நாளே சைக்கிளில் போய் பாபுவிடம் சொல்லி வைத்தேன். அவன், ‘‘ஏய், நீ எங்கப்பா இங்க வந்தெ’’ என்று கிண்டலடித்தான். பக்கத்திலேயே டி. எஸ். எஸ். மணி நின்ற நினைவு; அவனும் பாபுவும் ஸ்ரீபுரத்தில் பக்கத்து வீட்டுக்காரர்கள். ‘‘எனக்கு வேண்டாம்ப்பா நம்ம அண்ணன், கணேசன் ரசிகன். அவனுக்கு மட்டும் ஒரு டிக்கெட் தா’’ என்று விஷயத்தைச் சொன்னபின், ‘‘சரி, வா; ஒரு டிக்கெட்தானே. ஒனக்கு இல்லாததா’’ என்றான்.

மறுநாள் நாங்கள் போனபோது, டிக்கெட்டெல்லாம் காலி. கூட்டம், கடுமையாக இருந்தது. தியேட்டரும் சின்னத் தியேட்டர். பாபுவை தாமதமாகத்தான் பார்க்க முடிந்தது. அவன் மறந்தே போயிருந்தான். அவன் தம்பியிடம் கேட்டான், ‘ஒரு டிக்கெட்

இருந்தா குடுறா' என்று. ''இல்லை, இப்பத்தான் சி. டி.ஓ. ஆஃபீஸ் காரங்ககிட்ட குடுத்தேன்'' என்றான் அவன். அண்ணன் முகம் வாடி விட்டது. முணுமுணுவென்று தனக்குத் தானே பேசிக் கொண்டான். இதுவும் அவனுக்கு வழக்கம். அதைப் பார்த்ததும் பாபு கேட்டான், ''ஏய், அண்ணாச்சி, பெஞ்சு டிக்கெட்டுக்குப் போவாரா'' என்று. ''ஆஹா, அதுக்கென்ன'' என்று சத்தம் போடாத குறையாய்ச் சொன்னான், அண்ணன். ''சரி, நீ வெளியெ போய் சைக்கிள் டிக்கெட் வழியா வா'' என்றான், பாபு. நான், அண்ணனை இழுத்துக்கொண்டு அந்த வழியாகப் போனேன். பாபு, உள் வழியாக அந்தக் 'கேட்'டிற்கு வந்தான். நான்தான் முதலில் நுழைய வேண்டி வந்தது; அவன், பின்னால் தட்டுத் தடுமாறி வந்தான். ''சரி, நீயும் போ'' என்று உள்ளே உட்காரவைத்து விட்டுப் பாபு போனான். டிக்கெட்டும் கிடையாது, கட்டணமும் கிடையாது. ஓசியில் படம். அண்ணனுக்கு சந்தோஷம்.

அதேபோல், அவன் சந்தோஷமாய் இருந்தது இன்னொரு சமயம். கேரளா டூர் போய் வந்த லட்டுக்குசு தம்பி, திரவியம் ரெண்டு மேக் டவலைத் தள்ளிக்கொண்டு வந்து விட்டான். அதை கொடுக்க ஆள் தேடியபோது, நான் எதிரே வந்திருக்கிறேன். ''எண்ணன் இதை வச்சுக்கிடுங்க; கைக்காசாவது மிஞ்சட்டும்'' என்றான். நான் திருநெல்வேலிக்கு மாறுதலாகி வந்திருந்த சமயம். வாங்கி இடுப்பில் சொருகிக்கொண்டு வீட்டுக்கு வந்தேன். புகை, துயரமாய்ப் படிந்த ரெண்டு கட்டு வீட்டில்,கரி படிந்த டியூப் லைட் அழுது கொண்டிருந்தது. பெரிய கொலுப் பொம்மை பீரோல், சின்னப் பட்டாசலை ரெண்டாய்த் தடுத்து சுவர் போல் இருந்தது. பாட்டிலை எங்கே ஒளித்துவைக்க என்று பீரோல் பின்னே நின்று யோசித்துக் கொண்டிருந்தபோது, காலடிச் சத்தம் கேட்டது. சுப்பு. அரங்கநாதனும் நம்பியும் வந்தார்கள். கூட லயனலா என்று நினைவில்லை. நான் பாட்டிலை இன்னும் பத்திரப்படுத்தவில்லை. பட்டும் படாமலும் பேசிக் கொண்டிருந் தேன். ரங்கநாதன் கண்டுபிடித்து விட்டார், 'புள்ள முழிக்கிற முழி பேளறதுக்குத்தான்' என்று. என்ன விஷயம் என்று நைசாக உள்ளே பார்த்து விட்டார். சொள்ளமாடன் மாதிரி ரெண்டு நிக்கி தரையில. ''நம்பி, நீங்க கிளம்புங்க. இந்தா வந்திருதேன்'' என்று நம்பியைக் கிளப்புவதில் குறியாய் இருந்தார். நம்பி, அப்பொழுது இவ்வளவு குடிக்க மாட்டார். நம்பிக்கும் புரிந்து விட்டது; ஆனாலும் தெருமுனையில் காத்திருப்பதாகச் சொல்லிவிட்டுக்

கிளம்பினார். ''அய்யோ, இதுக்கு என்ன இருக்கு மிக்ஸ் பண்ண'' என்று கையைப் பிசையத் தொடங்கினார் ரங்கநாதன். அழகான தேன் இருந்தது. அதையும் தண்ணீரையும் சேர்த்து ஆளுக்கு ஒரு மடக்கு சாப்பிட்டிருப்போம். திருமலை வந்தான். நான் வீட்டில் வைத்துச் சாப்பிட்டதே கிடையாது. ரங்கநாதன் சமாளித்து, ''அண்ணாச்சி, இந்தாங்க; கொஞ்சம் சாப்பிடுங்க'' என்று அவனிடம் நீட்டினார். ''ஹேஹ் ஹே வேண்டாம்'' என்றான்; ஆனால் வாங்கிக் கொண்டான். ஆளுக்கு ஒரு தம்ளர். அவனே போய் ஏதாவது தொட்டுக் கொள்ள வாங்கி வருகிறேன் என்று கிளம்பினான். ரங்கநாதன் தடுத்து விட்டார். எனக்கு அதுவே போதுமானதாக இருந்தது. அண்ணன் சந்தோஷமாய் இருந்தான். மூன்று பேரும் ஆபிரகாம் ஒட்டலுக்குப் போய் - ரங்கநாதன் செலவில் - சாப் பிட்டோம். ரங்கநாதன், மீதியைத் தன்னிடமே தருமாறு கேட்டுக் கொண்டிருந்தார். எனக்கு, 'வேற சரக்கு கிடைக்காதே' என்று யோசனையாய் இருந்தது. அண்ணனோ, ''ஏயப்பா, வாங்கிக் கிடலாம்'' என்றான். மூன்று பேரும் மறுபடி வீட்டுக்கு வந்தோம்; ரங்கநாதன் இன்னொரு அரையை எடுத்துக் கொண்டார். அவரும் அண்ணனுமே அதிகம் பேசிக் கொண்டிருந்தார்கள். ரங்கநாதன் அற்புதமான ஆள். அதன் எதிரொலி அண்ணன் முகத்தில் தெரிந்தது.

'ராஜராஜசோழன்', அரு. ராமனாதன் எழுதி ஆயிரம் முறை மேடை ஏறிய கதை. படத்தில் கங்காவின் ப்ரம்மாண்டமான செட் இருந்தது. அகலத்தையும், நம்பியாரையும் தவிர ஒன்றுமில்லை. திருமலையே சொல்லிக் கொண்டு வந்தான், ''இதுக்கு, 'தங்கப் பதுமை'யே பரவால்ல போல்ருக்கே'' என்று. எப்பொழுதோ பார்த்த 'தங்கப்பதுமை' நினைவுக்கு வந்தது. அதற்கும் அரு.ராமனா தன்தான் கதை - வசனம். அவர் ஆசிரியராய் இருந்த 'காதல்' என்ற பத்திரிகை ஒன்றிரண்டு திருமலை பீரோவில் இருக்கும். அதில் கணேசன் வரைந்த படங்கள் கிளுகிளுப்பூட்டுவதாய் இருக்கும்.

இப்போது, சந்திப்பிள்ளையார் முக்கு சுருங்கி விட்டது. அங்கே கூட்டமெல்லாம் நடைபெறுகிறதா, தெரியவில்லை. ஏகத்திற்கு ரொட்டி - சால்னா கடைகள் பெருத்து விட்டன. போக்கு வரத்து, ரொம்ப நெருக்கடியாகிவிட்டது. சந்திப்பிள்ளையாருக்கு எதிரே நின்று பழையபடி பேசிக்கொண்டிருக்க முடியுமா, தெரியவில்லை.

முடியாது. இனி அந்தப் பக்கமே நடக்கக்கூட முடியுமா, தெரியவில்லை.

பதினைந்து நாளாகிறது; டீ குடித்துவிட்டு, ஓரமாய் நின்று கொண்டிருந்த திருமலைமீது லாரி ஏறி முகமே தெரியாமல் நசுங்கிச் செத்துப் போய் விட்டான் - சந்திப் பிள்ளையார் சாட்சியாய். ஆனால் அந்நேரம் அவர் நடையடைத்து உள்ளே இருந்திருக்கிறார்.

மூன்று கிலோ பஞ்சைத் திணித்து முகம்போல செய்திருந் தார்கள். காற்றில் பறந்து வந்த பாலிதீன் பையில், சிதறிக் கிடந்த மூளையை அள்ளி எடுத்துப்போட்டு, அறுக்கக் கொண்டு போனார்களாம்.

முந்தின நாள் இரவுதான் பழைய பாட்டுகளைப் பாடி, ஸ்ரீரங்கம் கண்ணனும் சி. மோகனும் நண்பர்களும் மதுரையில் கொண்டாடிக் கொண்டிருந்தோம். கண்ணனிடம் 'தங்கப்பதுமை' பாடலைப் பாடக் கேட்டேன். ''லிரிக்ஸ் ஞாபகம் இல்லை'' என்று சிறிது பாடினான். ''கண்ணிலே ஊறும் நீரும் இனி நம் நிலை காண நாணும்....'' என்று எடுத்துக் கொடுத்தேன். யாரோ, ''ஆஹா'' என்றார்கள்.

காலையில் தள்ளாட வைக்கிற நீரிழிவுப் பசியுடன் மீனாட்சி கோயிலைச் சுற்றி வந்தேன். இன்னும் தன் நிலைக்கு வராமலேயே மேடையில் உட்கார்ந்திருந்தபோது, அலைபேசி அழைத்து, தகவல் வந்தது. நான் பேசத் துவங்கும்போது பார்வையாளர்களில் ஒருவர், அலைபேசியில் சத்தமாகப் பேசிக் கொண்டிருந்தார். சற்று இடைஞ்சலாய் உணர்ந்தவன், பேச்சை நிறுத்தினேன். அவர் எழுந்து வெளியே போனார். நான் நினைத்தேன், 'நாமும் அலைபேசியை அணைத்துவிட வேண்டும்'. நினைத்து முடிக்கும் முன், அழைப்பு வந்தது. 'திருமலை இறந்து விட்டான் பத்து நிமிடம் முன்' அவசரமாய்க் கிளம்பி வந்தேன்.

அந்திச்சூரியன் மறையும் முன், நான் வைத்த நெருப்பில், அவனது சிதை கனலத் தொடங்கி விட்டது. கிளம்பினோம். திரும்பிப் பார்த்தபோது, ''திரும்பிப் பாக்காமப் போங்க, ஐயா'' என்று யாரோ சொன்னார்கள்.

'ஆழி அலையாழி', 'பனி தீராத வீடு' என்று மலையாளப் படங்களாக நினைவுக்கு வந்தன; ''ஓரிடத்து ஜனனம், ஓரிடத்து மரணம்'' என்று ஜேசுதாஸ் குரல் கேட்டது. 'துலாபாரம்' நினைவுக்கு வந்தது.

''கண்ணு நீர்க் கடலின் களிமண் த்வீபிது- பண்டு நீ
ஞங்ஙள்க்கு எந்தினு தந்து.... ''

வயலாரின் வரிகள் நினைவுக்கு வந்தன; அதற்குச் சற்றும் வலிமை குறையாத கண்ணதாசன் வரிகள் நினைவுக்கு வந்தன.

''ஆண்டவனும் கோயிலில் தூங்கிவிடும்போது
யாரிடத்தில் கேள்வி கேட்பது
ஏழைகளின் ஆசையும்
கோயில் மணி ஓசையும்
வேறுபட்டால் என்ன செய்வது
தர்மமே மாறுபட்டால் எங்கு செல்வது

''ஆடுவது நாடகம்
ஆளுக்கொரு பாத்திரம்
இறைவனுக்கு வேலை என்னவோ
ஆடவிட்டுப் பாடுவான்
மூடுதிரை போடுவான்
மேடை அவன் மேடையல்லவோ
வாழ்க்கையின் பாதை அவன் பாதையல்லவோ...''

நினைவுகள்...... நினைவுகள்.... ....

வீடுவந்து சேரும்போது ஏற்கெனவே தெருவெங்கும் அச்சகத் தோழர்கள் ஒட்டியிருந்த அஞ்சலி நோட்டிஸை நன்றாகப் பார்த்தேன். கூரிய நாசியும் வெகுளிச் சிரிப்பும்.... அதுவரை வராத அழுகை பொங்கிக் கொண்டு வந்தது.

●

41
உறவை எண்ணிச் சிரிக்கின்றேன்
உரிமை இல்லாமல் அழுகின்றேன்...

எல்லோரும், பார்சல் வாங்கி வந்திருந்த சாப்பாட்டைப்பற்றி, "நல்லாருக்கில்லா" என்று பேசிச் சாப்பிட்டுக் கொண்டிருந்தார்கள். எனக்கு அண்ணனின் விபத்தில் அடிபட்டு நசுங்கிய, மூக்கில்லாத, முகமே நினைவில் வந்து கொண்டிருந்தது. இது, புது நாவிதன் போலிருக்கிறது. இப்போது இவன்தான் காரியங்களைச் செய்கிறானாம். பட்டதாரி வாலிபன். இவனும் கேரளாவிலிருந்து வந்தவன். சாதாரண சவப்பெட்டிக்குள் இருந்தது உடல். அதுவே அவன் உடலுக்குப் பெரிய பெட்டியாய் இருந்தது.

"ஒப்பாரிச் சொந்தத்தை
சத்தமிட்டு விலக்கி
கையையும்
காலையும்
மடித்துக் கட்டினான்
சவப்பெட்டிக்கு
அவளால்
சங்கடம்
வரக் கூடாதென்று".

'சிலுவையின் நீள அகலங்கள்' என்ற என் 35 வருடத்திற்கு முந்தைய கவிதை நினைவுக்கு வந்தது. லீலாக்காவின் நினைவாக எழுதப்பட்டது அது.

ஒவ்வொரு குடும்பங்களிலும், அதுபோல் தைரியமும் காரியார்த்தமுமான ஒருவர் இருப்பார். காரியார்த்தம் என்று சொல்ல முடியாது. அவர்கள் போல் ஒருவர் இல்லையென்றால், கடைசியில், அதைக் காணோம் இதைக் காணோம் என்று விசேஷங்களின் போதும், துஷ்டிவீடுகளிலும் சங்கடப்பட நேரிடும். அப்பதான் யாராவது கேட்பார்கள், ''எங்கடே, அந்த பைண்டிங் ஆபீஸ் கல்யாணி'', என்று. பைண்டிங் ஆபீஸ் கல்யாணி அண்ணாச்சிதான் இதுபோல காரியங்களில் முன்னுக்கு நிற்பார். அவரும் அவரது மனைவியும் விஷம்குடித்துப் பிழைத்தபின், அவர் எங்குமே போவதில்லை.

எப்போதும் சிரித்துக்கொண்டே பேசுகிற லீலாக்காவின் மரணத்துக்கு ஏகக் கூட்டம். தெருவே திரண்டு அழுது கொண்டிருந்தது. வில்வாதி சனி, உளுவாஞ்சன்னி என்றெல்லாம் அழைக்கப்படுகிற டெட்டானஸ் வந்து இறந்து போயிருந்தாள். உடம்பைப் பொது மருத்துவமனையிலிருந்து தரவே மறுத்தார்கள். ப்ளாஸ்டிக் பேப்பர் சுற்றித்தான் தந்தார்கள், ''அப்படியே கொண்டு போய் காரியம் செய்யுங்கள், யாரையும் தொடவிடக் கூடாது'' என்று. ஒரு டாக்டர் - உறவினர் இருந்ததால், உடலைப் பெற முடிந்தது. தன்னை மறந்து, பெண்கள் உடலின்மீது விழுந்து அழுவதும் அரற்றுவதுமாக இருந்தார்கள். வெளியே முற்றத்தில் இருந்த ஆண்களும் வாய்விட்டு அழுதுகொண்டிருந்தார்கள். அப்போதுதான் ஒரு கல்த்தூணுக்குப் பின், செத்துப்போனவளின் கடைசிக் கைக்குழந்தையைக் கையில் வைத்தபடி - அவன் ஏழாவதோ எட்டாவதோ - நின்று அழுது கொண்டிருந்த என்னை அந்தச் சித்தப்பா, கையைப் பிடித்து இழுத்துக்கொண்டு, உள்ளே, பெண்கள் நடுவே, அழைத்துப் போனார். பிள்ளையை யாரோ வாங்கிக் கொண்டார்கள். குழந்தையின் பெயர் குமரனோ என்னவோ. அவன், யார் கையை நீட்டினாலும் போனான். உள்ளே நுழைந்ததும், படு சத்தமாக வேலைக்காரர்களைக் கங்காணி விரட்டுகிற மாதிரி - கையைத் தட்டித்தட்டி பெண்களைத் ''தள்ளிப் போங்க தள்ளிப்போங்க'' என்று - விரட்டினார். அவரது கண்ணில் கண்ணீர் முட்டிக்கொண்டு நின்றது. பெண்கள் என்னவோ ஏதோ என்று சற்று விலகியதும் தான், உடலின் ஒரு கையை மடித்தபடி, என்னை, ''அந்தா, அந்தக் கையை மடி'' என்றார். என்னை ஏன் அதற்குத் தேர்ந்தெடுத்தார் என்று யோசித்தபடியே, நான் இடது கையை மடிக்க முயன்றேன்; கட்டை போலிருந்தது, மடக்க

முடியவில்லை. ஆனால் அவர் வலது கையையும், மணிக்கட்டையும் வேகமாகவும் வலுவாகவும் மடித்துவிட்டார். என்னிடம், ''தள்ளு, அந்த வெள்ளைத்துணியைக் கிழி'' என்றபடியே, இடதுகையையும் மடித்தார். நான், ரெண்டு விரற்கடை அளவில் துணியைக் கிழித்துக் கொடுத்தேன்; எப்படியோ, எனக்கு, அதைத்தான் சொல்கிறார் என்று புரிந்தது. அதை வாங்கி, கைகளை அவசரமாகக் கட்டினார். அதற்குள் நாவிதன் காலை மடித்துக் கட்டி விட்டான். பெண்களின் கூப்பாடு, இப்போது, 'ஹோ'வென்று கூடியது. உடலின் வாசனை தாங்க முடியாததாயிருந்தது. சித்தப்பா விடுவிடுவென்று, ''தலையைப் பிடி'' என்றார். நானும் யாருமோ பிடித்தோம்; நாவிதன் ஒதுங்கிக் கொண்டான். முற்றத்தில் குளிப்பாட்டக் கிடத்திவிட்டு ஒதுங்கினோம். சித்தப்பா அழுதது, தாங்க முடியாமல் இருந்தது. நான் தெருவுக்கு வந்து விட்டேன். நாவிதன், கொச்சக் கயிற்றைத் துண்டுதுண்டாக வெட்டி, சுருட்டி, கொள்ளி தயாரித்துக் கொண்டிருந்தான். என்னைப் பார்த்ததும், ''உங்க பாட்டுக்கு அழுதுகிட்டே இருந்தா காரியம் ஆக வேண்டாமா; மணி நடுராத்திரி ஆகப்போதுல்லா. யாரு, பாடையக் கட்டினவன் ஒழக்கு அண்ணனா; (ஆள் கட்டையாய், உழக்குப் போலிருப்பான்) அவன், அவனுக்கு ஏத்த மாதிரிக் கட்டி இருப்பான் போல்ருக்கு. நேரமாயிட்டே போனா விறைப்புக் குடுத்துருமே; மடக்கவே முடியாதெ, பாடை கொள்ள வேண்டாமா'' என்று சொல்லிக் கொண்டிருந்தான்; ''நாங்க, உள்ள வந்து செய்ய முடியுமா'' என்று பீடியைக் கொள்ளியில் பற்றவைத்தவாறே சொன்னான். அது, அவள் கதை, அது, என் கவிதை.

இப்போது, உடலைச் சவப்பெட்டிக்குள்ளிருந்து எடுக்க மிகுந்த யோசனையாய் இருந்தது, எல்லோருக்கும். எல்லோரும் என்றால் என்ன, நாலைந்து பேர்தான் இருந்தோம். பிரஸில் வேலை பார்ப்பவர்கள் ஆறு - ஏழு பேர் இருந்தார்கள். கனிபாயின் பையன் - மூன்றாவது தலைமுறை முதலாளி - வந்திருந்தார். 'அவங்க பழக்கம் வேற' என்பதால் தள்ளியே நின்றிருந்தார்கள். சிதை, தயாராய் இருந்தது. ''நான் கைவைக்கக்கூடாது, பாருங்க; ஒரு ஆள் தலையைப் புடியுங்க, ஒரு ஆள் நடுவில, ஒரு ஆள் காலைப் புடிச்சு அப்படியே இது மேல வச்சுருங்க'' என்றான். தலையைப் பிடிக்க முடியாது, அது நசுங்கிக் கிடந்தது. ''பெட்டியோட வச்சுரலாமெ'', என்று சொன்னதும், ''அது கூடாது, சிதை ஒலைஞ்சிரும்'' என்றான். இன்றாவது நாலைந்து பேராவது

இருந்தோம். இன்னொரு அண்ணன் பெண், தீயை வைத்துக் கொண்டு இறந்துபோனது. அதுவும், ஆஸ்பத்திரியில் கிடந்து இறந்து போனது; அதை, 'அமரர் ஊர்தி'யில் வைத்து அங்கிருந்தே, நேரே, மயானத்துக்குக் கொண்டு போய்விட்டோம். அப்போது, பிணம் அறுக்கும் இடத்தில் நீண்ட நேரம் காத்துக் கிடக்க வேண்டியிருந்தது. திருநெல்வேலி ஆஸ்பத்திரியில் போஸ்ட் மார்ட்டம் நடக்கும் கூடத்திற்கு, 'டெம்பிள் ஆஃப் சர்ப்ரைஸ்' (Temple Of Surprise) என்று எழுதி வைத்திருந்தார்கள். அதையே மூன்று - நான்கு மணி நேரமாகப் பார்த்துக் கொண்டிருந்தேன். அமரர் ஊர்தியில், நானும், 'மஞ்சமஞ்சேர்' என்று பல் விகார மாய்த் தெரிகிற உடலும், இன்னொரு மருமகனும் இருந்தோம். கூடவே லீலாக்காவின் கடைசி மகன் குமரனும் இருந்தான். அவன், காலையிலிருந்து கூடவே இருக்கிறான். அவனுக்கு அப்போது பதினைந்து - பதினாறு வயதிருக்கும்; நான் நினைத்துக் கொண்டேன், 'உன்னை அன்று தூக்கி வைத்திருந்ததற்கு, இது பதிலியா' என்று. நசுநசுக்கிற அந்த உடலை, நான், அவன், இன்னும் ஒருவர் தூக்கி வைத்தோம். கையெல்லாம் ரத்தமும் சலமும். அங்கிருந்த கல்த்தூணில் துடைக்க இயலாமல் துடைத்தேன்.

இப்போதும் ஒருவர், (முத்தையாபிள்ளை என்றார்கள்; அவரெல்லாம் எங்கள் காலத்தில், தெருவில் இருந்ததில்லை; இப்போதுதான் வந்திருக்கிறார்கள்; அவர், லாகவமாகத் தோளைப் பிடித்துத் தூக்கிச் சிதையில் வைத்தார். அவன் எரிந்து கொண் டிருந்திருப்பான்.

''சாப்பாடு, நல்லாருக்குல்லா; பொன்னாகுடியா மருமக விடிகடை போட்டிருக்கா; அங்க வாங்கி வந்தது'' என்று சொல்லிக் கொண்டிருந்தார்கள். அவள் என்ன கடையெல்லாமோ போட்டாயிற்று, என்ன கதையெல்லாமோ நடத்தியாயிற்று. இவர்கள் என்னத்தைக் கண்டார்கள். பேருக்குச் சாப்பிட்டுவிட்டு, படுத்திருந்தேன். ''இப்போது பொன்னாகுடியாள் எந்தத் தெருவில் இருக்கிறாளோ, தெரியவில்லை. இப்போது தெருதான் இருக்கிறது. பழையவர்கள் யாருமே இல்லையோ' என்று யோசனை ஓடிக் கொண்டிருந்தது.

''சந்தனத்தக்கா, இப்போது வீரவநல்லூரில் இட்லிக்கடை நடத்திக் கொண்டிருக்கிறாள்'' என்று, கொஞ்ச வருடம் முன்பு ராமுவோ கோபாலோ சொன்ன நினைவு. 'நாராயணன் ப்ரதர்ஸ்'

என்று, போஸ் மார்க்கெட்டில் காய்கறிக்கடை நன்றாக நடந்து கொண்டிருந்தது. பெரியவர் - காளி அண்ணாச்சி - சுருண்ட முடியும் மைனர் செயினுமாக ஆள் நன்றாக இருப்பார். வீடு, தெருவின் நடுப்பாகத்தில் இருந்தது. தெருவின் கிழக்கு முனையிலும் மேற்கு முனையிலும் இரண்டு 'அடி பம்ப்' உண்டு. இன்னும் தண்ணீர் வற்றாமலிருக்கிறது. தண்ணீர், உலைவைக்க, பாத்திர - பண்டங்கள் கழுவ என்று உபயோகமாய் இருக்கும். பெரும்பாலான வீடுகளில், அப்போது பம்பு கிடையாது. தெரு பைப்தான். பொட்டல்புதூர் தர்கா யானை எப்பவாவது வந்தால், தானாகவே இந்த பைப்பிற்கு அருகே வந்ததும் நின்று விடும். நாங்கள் போட்டி போட்டுக்கொண்டு தண்ணீர் அடிப்போம். அது தும்பிக் கையை வாகாகக் குழாயில் பொருத்திக் கொள்ளும். அடித்து மாளாது; தும்பிக்கை நிறைந்ததும், வாயில் ஊற்றிக் கொள்ளும். ஒரு ராத்திரி, செகண்ட் ஷோ பார்த்துவிட்டு வரும்போது தூரத்திலிருந்து பார்த்தோம்; பைப்படியில், சிவக்கொழுந்து, அந்தரங்க சுத்தி செய்து கொண்டிருந்தான். அவன், மிலிட்டரி யிலிருந்து ஓடிவந்தவன். ''ஏய், அங்க பாருங்கப்பா; நடுராத்திரி பொட்டல்புதூர் யானை தும்பிக்கை கழுவுது'' என்று யாரோ சொன்னார்கள். அதிலிருந்து அவரின் பேரே அதுவாகிப் போனது.

சந்தனத்தக்கா, காளி அண்ணாச்சிக்கு மனைவியாகிப் புதுப் பெண்ணாக வந்திருந்தார்கள், தெருவுக்கு. நிறைய நகைபோட்டி ருப்பார்கள். அவள், தெரு பம்பில் தண்ணீர் பிடிக்க வருகிற போது, அதைப் பார்க்க, பெண்கள் தங்கள் வீடுகளிலிருந்து ரகசியமாகவும் தெரிந்தும் எட்டிப்பார்ப்பார்கள். அக்கா, வட்ட முகம்; கனத்த உடம்பு. சிரித்தபடியே நடந்துவந்து தண்ணீர் மொண்டு போவாள். 'எதுக்கு எல்லா நேரத்திலும் நகை போட்டிருக் கிறார்கள்' என்று யோசிப்போம். நாங்கள், நீண்ட காடினா நடையிலிருந்து பேசிக்கொண்டிருப்போம். பெண்கள், எங்களைக் கடக்கும்போது பேச்சின் 'வால்யூம்' குறைந்து விடும். காளி அண்ணாச்சி, கடையில் இருந்தால் சிரித்துப் பேசிக் கொண்டிருப்பார். அவரது தம்பி சொக்கலிங்கமோ என்னவோ பேர்; அவர், சற்று சிடுமூஞ்சி. அவர்கள் கடையில்தான் வீட்டுக்குக் கறிகாய் வாங்கு வோம். கடன் கணக்குத்தான்; அறுவடை முடிந்ததும் ஆறுமாதத் திற்கு ஒருக்க அப்பா கணக்கை முடித்துவிடுவார். பெரும்பாலான கடைகளில், அப்படித்தான் அப்பாவுக்கு வழக்கம். நான், 'காய்கறி வாங்கி, வந்தால் நன்றாக வாங்கி வருகிறேன்' என்று

பேர். எனக்கு முதலில் காளி அண்ணாச்சி கடையில் வாங்குவது பிடித்திருந்தது. அவர் என்னைக் கண்டதும், ''வேய், வாரும்; டீ சாப்பிடுதேரா'' என்பார். அவர் கடைக்கு அருகே ஒரு பெண், கூறுகட்டி வைத்துக் காய் விற்பாள்; அவள், நடிகை விஜயகுமாரி ஜாடையில் இருப்பாள். ஒருகாலத்தில், பக்கத்து 'குறத்திமுடுக்'கில் தொழில் செய்தவள். வயதானால், அந்த மாதிரி ஆள்களுக்கு இதுதான் பிழைப்பு. ஒருநாள், பேச்சுவாக்கில், அண்ணாச்சியிடம் சொல்லிவிட்டேன், ''உங்க கடையில விலைல்லாம் கூட இருக்கே; கத்திரிக்காய்க்கு விலைகேட்டா கடைக்கே வெலை சொல்லு தேங்களே. விஜயகுமாரி கடையில வாங்கீரலாம் போல இருக்கே'' என்று. அண்ணாச்சி, ''ஏய்; இங்க பாரு இவளே. நீ விஜயகுமாரி மாதிரி இருக்கியாம், தம்பியாபுள்ள சொல்லுதாரு'' என்று போட்டுக்கொடுத்துவிட்டார். ''ஏன், தேவிகா மாதிரி இல்லையாமா'' என்று கேட்டாள் அவள், சிரித்தபடியே.

அதற்குள் அருகே இருந்த அவரது தம்பி, ''ஏம்டே, காய்கறி வாங்க வந்தா வாங்கிட்டுப் போவியா; கடைய உன்னால வாங்க முடியுமாடே'' என்று சண்டைக்கு வந்து விட்டார். பெரியவருக்கு சங்கடமாய்ப் போய்விட்டது ''சும்மா இருப்பா; அவன் விளை யாட்டுக்குத்தானே சொல்லுதான்'' என்று சமாதானப் படுத்தினார். அதிலிருந்து அவர் தம்பி இருந்தால், நான், கடைக்குப் போகத் தயங்குவேன். கொஞ்ச நாள் கழிந்திருக்கும்; ராத்திரி முதல் ஷோ பார்த்துவிட்டு வந்து கொண்டிருந்தேன்; 'அழகு நிலா', என்று நினைவு; ''மூங்கில் மரக் காட்டினிலே கேட்கும் ஒரு நாதம், முத்தமிடும் தென்றலினால் உண்டாகும் சங்கீதம்...'' என்று பாடிக் கொண்டிருந்தார், மனசுக்குள் சீர்காழி. தெருமுனையில் சுடலை கோயிலின் முன், தெரு விளக்கடியில், காளி அண்ணாச்சியின் தம்பி நின்று கொண்டிருந்தார். எனக்குச் சற்று வெறுப்பாய் இருந்தது. அவராகவே, ''வே, திருமலை தம்பி; வீட்டுக்கா; இரும், நானும் வாரேன்'' என்று என்னை ஒட்டியவாறு கிளம்பினார். தெருவில் அப்போதெல்லாம் டியூப் லைட் கிடையாது; சாதாரண குண்டு பல்புதான். அதுவும், தெரு முனையை விட்டால், அடுத்து இருபது வீடு தள்ளி, சாவடிப்பிள்ளை வீட்டருகே ஒன்று. அதை விட்டால், இருபது வீடு தள்ளி, காளி அண்ணாச்சி வீட்டருகே, ஒன்று; இடையில், கிருஷ்ணன் வைத்த வீட்டருகே நல்ல இருட்டாய் இருக்கும். அங்கேதான் பெரிய கோபால் வீட்டின் முன், சுடலைகோயில் வாளும் கேடயமும் புதைத்து வைத்திருக்கும்;

ஒவ்வொரு கொடையின்போதும், அதை எடுத்துச் சாற்றிவிட்டு, கொடை முடிந்ததும் மறுபடி பெட்டியில் வைத்து, அங்கே புதைத்து விடுவார்கள். அதை நெருங்கும்போது அவர் என் தோள் பட்டையை, ஒரு கையால் கட்டிப்பிடித்துக் கொண்டார். எனக்கு வேறு விதமாய் பயமாயிருந்தது. ஆனால் சமாளித்துக் கொண்டேன். ‘‘அன்னக்கி, ரொம்ப சத்தம் போட்டுட்டேனோ; கோவிச்சுக் கிடாதயும்’’ என்றார். ‘என்னடா, இவ்வளவு பெரிய ஆள், இப்படிச் சொல்லுதாரே’ என்றிருந்தது. இப்போது, சிறிது வெளிச்சம் வந்திருந்தது. கையையும் தோளை விட்டு எடுத்திருந்தார். அவர் வீட்டருகே வரும்போது - தெருவில் சிகரெட்டைப் பிடித்தவாறு - காளி அண்ணாச்சி நின்று கொண்டிருந்தார்; ‘‘அதான, இவனைக் காணுமே மூதேவி; முக்கிலேயே பயந்துபோய், யாராவது துணைக்கி ஆளைத் தேடிக் கிட்டிருப்பானே, வீட்டுக்கு வர; ‘நாமளே போய்ப் பாப்பமா’ன்னு நெனச்சுக்கிட்டு நிக்கென்’’ என்றார். ‘‘இங்க பாரும் தம்பி; அடுத்த மாசம் கல்யாணம் வச்சாச்சு’’, என்றார். அவரது மனைவி, சந்தனத்தக்கா, அப்ப, என் ஓப்படியா கூட வருவாக; என்ன தம்பி’’ என்று என்னைப் பார்த்துச் சொன்னாள்.

அவரோ, ‘‘பயமென்ன பயம்; அந்த வாளு - கேடயம் இருக்கற இடம்ன்னா கொஞ்சம் பயம். அதுவும், அந்த சிவா பய சுவர் இடிஞ்சு விழுந்து செத்துப்போனானே அதுக்கப்புறம்தான் பயம்’’ என்றார். ‘‘ஆமா, போடா; இப்ப கக்கூஸ் போகறதுக்கு ஆளு வரணும் உனக்கு’’ என்று காளி அண்ணாச்சி கேலி செய்தார். சந்தனத்தக்கா, ‘‘தம்பி வாங்களேன்; ரெண்டு இட்லி சாப்பிட்டுட்டு போகலாம்; இவகளுக்காக வேண்டி இப்பதான் ஊத்தியிருக்கேன்’’ என்றாள். தெருவையொட்டிச் சமையலறை. வீட்டுக்கு முன் வாசல் பக்கத்துச் சந்து வழியாக வரவேண்டும். இந்தப் பக்கத்திற்கு, தெருவில் நடைப்படி கிடையாது. காளி அண்ணாச்சியும், ‘‘வாரும் வே’’ என்றார். போனேன். மதினி தளர்வான உடைகள் அணிந் திருந்தாள். நகைக்கு ஒன்றும் குறைவில்லை. அடுக்களை எங்கும் தண்ணீர்க்குடமும் பானையுமாய் இருந்தன. அதற்கடுத்த ரூமில், ஒரு படுக்கை விரித்திருந்தது. காலால் அதை ஒதுக்கிப் போட்ட படியே, ‘‘வாரும், இங்க உக்காரும்’’ என்றார் அண்ணாச்சி. நான் உட்கார்ந்தேன். ‘‘ஒத்தி ரூவாயக் கழிக்கமாட்டேன்; கொஞ்சம் சீர் திருத்தம் பண்ணிக்கிடுதேன்னா வீட்டுக்காரன் விடமாட்டேங்கான்.’’ என்று சொல்லிக்கொண்டே அவரும் உட்கார்ந்தார். ‘‘ஏல, நீயும்

உக்காரம்லெ'' என்று தம்பியைச் சொன்னார். ''இல்ல, நான் பொற வாசல் போயிட்டு வாரேன்'' என்றார் தம்பி. ''போயிருவியளா, துணைக்கி வரணுமா'' என்று சந்தனத்தக்கா கேட்டாள். வெட்கமாய், ''சீச்சி, நீங்க என்ன மதினி ஒரேயடியா; அதெல்லாம் வேண்டாம்'' என்று சொல்லிவிட்டுச் செம்பும் கையுமாகக் கிளம்பினார். ஏழு குழித்தட்டு இட்லி - நல்ல உருளையாய் அடுப்பில் இருந்து எடுத்து - பக்கத்திலிருந்த அம்மியிலேயே தட்டினாள். அடுப்படி, சிறியது. அடுப்பையொட்டியே அம்மிக்கல். சூடான இட்லியும் நல்ல வெள்ளைப்பூண்டும் தேங்காயும் மணக்கிற, மொளாவத்தச் சட்னியும் ருசியாயிருந்தன. எங்கள் வீட்டில் பூடு உபயோகிக்க மாட்டார்கள். தாத்தாகாலத்தில் வெங்காயமே கிடையாதாம். அடுப்பு முன்னால் இருந்தபடியே, அக்கா எல்லாவற்றையும் பரிமாறினாள். ''ஆமா தம்பி, ஒரு நாளு இவுகளும் இல்லை; கொழுந்தனைக் காணும்; 'என்னாச்சோ'ன்னு முக்குக்குப் போனா அங்கயே நிக்காக; 'சரி, வாங்க'ன்னு கூட்டிட்டு வந்தா, கிட்டண்ணன் வீட்டுக் கிட்ட ஏங்கையை இறுக்கப் புடிச்சுக்கிட்டாக; எனக்கு 'அய்யோ'ன்னுதான் இருந்துச்சு; ஆனா பாக்கறவங்க என்ன சொல்லுவாங்க, என்ன தம்பி'' என்றார்கள், என்னிடம். காளி அண்ணாச்சி, விழுந்து விழுந்து சிரித்தார்.

ஊரைவிட்டு வந்து ரொம்ப காலத்திற்கப்புறம் அந்த வீட்டருகே போனபோது, வீடு, சற்று உயர்த்திக் கட்டிப் புதுபெயிண்ட் எல்லாம் அடித்திருந்தது. ''என்ன, காளி அண்ணாச்சி வீட்டை வாங்கிட்டாகளா'' என்றேன். ''இல்லை, அவங்கள்ளாம் இங்கயே இல்லியே. வீரவநல்லூருக்கெ - அந்த அக்கா வீட்டுக்கே - போய்ட்டாங்க. அங்கே இட்லிக்கடை நடத்திப் பொழைக்காங்களாம்'' என்றார்கள். பூண்டு மணம் நாசி நிறைத்து, ஈர அம்மியும் அதில் தட்டியிருந்த ஏழு இட்டிலியும் முத்துப்போல நினைவிலாடின.

●

42

தீ இந்த உயிர்க்கூட்டை எரித்தாலும்...

ஒய்வின் முதல் வாரம்; ஒரு நண்பர் சொன்னார், ‘‘எங்கள் இருவருக்கும் பொதுவான மிகச்சிறந்த கலைஞரொருவர், ஓய்வு பெற்றபின் என்னைப் போலவே ஏகப்பட்ட திட்டங்கள் வைத்திருந்து, மதியத்தூக்கம், சற்று பேச்சு, இலக்கியக் கூட்டங்கள் என்று பொழுது கழிப்பதாக’’. அவர் மீண்டு வந்து விடுவார் என்று எனக்குத் தெரியும். இரண்டு நாளாய், மத்தியானம், பழைய படங்கள் டி. வி. யில் போடு கிறார்கள். அதைப் பார்ப்பதில், மதியத் தூக்கத்தை விரட்ட முயலுகிறேன். திடீரென்று ஒரு சேனலில் டி. ஆர். மகாலிங்கமும் ஈ.வி.சரோஜாவும் மழையில் நனைந்துகொண்டு ஒரு பாட்டைப் பாடிக் கொண்டிருக் கிறார்கள். அது பட்டுக்கோட்டையின் வரிகள் போலவே இருக்கின்றன. ஆனால் அவை அ. மருதகாசி எழுதி யவை. படத்தின் பாடல்கள் எல்லாமே மருதகாசி எழுதியதாக நினைவு. மருதகாசி எழுதிய பல பாடல்கள், பட்டுக்கோட்டை எழுதியது போலவே இருக்கும். ஆனால் மருதகாசி, பட்டுக்கோட்டைக்கு முந்தியவர். அந்தப் படம் ஏதோ ஒரு திருநாள் அன்று வந்தது; அதில் கடைசியாக சுசீலா பாடுகிற பாடல் ஒன்று வரும்,

‘‘நிலையாக என் நெஞ்சில் ஒளிவீசும் தீபம்
நீயே எந்நாளும் என் காதல்கீதம்.’’

பிரமாதமான பாடல். என் பழைய கவிதை நோட்டுகளி லெல்லாம் அங்கங்கே எழுதி வைத்திருப்பேன். அதில் கடைசி வரிகள் அற்புதத்தின் உச்சம்.

''தீ இந்த உயிர்க்கூட்டை எரித்தாலும்-அது
நீ இருக்கும் என் நெஞ்சை நெருங்காது
நீ என்றும் வாழ வேண்டுமே-அதுதான் இன்பமே...''

என் நடுவுள்ள அண்ணன் கூட்டிப் போயிருந்தான். பெயர் தி.க. மீனாட்சிசுந்தரம். அவன், பள்ளிக்கூட 'மேகசீன்' ஒன்றில் 'காலத்தின் அருமை' என்று ஒரு கட்டுரை எழுதியிருப்பான். அந்தப் பிரதியை, அவன் பீரோலில் பத்திரமாக வைத்திருப்பான்.

அவன்தான், என்னைப் பல சினிமாக்களுக்குக் கூட்டிக்கொண்டு போவான். 'மாயாபஜார்', 'அலிபாபாவும் நாற்பது திருடர்களும்', 'மிஸ்ஸியம்மா' என்று பல சினிமாக்கள். அவன், ம. பொ. சி.யின் தமிழரசுக்கழக அபிமானி. சேலம் எம்.ஏ. வி. பிக்சர்ஸ் பட மென்றால் அவனுக்கு ரொம்பப் பிடிக்கும். எம். ஏ. வி. பிக்சர்ஸ், 'சம்பூர்ணராமாயணம்' படத்திற்கும் அழைத்துப் போனான். கே. சோமு, இயக்கம். ஏ. பி. நாகராஜன், வசனம். அதற்கடுத்து அவர்களே 'சிவலீலா' என்று பிரம்மாண்டத் தயாரிப்பாக ஒன்றை அறிவித்தார்கள். அது, வரவில்லை. ஆனால் அதுதான் பின்னாளில், 'திருவிளையாடல்' பெயரில் ஏ. பி. என். தயாரித்து இயக்கி, மாபெரும் வெற்றிகண்டது. ம. பொ. சி. 'மாதவி'யை, மேடைகளில் பிரபலப்படுத்தியபோது எம். ஏ. வி. பிக்சர்ஸ் 'மாதவி' என்று ஒரு படம் எடுத்திருந்தார்கள். வி. கோபாலகிருஷ்ணன் அவர்களது ஆஸ்தான நடிகர். அதில் அற்புதமான பாடல்கள் உண்டு. ஏ.எல்.ராகவன் பாடுகிற, ''ஒரு முறை பார்த்தாலே போதும், உன் உருவம் மனதை விட்டு நீங்காது எப்போதும்'' என்ற பாட்டு அற்புதமாயிருக்கும். எஸ். சி. கிருஷ்ணன் குழுவினர் பாடுகிற பாட்டில் தமிழ்நாட்டின் மறக்கப்பட்ட தலைவர்கள் பலர் பற்றி வரும். 'நல்லறிவாளர் திரு. வி. க. தமிழ்நாட்டின் செல்வம் திரு.வி.க, தொல்லைப்படும் பாட்டாளியின் தோழனாக வந்துதித்த நல்லறிவாளர் திரு.வி.க....' என்று வில்லுப்பாட்டு பாடுகிறது போல் வரும். ''இந்த நாட்டின் பெருமைகளை எடுத்து மேற்பேசி வருபவர் யாரென யோசி, அவர்தான் சிலம்புச் செல்வர் ம. பொ. சி.'' என்கிற மாதிரியில் முடியும்.

எம். ஏ. வேணு, ஒரு தமிழரசுக்கழக அனுதாபி. ஜி உமாபதி, டி. என். சிவதாணு என்று ம.பொ.சிக்குத் திரையுலகில் கொஞ்சப்

பேர் உண்டு. ம. பொ. சி. வெளிநாடு போனபோது அவருக்கு இவர்கள்தாம் கோட் - சூட் எல்லாம் தைத்து வழங்கினார்கள் என்று செய்தி. அண்ணன், எழுத்துப் போடும்போதே பல விஷயங் களைச் சொல்வான். மாடர்ன் தியேட்டர்ஸ் படங்கள்- நூற்றுக்கும் மேற்பட்டவை - ஒவ்வொன்றிலும் எழுத்து (டைட்டில்) போடுவது புதுமையாக இருக்கும். அதற்காகவே, மாடர்ன் தியேட்டர்ஸ் படங்கள் என்றால், ''எழுத்துப் போட்டுவிட்டார்களா'' என்று கேட்டுவிட்டு, டிக்கெட் எடுப்பது வழக்கம். தரை டிக்கெட்டுக்கு அலைமோதி, டிக்கெட் ஜன்னலுக்கு நெருங்குவதற்குள், படம் போட பெல் அடித்து விடுவார்கள். 'மனோன்மணி' படத்தில் ஒரு பெரிய மணி, ஆராய்ச்சிமணி போல், ஒலிக்க அதிலிருந்து எழுத்துகள் வரும்; 'காட்டுரோஜா' படத்தில், தரையில் பூக்களால், படத்தில் இடம் பெறும் கலைஞர்களின் பெயர்களை அமைத் திருப்பார்கள். 'அலிபாபா' படத்தின் எழுத்துகள் பூராவும் ஆங்கிலத்திலேயே இருக்கும். இந்திப் படங்களின் பாணி அது. அந்தக் காலத்தில் நடிகர்கள் பெயரும், அவர்கள் ஏற்றுள்ள பாத்திரத்தின் பெயரும் டைட்டிலில் போடுவார்கள். எல்லாமே ஆங்கிலப் படங்களின் பாதிப்பு. 'மர்மயோகி' (முதல் 'அடல்ட்ஸ் ஒன்லி' தமிழ்ப்படம்.) படத்தில் வேடிக்கையாக இருக்கும். ராஜா & மர்மயோகி – செருகளத்தூர் சாமா என்று போடுவார்கள். படத்தில், 'மர்மயோகி' யார் என்பதுதான் சஸ்பென்ஸ்.

'ஹாதிம்தாய் அல்லது மாயமோகினி' என்று ஒரு இந்தி டப்பிங் படம். 'அராபியன் நைட்ஸ்' கதை. ஏழு வாக்கியங்களுக்கு, அலைந்து திரிந்து பொருள் தேடவேண்டும்; அப்போதுதான் சிலையாக மாறிய இளவரசி உயிர் பெறுவாள். அந்தப் படத்தின் எழுத்தில், எடிட்டிங் உதவி- எம். ஏ. திருமுகம் என்றிருந்தது. சாண்டோ சின்னப்பா தேவரின் (சகோதரர்) படங்களை இயக்கியவர். படம் ரொம்ப நன்றாக இருக்கும். ''நல்லதைச் செய்து நதியில் போடு'' என்று ஒரு வாக்கியம் மட்டும் நினைவிருக்கிறது. இப்படி வாக்கியங்களின் அர்த்தத்தை தேடிப் போவது போன்ற 'தூக்குத் தூக்கி', 'தங்கமலைரகசியம்', 'வா ராஜா வா' போன்ற, படங்களுக்கு இதுதான் மூலம் என்று நினைக்கிறேன். பஸந்த் பிக்சர்ஸ் தயாரிப்பு என்று நினைவு. மஹிபால் கதாநாயகனா என்று நினைவில்லை. பஸந்த் பிக்சர்ஸ் படங்கள் ஒளிப்பதிவு, தந்திரக் காட்சிகள், இயக்கம் எல்லாம், அனேகமாக, பாபுபாய் மிஸ்திரி என்று போடுவார்கள். தயாரிப்பு, ஹோமிவாடியா. 'ஹாதிம்தாய்',

அதற்கப்புறம் பல தயாரிப்புகள் வந்துள்ளது. ஒன்றில், ஜிதேந்திரா நடித்திருப்பார். அறுபதுகளில் ஹோமி வாடியா தயாரிப்பாக, பெரோஸ்கான் நடித்து, 'ரிப்போர்ட்டர் ராஜு' என்று ஒரு படம் வந்தது. அதன் நகல்தான் ஜாவர் சீதாராமன் கதை - வசனம் எழுதிய, 'ஆனந்தஜோதி'; எம்ஜியார் நடித்தது. எம்ஜியாரும் தேவிகாவும் சேர்ந்து நடித்த ஒரே படம்.

இதைத் தொடர்ந்து ஃப்ரெண்ட் ராமசாமி தயாரித்த காஞ்சனா பிக்சர்ஸ், 'உடன்பிறப்பு' என்று ஒரு படம்; எம்ஜியார் - தேவிகா நடிப்பதாக விளம்பரமெல்லாம் வந்து, படம் பாதியிலேயே நின்று போனது. ஃப்ரெண்ட் ராமசாமி என்ன ஆனாரென்றே தெரியவில்லை. அண்ணனின் பீரோலில், அவனது தூத்துக்குடி நண்பன், சேது அனுப்பிய பல பொங்கல் வாழ்த்துகள் இருக்கும். ''திராவிடநாடு திராவிடருக்கே'' என்று எல்லாவற்றிலும் எழுதி யிருப்பார். எல்லாம், கே. மாதவன் வரைந்த ஓவியங்கள். சகுந் தலையின் குழந்தை பரதன், சிங்கக்குட்டிகளோடு விளையாடுவது போல ஒரு படம் போட்ட பொங்கல் வாழ்த்து; அப்புறம், எம்ஜியார் ஓவியம் போட்ட ஒன்று. அதுவும் மாதவன் வரைந்ததா, நினை வில்லை. அது போக, பழைய 'நடிகன்குரல்' பத்திரிகைகள் நாலைந்து இருக்கும்.

எம்ஜியார், அதன் பதிப்பாசிரியர். அதில் அவரது சுயசரிதை வந்து கொண்டிருந்தது. இதையெல்லாம் அவனது மேகசீன் கட்டுரையைக் காண்பிக்கும்போது, கண்ணில் காட்டுவான். தவிரவும், பெரிய அண்ணன் கல்யாணத்திற்குப் பரிசாக வந்த பல புத்தகங்களும் இருக்கும்; அண்ணா, கருணாநிதி, கே.ஜி. ராதா மணாளன், நாரண. துரைக்கண்ணனின் (ஜீவா) 'உயிரோவியம்', ரகுநாதனின் 'கன்னிகா' இப்படி. 'உயிரோவியம்' அருமையான நாவல். கே.எஸ்.கோபாலகிருஷ்ணனின் 'சாரதா' படம் இதை 'உல்ட்டா' பண்ணியது. அப்போது திருமணத்திற்குப் பரிசாகப் புத்தகங்களைத் தருவது வழக்கம். பெரிய அண்ணன் திருமணத்திற்கு வந்த மற்ற பணம் - பரிசுகளைவிடப் புத்தகங்களே அதிகம். அதை அழகாக ஒரு நோட்டில் எழுதி வைத்திருக்கிறார்கள்; புத்தகம் - ஆசிரியர் - அன்பளிப்பு வழங்கியவர்-விலை என்று விவரமாகக் குறித்து வைத்திருக்கிறார்கள். அவன், திருமணமாகி, ராஜவல்லிபுரத்தில் கர்ணம் வேலைக்குப் போனபோது, என்னிடம் எல்லாவற்றையும் தந்து விட்டான். அது 1961-62 வாக்கில் இருக்கும். அவற்றையும் தந்து, நாலணாவும் தந்தான்; 'யானைப்பாகன்'

படம் பார்த்து வரும்படி அனுப்பினான். ஆறரை மணிப் படத்துக்கு, ஐந்து மணிக்கே போய்க் காத்திருந்தேன். அதிலும், பாடல்கள் மருதகாசி. பிரமாதமான பாடல்கள்.

''பதினாறும் நிறையாத பருவ மங்கை-காதல்
பசியூட்டி வசமாக்கும் ரதியின் தங்கை
வண்டுகளே கண்டிடாத வசந்தமுல்லை-அவள்
வந்ததுமே பறந்தோடும் காதல் தொல்லை

எண்ணம்போல வாய்த்து விட்டால் ஈடு இல்லை-இனி
இன்பத்திற்கு என்றைக்குமே ஏழை இல்லை
வண்ண முகக்கண்ணிரண்டும் நட்சத்திரமோ-அது
வாவென்று அழைப்பதென்ன விசித்திரமோ
மின்னுகின்ற பல்வரிசை முத்துச்சரமோ-யாரும்
மெச்சுகின்ற குணங்களேதான் சொத்து சுகமோ''

இன்னொரு சரணம் இப்போதைக்கு நினைவில்லை. இதை, - இன்றைய பாடலாசிரியர் - நா. முத்துக்குமாரிடம், அவர் அறையில் வைத்து, ஒரு கொண்டாட்டமான மனநிலையில் பாடிக் காண்பித்தபோது, ஆடிப் போய் விட்டார். லலிதானந்த் உடனிருந்தான். இன்னொரு டூயட்,சீர்காழியும் சுசீலாவும் ''செங்கனி வாய்திறந்து சிரித்திடுவாய், தித்திக்கும் தேன் குடமே செண்பகப் பூச்சரமே''. டூயட், சோலோ, ஹம்மிங், விருத்தம் எல்லாம் அண்ணன் தி. க. மீ. சொல்லித் தந்தவை.

கர்ணம் (கிராம நிர்வாக - கணக்குப் பிள்ளை) பதவியை, எம்.ஜி.ஆர். அரசு ஒழித்தபோது, வேலையில்லாமல் பெரிதும் கஷ்டப்பட்டான். அப்பாவுக்கு, அவனை அதிகம் பிடிக்காது. ஏன் என்று இன்றுவரை புரியவில்லை. ஆனால் அப்பா இறந்த சமயத்தில் அவன்தான் குடும்பத்தைத் தாங்கிக் கொண்டான். அவன் வேலையிலிருந்த சமயம் - ராஜவல்லிபுரம் வீட்டில் இருக்க வேண்டாம் என்று அப்பா சொல்லிவிட்டதால் - மீனாட்சி புரத்தில் வாடகைக்குக் குடியிருந்தான். நாங்கள் நண்பர்களெல்லாம், 'யார் பையன்' படத்திற்கு - அது எத்தனையாவது முறையோ - ஜங்ஷன் பூர்ணகலா தியேட்டரில் ஒரு செகண்ட் ஷோ பார்க்கப் போயிருந்தோம். அது வந்த புதிதில், அண்ணன்தான் கூட்டிப்போயிருந்தான். ஒண்ணாம் நம்பர் நகைச்சுவைப் படம். ஸ்ரீதர் கதை - வசனம்; டெய்சிராணி, பையனாக(!) நடித்திருப்பாள். இன்னொரு படம், 'ஜெயகோபி'; அதற்கும் அவன்தான் கூட்டிக்கொண்டு போனான். இன்று, 'யார்பையன்' படத்திற்கு நண்பர்களை - அது

பிரமாதமான படம் என்று சொல்லி - நான்தான் கூட்டி வந்தேன். அதில் முதல் காட்சியில், ஒரு டாக்டர் வருவார். அது பின்னாளில் பிரபலமான இயக்குநர் பி. மாதவன்; ஸ்ரீதரின் உதவியாளராயிருந்தவர் அவர். அதைப் பார்த்ததுமே நண்பர்களுக்குச் சிரிப்பு வந்து விட்டது. படத்தை வெகுவாக ரசித்துக் கொண்டிருந்தார்கள்.

இடைவேளையின்போது வெளியே நின்று 'தம்'மடித்துக் கொண்டிருந்தோம். ஒரு சிகரெட்டை ரெண்டு - மூன்று பேர் மாற்றிமாற்றி இழுத்துக் கொண்டிருந்தோம். சண்முகநாதன், என்னிடமிருந்து அவசரஅவசரமாக சிகரெட்டை வாங்கினான். ரொம்ப கெட்டிக்காரன் அவன். அவன் கேட்டால், ஏதாவது அர்த்தமிருக்கும் என்று அவனிடம் வேண்டாவெறுப்பாய்க் கொடுத்தேன். ''உங்க அண்ணன் நிக்காருப்பா; அந்தா, பாரு'' என்றான். சண்முகநாதனுக்கு, குடும்பநிலைமை எல்லாம் நன்றாகத் தெரியும். அண்ணனைப் பார்த்த பிறகு, அவனை நோக்கிப் போனேன். 'பார், நீ அழைத்துச் சென்று காண்பித்த படம்', என்று சொல்லாமல் சொல்வது போல, அவனருகே சென்று பேசாமல் நின்றேன். பக்கத்தில் நின்ற ஒருவரிடம் - அவர் படத்தை எண்ணிச் சிரித்தபடி இருந்தார். அனேகமாய், எல்லோர் முகமும் சிரிப்பாய் இருந்தது; சிரிப்பாணி நிறைந்திருந்தது- 'தம்பி' என்று அறிமுகப்படுத்தினான். ''அம்மா எப்படியிருக்கா'' என்றான். நான் தலையை மட்டும் ஆட்டினேன். ''உன்னை வரச் சொன்னாள்'' என்று ஏதோ பேச்சுக்குச் சொன்னேன். ''சரி, வாரேன்னு சொல்லு'' என்று சொல்லிவிட்டு, அந்தப் புதிய நண்பரிடம் ஏதோ சொன்னான்; அவர், சட்டைப்பை, கை மடிப்பு என்று எங்கிருந்தெல்லாமோ ரூபாயை எடுத்தார்; ஏழு ஒரு ரூபாய் நோட்டுகள். வாங்கி என்னிடம் கொடுத்தான். வாங்கிக் கொண்டேன். 'போகும்போது, சுல்தானியா ஓட்டலில் ஒரு டீ குடிக்க வேண்டும் சண்முகநாதனுடன்' என்று நினைத்துக் கொண்டேன். அவன், ''வேண்டாம், நிறையப் பேர் இருக்கிறோம்'' என்று தடுத்து விட்டான்.

மறுநாள் சீட்டாட்டத்தில், அதில் இரண்டு ரூபாய் தோற்றதும், அடுத்த ஆட்டத்தில் சேரும் முன், சண்முகநாதன், ''வா டீ குடிக்கப் போவோம்'', என்று அழைத்துப் போனான். ''இந்தக் காசை வைத்து இன்னமே விளையாட வேண்டாம்'' என்று டீகுடித்து முடித்து ஒரு சிகரெட்டைப் பற்ற வைத்தபடி சொன்னான். மட்டமான நேவி ப்ளூ சிகரெட். ஐந்து பைசாவோ என்னவோ

விலை. நான், அவன் முகத்தைப் பார்த்தபடி, பேசாதிருந்தேன். ''இந்தா'' என்று ஒரு இழுப்பு இழுத்துவிட்டுத் கனிகிற சிகரெட்டை நீட்டினான். அழுகை வரும் போலிருந்தது - சற்றே நடுங்குகிற கையோடு சிகரெட்டை வாங்கும்போது.

கடைசியாய் அண்ணன், நெல்லையப்பர்கோயிலில் நவக்கிரக சன்னதியில் சனீஸ்வரனுக்கு எள்ளுப்பொட்டலமும் எண்ணெயும் விற்கும் குத்தகை எடுத்திருப்பவரிடம் வேலைக்கு இருந்தான். அதைக்கூடத் தற்செயலாய்த்தான் பார்த்தேன். அப்போது வேலை கிடைத்து, திருமணமாகி, இடைகால் வந்து விட்டேன். பல இடங்களில் வேலைக்கு முயலுகிறான் என்று கேள்விப்பட்டிருந் தேன். ஒரு வார்த்தைகூடப் பணம் வேண்டுமென்று கேட்டதில்லை; நானும் வேண்டுமா என்று கொடுத்ததில்லை. அதே சன்னதியில், நான் ஒரு காலத்தில் சுற்றிச்சுற்றி வருவேன்; அப்போதைய என் வேண்டுதல்கள், சசி உள்பட எதுவுமே பலித்ததில்லை.

அவன், ஒரு எள்ளுப்பொட்டலத்தை அமைதியாய் நீட்டினான். வாங்கிப் பொருத்தி வைத்தேன். எந்த வேண்டுதலும் இருக்க வில்லை. ஊர் திரும்பிய இரண்டு - மூன்று நாள் கழித்து, கண்டக்டர் ராமையா அதிகாலையில் வந்தான். ''வா, ஊருக்குப் புறப்படு; கணக்காப்பிள்ளை அண்ணாச்சி செத்துப் போயிட்டாரு; கடுமையான நெஞ்சுவலி''.

●

43

எமது அடுத்த தயாரிப்பு...

மூக்கம்மாள் - பெயருக்கேத்த மாதிரி - அழகான மூக்குத்தி அணிந்திருப்பாள். வீட்டில், பெண்கள், அது நல்ல விலையுள்ள மூக்குத்தியாகத்தான் இருக்கும் என்று பேசிக் கொள்வார்கள். விதவிதமான சேலைகள் கட்டி வருவாள். ''அவளுக்கென்ன, வெளுக்கப் போடுகிற யார் சேலையையாவது உடுத்திக் கொள்ள வேண்டியதுதானே'' என்றும் பேசிக் கொள்வார்கள். ''யாரு வீட்டு உருப்படி, ஜவுளிக்கடை சங்கர பாண்டிய முதலியார் வீட்டு அழுக்கா'' என்று கேட்பார்கள். சிரித்துக்கொள்வாள். பின்கொசுவம் வைத்துச் சேலை கட்டியிருப்பாள். சட்டை அணிய மாட்டாள். ஆனால் பச்சை குத்திய இடது தோளை மட்டுமே பார்க்க முடியும்; வேறு எதுவும் தெரியாது.

ஆறு மாதத்துக்கு - அதாவது, ஒரு பூவுக்கு - ஒரு தடவை அரைக் கோட்டை நெல் கூலி வாங்க மூக்கன் - அவள் கணவன் - வருவான்; அவ்வப்போது, அழுக்கு எடுக்கவும் வருவான். ''இதுக்கு மட்டும் வா, மூணு மாசத் துணி, அந்தா அங்க மாடாக்குழியக் காத்துட்டு கிடக்கு, வண்ணாத்திய வரச் சொல்லு'' என்று பெண்களில் யாராவது சொல்வார்கள். மாதவிடாய்த் துணிகளை, ஒரு பொட்டலமாகச் சேலையில் சுற்றி, கக்கூஸில் ஒரு மாடக் குழியில் வைத்திருக்கும். அதை, பெரும்பாலும் மூக்கம்மாவின் இரண்டாவது மகள் எடுத்துப் போவாள்; மூத்த மகள்

ஒருத்தி எடுக்கும்போது அதிலிருந்த தேள் கொட்டி விட்டது. அந்த வாடைக்கு சர்வ சாதாரணமாகப் பூரான் இருக்கும். தேள், அபூர்வமாக, இருந்தது; பாவம், துடித்துப் போய் விட்டாள்.

அப்பா, போத்தி ஓட்டலில் சர்வராக வேலை பார்க்கும் சுப்ரமணியனைக் கூட்டி வரச் சொன்னார். அவன், நன்றாக ஹோமியோபதி வைத்தியம் பார்ப்பவன்; ஆளும், கட்டு மஸ்தான உடலுடன் அழகாக இருப்பான்.அங்கே சர்வர்கள் யாரும் சட்டை அணியக் கூடாது; வேஷ்டியை மறைத்து ஒரு துண்டு, பூணூல்; இதுதான் யூனிஃபார்ம். சுப்ரமணியன் எப்போதும் கட் அண்ட் ரைட்டாக இருப்பான். அன்றைய ஸ்பெஷலை ஒப்பிப்பான்; எது வேண்டுமோ, அதை வேகமாகக் கொண்டு வருவான்; வளவள பேச்செல்லாம் வைத்துக் கொள்ளமாட்டான். அவன் தேள்க் கடிக்கு ஓமியோபதி மருந்து தருவான். அவன் வந்து நாடிபிடித்துப் பார்த்துவிட்டு மாத்திரைகள் கொடுத்தான். அடித்துப் போட்டிருந்த தேளைப் பார்த்து, ''அய்யய்யோ, நல்ல ராஜாத் தேளால்லாக் கொட்டியிருக்கு'' என்று அரைமணி நேரம் இருந்து வெவ்வேறு மருந்தைக் கொடுத்தான். அப்பாவிடம், ''பண்ணையாரே, போத்தியிடம் சொல்லீருங்க; நேரமானதுக்குத் திட்டுவார்; அப்புறம், யாருக்கு வைத்தியம்ன்னு சொல்லவேண்டாம்'' என்று கேட்டுக் கொண்டான். அவன் சீக்கிரமே மிலிட்டரியில் வேலை கிடைத்துப் போய் விட்டான். இருந்திருந்தால், முதலாளிக்கு உறவாகியிருப்பான்.

அம்மாசி, பவுர்ணமி என்றால் சாப்பாடு வாங்கவும் மூக்கம்மாளின் இரண்டாவது மகள்தான் வருவாள்; அவள் அதிகம் பேசமாட்டாள். மூத்தவள் நல்ல சிகப்பு; இரண்டாமவள் மூக்கம்மாவை உரித்துவைத்த மாதிரி இருப்பாள். மூக்குத்தி அணியாமலேயே, மூக்குத்திக்குப் போட்ட துவாரம் பெரிதாக, மூக்குத்தி மாதிரியே இருக்கும். மூக்கம்மாவிடம் இதுபற்றி வீட்டுப்பெண்கள் கேலியாகச் சொல்லும்போது, ''ஆமா ஆச்சி, பெரியவளுக்கு கல்யாணத்துக்கே எல்லாம் சரியாப் போச்சு; இவளுக்கு இன்னமதான் சேக்கணும். இல்லென்னா, ஏம் மூக்குத்திய போட்டு அனுப்ப வேண்டியதுதான்'' என்பாள் சலிப்புடன். மூக்கம்மா வெள்ளை கொண்டுவந்தால் எப்படியும் ரெண்டு துணி மாறியிருக்கும். ''குறி, உங்க வீட்டு இது மாதிரித் தானே இருக்கு'' என்பாள். ஒவ்வொரு வீட்டுக்கும் பிரத்யேகக் குறி இருக்கும். 'வண்ணான் மை' என்று அப்போது கடையில் கிடைக்கும்; ஒரு அணா இருக்கும்; பழைய ஊசி மருந்து பாட்டிலில் நிரப்பி ஒரு

வண்ணான் பொதி சுமக்கிற படம், பாவமான சிகப்புக் கலரில் அச்சடித்திருக்கும்; அதை வைத்துத் துணிகளில் குறியிடுவார்கள். வெளுத்ததும் நல்ல ரோஸ் கலரில் மாறிவிடும்; அழியவே அழியாது. ஒரு சின்னக் கோடு; அதன் மேல் ஒரு புள்ளி, அல்லது இரண்டு - மூன்று புள்ளிகள். ஒரு பெருக்கல் குறி; அதில் ஒரு புள்ளி, இரண்டு புள்ளிகள். இப்படி ஒவ்வொரு வீட்டுத் துணிக்கும் ஒவ்வொரு விதமாகப் பல குறியீடுகள். கடையில் கிடைக்கும் மை இல்லையென்றால் சேங்கொட்டை என்ற ஒரு காயை ஊற வைத்து, நைத்து, அதன் சாற்றைத் தொட்டுக் குறி போடுவார்கள். அது கறுப்பாக இருக்கும்.

பெரிய அண்ணன் மகன் பெரிய கந்தனுக்குச் சாளவாய். எப்போதும் கடைவாயிலிருந்து எச்சில் லேசாக ஒழுகிக் கொண்டிருக்கும். சாளவாய் வடிக்கிற குழந்தைகள் பிற்காலத்தில் நன்றாகப் பேசும் என்பார்கள். அவன் அப்படி ஒன்றும் பேசவும் இல்லை, படிக்கவும் இல்லை. காச நோய் வந்து, பாவம், சின்ன வயதிலேயே செத்துப் போனான். அவனுக்கு வண்ணாத்தி கையால் எட்டு வீட்டுச் சோறு ஊட்டி, அவள் முந்தானையால் துடைத்தால் சாளவாய் ஒழுகுவது நின்று விடும் என்று யாரோ சொல்லக் கேட்டு, பெரிய மதினி, ஒரு அமாவாசைக்குச் சோறு வாங்க வந்த மூக்கம்மாவிடம் சோறூட்டச் சொன்னாள். மூக்கம்மா, ''அப்ப, உங்க வீட்டுச் சோற்றை அப்புறமாப் போடுங்க; அதில உங்க வீட்டுச் சோறு சேரக் கூடாது'' என்றபடி அவள் பாத்திரத்தில் கிடந்த பல வீட்டு உணவுகளை ஒரு கும்பாவைக் கேட்டு வாங்கி, அதில் போட்டுப் பெரியபெரிய கவளமாக ஊட்டினாள். பையனுக்கு ருசியாய் இருந்தது போல, அவுக் அவுக்கென்று தின்றான். மூக்கம்மாவின் கடைசி மகள், பத்து வயது போல இருக்கும்; வட்ட முகம்; பாவாடை - சட்டை போட்டிருந்தது. அவள் அம்மாவின் அருகே நின்று கந்தன் சாப்பிடுவதைப் பார்த்து, சிரிசிரியென்று சிரித்தது. வாயைப் பொத்திக்கொண்டு சிரிக்கும்போது, அதன் முன்கையின் செம்பட்டை முடி மினுங்கியது.

மூக்கம்மா அதைச் சத்தம் போட்டாள், ''சாப்பிடற புள்ளையக் கண் வைக்காத மூதேவி'' என்று. ''இன்னும் கொஞ்சம் சாப்பிடுதியா ராசா'' என்று கேட்டதற்குக் கந்தன் சரியென்று தலையாட்டினான். அம்மா, ''போதும் போதும்; ஒரு சாஸ்திரத்துக்கு சாப்பிடணும், அவ்வளவுதான்'' என்று சொல்லிவிட்டு, ''மூக்கம்மா, ஒஞ் சேலைய வச்சு வாயைத் தொடச்சு விடு'', என்றாள். மூக்கம்மா அழகாக,

நறுவிசாகத் துடைத்து விட்டாள். ‘‘ஆச்சி, இந்த மாசம் எண்ணையே தரலையே; இருந்தா குடுங்க; இன்னா, இந்தா மூதேவிப் புள்ளைய பாருங்க; தலை எப்படி காடா செம்பட்டையா கெடக்கு. துறைக்கி வர்ற புள்ளைக்கிக்கூட இப்படி செம்பட்டை மயிரா இருக்காது’’ என்று சொல்லி நாக்கைக் கடித்துக் கொண்டாள். ஆற்றுத்துறையில், வெயிலில் நின்று துணி துவைக்கிறதைச் சொல்கிறாள் என்று புரிய நேரமாயிற்று. ‘‘ஐயா, கறில்லாம் சாப்பிடுவாக போலெ இருக்கு’’ என்றாள் மூக்கம்மாள், திடீரென்று என்னைப் பார்த்து.

கொஞ்ச நாளைக்கு முன் புதிதாகத் திறந்திருந்த, ராசையா நாடாரின் ஆபிரகாம் ஓட்டலில் ரொட்டி சாப்பிடப் போயிருந்தேன். அதற்கு முன்னாலெல்லாம் வண்டிப்பேட்டை சாய்பு கடைதான். அதுவும், பழனியும் நானும் போய் இரண்டு ரொட்டியை ஆளுக்கு ஒன்றாகத் தின்றுவிட்டு வருவோம். ப்ளெயின் சால்னா, மட்டும், கறியெல்லாம் கிடையாது. அதைத் தின்று விட்டு வந்தே ரகசியமாய் புஜத்தை மடித்து, ‘பலம் கூடியிருக்கா’ என்று பார்த்துக் கொள்வோம். ‘‘ஆபிரகாம் ஓட்டல் என்று கழுவேற்றி முடுக்குத் தெருவில் ஆரம்பித்திருக்கிறார்கள்’’ என்று இஞ்சிக் குமார் அண்ணாச்சி சொன்னார். ‘‘என்னப்பா, வண்டிப்பேட்டை, ரொட்டியா அது, வரட்டு வரட்டுன்னு. இங்க போய் பரோட்டா சாப்பிட்டுப் பாருங்கப்பா’’ என்றார். அதிலிருந்து அங்கே போவோம். இரண்டு பரோட்டாவும் ஆட்டுக்கறி சால்னாவும் 90 பைசாதான். சுக்கா வறுவல் தனியாக ஐம்பது பைசா. அதெல்லாம் சாப்பிடமாட்டோம். அன்று அங்கே சாப்பிடும்போது மூக்கனின் மகன் வந்து என்னருகே உட்கார்ந்து ஆர்டர் பண்ணினான். இலையெல்லாம் போட்டுப் பரிமாறி சாப்பிட ஆரம்பிக்கும்போது தான் என்னைக் கவனித்தான். ‘‘ஐயா வாங்க, நீங்களா; என்ன வெறும் புரோட்டா தின்னுகிட்டு இருக்கீங்க; ஏய், இங்க ஒரு வறுவல் குடு’’, என்றான். ‘‘வேண்டாம் வேண்டாம்’’ என்று சொன்னாலும் கேட்கவில்லை. வறுவல் பிரமாதமாக இருந்தது. அவனே பில்லைக் கொடுத்து விட்டான். அசடுவழிய வெளியே வந்தேன். அவன், தனியே லாண்டரி வைத்திருக்கிறான். அவன்தான்- சின்ன மூக்கன், அவன் பெயர்- சொல்லியிருக்க வேண்டும், மூக்கம்மாவிடம். நான் வெளியே ஓடிவந்து விட்டேன். ‘‘எங்கே, சின்னமூக்கன் காசு கொடுத்ததையெல்லாம் சொல்லி விடுவாளோ’’ என்று பயம்.

கொஞ்ச காலத்தில் வயலெல்லாம் போய் விட்டது; ‘‘குந்தித் தின்னா குன்றும் காலியாயிரும்’’ என்கிற கதைதான். நெல்லுக்கு

வெளுக்கும் வண்ணான் வரவே இல்லை. துணிகளில் அவன் போடுகிற குறி மறந்தே விட்டது. மதினிக்கு வந்த சீக்கு, பல ஔஷதங்கள் கொடுத்தும் குணத்துக்கு வராமல் இறந்து போனாள். துஷ்டி வீட்டில் மாத்துக் கட்டவும், பாடையை எடுத்துப் போகையில் கொஞ்ச தூரத்துக்கு மாத்து (சேலை)விரிக்கவும் வண்ணான் வரணும். ஏற்கெனவே, சாவுச் செலவுக்கே சங்காச்சியிடம்தான் அப்பா பணம் வாங்கி வரச் சொல்லியிருந்தார். இப்போது என்னைத் தனியாக அழைத்து ''மூக்கன் வீடு தெரியும்லா, அங்க போய் தாக்கல் சொல்லீட்டு வந்திருதியா; சீக்கிரம் போ. அவன் துறைக்குப் போயிராமெ'' என்றார்.

மூக்கன் வீடு, செக்கடித் தெரு என்கிற புகழேந்தித் தெருவில் இருந்தது. அதன் முகப்பில் நாலைந்து வண்ணார்கள் குடும்பம் இருந்தது. தெருவின் மத்தியில், காலிமனையில், ஒரு பழைய செக்கு உண்டு. அது அடியில் சாய்ந்து நிற்கும். அதன் உலக்கை அந்தக் காலிமனையையொட்டித் தெருவில் கிடக்கும். அதன் மேல் எப்போதும் ஒரு ஆள் சோகமாய் அமர்ந்திருப்பார், பல் குத்தியபடி. பம்மென்ற பரட்டைத் தலை; பூணூல். அவர்தான் எண்ணெய்ச் செட்டியாரின் கடைசி வாரிசு என்றார்கள். அதற்கெதிரேதான் கோயில்ப்பிச்சை சார் வீடு. அங்கே பதினோராம் வகுப்புக்கு, கணக்கு டியூஷன் படித்தேன், கடைசி மூன்று மாதம். நன்றாக கோச்சிங் தருவார். ஃபெயிலாக வேண்டியவன், கணக்கில் 76 மார்க் வாங்கி இருந்தேன், எஸ்.எஸ். எல். சி.யில். அவருக்குத் தோள், மார்பு, கை, காலெல்லாம் ஒரே முடியாயிருக்கும். பட்டப்பெயரே 'மயிர் மாணிக்கம்'. அவர் பனியனைக் கழற்றி உதறினால் ஒரு கூடை முடி அள்ளலாம் என்பாள் - அவரது இரண்டாவது இளம் மனைவி. ஜங்ஷனிலிருந்து வருகிற போஸ்கோ ராஜிடம் தினமும் கூடை பின்னுகிற வயர்,முகப் பவுடர் என்று எதாவது வாங்கி வரச் சொல்வாள். அவனுக்கு டியூஷன் ஃபீஸ் கிடையாது. டீச்சர் உத்தரவு. அவர் வீட்டுக்கு டியூஷன் படிக்கப் போகும்போது சொல்வார்கள், எண்ணெய்ச் செட்டியார்களின் கடைசி வாரிசு அந்த சுபாவமான ஆள் என்று.

நான் மூக்கன் வீட்டுக்குப் போனபோது ஆள் அரவமே தென்படவில்லை. அடுப்படிப் புகை மட்டும் வீடு முழுக்கப் பரவியிருந்தது. ''மூக்கம்மா'' என்று இரண்டு சத்தம் கொடுத்ததும், ''அது யாரு'' என்று அவளின் சின்ன மகள் வந்தாள். பாவாடை - தாவணி; நன்றாக அலங்கரித்த முகம்; பளிச்சென்று இருந்தாள். கையில்

ஒரு பூனைக்குட்டி. என்னைப் பார்த்து, அது ''ம்யாவ்'' என்றது. அவளுக்கு என்னை அடையாளம் தெரிந்து விட்டது. ''ஐயா, உக்காருங்க; யாருமே இல்லையே; துறையில நிப்பாகளே இப்ப. ஒங்க வீட்ல துணியே எடுக்கலையே நாங்க'' என்று அடுக்கினாள். முகம் பூராவும் சிரிப்பு.நான் விஷயத்தைச் சொன்னேன். ''அப்படியா சமாச்சாரம்'', என்று சொன்னவள், பூனைக்குட்டியை அங்கு ஏகத்துக்கும் கிடந்த அழுக்கு மூட்டைகள் மேல் செல்லமாய் எறிந்துவிட்டு, ''இருங்க'' என்று வெளியே போனாள். பூனை, ஒரு சின்ன அலறலுடன் விழுந்து புரண்டது. எழுந்து வந்து என் காலடியில் உரசிக்கொண்டு நின்றது. அடுப்படியிலிருந்து இன்னொரு பெரிய பூனை, ''ம்யாவ்'' என்றது. எனக்கு பயமாய் இருந்தது.

கையில் ஒரு காபித் தூக்குடன் வந்தாள். ''அண்ணந்தான் கடையில நின்னுச்சு; சொல்லிருக்கேன்; இந்தா வந்துரும்.காபி குடுக்கச் சொல்லிச்சு. டீக்கடையில வாங்கினதுதான். இந்தாங்க'' என்று தூக்குடன் நீட்டினாள். ''ஐயோ, எங்கம்மா சோறு ஊட்டு னாகளே, அதோட அம்மாவா; ஏன் என்ன செஞ்சுது;எங்க அம்மா மாதிரியே மூக்குத்தி போட்டிருப்பாகளே'' என்று வாய் ஓயாமல் பேசியது.அடிக்கடி மாராப்பை ஒரு விரலால் தளர்த்தி மறுபடி இறுக்கிக் கொண்டாள், ஒரு மேனரிஸம் மாதிரி. தூக்குச் சட்டியோடு காபி குடிக்கத் திண்டாட்டமாய் இருந்தது.அதற்குள் சின்ன மூக்கன் வந்துவிட்டான். ''ஐயா, வாங்க போவோம்'' என்றான். நான் பாதிக் காபியை கீழே வைத்துவிட்டுக் கிளம்பினேன். பூனை அதைப் பார்த்து ஓடி வந்தது. அவள் அதைக் காலால் தள்ளி விட்டாள். ''இதைப் பூராவும் குடிக்கலையே'' என்றாள். ''இல்லை, தேடுவாங்க'' என்று கிளம்பினேன். சற்று தள்ளி வந்து திரும்பிப் பார்த்தேன்; அந்தப் பெண், அந்த சின்னத் தார்சாலிலேயே நின்று கொண்டிருந்தது. அதற்குப் பின்னால் சுவரில், இவ்வளவு நேரமும் மறுபடி மறுபடி வாசித்துக் கொண்டிருந்த 'தந்தி'ப் பேப்பர் விளம்பரம். நானிலம் போற்றும் நான்காவது வாரம், மோகன் புரொடக்ஷன்ஸ் ஆசை முகம்''. மூன்று எம்ஜியார், நின்று கொண்டிருந்தார்கள். முழுப்பக்க விளம்பரத்தில், பாதியில், எமது அடுத்த தயாரிப்பு, எம்.ஜி.ஆர். - சரோஜாதேவி நடிக்கும் 'இன்ப நிலா'. சீநி. சோமுவின் அழகான டிசைன், படம் ஏதுமில்லாமல் வெறும் லெட்டரிங் மட்டும்.

●

44
கேள்விக்குப் பதிலேதய்யா...

பொங்கலுக்குப் புது ஓலை, வாசலில் வண்டியில் வைத்து விற்பார்கள். ராஜவல்லிபுரமென்றால், பனை ஓலையும் மட்டையும் ஏகத்துக்கு வீட்டிலேயே கிடைக்கும். பொங்கலுக்கு அடுப்புக் கட்டி பாட்டப் பத்திலிருந்தும், விளாகம் பச்சேரியிலிருந்தும் வண்டியில் கொண்டு வந்து விற்பார்கள். இதெல்லாமுமே காலையில் கொண்டு வருவர்கள். பாட்டப் பத்துக் கட்டியென்றால் அச்சுவெல்லக் கட்டி போல இருக்கும். விளாகம் என்றால், உருளையாக இருக்கும். எங்கள் வீட்டில் பாட்டப்பத்துக் கட்டியையே வாங்குவார்கள். தெருவில் அதற்கே கிராக்கியும் அதிகமிருக்கும். காலையிலேயே வாங்கினால்தான் நல்ல லட்சணமான கட்டியாகப் பார்த்து வாங்க முடியும். இல்லையென்றால், சிலது ஏறுக்கு மாறாக இருக்கும்; பானை வைக்க தோதுவாய் இருக்காது. ஏழு கட்டி வாங்குவார்கள். மூன்று பானை பொங்கலிடலாம். சிறு வீட்டுப் பொங்கலுக்கு மூன்று சிறிய உருளைக் கட்டிகளை இலவசமாகத் தருவார்கள்; அதுவும், காலையில் சீக்கிரம் வாங்கினால் மட்டுமே கிடைக்கும்.

ஒரு வருடம் சிறு வீட்டுப் பொங்கலுக்கு, நாமே கட்டி போட்டாலென்ன என்று போன வருடத்துக் கட்டியை உடைத்து, தண்ணீர்விட்டுக் குழைத்து, அச்சுக்கு, சிறிய போணியாகத் தேர்ந்தெடுத்து, புற

வாசலில் வைத்து நானும் சில நண்பர்களும் மும்முரமாக ஈடுபட்டுக் கொண்டிருந்தோம். வளவில் உள்ளவர்கள் எல்லாம், ''என்னடே, பொங்கக் கட்டியா, எங்க வீட்டுக்கு ஆர்டர் குடுத்தா கிடைக்குமா'', என்று கேலியும் உற்சாகப்படுத்துதலுமாகக் கேட்டுப் போனார்கள். போணியில், பிசைந்த மண்ணை அடைத்துக் கவிழ்த்தினால் பாதி மண், கட்டியாக விழுந்தது; மீதி, போணியிலேயே ஒட்டிக்கொண்டது.

பிள்ளையார் சதுர்த்திக்கு, அரசடிப் பாலம் வாய்க்கால் அருகே, களிமண்ணில் பிள்ளையார் சிலைசெய்து விற்பார்கள். காலையிலேயே, ஒரு வண்டிக் களிமண்ணைக் கொண்டாந்து இறக்கியிருப்பார்கள். அந்தக் களிமண்ணை எங்கிருந்து கொண்டு வருகிறார்கள் என்பது எங்களுக்குப் பெரிய அதிசயமாய் இருக்கும். ஒரு கல்-கரம்பை இருக்காது. வழக்கமாகச் செய்து விற்க ஒரு வேளார்தான் வருவார்; ஆள் ஒடிசலாய், வயிறு டொக்கு விழுந் திருக்கும். தார் பாய்ச்சிக் கட்டிய வேட்டி, பூணூல், ஒரு பலகை போட்டு உட்கார்ந்து வேகவேகமாகப் பிள்ளையார் செய்து கொண்டே இருப்பார். லங்கோடு எதுவும் கட்டியிருக்கமாட்டார். விரை இரண்டும் பலகையை உரசிக் கொண்டேயிருக்கும். இதைப் பார்ப்பதும் சிரிப்பதும் ஒரு விளையாட்டு. பரமசிவன்பிள்ளை சார் போடுகிற புதிர்கள் ஞாவகத்துக்கு வரும். ''ரசம் மணப்பதேன், ரத்தம் சொட்டுவதேன்? ரெண்டுக்கும் ஒரே விடை; யாராவது சொல்லுங்கலெ'' என்பார் வகுப்பில். எவனாவது ''பெருங்காயத் தால்'' என்பான். ''யேய், சொல்லிட்டீங்களே'' என்பார். எனக்கு, அவர் போடுகிற இந்த விடுகதைகள் அவரது 'நீதி போதனை வகுப்பில்' வழக்கமாகக் கேட்டவைதான். ஒரு கிளாஸில் அவர் கேட்டார். ''தச்சன் புடுக்கு தேய்வதேன், தாசி முலை பருப் பதேன்...?'' அவர் கேட்டதும் கிளாஸே ஹேயென்று சிரித்தது. ''ஏல, சிரிக்காதீங்கலே. நீங்கள்ளாம் படுக்காலிப் பயலுகள்ளே'' என்றார்; சொல்லிவிட்டு அமைதியாய் இருந்தார்.

''சார் சார்; விடை சொல்லுங்க சார்'' என்று கூச்சல்.. ''ஏல, உங்களுக்கா தெரியாது, போங்கலே'' என்றார். ''தெரியாது சார்; சொல்லுங்க சார் சொல்லுங்க சார்'', என்றோம். ''இன்னா, இப்ப பாரு இவஞ் சொல்லீருவான்'' என்று கிளாஸ் லீடர் சம்முவத்தை எழுப்பி விட்டார். சம்முவம் இரண்டாவது வருடம் அதே வகுப்பில் படிக்கிறான். அவன் நாணிக் கோணி நின்றான். ''பாத்தியாலெ, இவனுக்குத் தெரியும்லெ. ஏலெ, சொன்னாத்தான்

உக்காரலாம்; இல்லேன்னா நில்லு'' என்று சொல்லிவிட்டு, கண்ணை மூடிக் கொண்டார். கொஞ்ச நேரம் கழிச்சுக் கண்ணை முழிச்சுக் கேட்டார், ''ஏலெ, சொன்னானாலே என்று. மொத்த வகுப்புமே ''இல்ல சார், இல்ல சார்'' என்றது. சம்முவம் பட்டென்று, ''பல கை'' படுவதால், என்று சொன்னான். புரிந்தவர்கள் எல்லாம் பயங்கரமாகச் சிரித்தோம். ஏல, கணபதியா பிள்ளை பையன் தானெ, வா நீ. ஒங்க ஐயாட்ட சொல்லுதேன்; நாளைக்கி போத்திக் கிளப்புக்கு வருவாருல்லா'' என்றார். சம்முவம் தலையைத் தொங்கப் போட்டபடி நின்றான். ''சரி சரி; வா அந்த வீசாறியெ எடுத்து வீசு, இங்க வந்து'' என்றார். சம்முவம் அவர் நாற்காலிக்கு அருகில் நின்று கொண்டு விசிறியை வைத்து வீச ஆரம்பித்தான்; சார், கண்ணை மூடிப் பொய்த் தூக்கம் ஆரம்பித்தார்.

வேளார், ஒரு அகலச் சட்டியில் தண்ணீர் வைத்திருப்பார்; வாங்குகிற காசை அதில்தான் போடுவார். மூங்கிலில் ஒரு கத்தி மாதிரி சிறிதாக வைத்திருப்பார்; அதை அந்த தண்ணீரில் லேசாக முக்கி, பிரபை மற்றும் பிள்ளையாரின் கிரீடங்களில் நுணுக்கமான கோடுகளிட்டு அழகாக்குவார். காலையில் விலை சற்று அதிகமிருக்கும். நாம் கொண்டு போகிற பலகையில் பிள்ளையாரை வைத்துக் கொஞ்சம் களிமண்ணை அடியில் அண்டை கொடுத்தது போல் அப்பி வைப்பார். பிள்ளையார் சக்கென்று உட்கார்ந்து கொள்வார். 'இதுதான் சக்குப் பிள்ளையாரோ. ஏண்டா சக்குப் பிள்ளையார் மாதிரி உக்காந்திருக்கே என்று பெருசுகள் கேலி செய்வது இதைத் தானோ' என்று தோன்றும். இது தவிர, ஒரு பித்தளை அச்சு வைத்திருப்பார். அதில் எண்ணெய் தடவி, களி மண்ணை நன்றாக அமுக்கிச் செலுத்தி பலகையில் கவிழ்த்தி அச்சை உருவுவார். அந்தப் பிள்ளையார் ரொம்ப அழகாக இருக்கும். 'அப்பா, ஒரு வருடமாவது அதை வாங்கி வந்து பூஜை செய்ய மாட்டாரா' என்றிருக்கும். அப்பா, சாதாரணப் பிள்ளையாரை மட்டும் ஒரு வருடம் வாங்க சம்மதித்தார்.

நான் போணியில் தடவ, அடுக்களைக்குள் எண்ணெய் எடுக்கப் போனேன். அம்மா எதுக்கு என்று கேட்டுவிட்டு, ''ச்சீ' மூதேவி; நீங்க அடுப்புக்கட்டி போட்ட லச்சணம் போதும். போடா'' என்று விரட்டி விட்டாள். நான் போணியில் தண்ணீரைத் தடவி ஒருமாதிரியா அச்சுப்போட்டு விட்டேன்.வெற்றிகரமாக வெயிலில் காயவைத்துவிட்டு, கை - கால் கழுவி மத்தியானச்

சாப்பாட்டுக்கு உட்கார்ந்தேன். காலையில் ஆரம்பித்தது, மத்தியானம் ஆகியிருந்தது என்று கையெல்லாம் செம்மண் காவி. நக இடுக்குகளில் கொஞ்சம் மண். மண்வாசனையோடு சாப்பிட்டுவிட்டு அவசர அவசரமாகப் புறவாசல் ஓடினேன். அடுப்புக்கட்டிகள் ஒவ்வொன்றும் ஒவ்வொரு சைசில், தரையோடு உட்கார்ந்திருந்தன. ''நிறையத் தண்ணி விட்டுட்டியோ அம்பீ கோபாலா'' என்று பின்வீட்டுக்கார, சரக்கு மாஸ்டர், சுப்பிரமணிய ஐயர் கேட்டார்; ''புள்ளையார் புடிக்க, கொரங்காயிடுத்தாடா'' என்று சிரித்தார். ''போம்யா'' என்று கத்தி விட்டு ஓடி வந்தேன்.

அந்த வருடம் பொங்கலுக்கு முன்பே பதினோராம் தேதியே 'பணத்தோட்டம்' வந்து விட்டிருந்தது.அதனால் பொங்கலன்று எங்கும் போகவில்லை. திடீரென்று பாச்சா, தெருவுக்கு வந்தான். அவனை நான்தான் அழைத்திருந்தேன்; ஆனால் மறந்து விட்டேன். எனக்கு, தெரு நண்பர்களுடன் இருக்கையில் ஸ்கூல் நண்பர்கள் வந்தால் பிடிக்காது. இவர்கள் ஏதாவது கேலி செய்தால் என்ன செய்வது என்று பயமாயிருக்கும்.(பாச்சாவை, ''யாருல, இது வெள்ளைப் பாச்சா'' என்றார்கள்.) நாளைக்கு கிளாஸ் போனால் அவர்கள் சண்டைக்கு வருவார்கள். பாச்சா வீடு பேட்டை ரோடில் இருந்தது. ஆறாம் வகுப்பிலிருந்தே பழக்கம். பேட்டை ரோடு அப்போதெல்லாம் அழகாயிருக்கும். ப்ரிட்டிஷ் காலத்து சிமெண்ட் ரோடு, வழுவழுவென்று இருக்கும். அதிலும், கம்பாநதி மண்டபம் தாண்டிவிட்டால், ரெண்டு புறமும் மரமும் வயலும் குளிர்ச்சியாக இருக்கும்.

சின்னவயசில் புதிதாகப் பொங்கலுக்கு வருகிற ஓலையில், காற்றாடி செய்து, அதைக் கையில் பிடித்தவாறே, பேட்டை ரோட்டில் ஓடுகிற சுகமே தனி.அப்போதெல்லாம் அவ்வளவு பஸ்கள் கிடையாது. ஒரே ஒரு ஏழாம் நம்பர் பஸ் ஓடும்.எட்டாம் நம்பர் குறுக்குத்துறைக்குப் போகும். அது, பெரும்பாலும் ஒரு லொடலொட பஸ். ''ஏழாம் நம்பர் பேட்டை, எட்டாம் நம்பர் ஓட்டை'' என்று ஸ்கூல் வழியாகப் போகும் எட்டாம் நம்பர் பஸ்ஸைக் கேலி செய்வோம். காற்றாடி என்று இல்லை, வட்டு கிடைத்தாலும் - சைக்கிள் ரிம், சைக்கிள் டயர், எல்லாம் வட்டுகள் - அதை உருட்டிக்கொண்டே ஓடுவது, ஒரு விளையாட்டு. அதிலும், கார் டயரை மற்ற உபயோகத்துக்கு வெட்டியது போகக் கடைசிப் பகுதி என்றால், ப்ளைமவுத் (ப்ளிமத்) காரே கிடைத்த மாதிரிதான். அதில் சோடா பாட்டிலை மூடியிருக்கும் சிப்பியைத்

தகடு போல் சப்பி, நடுவில் ஓட்டை போட்டு (ப்ளைமவுத்), வட்டில் அடித்து விட்டால், வண்டி ஜல்ஜல் என்று ஓடும். அது மட்டுமல்ல, அடுத்த தெருவுக்கெல்லாம் வட்டை ஓட்டிக்கொண்டு போனால் இந்த ‘சோடாச் சிப்பி’ லைசென்ஸ் இருக்க வேண்டும். இல்லையென்றால், வட்டைப் பிடுங்கி வைத்துக் கொள்வார்கள், அந்தத் தெருப்பையன்கள்.

அப்படி ஒரு வட்டு எனக்கு அபூர்வமாகக் கிடைத்தது.ஆனால் அதில் சோடாச் சிப்பி அலங்காரம் செய்ய வழியில்லை. கொஞ்சம் ஒல்லியான வட்டு. ரொம்ப ஆசையாய்ப் பேட்டை ரோட்டில் ஓட்டிக்கொண்டு போனேன். தடிவீரன்கோயில் தெருப்பையன்கள் பிடித்துக் கொண்டார்கள், ‘‘எங்கலே லைசென்ஸ்’’ என்று. நான் தப்பித்து, படு வேகமாக ஓடி கம்பாநதி மண்டபத்தருகே நின்று மூச்சிரைக்கத் திரும்பிப் பார்த்தேன். இன்னும் அவர்கள் அந்த தெருமுனையிலேயே நின்றுகொண்டிருந்தார்கள். சுற்றிக்கொண்டு, பழனித் தெரு வழியாகப் போனால், அது, இதை விட சண்டியர்கள் நிறைந்த தெரு, ‘இன்னக்கி வட்டு அம்பேல்’ என்று நினைத்த போது, அப்துல் பாச்சா வீடு பேட்டை ரோட்டில் என்று சொன்ன நினைவு வந்தது.

கம்பாநதி மண்டபம் தாண்டிப் போய்க் கொண்டிருந்தேன், வீடு எதுவும் இருப்பதாகவே தெரியவில்லை; வயலாக இருந்தது. வயலுக்குள் கொஞ்சம் தள்ளி வீடு மாதிரியும் இல்லாமல், மண்டபம் மாதிரியும் இல்லாமல், பெரிய கட்டடமாய் ஒன்று இருந்தது. அதைவிட்டால், தூரத்தில் பேட்டை தர்ஹாப் பள்ளி வாசல்தான்.

அந்த - வீடு மாதிரியான - வீட்டின் முன் நின்று எட்டிப் பார்த்தேன். பாச்சா மாதிரியே வெள்ளைப் பாச்சாவாக ஒரு பெண், ‘‘என்ன வேணும்’’ என்றாள். நான், ‘‘பாச்சா’’ என்று இழுத்தேன். ‘‘இருக்கான், உள்ள வாப்பா’’ என்றாள். நான் வட்டோடு உள்ளே வருவதைப் பார்த்துச் சிரித்தாள். அவன், பின்னால் வயல் வெளிகளில் நின்றிருந்தான், தன் அப்பாவுடன். அங்கிருந்து கையைக் காண்பித்தான், அருகே வரும்படி. அந்த இடம் வயல் மாதிரி இல்லை; திரடாக இருந்தது. நல்ல புல். ஒரு ஈச்சமரம் இருந்தது. ஒரு சமாதி, பார்க்க பயமாக இருந்தது. சமாதி சாய்ந்து இருந்தது. அருகே இருந்த ஒரு மரம், பூவரசா, மஞ்சணத்தியா நினைவில்லை; அதன் வேர் அதைச் சாய்த்திருந்தது. அவன்

நின்ற இடத்திற்குப் போனேன். கையில் வட்டு. அவன் அப்பா வாயில் வெற்றிலை அதக்கியிருந்தார். திரட்டுக்குக் கொஞ்சம் தள்ளி வழுக்கு ஓடை ஓடிக்கொண்டிருந்தது. கொஞ்சம் மேடாக இருந்த இடத்தில் பெரிய பனையோலையில் சொளவு மாதிரி கிடந்தது. பாச்சா கையில், ஒரு கயிறு கட்டிய வாளி. அவன் அப்பா ஓலையை எடுத்துப் பதனமாகத் தள்ளி வைத்துவிட்டு, வாளியை வாங்கி இன்னும் கவனமாக ஓலைக்கு அடியிலிருந்த குழியொன்றில் இறக்கித் தண்ணீர் சேந்தி, ஒரு குடத்தில் விட்டார். "குடிக்க இதுதான்'', என்றார் அப்பா.

"ஊத்துத்தண்ணி" என்றான் பாச்சா. நான் அருகே போனேன். "மண்ணச் சரிச்சிராம பாருங்க, தம்பி" என்றார் அவன் அப்பா. நல்ல களிமண் பதமாக இருந்தது, அந்த இடம். ஒரு அழகான ஊற்று. சுற்றிக் கரம்பை வெட்டிவைத்துப் புல் அழகாக - வட்டமாக - வளர்ந்திருந்தது. ஒரு சேலைத்துணியை ஊற்றின் சுவரையொட்டி வைத்திருந்தது. ஈரத்தில் அது சுவரோடு ஒட்டியிருந்தது. பளிங்கு மாதிரி தண்ணீர் கிடந்தது, இரண்டு வாளி முங்கும் அளவுக்கு. நான் இன்னும் அருகே போய் எட்டிப் பார்க்க முயன்றபோது, பாச்சா தடுத்து விட்டான், "அப்பா, சத்தம் போடும்" என்று. வட்டுபற்றிய பயத்தை அவனிடம் சொன்னேன். "சரி, இங்க இருக்கட்டும். நான் எங்க அப்பா யாவாரத்துக்குப் போகும்போது கொண்டு வந்து தாரேன்" என்றான். அவன் அப்பா, ஓம வாட்டர், பேனா மை என்று தயாரித்து விற்கிறார். வீட்டுக்குள் வந்தபோது, சுவர்களிலெல்லாம் கீறலாய் இருந்தது. "இதுக்குள்ளதான் ஒரு பாம்பு போச்சு நேத்து; வெளியவே வரலை" என்றான் பாச்சா. அருகே பாட்டில்களைக் கழுவிக் கொண்டிருந்தாள் அந்த அம்மாள். வயதான இன்னொரு பெண், குழி அம்மி மாதிரி ஒன்றில் எதையோ அரைத்துக் கொண்டிருந்தாள். அதே போல் எங்கள் வீட்டில் மருந்து அரைக்கும் குழி அம்மி ஒன்று உண்டு. வட்டைப் பிரிய மனமில்லாமல் வந்தேன். தடிவீரன் கோயில் தெரு முக்கில் எந்தப் பையன்களையும் காணும்.

பாச்சாவுக்குப் பாயசம் எடுத்துக்கொண்டு வந்து கொடுத்தேன். அம்மா, "பொங்கல்ச் சோறு சாப்பிடுவானா" என்று கேட்டாள். சரி என்று தலையாட்டினான். விரும்பிச் சாப்பிட்டான். எங்கள் வீட்டில் பொங்கலுக்குப் படையல் சாப்பாடு. வீட்டின் இறந்து போன கன்னிப்பெண்களை நினைத்துச் செய்வது. பெரும்பாலான வீடுகளில் அதை ஆடிமாசம் தனியே செய்வார்கள். புளிக்குழம்பும்

அவியலும் கேட்டு வாங்கிச் சாப்பிட்டான், பாச்சா. மறு நாள் ஸ்கூலுக்கு வந்ததும், வீட்டில் சத்தம் போட்டதாகச் சொன்னான். ''ஏன்'', என்றேன். ''படைத்ததைச் சாப்பிடக் கூடாது'' என்றான்.

அடுத்து இரண்டு - மூன்று வகுப்புகளுக்கு, அவன் என் பிரிவில் இல்லை. திரும்ப டென்த் படிக்கிறபோது என்னுடன் 'E' செக்ஷனுக்கு வந்தான். அவன் கையெழுத்து நன்றாக இருக்கும். கிளாஸில் யாரும் நோட்ஸ் கொடுத்தால் வேகமாக எழுதி விடுவான்.நாங்கள் ஓரிரு வரிகளை விட்டுவிட்டு, அப்புறம் அவன் நோட்டைப் பார்த்து எழுதுவோம்.

அந்த வருஷம் திருநாளுக்கு அவன் வீட்டிற்குச் சாப்பிடக் கூப்பிட்டான்; கரிக்காத் தோப்பு சக்கரியாவும் கூப்பிட்டான். அவன் வீட்டில் பிரியாணி. இவன் வீட்டில், நெய்ச்சோறாம். இதுதான் முகத்தில் அடிக்காது. ''எங்க வீட்டுக்கே வாரும்'' என்றான். சக்கரியா வீடு ரொம்ப தூரம். பாச்சா வீட்டுக்கு வருவதாகச் சொன்னேன். ''மத்தியானம் வாரும்'' என்றிருந்தான்.

நான் போனபோது, பாச்சாவீட்டில் இல்லை. அவன் பாட்டி மட்டும் இருந்தாள். வீடு, இப்போது சுத்தமாக இருந்தது. இப்போது சில மோட்டார் செட்டுகளும் குழாய்களும் கிடந்தன. அவனது அப்பா இப்போது பம்ப் செட் ரிப்பேர் பார்க்கிறார் என்று சொல்லியிருந்தான். வயல் எல்லாம் அப்போதுதான் அறுவடை முடிந்திருந்தது.'பேட்டைக் குளம்வரை சைக்கிளில் போய் வரலாமா' என்று நினைத்தபோது,கையில் இலையோடு பாச்சா சைக்கிளில் வந்தான். என் சைக்கிள், 18 கட்டை சைக்கிள்; வாசலில் நிறுத்தியிருந்தேன். வந்ததுமே சிரித்தபடியே கேட்டான், ''சைக்கிளுக்கு லைசென்ஸ் வச்சுருக்கேரா'' என்று. உண்மையி லேயே, சைக்கிளுக்கு முனிசிபாலிட்டியில் இரண்டு ரூபாய் கட்டி லைசென்ஸ் எடுக்க வேண்டும், அப்போது. நானும் சிரித்தேன். ''ஆமா, இப்ப அந்த ஊத்து இருக்கா'' என்று கேட்டேன். ''இல்லை இல்லை, அதெல்லாம் மூடியாச்சு; இப்ப தண்ணிக்கி ரொம்பக் கஷ்டம். பின்புறம் போக முடியாது; சுவரு வச்சுட்டாங்க. பள்ளி வாசல் கிணற்றிலிருந்துதான் எடுக்கோம். அங்கயே ஒரு ஆத்தண்ணி பைப்பு இருக்கு, அதிலிருந்து குடிக்க எடுத்துக்கிடுதோம்'' என்றான். ''கொஞ்சம் இருக்கேரா, அப்பாவைக் கூட்டீட்டு வந்திருதேன்; பக்கத்தில எங்கயோ போனாரு'' என்று சைக்கிளை எடுத்துக்கொண்டு கிளம்பினான். எனக்கு நல்ல பசியாய் இருந்தது.

அந்த வீட்டிற்கு ஒரு வெளிச்சுவர். அடுத்தாற்போல் காலி இடம்; அதில்தான் பம்பு, குழாய் இத்யாதிகள் கிடந்தன. அதேபோல் காலி இடம் மூன்று புறமும் கிடந்தது.

பாச்சா போனதும், வீட்டினுள் அந்த அம்மா வந்தாள்; கொஞ்சம் சங்கோஜத்துடன் வந்தாள். என்னைக் கடந்து போய், பக்கவாட்டுக் காலி இடத்தில் நின்று, அவன் பாட்டியிடம் ஏதோ கேட்டாள். அனேகமாய், தண்ணீர் கேட்டிருக்க வேண்டும். அவள் சத்தம் போட்டுக் கொண்டிருந்தாள். ''முடியாது, போ; கண்ட இடத்தையும் நாற அடிக்காதே. அந்தக் கரிமுடிவான் எங்கயோ போய்ட்டான் போலருக்கு; நீயும் போறதுதானே'' என்று சத்தம் போட்டாள். இன்னுமொரு பெண் குரல் கேட்டது. அதுவும் இவளை சத்தம் போட்டது. ''நான் என்ன வேலைக் காரியா, அப்படியே நில்லு; அவன் வந்து கழுவி விடுவான்'', என்று. கொஞ்ச நேரத்தில் வார்த்தைகள் தடித்தன. நான் கிளம்பலாம் என்று நினைத்த சமயத்தில், அந்த அம்மாள் விறுவிறுவென்று வந்தது. ''கூத்தியாளக் கூடவே வச்சுருக்காரு, நம்மளை அறுத்து விடும்ன்னா கேக்காரா; நாமளும் புள்ளை படிப்பு முடியட்டு மேன்னு பாத்தா, குண்டி கழுவக்கூட விடமாட்டங்காளுக. தண்ணி சுமக்கறது பூரா நானு, பாக்கட்டுமே, பூ....லை ஊர் பூராவும்'' என்று சொன்ன விருத்தியில், என் முன்னால் ஒரு தொட்டியில் கிடந்த அழுக்குத் தண்ணீரை ஒரு செம்பில் கோதி, ரோட்டுக்கு வந்து கொஞ்சம் தள்ளி ஒரு மரத்தருகே போய், திரும்பிக்கொண்டு கழுவ ஆரம்பித்தாள். சைக்கிளை எடுக்க வந்தவனுக்கு அவளின் வெள்ளைப் பின்புறம் தெரிந்தது. தலையைக் கவிழ்ந்து கொண்டேன். பாச்சாவின் ''ஏம் வந்துட்டேருவே, நேற்று'', என்ற மறுநாள்க் கேள்விக்கு என்னிடம் பதிலில்லை.

●

45
இப்படம் நாளை கடைசி...

சிவா தள்ளி நின்று கொண்டிருந்தான். எங்கள் ஊரில் அது மிகப் பெரிய தியேட்டர். அதன் முதலாளி, அப்பாவுக்கு நண்பர். அப்பா, இப்போதெல்லாம் எங்கேயும் போவதில்லை. காலையில், பழக்கதோஷம் காரணமாக, நாலரை மணிக்கு எழுந்து விடுவார். இன்னோரன்ன காரியங்களை முடித்துவிட்டு, சைக்கிளை எடுத்துக்கொண்டு கிளம்பினால், இருட்டு பிரியும் முன்பே ஆற்றுக்குப் போய் விடுவார். குறுக்குத்துறை முருகன் கோயிலில் இவர் போய்த் தான் சங்கம் பண்டாரத்தையே எழுப்புவார் என்று அவரது நண்பர்கள் கேலி செய்வார்கள். அவன் எழுந்து காலையில் சங்கொலி எழுப்பி வெளிநடை திறக்க வைப்பான். அப்புறம்தான் திருப்பள்ளியெழுச்சி எல்லாம்.

தலைவரின் நூறாவது படத்திற்கு ஒரு மலர் தயாரிக்க வேண்டுமென்று அம்மன்சன்னதித் தெரு நா.சு.கா. சுடலை முத்து சொன்னான். அப்படியே தயாரித்து, அதை அந்த முதலாளியிடம் கொடுக்கும் போது, நான் இன்னார் மகனென்று சொன்னேன். அவர், ''ஏய், கெடுத்தியே கதை; இது ஒங்க கொட்ட கைல்லாப்பா'' என்று சிரித்துக்கொண்டே சொன்னார். என் படிப்பு, மார்க் விவரமெல்லாம் கேட்டார். அப்போது நான் மறுபடி நன்றாகப் படிக்க ஆரம்பித்திருந்தேன். ''சரி, படிப்பை விட்ராதியும்;

அப்பாவைல்லாம் கிட்டமுட்ட கண்ணிலயே காணலையே; வரச் சொல்லும். பாக்கியத்துக்கு கல்யாணம் வச்சுருக்கு''ன்னு சொல்லுங்க; ரொம்ப சந்தோஷப்படுவார் தம்பி'' என்றார். உலகமே கைக்குள் வந்து விட்ட உணர்ச்சி அன்று. அந்த அபாக்கியவதி சட்டபூர்வ வாரிசு இல்லை.

'நீரும்நெருப்பும்' படத்திற்கு முதலாளி ஊரில் இல்லை. டிக்கெட் கிடைப்பது சற்று கஷ்டமாயிருந்தது. சிவா, அன்று தானும் முதல் காட்சிக்கு வருவதாகச் சொன்னான். பொதுவாக, அவன் அப்படி வரமாட்டான். நாங்கள் சொன்னோம், ''சரி, அப்ப படம் அவ்வளவுதான்; கூவீரும்'' என்று. நல்ல கூட்டமிருந்தது. மேனேஜர், ''உனக்கு வேணும்ன்னா சொல்லு; பெஞ்சு டிக்கெட்டில போய் உக்காந்துக்கோ. ஹை கிளாஸ் டிக்கெட்டெல்லாம் கேக்காத; ஐயா ஊரில இல்லை'' என்று விரித்து விட்டார். ''சரி, இரண்டு டிக்கெட் குடுங்க'' என்றேன். ''ஏய், உனக்கே டிக்கெட் இல்லை; சும்மா நீயா போய் இருக்கிற பெஞ்சுல உக்காரு'' என்றார். சிவாவிடம் சொன்னேன். ''ஏல, நாம பெஞ்சுல உக்காந்து படம் பாத்தா ராசி கிடையாதுல'' என்றான். ''ஏன், காவல்காரன் பாக்கலியா'' என்றேன். ''அது ப்ளாக் - அண்ட் ஒயிட்டுரா'' என்றான்.

அவன் சொல்கிற சென்டிமெண்டெல்லாம் ஆச்சரியமாக இருக்கும். அப்போதுதான் அவர், சைக்கிள் கேட் வழியாக தியேட்டர் உள்ளே போனார். சிவா ''அந்தா, அவங்களைக் கூப்பிடு'' என்றான். நான், ''அண்ணாச்சி, அண்ணாச்சி'' என்றேன். காக்கிச் சட்டைபோட்டு, வேஷ்டி கட்டியிருந்தார்.நல்ல வழுக்கைத் தலை. ''என்னடா என்றார். அதற்குள் சிவா அருகில் வந்திருந்தான். ரெண்டு சோஃபா டிக்கெட் வாங்கித் தாங்க என்றான். அதே சமயம் முட்டி மோதி பெஞ்சு டிக்கெட் எடுத்து வந்த பிச்சுமணி சொன்னான், ''க்கோவாலு, வா ஏன்ட்ட டிக்கெட் இருக்கு. ஏம் மடியில உக்காந்து பாரு; சோஃபா மாதிரி இருக்கும்'' என்று. அவர் ஒன்றுமே சொல்லாமல் உள்ளே போய் விட்டார். சிவா தள்ளிப்போய் நின்றான். அவனிடம் போய், ''என்ன, நான் பெஞ்சுக்கு போயிரவா'' என்றேன். ''பேசாம இருல; கண்டவன் கூடல்லாம் சாவாசம் வைக்காதல'' என்றான். அவனுக்குப் பிச்சுமணி பேசியது பிடிக்கவில்லை.

ஐந்து நிமிடம் ஆகியிருக்கும், அவர் வெளியே வந்து, என்னைக் கையைக் காட்டிக் கூப்பிட்டார். இரண்டு டிக்கெட்டைக் கொடுத்தார். நான் பணம் தருவதற்குள் மறுபடி உள்ளே போய்

விட்டார். சிவா, ''வா'' என்றான். ''பணம்.....'' என்றேன். ''அதெல்லாம் வாங்க மாட்டாங்க; பேசாம வா'' என்று ஒரு டிக்கெட்டை மட்டும் என்னிடம் கிழித்துக் கொடுத்துவிட்டு வேகமாகப் போய்விட்டான். எனக்குக் கோபமாய் வந்தது. நாங்கள் தனித்தனி சீட்டில் உட்கார்ந்துதான் பார்த்தோம். நான் யோசித்துக் கொண்டிருந்தேன், 'அவனுடன் அருகருகே உட்கார்ந்து பார்த்த கலர்ப் படம் எதுவும் ஃபெயிலியரா ஆகியிருக்கா' என்று. படம் நன்றாயில்லை. இடைவேளையில், மாடி வெராண்டாவில் நின்று கொண்டிருந்த என்னருகே வந்தான். ''போப்பா, ஆனந்தன்கூட அழகான ஸ்வார்ட் ஃபைட் இருக்கும்ன்னு பார்த்தா, அவனைக் கேலிக்கூத்து பண்ணீட்டாரே உங்க ஆளு'' என்றான். ''ஏன், உங்க ஆளு இல்லையா'' என்றேன். அவன் மீதிருந்த கோபம் போய் விட்டது.

''வா, கீழ போய் கலர் குடிப்போம்; இங்க கூட்டமாருக்கு'' என்று தரை பெஞ்ச் டிக்கெட் அருகிலுள்ள ஸ்டால் பக்கம் போனான். அங்கே அந்த வழுக்கைத்தலை ஆள் படு சுறுசுறுப்பாக முறுக்கு வியாபாரம் பார்த்துக் கொண்டிருந்தார். கூட்டம் உனக்கு - எனக்கு என்று ஐந்து பைசாவும் பத்து பைசாவுமாக நீட்டிக் கொண்டிருந்தது. எட்டணா கொடுத்து, ''ஒரு முறுக்கு'' என்பவர் களையும் அதை வாங்கிப் போட்டு, மீதமும் முறுக்கும் கொடுத்து வேகமாக சமாளித்துக் கொண்டிருந்தார். சிவா மறுபடி, ''வா, மேலே போய்ச் சாப்பிட்டுக் கொள்ளலாம்'' என்று பதிலுக்குக் காத்திராமல்ப் போய் விட்டான். நான் அவனைப் படம் முடியும் வரை பார்க்கவில்லை; கலரும் குடிக்கவில்லை. படம் முடிந்து வருகையில் மேனேஜர் பார்த்தார், ''ஏய், ஏதுவே டிக்கெட்'' என்று கேட்டார். நான் சொன்னேன். ''யாரு, முறுக்கு போடுகிறவரா குடுத்தார்'' என்று கேட்டுக்கொண்டே அவரருகே நின்ற சோஃபா டிக்கெட் கொடுப்பவரைப் பார்த்தார். அவரிடம், ''யாருய்யா உம்ம சகலனா'' என்றார். அவர், ''ஆமாய்யா, ஒரு நாளும் கேக்க மாட்டாரு. இந்தத் தம்பிக்கின்னு சொல்லலையே என்றார். நான், 'ஏதோ வில்லங்கம் போலிருக்கு' என்று கூட்டத்தோடு கலந்து தியேட்டரை விட்டு வெளியே வந்து விட்டேன். ஒரே எரிச்சலாய் இருந்தது.

சிவாவைப் புரிந்துகொள்ள முடியவில்லை. சிவா, என்னைவிட மூத்தவன். நான் பி.எஸ்.சி. முடித்த பின்னும் அவன் பி.ஏ. வில் பாக்கி வைத்திருந்தான். அவன் அப்பாவுக்குச் சொந்தமான சிறிய

ஓட்டல் இருந்தது. அதை இப்போது கவனித்துக் கொள்கிறான். அவனது தம்பி, எனது வகுப்புத் தோழன். அவன், தனது அம்மாத் தாத்தா வீட்டில் வளர்ந்தான். அவன், சிவாவின் அம்மா ஜாடையில் இருப்பான். சிவா, அப்பா ஜாடை. சிவா வீட்டில் எல்லா இசைக் கருவிகளும் இருக்கும். வயலின், மிருதங்கம், வீணை, புல்புல் தாரா. சிவா, வாய்ப்பாட்டு படித்தவன். அவன் வீட்டில் இருந்து அந்த இசைக்கருவிகளைத் தட்டிக் கொண்டிருப்போம். புல்புல் தாராவில், ''அன்று வந்ததும் இதே நிலா....'' பாட்டு வாசிக்க சிவா சொல்லித் தந்தான். அதற்கென்று சினிமாப் பாட்டுப் புத்தகம் போல் ஒரு புத்தகம் வரும். ஐம்பது பைசா. ஜங்ஷன் கண் கண்ணாடிக் கடையில் மட்டும் அது கிடைக்கும்; அங்கேதான் இசைக்கருவிகளும் கிடைக்கும். அது என்ன காம்பினேஷனோ. ஜெனித் ஆப்டிகல்ஸ், கிரசெண்ட் ஆப்டிகல்ஸ் போன்ற கடைகளில் தாம் இது கிடைக்கும். அதில் பாடலை அசைபிரித்து, அதற்கு மேல் எண்கள் எழுதியிருக்கும். புல்புல் தாரவில், அதேபோல் எண்கள் உள்ள 'ரீடை' அமுக்கினால் பாட்டை வாசிக்கலாம்.

எனக்கு அந்த முதல் அடி மட்டும் வாசிக்க வரும். ''அதெற் கெல்லாம் ஞானம் வேணும்லெ'' என்பான் சிவா. உண்மைதான். அவன் அம்மாவோ, ''அதெல்லாம் இல்ல ராசா; பழகுனா வந்துட்டுப் போது. நீ மட்டும் என்ன, கச்சேரி பண்ணுற வரைக்கும் வந்துட்டு ஒங்க அத்தைக்கி பயந்து பாட்டை விட்டுட்டியே'' என்று சிரிப்பாள். இதைச் சொல்லும்போது அவன் சித்தி, எங்கிருந்து வருவாளோ அவள், சிரிப்பாய்ச் சிரிப்பாள். சிவா, கோபமாய் வெளியேறி விடுவான். அந்த சித்தி அழகாய் இருப்பாள். சுருண்ட முடி; மூக்குத்தி போட்டிருப்பாள். அவள் என்றாவது அதைக் கழற்றி வைத்திருந்தால், ''போ, சித்தி; உடனே மூக்குத்தி போட்டுட்டு வா'' என்பான் சிவா. அவ்வளவு பொருத்தமாய் இருக்கும். சிவாவின் அம்மா பெரிய மூக்குத்தியாகப் போட்டிருப் பாள். ''ஒங்க அம்மாட்ட அந்த வைரத்தைத் தரச் சொல்லேன்'' என்பாள் சித்தி. ''இந்தா, வச்சுக்கயேன்'' என்பாள் அவன் அம்மா. அவன் அம்மா மதியச் சாப்பாட்டுக்கு முன்தான் குளிப்பாள். தணிவான வீடு. பட்டாசல், இருட்டாய் குளுமையாய் இருக்கும். காலையிலிருந்து வெற்றிலை போட்ட வண்ணமிருப்பாள். பக்கத்தி லேயே சாறுதுப்ப வெண்கலச் சாளஞ்சி. அது பளபளவென்று விளக்கியிருக்கும். சட்டை அணிந்திருக்க மாட்டாள்; வெறும் மல்பாடி போட்டு, தூணில் சாய்ந்த மாதிரிக்கி உட்கார்ந்திருப்பாள்.

மத்தியான சாப்பாட்டுக்கு, அவன் அப்பா வந்துவிட்டால் சகல சத்தமும் அடங்கி விடும். சிவா, அமைதியாய் வெளியேறி விடுவான். அவர், தலைவாசலுக்குள் நுழையும்வரை சிகரெட்டைப் புகைத்தபடியே வருவார். வாசனையே சொல்லி விடும், அவர் வந்து விட்டார் என்று. அவர் வந்த சிறிது நேரத்தில் சிவாவின் அம்மா குளிக்க எழுந்து விடுவாள். நான், அவன் அப்பா வந்தது தெரியாமல், ஒரு நாள் ரேடியோவில் பாட்டுக் கேட்டுக் கொண்டிருந்தேன். சித்திதான், ''ஏய் சோமு, இங்க வா, ஒரு சின்ன உபகாரம் செய்யணும் என்று அழைத்தாள். அவள் வீடு, அடுத்த வீடு. அங்கே போனதும் பேசிக்கொண்டே அடுப்படி வேலையைக் கவனித்துக் கொண்டிருந்தாள். ஒரு கட்டு வீடு அது. ''என்னமோ சொன்னீங்களே'' என்றேன். ''சொன்னாக, சோத்துக்கு உப்பில் லைன்னு. காலேஜ் படிக்கே, விவரம் தெரியலையே, என்றாள். உண்மையிலேயே தெரியவில்லை. சிவா கெளம்புனா, நீ, அவன் சேக்காளி மட்டும் அங்க இருக்கலாமா'' என்றாள். அப்போது உள்ளூர் பிரபல பாடகரின் மனைவி, சித்தி வீட்டுக்கு வந்தாள். ''வாங்க, மதினி'' என்று சித்தி வரவேற்றாள். ''என்ன ஜோலி நடக்கு'', என்றபடி உள்ளே வந்தவள், ''இது யாரு, தம்பி'' என்று சிரித்தபடியே கேட்டாள். ''இவனா, சிவா சேக்காளி; சொள்ள மாடன் கோயில் தெரு'' என்றாள், சித்தி.

நான் கேட்கும் முன்பே சித்தி சொன்னாள், ''இதான் சிவாவோட அத்தை. இவக கிட்டதான் சிவா பாட்டுச் சொல்லிக்கிட்டான்'' என்றாள். 'ஆகா, இப்படி அத்தையக் கண்டா சிவா வெட்கப் பட்டான்' என்று தோன்றியது. பத்மினி பிரியதர்சினி என்று ஒரு நடிகை உண்டு, அவளைப் போலிருந்தாள் அத்தை. சொன்னேன்; பத்மினி என்று எடுத்துக் கொண்டார்கள் போல. ''இவன் சிவா மாதிரி கிடையாது போல இருக்கே, நான் என்ன பத்மினி மாதிரியா இருக்கேன்'' என்று சிரித்தாள். ''எனக்குப் பாட்டு சொல்லித் தாங்க அப்படீன்னா'' என்றேன். ''எங்க, எதாவது பாடு பார்ப்போம்'' என்றாள் அத்தை. பாட்டு வரவில்லை. ''பாடு பாடுன்னா பாட்டுக்காரனும் பாட மாட்டான், தானே பாடுனா தலைதெறிக்கப் பாடுவான்''கிற மாதிரி, கேட்டா யாருக்கும் வராது. ''உன் குரல்லாம் ஒடஞ்சி போச்சே, வேணும்ன்னா என்னன்னு தெரிஞ்சுக்கலாம்'' என்று சொன்னாள்.சித்தியிடம் எதோ குசுகுசுவென்று பேசிவிட்டு அகன்றாள். போகும்போது, ''தம்பி வீட்டுக்கு வாங்க'' சொள்ள மாடன் கோயில்த் தெருன்னா

யாரு வீடு'' என்றாள். சொன்னேன். ''அப்படியா, அப்ப அவுகளுக்குத் தெரிஞ்சுருக்கும்'' என்றபடியே போனாள். நான் அவளது இடுப்பு மடிப்பையே பார்த்துக் கொண்டிருந்தேன். சித்தி சிரித்தாள், ''பாத்தது போதும், சாப்பிடுதியா'' சமையல் ஆயிட்டு என்றாள். நான் வெட்கத்துடன் கிளம்பினேன்.

'நீரும்நெருப்பும்' சினிமா போய் வந்த அன்று மாலை, சிவா வீட்டுக்கு வந்தான். ''வா, ஜங்ஷன் பாலஸ் - டி - வேல்ஸ் தியேட்டரில் 'பணக்காரக்குடும்பம்' போட்டிருக்கான். ரெண்டு பாட்டு கேட்டுட்டு வரலாம்'' என்றான். சைக்கிளை எடுத்துக் கொண்டு கிளம்பினோம். குமாரவேலும் கூட வந்தான். அவன் வீடு, சிவா வீட்டுக்கு இரண்டு வீடு தள்ளி இருந்தது; ஸ்கூலில் என் கிளாஸ் மேட். பாலஸில் படம் பார்க்க சிவாவுடன் போவது ஒரு சுகம். அங்கே அவுட் பாஸ் என்று தருவார்கள். பாதிப் படத்தில் அவுட் பாஸ் வாங்கிக்கொண்டு வெளியே வரலாம்; பக்கத்து சுல்தானியா ஓட்டலில் சாப்பிட்டுவிட்டு மறுபடி படம் பார்க்கலாம். அங்கே எப்போதும் பழைய படம்தான் போடுவார்கள். மாலைக் காட்சி ஏழு மணிக்குத்தான் ஆரம்பிப்பார்கள். சவுண்ட் சிஸ்டம் பிரமாதமாக இருக்கும். 'பணக்காரக் குடும்பம்' படத்தில் வருகிற ''இது வரை நீங்கள் பார்த்த பார்வை இதற்காகத்தானா'' பாட்டு ரொம்பப் பிடிக்கும் எனக்கும் சிவாவுக்கும். உண்மையில், அது, 'காதலிக்க நேரமில்லை' படத்துக்காக ஒலிப்பதிவு செய்யப்பட்ட பாடலாம். ''மலரென்ற முகமின்று சிரிக்கட்டும்'' பாடல் 'பணக்காரக் குடும்பம்' படத்திற்காகப் பதிவு செய்யப்பட்டதாம். ''இல்லைன்னா உங்க ஆளு படத்துல இப்படிப் பாட்டு வருமாலெ'' என்பான் சிவா. ''இந்தா, வந்துருக்கில்லா'' என்பேன் நான். ''ஏன், ரகசியம் பரம ரகசியம் 'கட்டோடு குழலாட ஆட' 'பாட்டெல்லாம்' பெரிய இடத்துப் பெண்' படத்தில் வரலையா'' என்றால், ''அது வேற இது வேறடா'' ஒனக்குப் புரியாதும்பான்.

அந்தப் பாட்டு முடிந்ததும், ''வா, சாப்பிட்டுட்டு வருவோம் என்று கிளம்பினான். ''இப்படம் நாளை கடைசி'' என்று வாசலில் உள்ள பேனர் போஸ்டரின் குறுக்காகச் சிறிதாக ஒட்டிக் கொண்டிருந்தார்கள். சுல்தானியா ஓட்டலில் பிரியாணி நன்றாய் இருக்கும். ஆனால், ''மத்தியானம் தான்டா பிரியாணி சாப்பிடணும்; ராத்திரின்னா ரொட்டிதான்டா, என்று ரொட்டியே ஆர்டர் கொடுத் தான். ''ஓசியில சாப்பிடதுக்கு என்னதுன்னா என்ன, எதையாவது சொல்லு'' என்றேன். ''அப்படிச் சொல்லாத; நீ வேணும்ன்னா

பிரியாணி சாப்பிடு'' என்றான். ''வேண்டாம்'' என்றேன். சாப்பிட்டு விட்டு வெளியே வந்ததும் ''இன்னம படம் போகணுமா'' என்றான். ''வேண்டாம், வீட்டுக்குப் போகலாம் என்றேன்.

''இரு, ஒரு சின்ன வேலை. அந்தா, மீனாட்சிபுரத்தில ஒரு ஆளைப் பாத்துட்டுப் போயிருவோம். அம்மா கொஞ்சம் பணம் கொடுக்கச்சொல்லி'' குடுத்து விட்டுருக்கா; முதல் சந்துதான், என்றான்.

''சரி'' என்று போனோம். அது இருட்டாய் இருந்தது. ஏதோ மூத்திரச்சந்து போல இருந்தது. ''நீங்க ரெண்டு பேரும் இங்கயே ரோட்டில நில்லுங்க'' என்று போனான். நான் குமாரவேலிடம் கேட்டேன், ''இங்க யாரு இருக்கா'', என்று. ''அவர்கிட்ட கேட்டிராத. அவன் அம்மாவோட முதல் மாப்பிள்ளை; முறுக்கு வியாபாரம் பண்றாரு. தியேட்டருக்கெல்லாம் முறுக்கு இவருதான் போடுதாரு என்றான். ''அவருக்குக் குழந்தைகள் இல்லை; இவனிடம் ரொம்பப் பிரியம்'' என்றான். அதற்குள் இரண்டு பேரும் நாங்கள் நின்ற வெளிச்சத்துக்கு வந்தார்கள். ''சைக்கிள்ளயா வந்தீங்க, பாத்துப் போங்கடே'' என்றார். இப்போது நல்ல வெள்ளைச் சட்டை அணிந்திருந்தார்; வேஷ்டியும் சட்டையும் நன்றாக வெளுத்துத் தேய்த்திருந்தன. சிவா, அவரிடம் பதிலேதும் சொல்லாமல், சைக்கிளில் ஏறினான். மூன்று பேரும் டவுண் வரும் வரைக்கும் பேசவே இல்லை. என் மூளைக்குள், 'இப்படம் நாளை கடைசி' என்று என் குரல் வாசித்துக்கொண்டே இருந்தது.

●

46
சம்மதமில்லையென்றால் ஏது வழக்கு...

தற்செயலாகத்தான் அது நடந்தது; என் ஆயுளில் நான் ஆலங்கட்டி மழையைப் பார்ப்பது, அதுதான் முதல் தடவை. வெயில் சுட்டெரித்துக் கொண்டிருந்த ஒரு ஞாயிற்றுக்கிழமை மத்தியானம்; வீடு, ஓட்டு வெக்கையில் தகித்துக் கொண்டிருந்தது. அறை வீட்டில் சாமான்கள் ஒன்றும் இல்லை; எல்லாம் விற்றுத் தின்றாகி விட்டது. ஒன்றிரண்டு டிரங்குப் பெட்டிகள் இருந்தன. ஒரு பழைய ஜாடி, பாரி கம்பெனி ஜாடி; முன்பு அதில் நல்லெண்ணெய் இருக்கும். இப்போது ஒன்றும் இல்லை. அம்மாவுக்கு அதன்மேல் ஒரு பிரியம். காணாததற்கு, ஒரு முறை அபூர்வமாய் ஐ.எஸ். மாச்சாடோ பல்க்கிலிருந்து மண்ணெண்ணெய் கிடைத்து, அதை அதில்தான் நிரப்பி வைத்திருந்தோம். நான் வேலைக்குச் சேர்ந்த புதிது. நான் வேலை பார்த்த வங்கியில் கணக்கு வைத்திருந்த பெரிய மண்ணெண்ணெய் வியாபாரக் கடை அது. தற்செயலாக ஒரு போன் செய்தேன். ஒரு பெரிய பேரல் மண்ணெண்ணெய் அனுப்பி விட்டார்கள். அது வந்த பிறகு, "எனக்கு வேண்டாம், உனக்கு வேண்டாம்'' என்கிறார்கள். எங்களிடம் ஒரே ஒரு ஐந்து லிட்டர் டின் மட்டும் இருந்தது. பணமும் அவ்வளவாய் இல்லை. இருந்த பணத்திற்கு வாங்கி இந்தஜாடியில் விட்டு வைத்தேன். அம்மாவுக்கு

அதில் சம்மதமே இல்லை. யாரிடம் கேட்டாலும், ''என்னடே, நீ யாவாரம் பாக்கியா என்ன'', என்று கேலிசெய்தார்கள்.

பின் வீட்டு ரேவதி, என் பெயரைச் சொல்லி, ''அவங்க கஷ்டப் பட்டுக் கொண்டு வரச் சொல்லியிருக்காங்க; அன்னக்கில்லாம் தவியாத் தவிச்சவங்க, இன்னக்கி 'வேண்டாம்'ன்னு சாதாரணமாச் சொல்லுதீங்களே'' என்று சொல்லிக் கொண்டிருப்பது கேட்டது. அவள், அம்மாவைச் சத்தம்போட்டுப் பத்து லிட்டர் வாங்க வைத்தாள். அதற்குமே பணத்திற்கும் பாத்திரத்திற்கும் கஷ்டப்பட வேண்டியதாய்த்தான் இருந்தது. மண்ணெண்ணெய் பேரலை மூன்று கால் சைக்கிளில் கொண்டு வந்தவன் ரொம்ப நல்ல மாதிரி ''சார், ஏன் கஷ்டப்படுதீக; நானே ரெண்டு தெருவில் நல்ல விலைக்கி வித்துருவேன்'' என்றான். நான், ''கடையில் சொல் லட்டுமா'' என்று கேட்டேன். ''நீங்களே எடுத்துக்கிட்டதாச் சொல்லுங்க; நான் பிராமணக்குடித் தெருவில் பத்து நிமிஷத்தில் வித்துருவேன்; எனக்கும் ரெண்டு காசு கிடச்ச மாதிரி ஆச்சு'' என்று போய்விட்டான். நான் ரேவதியிடம் போய் நன்றிசொல்லப் புறவாசல் போனேன். பின்வீட்டுக் குச்சுகள் ஒன்றில் அவள் தன் அம்மாவுடன் வாடகைக்கு இருந்தாள். ராஜபாளையத்தில் அவளது அப்பா, மில்லில் வேலை செய்து வந்தார். அவள் சர்வீஸ் கமிஷன் தேர்வில் பாஸ் செய்து, பாளையங்கோட்டையில் ஒரு அலுவலகத்தில் பணியாற்றினாள். 'இந்தப் பெண் பிள்ளைகள் எப்படி பாஸ் பண்ணி விடுகிறது' என்று நினைத்திருக்கிறேன். அவள் மட்டும் இல்லை, இன்னொரு சிறிய வீட்டில், தேவியும் காளியம்மாளும் இருந்தார்கள்; அவர்களும் அதே ஆஃபீஸ்தான்; அதே ஊர்ப் பக்கம்தான். ரேவதி மூலமாகத்தான் அவர்கள் இங்கே குடிவந்தார்கள்.

ரேவதி ஒல்லியாய் இருப்பாள்; தீர்க்கமான முகம்; நல்ல வெள்ளை நிறம். தலைமுடி, அவ்வளவு இருக்காது; மார்பும் சிறியது. ரெடிமேட் பாடி அணியமாட்டாள். அவள் தங்கை தைத் ததைத்தான் அணிவாள். அவள் தங்கை, ஊரில் அப்பாவுடன் இருந்தாள். புறவாசலில் ஒரு குளியலறை உண்டு.அங்கே உள்ள அடிபம்பை, முன்வாசலில் உள்ள பம்புடன் இணைத்திருப்பார்கள். தண்ணீர் அடிக்க, சற்று சிரமமாய் இருக்கும். பெரும்பாலும், ஆண்கள் எல்லோரும் முன்வாசல் பம்பில் குளிப்போம். அதற்கு மறைப்பெல்லாம் கிடையாது. உள்ளாடைக்குமேல், துண்டு கட்டிக்கொண்டு குளிப்போம். தலை துவட்டுகிறபோது ஜட்டி,

அல்லது அண்டிராயர் மட்டும்; அவசரஅவசரமாகத் துவட்டுவேன். நான் குளிப்பது எப்போதும் எட்டேமுக்கால் வாக்கில் இருக்கும். ரேவதி மற்றும் பெண்கள் குளிப்பது பாத்ரூமில். ஆனால் அவர்கள் துணிதுவைக்க முன்வாசல் பம்ப்பே வசதியாய் இருக்கும். என் அண்ணன் குழந்தைகள் யாரிடமாவது, ''உங்க சித்தப்பா குளிச்சாச்சா'' என்று கேட்டுவிட்டு, ஒரு வாளி நிறையத் துணியோடு ரேவதி வருவாள். என்னிடம் நேரடியாக எதுவும் பேசியதில்லை. நானும் பேசியதில்லை. வாடகை கொடுக்கும்போது மட்டும், ''அவங்க, உங்க சின்னமகன், இருக்காங்களா'' என்று அம்மாவிடம் கேட்பாள். பெரும்பாலும், காலைவேளையில், நான் இருக்கும் சமயத்தில்தான் தருவாள். அவள் பழக்கமே, தேவிக்கும் காளியம் மாளுக்கும். அம்மா, அதை வாங்கி என்னிடம் கொடுத்து விடுவாள்; ஏதாவது செலவுக்குக் கேட்பதென்றால், தயக்கத்துடன்தான் கேட்பாள். சமயத்தில் 'வள்'ளென்று விழுந்து விடுவேன். இப்போது, அம்மாவை வதைத்த, அந்தக் காலைப் பொழுதுகளைப்பற்றி நினைத்தால், மனசு அப்படிக் கஷ்டப்படுகிறது. ''செகம் பூரா ஆளலாமே; திரும்பி நல்லா சாகலாமே..'' என்ற ஒப்பாரி, எவ்வளவு உன்னதமான வரிகளை உள்ளடக்கியது.

கோடைக்காலத்தில், இரவில், வீட்டிற்குள் படுக்க முடியாது. தார்சாலில்தான் படுப்பேன்; காலையில், பெரும்பாலும் சீக்கிரம் எழுந்து விடுவேன். ராத்திரிக் கச்சேரிகள் முடித்து, படுக்க சற்று நேரமாகி விட்டால் எழுந்திருக்கவும் சற்று நேரமாகி விடும். அனேகமாக, தேவி, தினமும் தெருவில் விழும் ஆற்றுத்தண்ணீர் இரண்டு குடம் எடுப்பாள். தேவி, பொது நிறமாயிருப்பாள். சற்று பயந்த சுபாவம் போல் முகமிருக்கும்; ஆனால் வீட்டுக்குள் கலகலப்பாய் இருப்பாள். எப்பவாவது புறவாசல்ப் பக்கம் போனால், காளியம்மாளைக் கேலி செய்து கொண்டிருப்பாள். ஒரு நாள், ''அம்மனோ சாமியோவ், அத்தையோ மாமியோ.... காளியம்மன் பரம்பரைக்கு கல்யாணமா'' என்று 'நான்' சினிமாப் பாட்டைப் பாடிக் கேலி செய்து கொண்டிருந்தாள். என்னைக் கண்டதும் வீட்டிற்குள் ஓடிவிட்டாள். ரேவதியின் அம்மா, எப்போதும் போல் சளசளத்துக் கொண்டிருந்தாள், ''ஆம்மா தேவி, நீ வேணுன்னா பாத்துக்கிட்டெ இரு, காளிக்குத்தான் சீக்கிரம் கல்யாணம் தெகையும்'' என்று.

காளி அம்மாள் நல்ல கருப்பு. பல் சற்று எடுப்பாய் இருக்கும்; ஆனால் சிரித்த முகம் போலிருக்கும்; பற்கள் அவ்வளவு தெரியாது.

மறைக்க முடியாத மார்பு. அற்புதமாகக் கோலம் போடுவாள். அழுத்தமான, தடிமனான, கோடுகளாய் இருக்கும். குத்தாகக் கோலப்பொடியை அள்ளிக் கொள்வாள்.மூன்று விரல் இடுக்கு வழியாகக் கோலப்பொடி வழியும். அழகாக, அதை கண்ட்ரோல் செய்வாள். நான்குபுறமும் ஒன்றுபோல் இருக்கும்.எந்த இடத்திற்கு எந்தக் கோலம் என்று கணக்காகப் போடுவாள். இரண்டு - மூன்று முறை அவள் கோலம் போடுவதைப் பார்த்துக் கொண்டிருந்தேன். எந்தக் கூச்சமும் இல்லாமல் கருமமே கண்ணாகப் போட்டுக் கொண்டிருந்தாள்.

விடியலில்
வாசலில்
கோலமிடுபவள்
நெஞ்சில் இரு
மஞ்சள்தாமரைகள் பூத்தன
சூரியனாய்ச்
சுடும் முன் நிமிர்ந்தாள்
நான் சொன்னேன் -இனி
பெரிய கோலமாய்ப்
போடப் பழகேன்

என்ற என் கவிதை வரி நினைவுக்கு வரும். ஆனால் இவை சற்று கருப்புத்தாமரைகள்.

ஒரு பொங்கலுக்கு, ''எங்கள் வீட்டில் ரெண்டு மாக்கோலம் போடுங்களேன்'' என்று விளையாட்டாகக் கேட்டுவிட்டு வெளியே போய் விட்டேன், பாவம், அவர்கள் பொங்கலுக்கு ஊருக்குக் கிளம்பிக் கொண்டிருந்தது தெரியாமல். வெளியே போய்விட்டு வரும்போது, வீட்டின் பட்டாசலில் கோலம் போட்டுக் கொண்டிருந்தாள் காளியம்மாள். ரேவதி, தேவி, ரேவதியின் அம்மா எல்லோரும் ஆச்சரியமாய் லயித்துப் பார்த்துக் கொண்டிருந்தார்கள். புகையடித்துக் கறுத்துப்போன செங்கல்த்தரையில், பளீரென்று மெழுகி, மூன்று கோலங்கள். இரண்டுபுறமும், சுதர்சனச்சக்கரம் போல் இரண்டு கோலங்கள். நடுவில் ஒரு அன்னப்பறவை. சுற்றி, அப்படியொரு அழகாய் பார்டர். ஏதோ கோயில்விதானத்தைப் பார்ப்பது போலிருந்தது. 'அடிப்பாவிகளா, விளையாட்டாய்ச் சொன்னதற்கு இவ்வளவு சிரமமா' என்று தோன்றியது. ''ஐயய்யோ, ஊருக்குப் போகலையா; நான் சும்மால்லா கேட்டேன், உங்களுக்கு எதுக்கு சிரமம்'' என்று குழறினேன். மூன்று பெண்களையும்

வீட்டுக்குள் பார்ப்பதே சந்தோஷமும் கூச்சமுமாய் இருந்தது. ''அதுக்கென்ன, மச்சு நெல்லும் குறையக் கூடாது, மக்கமாரு முகமும் வாடக் கூடாதுன்னா முடியுமா; பொட்டப்புள்ளைங்க கோலம் போடறதா அதிசயம்'' என்று பாட்டி - ரேவதியின் அம்மா - சொன்னாள். ''எம்மா, நீங்க வேற; அப்புறம் அவங்க, எங்க ரெண்டு பேரையும் போடச் சொல்லீறப் போறாங்க, எங்களுக்கு ஒத்தைக்கம்பிகூட இழுக்கத் தெரியாது'' என்று ரேவதி சிரித்துக் கொண்டே சொன்னாள். ''ஆம்மா, நீங்க ரெண்டு பேரும் 'தோளுக்கு மேல தொண்ணூறு; தொடச்சுப் பாத்தா ஒண்ணு மில்லை'ன்ன கதை மாதிரிப்பட்டவளுகல்லா' என்றாள் பாட்டி. இரண்டாம் கட்டிலிருந்து அம்மா எல்லாவற்றையும் அமைதியாய்ப் பார்த்துக் கொண்டிருந்தாள், சிரிக்கலாமா கூடாதா என்ற மாதிரியில். மூன்று பெண்களும் சிரித்தபடியே கிளம்பினார்கள். காளியும் தேவியும், ''வாரோம் சார்'' என்றார்கள். ரேவதி, ''வர்ரேன்ங்க'' என்றாள்.

கோடைக்காகத் தார்சாலில் நான் படுத்திருப்பேன்; தேவி ஆத்தண்ணி எடுத்து வருபவள் - அன்று விடிந்தும் தூங்கிக் கொண்டிருக்கும் என்னை எந்தக் கோலத்தில் பார்த்தாளோ - மறுநாளிலிருந்து தண்ணீரெடுக்க நங்கையாரை வேலைக்கு வைத்துக் கொண்டாள். நங்கையார்தான் கிண்டலாய்ச் சொன்னாள், ''நீங்க ஒங்க பாட்டுக்குத் தூங்குங்க; எனக்கு மாசம் பத்து ரூவாயாவது கெடைக்கும்'' என்று. எனக்கு அதிலிருந்து புறவாசல் பக்கம் போகவே கூச்சமாயிருந்தது.

அறைவீட்டில் படுத்திருந்தேன். பின்னால் குச்சுவீட்டின் முன்னால் ஒரு திண்ணை உண்டு. அதில் உட்கார்ந்து ரேவதி, காளியம்மா, தேவி, பாட்டியம்மா எல்லோரும் பேசிக் கொண்டிருந்தார்கள். திடீரென்று மழை படபடவெனக் கொட்டியது. குச்சு வீட்டுத் தகரக் கூரையில் கணகணவென்று சத்தம் கேட்டது; நான் அவசரமாக வெளியே வந்தேன். மழையோடு ஆலங்கட்டிகள் - அரைக் கோலிக்காய் மாதிரி,திடவடிவமான நீர்க்குமிழி போல் - விழுந்தன. நான் அதுவரை பார்த்ததே இல்லை. ஆச்சரியத்தோடு மழையில் நனைந்து பொறுக்கினேன்.அதை எடுத்து ரேவதியிடம், ''ஏங்க, இங்க பாருங்க, ஐஸ் மழை'' என்று நீட்டினேன். பேச்சை விட்டுவிட்டு, மார்ச்சேலை நழுவுவதையும் பொருட்படுத்தாமல் ஓடி வந்து, என் அதே ஆச்சரியத்தோடு கையை வேகமாக நீட்டினாள். அதற்குள் கட்டிகள் கரையத் தொடங்கி, துகள் போல்

ஆகியிருந்தன. அந்த வெண்ணிறக் கையில் குளிர்ச்சியான துகளை, நன்றாகத் தொட்டுக் கொடுக்கும் போதுதான் தொடுகை பற்றிய பிரக்ஞை வந்தது. அப்போதுகூட ரேவதி குழந்தை போலத்தான் அதை வாங்கினாள். காளியம்மாளும் முன்னால் வந்து ரேவதியின் கையிலிருந்ததை வாங்க முயன்றாள். அது நீராகிப் போயிருந்தது. தேவி, பாட்டியின் பின்னால் நின்றாள். முகம் லேசான சிரிப்புடன் சலனமில்லாமல் இருந்தது.''ஏங்க, வேற விழுந்தா எடுங்கங்க'' என்றாள். நான் பொறுக்கினேன். இப்பொழுது கட்டிகள் குறைந்து விட்டன.மழை வலுத்து விட்டது. ஒன்றிரண்டு கட்டிகளை எடுத்து ரேவதியின் கையில் கொடுத்தேன். அதை அவள் காளியின் கையில் கொடுத்தாள். ரேவதியின் அம்மா, ''ஏய், இந்தா இவளே, பெரியவளே, இங்கிட்டு வா'' என்று சொல்லிவிட்டு வீட்டுக்குள் போனாள். அம்மா, ''நனையாதடா, இந்த மழை உடலுக்காகாது'' என்றாள்.

நான் உள்ளே வந்து தலைதுவட்டிக் கொண்டிருந்தேன். அறைவீட்டின் வலைச்சன்னல் வழியே பார்த்தேன். தேவியும் காளியும் அமைதியாக மழையைப் பார்த்துக்கொண்டே பாட்டியம்மா சத்தம் போடுவதையும் கேட்டுக் கொண்டிருந்தார்கள்; ''அந்த தம்பிக்கி கல்யாணம் வச்சாச்சுடி, பெரியவளே; ஒனக்கு ஒரு இது வேண்டாமா; இப்படியா கையக்கைய நீட்டி வாங்குவ, அது என்ன நினைக்கும்'' என்று சொல்வது கேட்டது. எனக்கு கல்யாணம் நிச்சயமாகியிருந்தது. ''சரிம்மா, விடும்மா; அவங்களுக்கு என்னைப் பத்தித் தெரியும்; எனக்கும் அவங்களைப்பத்தித் தெரியும்'' என்று சொல்லிவிட்டு வெளியே வந்து மழையை வேடிக்கை பார்க்க ஆரம்பித்தாள். ''இப்ப, ஐஸ் விழலைல்லெ'' என்று தேவியிடம் கேட்டாள். அவள் பேசவில்லை. காளியம்மாள் ஜன்னலைப் பார்த்தாள். நான் விலகிக் கொண்டேன்.

●

47

பாட்டுக்கேட்டவுடன்...

‘அன்பே கடவுள்’ வீடு - கிருஷ்ணன் வைத்த வீடு போல் - தெருவில் ஒரு முக்கிய அடையாளம். கிருஷ்ணன் வைத்த வீட்டில், கிருஷ்ணன் சிலையை எல்லாம் எடுத்து விட்டார்கள். பாத்திர வியாபாரம், நாயகம் செட்டியார் அந்த வீட்டை வாங்கிய போது எடுத்திருக்க வேண்டும். அவர் ஒரு காங்கிரஸ்காரர். பித்தளை வில்லை லைசென்ஸ் கிடைத்ததற்காக அப்போதைய எம்.எல்.ஏ. ராஜாத்தி குஞ்சிதபாதம் அம்மையாருக்கும் பிரமுகர்களுக்கும் சிலை இருந்த இடத்தில், அழகான பந்தல் போட்டு, விருந்து கொடுத்தார். அந்த அம்மாள் வீட்டு முன்னால்தான் இந்தி எதிர்ப்புப் போராட்டத்தின்போது துப்பாக்கிச் சூடு நடந்தது. நாங்கள் கொஞ்ச பேர் செட்டியார் வீட்டு முன் போய், கிண்டலாக கோஷம் போட்டு ஓடினோம். ‘‘என்னதான் நடக்கும் நடக்கட்டுமே, இருட்டினில் நீதி மறையட்டுமே....’’ மறுநாள் அப்பாவைத் தேடி - அவர் வழக்கமாக அந்நேரத்துக்கு இருக்கும் - போத்தி ஓட்டலுக்குப் போனபோது, நாயகம் செட்டியாரும் அவர் கடையில் வேலை பார்க்கும் ‘அன்பே கடவுள்’ வீட்டு சுப்பையாச் செட்டியாரும் அப்பாவுடன் இருந்தார்கள். என்னைக் கண்டதும், ‘‘இந்தா பாருங்க அண்ணாச்சி, ராத்திரி உங்க புள்ளையாண்டனும் வீட்டு முன்னால நின்னு எம்சியார் பாட்டுப் படிக்கான்’’ என்றார். எனக்குப்

பகீரென்றது. சுப்பையா அண்ணாச்சி, ''சரி விடுங்க, சின்னப்புள்ளைக செய்யறதையெல்லாம் போய் அவாள்கிட்ட சொல்லிக்கிட்டு'' என்று சமாதானம் செய்தார். நான், வந்த விஷயத்தைச் சொல்லி விட்டு ஓடி வந்து விட்டேன்.

67 தேர்தலில் நாயகம் செட்டியார்தான் காங்கிரஸ் பூத் ஏஜெண்ட். ஐந்து மணிக்கு ஓட்டுப் பதிவு முடியப் போற நேரத்துக்கு, நாலைந்து பேர் போய் ஓட்டுப் போட்டுவிட்டு வந்தார்கள். அப்போது எங்களுக்கு 21 வயது ஆகவில்லை. மறுநாள் நாயகம் செட்டியார் அப்பாவிடம் சொன்னார் - அதே போத்தி ஓட்டலில் வைத்து- ''அண்ணாச்சி, இவன் பொறந்த அன்னிக்கு, நீங்க லட்டு வாங்கிக் கொடுத்தது இன்னம் நெனவிருக்கு; இவன், சேதுப் பிள்ளை அண்ணாச்சி பையன் எல்லோரும் ஏம் முன்னாலயே ஓட்டுப் போட்டுட்டு போறாங்க; நான் உங்க முகத்தைப் பாக்கறதா, இல்லை, கட்சியப் பாக்கறதா'' என்று சொன்னார். ''நான் எங்க போட்டேன், இந்தா கையப் பாருங்க மை இருக்கா'' என்றேன் கோபமாக. மையை, பச்சைப் பாக்குத் தொலியின் சாற்றை வைத்து உடனேயே அழித்து விட்டோம். ''எப்படியும் நாங்கதான் ஜெயிக்கப் போறோம்; எதுக்கு கள்ள ஓட்டுப் போடணும்'' என்று சொன்னதும், அப்பா, கோபமாகப் பார்த்தார். ஓட்டலில் நான் சொன்னதைக் கேட்டு நிறைய பேர் ''அதான'' என்றார்கள். அப்பாவுக்குச் சிரிப்பு வந்து விட்டது. அப்பா சுதந்திராக் கட்சி ஆதரவாளர்; பாளை ஐவஹர் மைதானத்தில் நடந்த கூட்டத் திற்குக் கூட்டிப் போயிருந்தார்; ராஜாஜி, மினுமசானி எல்லாம் பேசினார்கள். எனக்கு அவ்வளவு நேரம் நிற்க முடியவில்லை; ஒரு எழவும் புரியவில்லை. மசானி, இங்கிலீஷில் பேசினார்; நேருவை ஏசுகிறார் என்பது தெரிந்தது. அது மட்டும் எனக்குப் பிடிக்கவில்லை. அது 62 தேர்தலுக்கு முன் என்று நினைவு. என் புழுபுழுப்புத் தாங்காமல் அப்பா பாதியிலேயே வந்து விட்டார்.

ஷாப் கடை சங்கரன்பிள்ளை அண்ணாச்சி, மீட்டிங் போய் வந்த மறுநாள் அப்பாவிடம் சொல்லிக் கொண்டிருந்தார், ''ஒங்களுக்கு என்ன அரசியல் தெரியும்; மசானியெல்லாம் கம்யூனிஸ்டா இருந்து, ராஜாஜி பின்னால வந்துருக்காரு; ஜெய ப்ரகாஷ் நாராயணன் வந்தா தெரியும் எல்லார் சேதியும்'' என்று.

'என்னடா இது, ஆளாளுக்கு ஒன்னச் சொல்றாங்க.இந்தச் சங்கரன் பிள்ளை இதைச் சொல்லுதாரு; லாலாக் கடை சங்கரன் பிள்ளை, ஜீவானந்தம், தங்கமணின்னு சொல்லுதாரு' என்று

குழப்பமாய் இருக்கும். அப்பா எதிர்வாதம் செய்து நான் பார்த்ததே இல்லை. சமயங்களில் லாலாக் கடைப் பக்கம் ராத்திரி நேரம் அப்பாவுடன் போவேன். ''வாரும் பேரப் புள்ள, ஒங்க அப்பா, பேரன் எடுக்கற வயசுல ஒன்னையப் பெத்திருக்காரு'' என்பார். அவர் கடையில், 'ஜனசக்தி' பேப்பர் வரும். அல்வா தின்றுவிட்டு அதைக் கை துடைக்க ஒருவர் கிழித்தபோது, அவர் கடுமையாகக் கடிந்து கொண்டார். அதே பேப்பர் டெயிலர் கைலாசம் கடையிலும் வரும். டெயிலரிங்க கடையில் ஸ்டாலின் படம் மாட்டியிருக்கும். அவர்தான், ''இது யாரு, தெரியுமாடே'' என்று ஒரு தரம் சொன்னார். அப்பா டெயிலரிங் கடை வைத்திருந்தபோது, இவர்களெல்லாம் அங்கே வேலை பார்த்ததாகச் சொல்வார்கள். இன்னொருவர், 'மோஹன் டெயிலரிங் ஹவுஸ்' என்று வைத்திருந்தார். அவர் கேரளாக்காரர்; சரியான சிடுமூஞ்சி. அவர் கடையில்தான் அப்பா 'திருநெல்வேலி டெயிலரிங் ஹவுஸ்' என்று வைத்திருந்தார்.

கைலாசம் சாதுவானவர்; சட்டை அணிய மாட்டார்; வீட்டிலிருந்து வரும்போது மட்டும் ஒரு ஜிப்பா போட்டிருப்பார்; கடைக்கு வந்ததும் முதல் வேலை அதைக் கழற்றுவதுதான். வீட்டுக்கு வந்திருந்து, பெரிய அக்கா கல்யாணத்திற்கு ஏகப்பட்ட துணி தைத்தார். அப்போதுதான் ஜிப்பா போட்டபடி தைத்தார். அதையும் ராத்திரியில் கழற்றி விடுவார். வழக்கமாக, சட்டைக்குத் துணி எடுத்தால், அதை வீட்டுக்கே கொண்டு வரமாட்டோம். அப்படியே கைலாசம் கடையில் கொடுத்து, அளவும் கொடுத்து விட்டு வந்து விடுவோம். 'ஜனசக்தி' வால்போஸ்டரை அப்படியே மடித்து நோட்டுப் போல் தைத்து வைத்திருப்பார். அதில்தான் அளவுகள் எழுதுவார். 62 தீபாவளி என்று நினைவு. ஒரு அழகான டிசைனில் சட்டைத் துணி எடுத்திருந்தேன்; அதன் டிசைன் மறந்து விட்டது. ''தைத்தாயிற்றா'' என்று தினமும் ஸ்கூல் விட்டு வரும் போது கேட்பேன். அந்த துணி எப்படியெல்லாமோ நினைவுக்கு வந்து கொண்டிருந்தது. ''காட்டவாவது செய்யுங்கள்'' என்று கேட்டேன் ஒரு நாள்; அப்போது அவர் மார்பில் ஒரு வேனல் கட்டி மாதிரி வந்திருந்தது; அவர் மறுத்ததும், கோபம் கோபமாய் வந்தது. ''உங்களுக்கு மட்டும், மூணு பால் இருக்கே'' என்று வேனல்கட்டியைக் காட்டி கிண்டல் செய்தேன்.

''போடா, சின்னப் பய மாதிரியா பேசுதே; போறையா, ஒங்க அப்பாட்ட சொல்லவா'' என்று பயங்கரமாகக் கோபம் வந்து விட்டது. காணாததற்கு, கடையில் வேலை பார்க்கும் பெரிய(அ)ம்பி,

''டேய் போடா'' என்றான். அவன் சொன்னது அதிகமாக இருந்தது. ''இரு இரு; ராமையாப்பிள்ளை மாமாட்ட சொல்லுதேன்'' என்று கறுவிவிட்டு வந்தேன். அவனது அக்காவை, மாமா வைப்பாட்டியாக வைத்திருந்தார். அவர் சொல்லி, அப்பாதான் அம்பியைக் கடையில் சேர்த்து விட்டது. கலகலப்பாக இருந்த கடை அமைதியாகி விட்டது. எல்லோரும் என்னையே பார்த்துக் கொண்டிருந்தார்கள். அதை இப்போது நினைத்தாலும் கூச்சமாய் இருக்கிறது. ராமையா மாமா எப்பவாவது காலையில் வீட்டுக்கு வருவார்; அப்பாவிடம் பணம் வாங்கிப் போவார். அவர் ஒரு பெரிய வீட்டு மருமகன்; பொது மராமத்து இலாக்காவில் (P.W.D) வேலை பார்த்தார்.அவர் வரும்போது பெரிய அம்பியாவது, அவன் தம்பி, சின்னம்பியாவது கூட வந்து வீட்டுக்கு வெளியே தெருவில் நிற்பான்; வீட்டுக்குள் வர மாட்டான். அப்பாவிடம் பணம் வாங்கி அவனிடம் கொடுத்த கையோடு, மாமா சிகரெட் ஒன்றைப் பற்ற வைப்பது தவறாது.

அப்பாவே கடன் வாங்கித்தான் செலவழிக்கிறார், அவர் எப்படி மாமாவுக்கு கடன் தருகிறார் என்று தோன்றும். ஆனால் ஒன்றாம் தேதி மாலையில் தவறாமல் போத்தி ஓட்டலில் வைத்து, மாமா பணத்தைத் திருப்பிக் கொடுத்துவிடுவார். பெரியம்பியாவது, சின்னம்பியாவது அப்போது ஓட்டலில் சாப்பிட்டுக் கொண்டிருப் பார்கள்; இல்லையென்றாலும், ராமையா மாமா கணக்கில் அவ்வப்போது சாப்பிடுவார்கள்; ஆனால் ஸ்வீட் எல்லாம் கிடைக்காது. போத்தி ஓட்டலில் பச்சைக்கற்பூரம், தேன், ஆஜ்மீரிலிருந்து வரும் பன்னீர், குல்கந்து, ஓமவாட்டர், குங்குமப்பூ எல்லாம் கிடைக்கும். ரொம்ப ஒரிஜினல் சரக்குகள். இது தவிர, வெட்டிவேர் சோப், மைசூர் சந்தன சோப், கேப்டன் சந்தனப் பவுடர், மரிக்கொழுந்து உட்பட பலவித செண்ட் எல்லாம் கிடைக்கும்.

எதாவது புதிய ரக செண்ட் வந்தால், அதை அப்பாவிடம் காண்பித்து, லேசாகப் புறங்கையில் தடவி, ''எப்படியிருக்கு சொல்லுங்க'' என்பார். ஒரு தடவை, நானும் கையை நீட்டிய போது, போத்தி, ஏல இதெல்லாம் பொண்டாட்டீட்ட போகும் போது போடனுண்டா'' என்றார். நான், 'ஹி ஹி' என்று சிரித்தேன். பொட்டென்று பொடதியில் ஒரு அடி விழுந்தது. அப்பா.

ஒரு பொங்கலன்று காலையில், 'வேட்டைக்காரன்' வந்த வருடம் என்று நினைவு - பச்சைக்கற்பூரம் வாங்கப் போனவன்,

பசியோ என்னவோ தெரியவில்லை - மயங்கி விழுந்து விட்டேன். ராமையா மாமாதான் தண்ணீரைச் சளப்பென்று தெளித்து, கால்களை மட்டும் உயரத் தூக்கி, மயக்கம் தெளிவித்தார். ''ராத்திரி சரியாச் சாப்பிடலியோ கண்ணு'' என்று, ஒரு குல்கந்து வாங்கி ஊட்டுவது போல், சாப்பிட வைத்தார், சிகரெட் வாசனையுடன்.

ஒரு கொலு சமயம். மாமாவின் அந்த வீட்டுப் பக்கமாக அப்பாவுடன் போய்க் கொண்டிருந்தேன். அந்த மாமி, வாசலில் நின்று, கவரக்குடித் தெரு பையன்கள் கலாட்டா செய்து கொண்டிருந்தவர்களை விரட்டிக் கொண்டிருந்தாள். அவள் வீட்டிலும் கொலு வைத்திருந்தது. சுண்டலுக்காக அந்தத் தெருப் பையன்கள் கலாட்டா செய்வது வழக்கம்; எங்கள் தெரு கொலுவுக்குக்கூட வந்து கலாட்டா செய்வார்கள். எங்களைக் கண்டதும், ''மாமா, வாங்கோளேன்; இதுக உபத்திரவம் தாங்க முடியறதில்லை. ரெண்டு பொம்மைய வச்சுருக்கேன். அதுக்கு இந்தா வரத்து வாரதுகள்'' என்றாள். உள்ளே போனோம். சொன்னதுபோல் ஒரு அறைக்குள் இரண்டு அடுக்கு வைத்து, நாலைந்து பொம்மைகள் இருந்தன. ஒரு காமாட்சி அம்மன், கரும்போடு இருந்தாள். அப்பா ஒரு சேரிலும், நான் அருகில் தரையிலும் இருந்தேன். ''அம்மா, பூஜை அறையில் வச்சுருந்தா இதையெல்லாம். எனக்கு அதனாலதான் காமாட்சின்னு பேர் வச்சா'' என்று சொல்லி, சிரித்துக் கொண்டாள். மூக்குத்தி மின்னியது. ராமையா மாமா வந்தார்; வாசலில் நின்ற பையன்களை ஏசியபடியே வந்தார். ''இதுக்குத்தான் சொல்றது; கொலுவும் வேண்டாம், ஒரு மயிரும் வேண்டாண்ணு'' என்று சொல்லிக்கொண்டே நுழைந்தார்.

என்னைத்தான் முதலில் பார்த்தார். ''இவன் எங்க இங்க வந்தான்'' என்றார். ''நீங்க, அவாளப் பாக்கலியா'' என்றாள். ''வாங்க வாங்க'' என்றார். ஒரு பழ வாசனை வந்தது. மாமி, ''பட்டக சாலையிலேயே இருங்க'' என்றாள். ''ஆமா, இது வேற'' என்று அப்பாவைப் பார்த்து சிரித்தார். ''சரி, ஒரு பாட்டுப் படி; அவனுக்கு என்னமாவது குடுத்தியா''என்றார். அவள் உள்ளே போய் ஒரு தட்டில் மாதுளம்பழம் உரித்ததும், சுண்டலும் கொண்டு வந்தாள். நான் மாதுளம்பழம் தின்றதே இல்லை. சாப்பிட்டேன்; கடுக்கடுக் என்றிருந்தது. துப்பவும் முடியாமல் திங்கவும் முடியாமல் விழித்தேன். மாமா, ''அதை வச்சுட்டு, சுண்டலைத் தின்னு'' என்றார். மாமி, ஒரு தம்புராவை மீட்டியபடி பாட ஆரம்பித்தாள். ''சாந்தமும் லேகா சௌகியமும் லேது''. இது எங்கள் வீட்டுக்

கொலுவில் சிண்டாளு பாடுவது; லேக்கா என்றால் எங்கள் பாஷையில் அப்போது 'கிறுக்கு' என்று அர்த்தம். எனக்குச் சிரிப்பு வந்தது. ஆனால் சிண்டாளுவைவிட நன்றாகப் பாடியது போலிருந்தது. ''யேடி, குலதெய்வம் பாட்டுப் படிடி'' என்றார் மாமா. ''தாயே யசோதா, உந்தன் ஆயர் குலத்துதித்த'' என்று பாடினாள். அதே குரல் போலிருந்தது அப்புறம் ''பரிபூர்ண சதானந்த வாரியே பக்த ரட்சகனே'' என்று முணுமுணுத்துவிட்டு, ''அருள் புரிவாய் கருணைக் கடலே'' என்று முதலிலிருந்து பாடினாள். ''அடி எல்லாம் மறந்துட்டு. பாட விட்டாத்தானே.. வந்ததுமே'' என்று எதையோ ஆரம்பித்தவள் நிறுத்திவிட்டாள்.

ஒரு நாள், அப்பா, வீட்டு லெக்கைச் சொல்லி, ''அங்க போய் அவரு இருந்தா 'ரூவா கேட்டேன்'னு வாங்கீட்டு வாறியா'' என்றார். அண்ணனை அனுப்ப இஷ்டமில்லை என்று நினைக்கிறேன். எனக்கு இலக்கே சொல்லவேண்டாம், வீடு நன்றாகவே தெரியும். போனேன். மாமி, மார்புவரை ஒரு பாவாடை மட்டும் கட்டியிருந்தாள். தலையில் நிறைய எண்ணெய் தேய்த்துக் கொண்டை போட்டிருந்தாள். தோளிலும் கழுத்திலும் எண்ணெய் வழிந்து கொண்டிருந்தது. எண்ணெய்க் குளியல் போலிருக்கிறது. சற்றே பழுப்பான வெள்ளைப் பாவாடை; எண்ணெய் வழிந்து மார்பு தெரிந்து கொண்டிருந்தது, பாவாடை ஊடாக. காதில், மூக்கில் ஏதுமில்லை.அன்றிருந்த கனத்த சங்கிலிகளையும் காணும். பெரிய அம்பி, தார்சாலில் உட்கார்ந்திருந்தான். அவள் பையன், ''குச்சி ஐஸ் வாங்கத் துட்டுக் குடுடா'' என்று அம்பியை அடித்துக் கொண்டிருந்தான். அவள், அடிபம்ப் அருகே குளிக்கத் தயாராய். நான், ''மாமா எங்கே, அப்பா பணம் கேட்டார்'' என்றேன். ''இருடா கோந்தே, அவர் வர்ற நேரம்தான்'' என்றாள். அதற்குள் பெரிய அம்பி, ''இவனா குழந்தை'' என்றான். நான் முறைத்துக்கொண்டு வந்து விட்டேன். அவள், ''கூப்பிடுறா அவனை'' என்பது கேட்டது.

'அன்பேகடவுள்' வீட்டு நடையில் யாரோ உட்கார்ந்திருந்தான்; சரியான இருட்டு; சிகரெட் கனிந்து கொண்டிருந்தது. 'தென்றல் வீசும்' என்று ஒரு படம். கல்யாண்குமார், தேவிகா நடித்தது. செகண்ட் ஷோ பார்த்துவிட்டு, நானும் கனகுவும் வந்து கொண்டிருந்தோம்.படம் சுத்த மோசம். பாட்டு பிரமாதம். விஸ்வநாதன் - ராமமூர்த்தி மியூசிக். பி.எஸ். ரங்கா படம். டப்பிங் படம் போலிருந்தது.பி.பி.ஸ்ரீனிவாஸ் பாடும் ''அழகான மலரே,

அறிவான பொருளே, தெளிவான தெளிவே, செஞ்சாந்து மணமே..'' என்ற பாட்டும், சுசீலாவின் பாட்டுகளும், ஜானகியின் 'சந்தனத்தில் நிறமெடுத்து..' பாட்டும் காதில் ஒலித்துக்கொண்டே இருந்தன. சுசீலா பாடும், ''மீட்டாத வீணையிது, வீசி வரும் தென்றல், வாடாத முல்லையிது பாடி வரும் தேனீ..'' பாட்டு, ஒரு அற்புதம். சிலோன் ரேடியோவில் அடிக்கடிப் போடுவான். 'இந்த வீட்டு நடையில் யார் இது, இந்நேரம் உட்கார்ந்திருப்பது' என்று யோசிக்கும்போதே கனகு சத்தமாகக் கேட்டான், ''யாரு அது?''. சிகரெட் நன்றாகக் கனிந்தது. ஒரு இழுப்பு இழுக்கிறான்; ''நான்தான்'' என்று பெரிய அம்பி பேரைச் சொன்னான்.

''என்னவே, இந்த நேரத்தில இங்க'' என்றான் கனகு. இப்போது, அம்பி, கைலாசம் கடையில் இல்லை.வழக்கமாய், கடையில் நெடுநேரம் உட்கார்ந்து தைத்துக் கொண்டிருப்பான். இல்லையென்றால், பூட்டிய கடை வாசலில் உட்கார்ந்து யாருடனாவது பேசிக் கொண்டிருப்பான். நான், அவனைக் கண்டாலே தள்ளிப் போய் விடுவேன்; அவனும் பேச மாட்டான். பின்னாளில் தனியே கடை வைத்து, பேண்ட் ஸ்பெஷலிஸ்ட் ஆக விளங்கினான். பொன்னாகுடியா மருமகள் நங்கையாரை அநுபவப் பாத்தியதை கொண்டாடிக் கொண்டிருந்தான். அப்புறம் மறுபடி நொடித்து, ஒரு கடையில் வேலை பார்த்தான். என் திருமண பேண்ட் - சட்டையெல்லாம், அப்போது அவன்தான் தைத்தான்.

''என்னவே, இன்னமும் வீட்டுக்கு போகலியா'' என்றான் கனகு. ஒன்றும் பேசாமல் உட்கார்ந்திருந்தான். கனகுவுக்கும் அவனைப் பிடிக்காது. ''ஓஹோ, ஒங்க அத்தான், வீட்ல இருப்பாரோ'' என்றான். எனக்கு இது அதிகமோ என்றிருந்தது. அவன் பேச வாயெடுக்கும் முன், வீட்டில் விளக்கெரிந்தது. யாரோ அடிக்கிற சத்தமும், ஒரு பெண், ''ஐயய்யோ, வச்சனே, வச்சனே'' என்று அழுதுகொண்டு வீட்டுக்குள்ளேயே ஓடும் சத்தமும் கேட்டது. நானும் கனகுவும் ஆடிப் போய் விட்டோம், 'அன்பே கடவுள்' வீட்டுச் செட்டியாரா இப்படி என்று. 'ஆள் அமைதியாய் இருப்பாரே, குழந்தைகள் கிடையாதே தவிர எல்லோரிடமும் பிரியமாய் இருப்பாரே' என்று எண்ணிக் கொண்டிருந்தோம். ''எலிப்பொறி வச்சா, எப்படி மூதி ஏம் மேல வந்து விழும்; நீ அடுக்களைக்குள்ள பூட்டிக்கிட்டு நிம்மதியா ஒறங்குதியோ, படுக்காளி மூதி'' என்று ஏச்சு வந்து கொண்டே இருந்தது. விசித்து விசித்து அழும் அழுகையும், ''சத்தம், மூச்'' என்று அடக்கும் அவர்

குரலும் கேட்டன. அவர் பயில்வான் போஸில் போட்டோவெல்லாம் எடுத்து மாட்டியிருப்பார். அந்தம்மாவை ஒரே ஒரு தரம் பார்த்திருக்கிறேன். கனகு, ''நான் பார்த்ததே இல்லை'' என்றான். அம்பி, 'ஏயப்பா' இன்னிக்குத்தான் ரெண்டு பேரும் இதைக் கேக்கேங்களா. அனேகமா தெனமும் இதான நடக்கு'' என்றான். சொல்லிக்கொண்டே எங்களுடன் நடந்தான்.

மூன்று பேரும் பேசவே இல்லை. கனகின் வீடு முதலில் வரும்; அவன் வீட்டுக்குப் போய் விட்டான். நான் பேசாமல் வந்தேன்; அவன் பிரியும் இடம் வந்தது. ''வே, வரட்டுமா தம்பி'' என்று போனான்.

கொஞ்ச நாளில் மாமா திடீரென்று இறந்து போனார்; மாமி அப்பளம் இட்டு விற்கிறாள் போல. ஒரு நாள் வீட்டுக்குக் கொண்டு வந்தாள். அப்பா, ஒரு கட்டு வாங்கி என்னிடம் கொடுத்து, ''உள்ளே கொண்டு அம்மாவிடம் கொடு'' என்றார். அவள் கழுத்தில் ஒன்றுமே இல்லை; மூக்கும் முழியும் மட்டுமிருந்தது. சேலை முந்தியில்தான் அப்பளக்கட்டுகளை வைத்திருந்தாள். அது, சேலையைத் தளர்த்தியிருந்தது. பளீரென்ற மார்புப் பகுதி; மார்புகள் வெகுவாகத் தொய்ந்திருந்தன.

''இன்னும் ஒரு கட்டு வாங்கிக்குமே; ஏதாவது குழந்தேள் இருந்தா சொல்லுமே, பாட்டு சொல்லித் தரேன். என் பையன எங்காவது வேலைக்குச் சேர்த்து விடுமே'' என்று பேசிக் கொண்டிருந்தாள். ''நீராவது ஆத்துப் பக்கம் வாருமே'' என்று மெதுவாகச் சொன்னாள். அப்பா எதற்கும் பதிலே சொல்லாமல் தன் ஈஸிச்சேரில் இருந்தார். ''போதும் வோய் இந்த சங்காத்தம், ஒம்ம பையனண்ட அப்பளக்காசை மட்டும் கொடுத்துவிடும்.'' போனாள். ''பாட்டுக் கேட்டவுடன். ஓடிவந்தாயே, பாடி முடிக்கும் முன்னே பறந்து சென்றாயே.'' சுசீலா ரேடியோவில், 'தென்றல் வீசும்'.

48

மலர் ஜாடையில் சிரிக்கும்...

பேட்டையில் திராவிட முன்னேற்றக் கழகத்தின் இந்தி எதிர்ப்பு மாநாடு நடந்தது. 1963/64 என்று நினைவு. உண்மையிலேயே, பிரம்மாண்டமான ஊர்வலம். ஜங்ஷனிலிருந்து தொடங்கி டவுண் வழியாக பேட்டை செல்ல வேண்டும். ஊர்வலத்தில் ரெட்டை மாட்டு வண்டியில்தான் டேப்லோக்கள் எல்லாம். மூட்டை தூக்குகிற லாரி லோடு மேன் மாக்கான் - ஆள் உயரமும் சதையும் ஒண்ணு போல, உழைத்துக் கறுத்த உடம்போட - திண்ணென்று இருப்பார். அவர்தான் இந்தி அரக்கி வேடம் போட்டிருந்தார். ஒரு மாட்டுவண்டியில் அவர் ஒரு மாணவனின் கழுத்தை நெரிப்பது போல் போஸ் கொடுத்தபடியே நின்றார். இளைஞர் காங்கிரஸ் என்று ஒரு வண்டி; அதில் நாலைந்து பொக்கை வாய் ஆள்கள் அமர்ந்து வெறும் வாயை மென்றபடி வந்தார்கள். இரண்டுக்கும்தான் அதிக வரவேற்பு இருந்தது. மாக்கானுக்கு மாநாட்டில், அண்ணா, ஒரு மோதிரம் போட்டார். ஏகப்பட்ட மாணவர்கள் ஊர்வலத்தில் ஜங்ஷனிலிருந்து வந்தோம். அன்று ரத்னா தியேட்டரில் ஞாயிறு காலைக் காட்சியில், MYSTERIOUS ISLAND என்று ஒரு படம் போட்டிருந் தார்கள், பெரிய கோபால், அதற்குப் போய்விட்டான்; அது நல்ல படம் என்று சனிக்கிழமை மதியக் காட்சி பார்த்தவர்கள் சொன்னதாகச் சொல்லியிருந்தான்.

ரத்னா, பார்வதியில் சனிக்கிழமை மதியமும், ஞாயிறு காலையும், ஆங்கில, இந்திப் படங்கள் போடுவார்கள்; குறைந்த கட்டணம். தரை டிக்கெட் பதினெட்டு பைசா. படம் பாதி நடந்து கொண்டிருக்கும்போது, ஊர்வலம் தியேட்டரைத் தாண்டியது. ஊர்வலத்தில் இப்போது நல்ல கூட்டம் சேர்ந்திருந்தது.

என் கையில் வைத்திருந்த தி.மு.க. கொடியைப் புதிதாய் ஊர்வலத்தில் சேர்ந்திருந்த ஸ்ரீபுரம் மரக்கடை நாடார் பையன் வாங்கிக் கொண்டான். அவன் அப்பாவுக்கு தெரிந்தால், வீட்டில் நடையேற்ற மாட்டார். ஏதோ உற்சாக மிகுதியில், அவன் வீட்டைக் கடக்கும்போது ஊர்வலத்தோடு இணைந்து கொண்டான். அவன் என்னைவிட ஒரு கிளாஸ் முந்திப் படித்தான். பெயர் மறந்து விட்டது; அவன் அண்ணன் பெயர் ஜவஹரோ, போஸோ என்று நினைவு. தியேட்டரை விட்டு எல்லோரும் வெளியே வந்து ஊர்வலத்தை வேடிக்கை பார்க்க நின்று கொண்டிருந்தார்கள்; படத்தை நிறுத்தி விட்டார்கள். மெயின் கேட் மட்டும் அடைத்திருந்தது. அதுவரை பார்வையாளர்களோ வீடுகளோ இல்லாத நிழலான நெடுஞ்சாலையில் சற்று சோர்வாய், அவ்வளவாய் கோஷங்கள் போடாமல் வந்து கொண்டிருந்த ஊர்வலம், தியேட்டர் முன்புறம் வரும்போது, ''ஆதிக்க இந்தி ஒழிக, அன்னைத்தமிழ் வாழ்க; விரட்டுவோம் விரட்டுவோம், இந்தி அரக்கியை விரட்டுவோம். வேண்டவே வேண்டாம், இந்தி வேண்டாம்; பிடிக்காதே பிடிக்காதே இந்திக்கு வால் பிடிக்காதே'' என்று கோஷமிட்டது பார்வையாளர் கூட்டம் கண்ணில் பட்டதும், இயல்பாக ஊர்வலத்தின் சத்தம் திடீரெனக் கூடியது. நாங்கள் கொஞ்சப் பேர், ''இந்தி வெறியன் சேத் கோவிந்த தாஸ் ஒழிக'' என்று கோஷமிட்டுக்கொண்டு வந்தோம்.

தியேட்டர் உள்ளிருந்து சிலர் சுவரேறிக் குதித்து ஊர்வலத்தில் சேர்ந்து கொண்டனர். ஒரு சின்னப் பரபரப்பு ஏற்பட்டது. அதே போல், சிலர் வெளியிலிருந்து உள்ளேயும் குதித்தனர். பெரிய கோபால், ''படம், பிரமாதமா இருக்கு; உள்ள குதிச்சுருலெ'' என்றான். நான் யோசனை செய்வதற்குள் தியேட்டரில் சமயோசிதமாக பெல் அடித்து விட்டார்கள். கோபால், உள்ளே ஓடி விட்டான். அதேபோல், அனேகமாய்ப் படம் பார்த்துக் கொண்டிருந்தவர்கள், நிறையப் பேர் உள்ளே ஓடினர். நான், தொடர்ந்து ஊர்வலத்தில். ஊர்வலம் செல்லும் வழியான பேட்டை ரோட்டில் எங்கள் தெரு சேருமிடத்தில் சாலைக்கு ஊடாக ஒரு நீளத் தட்டியில் மஞ்சள் செவ்வந்திப் பூ ஒட்டி, நடுவில் கருப்பு- சிவப்பு

வண்ணத்தில் தோய்த்த செவ்வந்திப் பூவில், ‘தமிழ் வாழ்க’ என்று ஒட்டி, கட்டியிருந்தோம். முத்துக் குமாருப்பிள்ளை பூக்கடையில் சொல்லித்தான் செய்தது. எங்கள் ஆர்வம் காரணமாக ராத்திரிப் பூராவும் அவரது பூக்கூட வீட்டில் போய் நாங்களும் கூடமாட ஒத்தாசை செய்வதாகக் கொஞ்ச நேரம் ஒட்டிக் கொண்டிருந்தோம்.. அவர்கள் வீட்டில் பூ அம்பாரமாய் குவிந்து கிடந்தது; ஏதோ கல்யாணத்துக்கோ, கோயிலுக்கோ பூக் கட்டுகிறார்கள்,

எனக்கு, ‘அமுதவல்லி’ சினிமா திடீரென நினைவு வந்தது; அதில், பூப்பறித்துக் கொண்டிருக்கும்போது வரும் ஜோடிப் பாம்புகளில் ஆண் பாம்பை, டி. ஆர். மகாலிங்கத்தின் அப்பா கொன்று விட, ‘‘உன் மகனுக்குத் திருமணம் ஆனதும் அவன் பாம்பு கடித்து இறந்து விடுவான்’’ என்று சாபமிட்டுவிட்டு மறைந்து விடும், பெண்பாம்பு. ஜுபிடரின் படம். (அனேகமாய், கடைசிப் படம்) ஆர்ட் டைரெக்டர் ஏ.கே. சேகர்தான் இயக்குநர். ஜி.ராமனாதன் இசையமைப்பு. அது கே.வி.மஹாதேவன், விஸ்வநாதன் - ராமமூர்த்தி காலம். ஆனாலும் ஜி. ராமனாதனின் இசையில், ‘‘கண்ணிரண்டும் ஒன்றையொன்று காண முடியுமா, கொண்ட கடமையிலே காதல் இன்பம் நாட முடியுமா’’ என்று ஒரு பாட்டும், ‘‘ஆடை கட்டிவந்த நிலவோ’’ பாடலும், சிலோன் ரேடியோவில் அடிக்கடி போடுவார்கள்.டி ஆர் மகாலிங்கமும், நாககன்னிகையாக வரும் தாம்பரம் லலிதாவும், ஆடிப் பாடுகிற பாடல்.(எம்.என். ராஜம் கதாநாயகி). சத்யவான்- சாவித்ரி மாதிரி கதை.

‘‘குளிரோடையில் மிதக்கும்
மலர் ஜாடையில் சிரிக்கும்-இவள்
காடுவிட்டு வந்த மயிலோ-நெஞ்சில்
கூடுகட்டி வாழும் குயிலோ’’

(வேகமான டியூன்; பக்காவான வெஸ்டெர்ன் இசை; சுசீலாவின் அற்புதமான ஹம்மிங்; துள்ளலான பாடல் வரிகள். வருடம் ஐம்பது ஆனாலும் காலத்தையும் நினைவையும் காவல் காக்கும் பாட்டு.)

ஏனோ அந்தப் பூவிற்குள்ளிருந்து ஒரு குட்டிப்பாம்பு வந்து விடுமென்று தோன்றியது. அதைப்பற்றி வேடிக்கையாய்ப் பேசுவதை அங்கே கூலிக்குப் பூக்கட்டும் பெண்கள் வெகுவாக ரசித்துக் கொண்டிருந்தார்கள்; ஆனால் அது பெருத்த இடைஞ் சலாயிருந்தது என்று நினைத்தாரோ என்னவோ, முத்துக் குமாருப் பிள்ளை, ‘‘என்ன சொல்லறது; எல்லாம் பெரிய வீட்டுப் புள்ளை களால்லா இருக்கு; ஏய், போங்கப்பா. சோலிக்கு எடைஞ்சலா

இருக்குல்லா'' என்ற பின்னரே நாங்கள் வந்தோம்.தெருவுக்கு வந்ததும், பேச்சு பாம்பைப்பற்றி மாறி, அது மண்ணுள்ளிப் பாம்பாக மாறி, வேறெங்கோ திசை மாறிப் போனது.

'மிஸ்டீரியஸ் ஐலண்டை'ப் பற்றிப் பெரிய கோபால் பிரமாதமாகச் சொன்னான். ''பிரமாதமான படம்ப்பா; விட்டுட்டியே'' என்று. இரண்டு - மூன்று வாரங்கள் கழித்து, ரசிகர்களின் ஏகோபித்த வேண்டுகோளுக்கிணங்க மறுபடி ரத்னாவிலேயே போட்டார்கள். முதல் வேலையாகப் போய்விட்டேன்; படம், உண்மையிலேயே நன்றாயிருந்தது. ராட்சஸ நண்டு, ராட்சஸத் தேனி போன்ற மிருகங்கள் உள்ள ஒரு தீவில், சிறையிலிருந்து பலூனில் தப்பிப் போய் மாட்டிக்கொள்கிறார்கள். வழக்கமான கதைதான். கதாநாயகன், கதாநாயகி, இரண்டு துணை நடிகர்கள், (அதில் ஒருத்தன் இடையிலேயே பரிதாபமாகச் செத்துப்போகிற கதைதான்.) கடலில் மூழ்கிக் கிடக்கும் ஒரு பழைய கப்பலுக்குள் பலூனை நுழைத்துக் காற்றடைத்து அதை வெளியே கொண்டு வந்து, எரிமலை வெடித்துச் சிதறுகிற கடைசி நொடியில் எல்லோரும் தப்பி ஊர் சேர, சுபம் போடுவதற்குப் பதிலாக, ஆழமான முத்தத்துடன் படம் முடியும். இதே மாதிரி 'ஜேசன் அண்ட் தி அர்கோநாட்ஸ்' என்று ஒரு படம். கிரேக்க புராணக் கதை; நான் முதலில் பார்த்துவிட்டு லாலா மணிக்குச் சொன்னேன்; இரண்டாம் முறையாக அவனுடன் அதைப் பார்த்தேன்.

இந்தக் காலைக் காட்சிகளுக்கென்றே ஒரு ரசிகர் கூட்டம் இருக்கும். எம்.ஏ.சார்வா என்கிற அருணாசல சார், எனக்கும் எங்கள் வீட்டுக்கும் நெருங்கின கனிவான மனிதர்; அத்தான் முறை; அவர் காலைக் காட்சியில் நல்ல படங்கள் பார்க்க வருவார். தமிழ்வாணனின் தீவிர ரசிகர்; தமிழ்வாணனின் அவ்வளவு தொடர்கதைகளையும் அழகாக பைண்ட் செய்து வைத்திருப்பார். தமிழ்வாணன் போலவே கருப்புக் கண்ணாடி அணிந்து, புகைப்படம் எடுத்து வீட்டில் மாட்டியிருக்கும். நிறைய பேர் இப்படிப் படம் எடுப்பது அப்போது ஒரு ஃபேஷன். ஏப்ரல் மாதம் வந்துவிட்டால் போதும் 'கல்கண்டு' பத்திரிகையில், தமிழ்வாணனைக் கழுதை போலோ, குரங்கு போலோ கார்ட்டூன் வரைந்து ரசிகர்கள் அனுப்புகிற 'ஏப்ரல் ஃபூல்' படங்களைப் போடுவார். வித்தியாசமாக இருக்கும். வண்ணதாசனின் அண்ணன் கணபதி அருமையாய்ப் படம் வரைவார். அவர் அனுப்பிய படம் ஒன்று 'கல்கண்டில்' வந்திருந்தது. அதைப் பற்றி எம்.ஏ. சார் அத்தான் கேட்டார்கள், ''இது யாருப்பா, சிவசங்கரண்ணாச்சி

மகனா'' என்று. ''ஆமா'' என்றேன். நானும் வரைஞ்சு அனுப்பி யிருக்கேன்'' என்றேன். சிரித்துக் கொண்டார்கள். அன்றுதான் நான் ரொம்ப நாளாகக் கேட்டு, தராமலே இருந்த 'துப்பாக்கி முனையில்...' பைண்ட் வால்யூமைத் தந்தார்கள். அதுவரை, 'சங்கர்லால் துப்பறியும்', கத்திரிக்காய், கமிஷனர் வகாப் வருகிற புத்தககங்கள் மட்டுமே தருவார். 'துப்பாக்கி முனையில்' உண்மையிலேயே அருமையான துப்பறியும் நாவல்.(இப்போது ஜெயமோகன் எழுதுகிற 'கன்னிநிலம்' படிக்கையில், ஏனோ அது நினைவுக்கு வருகிறது.)

காலைக்காட்சிக்கு இன்னும் சில 377-வது பிரிவுக் கிழவர்கள்/ஆள்கள், யாராவது அகப்பட்ட பையனைத் தள்ளிக் கொண்டு வருவார்கள். அது, அனேகமாக இனக்கவர்ச்சி கொப்பளிக்கிற படங்களாய் இருக்கும். இவர்கள், அனேகமாக உயர் வகுப்பு டிக்கெட் போய் விடுவார்கள். அங்கே மூட்டைப் பூச்சியும் இவர்களும்தான் இருப்பார்கள். ''வசதியாக அறுக்கலாம்''. இது, அவர்களின் பரிபாஷை. தொண்டர் சன்னதி முக்கில் ஒரு கமிஷன் மண்டிக்காரர், அவரைக் கண்டாலே பசங்க எவ்வளவு வீரமானவனா இருந்தாலும் ஓடிருவாங்க. பாலுன்னு ஒரு அண்ணன், அவன் ஒரு தசராவுக்கு சப்பரம் பாத்துக்கிட்டு இருக்கும்போது, கூட்டத்தோட கூட்டமா, யாரோ தொடையத் தடவிருக்காங்க; கொஞ்ச நேரம் சும்மா இருந்துட்டானாம்; கை வேகமா முன்னேறினதும்தான் பின்னால பாத்துருக்கான்; கமிஷன் கடை. சாமியும் வேண்டாம் சப்பரமும் வேண்டாம்ன்னு ஓடியே வந்துட்டான். இவ்வளவுக்கும் அண்ணன் கல்யாணம் ஆன பெரிய ஆள்.

கூட்டமெல்லாம் பூமி டிக்கெட்டுக்குத்தான் இருக்கும். பூமி டிக்கெட்டில் படம் பார்க்க வருகிற விஸ்வநாத தாத்தா முதலில் செய்கிற காரியம், மேனேஜர் ரூமுக்குப் போய் படப் பெட்டியுடன், படத்தைப் பற்றி வருகிற 'ஸ்னாப்சிஸ்' கேட்டு வாங்கிப் படிக்கிறது தான்; அவர் சொல்லித்தான் அப்படியொரு சமாசாரமே தெரியும். 'GUNS OF BLACK WITCH' என்றொரு படம். ''ஏல பேரப்புள்ள, இதாம்ல உங்க 'ஆயிரத்தில் ஒருவன்' படமா வரப் போகுது'' என்றார். அவர், கூட்டுறவு அதிகாரியாய் இருந்து ஓய்வு பெற்றவர். இப்போதும் திருநெல்வேலி நகர கோஆப்பரேடிவ் அர்பன் பாங்கில் ஏஜண்டாக இருக்கிறார். அழகான எட்டுமுழ மல் வேஷ்டியும் வெள்ளைச் சட்டையும் நைஸ் துணியில் வல்லாட்டும் போட்டுக்கொண்டு வருவார். ஆனாலும் தரை டிக்கெட்டுக்குத்தான்

வருவார். ''ஏல, நாம பூமியிலதானலெ இருக்கோம்; அப்புறம் பூமி டிக்கெட் போறது என்ன தப்பு'' என்பார். அவர்தான் 'பூமி டிக்கெட்' என்கிற வார்த்தையை முதலில் சொல்லிக் கொடுத்தவர் I CONFESS என்றொரு ஹிச்காக் படம். ''அனேகமா, இதுதாம்ல்லெ எம்சியாரு நடிக்கிற 'பரமபிதா'வா இருக்கணும்'' என்றார். 'படகோட்டி' படத்தை அடுத்து சரவணா பிலிம்ஸ் வேலுமணி தயாரிப்பதாக அறிவித்த படம். மேக் அப் டெஸ்ட்டோட சரி, படம் வரவே இல்லை.எடுக்கவே இல்லை; நாங்கள் ரொம்ப ஆசையா இருந்தோம்.

கடைசியில் பார்த்தால், விசுத் தாத்தா எங்க மங்களா வீட்டுக்கே குடிவந்துட்டார்.அப்பாவுக்கு அவர் வந்தது பற்றி சந்தோஷம். அந்த பேங்க்கில் ஈசியா கடன் வாங்கலாமே. பொங்கிப் போட ஸ்ரீவைகுண்டம் பக்கமிருந்து அவருக்கு உறவினர் ஒரு அம்மா வந்தார்கள். அவர்களும் மூன்று பிள்ளைகளும். இரண்டு பையன்கள்; ஒருவன் என்னைவிட ரெண்டு வயது மூத்தவன். திருவடி. அடுத்து, செல்லப்பா. என்னைவிட ரெண்டு வயது சின்னவன். இன்னொரு பெண். ஏழு - எட்டு வயது இருக்கும். அவரது கணவர், கருங்குளமோ சிவகளையோ, ஒரு கிராமக் கணக்குப்பிள்ளை. அவர் வாராவாரம் ஞாயிறு மட்டும் வருவார்; ரொம்ப கலகலப்பான ஆள்.

தார்சாலில் காலையில் உட்கார்ந்து கொள்வார்; பெர்க்லி சிகரெட் குடிப்பார். சிகரெட் பெட்டியும் தீப்பெட்டியுமாகத்தான் உட்காருவார்.சிகரெட்டை இழுப்பாரே தவிர, துளிப் புகை வெளியே விடமாட்டார்; ஆச்சரியமாக இருக்கும். திருவடி, இந்து காலேஜில் பி.யு.சி. சேர்ந்தான். நான் ஒன்பது படித்துக் கொண்டிருந்தேன். என்னைப் பார்த்ததுமே, ''வே தம்பியா புள்ள, வாரும்; செல்லப்பாவுக்குக் கணக்கே வர மாட்டெங்காமெ, நீரு சொல்லிக் குடுமே; உம்ம பழைய நோட்டெல்லாம் வச்சுருக் கேராமெ'' என்று சொல்வார். அப்புறம் ஒரு தம். அது நுரையீரலுக்குள் முழுதுமாகக் குடியேறிய பின்னர் மறு பேச்சு. ''ஊரிலேர்ந்து வந்ததுமே உம்ம மதினி, உம்ம புராணத்தை ஆரமிச்சுருதா வே... நல்லவேளை வே, நான் முந்திட்டேன், இல்லென்னா உம்மத் தான் கட்டுவென்னு சொன்னாலும் சொல்லிருப்பா உங்க மதினி'' என்று சொல்லிவிட்டுச் சிரிப்பார்.

எனக்குக் கூச்சமாக இருக்கும். மதினிக்கு முப்பத்திஐந்து வயதாவது இருக்கும். சுருட்டை முடி; மார்பின் ஒரு பக்கத்தை மூடவே தோன்றாதா என்று நமக்குத் தோன்றும். யாரோ சேக்

காளிகள், ஒரு சமயம், 'ஒன் சைடு பார்டர்' என்று பேர் வைத்தார்கள். அவர் சொல்லும்போதே, சிரித்தபடி வாசலுக்கு வந்து விடுவாள். ''இப்ப கொழுந்தப் பிள்ளை ஓடீருவாரே'' என்று சொல்லியபடி, 'புடிங்க அவரை' என்பாள். அவர் சத்தமாகச் சிரிப்பார். அவர் போட்டிருக்கும் காதுக் கடுக்கண் மின்னும். உண்மையிலேயே ஓடத்தான் தோன்றும். அவளுக்குக் காதுக்குப் பின்னால் ஒரு சின்னக் கட்டி மாதிரி ஒரு வீக்கம் இருக்கும். அது இல்லை யென்றால், மதினி அழகுதானோ என்று சமயத்தில் தோன்றும். அவர்கள் இருக்கும்போதுதான், சின்ன அக்கா கல்யாணம் நடந்தது. ''ரொம்ப ஒத்தாசை'' என்று வீட்டில் பேசிக் கொண்டார்கள். அக்காவுக்கு சற்று சிறிய வயது. அந்த மதினிதான் அக்காவை சமாதானப் படுத்தியது.

திருவடியும் ஸ்ரீவைகுண்டம் பகுதியில் தீவிரமான தி.மு.க. காரன்; நெல்லை நெடுமாறன், கே. ஆர். பி. மணிமொழியன், திருவை. அண்ணாமலை என்று எல்லா தி.மு.க. பேச்சாளர்க ளெல்லாம் அவனுக்கு நல்ல அறிமுகம். பி.யு.சி. வழக்கம் போல் ஃபெயில். அப்புறம் கரைவேட்டியுடன்தான் அலைவான். எப்படியோ, கட்சி, ஆட்சிக்கு வந்ததும், பொதுப் பணித்துறையில் ஒரு வேலை வாங்கி விட்டான். எனக்குத் தெரிந்து கட்சியை வைத்து வேலை வாங்கியது அவன் ஒருத்தன்தான்.

ஒரு நாள் செல்லப்பா அம்மா, முற்றத்து மடையில் வாந்தி எடுத்துக் கொண்டிருந்தாள். நான் அம்மாவிடம் போய்ச் சொன்னேன்; அம்மாவும் சமையல் சம்முவத்தாச்சியும் வேகமாய் வந்தார்கள். அவளைக் கைத்தாங்கலாய் வீட்டுக்குள் கூட்டிப் போனார்கள். சற்று நேரம் கழித்து நான் தயங்கித்தயங்கி உள்ளே போனேன். வாடிக் கிடந்தவள், ''இன்னா, சித்தப்பன் வாராரே'' என்று சிரித்துக்கொண்டே எழுந்து உட்கார்ந்தாள். எனக்குப் புரியவில்லை. மார்பே மூடவில்லை; முந்தானை மடியில் கிடந்தது. வயதானவள் போலப் பின்கொசுவம் வைத்துத்தான் சேலை கட்டுவாள்; நன்றாக வியர்த்திருந்தது; சம்முவத்தாச்சி விசிறிக் கொண்டிருந்தாள். திருவடி, உள்ளேதான் நின்று கொண்டிருந்தான். ''எம்மா, வேண்டாம்; சொன்னாக் கேளு. அப்புறம், நான் என்ன செய்வேன்னு தெரியாது'' என்று மெதுவாக, ஆனால் கோபமாகச் சொன்னான். சொல்லிக்கொண்டே மிதித்து விடுவது போல் அவள் அருகே வந்தான். எனக்கு என்ன செய்வ தென்று விளங்கவில்லை; என்னவென்றும் புரியவில்லை. அவள் அம்மாவை லேசாகக் கட்டிக் கொண்டாள்; ''எத்தே'' என்று

அழத் தொடங்கினாள். அம்மா, எப்போதும் போல் வாயில்லாப் பூச்சியாக நின்றாள்.

திருவடி, விருட்டென்று வெளியே போனான்; நானும் பின்னால் போனேன்; தெருவுக்கு வந்தோம்; தெருவில் ஆள் நடமாட்டமே இல்லை. நல்ல உச்சிவெயில். ''என்னப்பா, ஏன் கோவமாருக்கே'' என்றேன். ''கேவலமாருக்குப்பா, இந்த வயசில புள்ள உண்டாகியிருக்கா; 'கலைச்சுரு'ன்னு சொல்லுதேன், அழுதா'' என்றான். எனக்குப் புரிந்த மாதிரியும் இருந்தது; புரியவும் இல்லை. மேற்கொண்டு பேசுவதற்குள், யாரோ வந்து விடவே, ''யார்ட்டயும் சொல்ல வேண்டாம்'' என்றான். சொல்லவே இல்லை.

மறுநாளே மதினி ஊருக்குப் போய்விட்டாள். தாத்தாவுக்குப் பொங்கிப் போட மதினியின் தங்கை மகள், சிந்துபூந்துறையிலிருந்து வந்தாள். விசாலாட்சி, மூக்கும் முழியும் அழகாக இருந்தாள். உடலில் அங்கங்கே லேசாய் வெள்ளைத் தீற்றல். லூகொடெர்மா. என் சம வயதுதான். நான் அவளுடன் சிநேகமானதும், அப்புறம் புறமடைத் தெருவிலிருந்து இன்னொரு தங்கை மகள் வந்ததும், அவளுடன் பேசினபோது இரண்டு பேரும் அடிபிடிச்சண்டை போட்டதெல்லாம் பெரிய கதை. அதோடு அவள் சிந்துபூந்துறை போய் விட்டாள். விசுத் தாத்தா பாடுதான் சங்கடமாய் இருந்தது. ஒருவழியாய், ஒரு ஆண் குழந்தையுடன் மதினி வந்து சேர்ந்தாள்.

சம்முவத்தாச்சியும் அம்மாவும் குசுகுசுவென்று பேசிக் கொண்டிருந்தார்கள், ''யாச்சி, அன்னக்கே சொன்னாக; நான் நம்பலை; இப்படி நடக்கும்ன்னு கேள்விப்பட்டிருக்கேன். ஆனா நெசந்தான் போல்ருக்கு.'' நான் அடுக்களைக்குள் நுழைந்ததும் பேச்சை நிறுத்தி விட்டார்கள்.

நான் வாசலுக்கு வந்தபோது திருவடியின் அப்பா திண்ணையில் உட்கார்ந்திருந்தார். ''வே தம்பியாபுள்ள, குட்டிவிஸ்வத்தைப் பாத்தேரா; உம்ம நினச்சுக்கிட்டே பெத்துருக்கா உங்க மதினி; உம்ம சாடைதாங்காங்க எல்லோரும்'' என்று சத்தமாக கடுக்கன் மின்னச் சிரித்தார். எனக்கு, திருவடி என்ன சொல்லுவானோன்னு இருந்தது. அவன் வீட்டுக்குள்ள இருக்கானா, வெளியில போயிருக்கானா தெரியலை. ''இந்தாரும், ரெண்டு பயலுகளையும் காணலை; ஒரு பாக்கெட் பெர்க்லி சிகரெட் வாங்கீட்டு வாரும்'' என்று ஒரு ரூபாய்த் தாளை நீட்டினார். வாங்கிக்கொண்டு தெருவைப் பார்த்து ஓடினேன், ஏதோ தப்பித்த மாதிரியில்.

●

49

வீடில்லை நட்பாள்பவர்க்கு...

''பசுமை நிறைந்த நினைவுகளே, பாடித் திரிந்த பறவைகளே...'' இந்தப் பாடலைப் பாடி நடிக்கும்; நாயக, நாயகி இருவரும் மாணவர்கள் போலத் தெரியாவிட்டாலும், நாற்பது ஆண்டுகளுக்கும் மேலாக, இதன் ராகமும் பாவமும் கல்லூரியின் கடைசிநாளை, கண்ணில் நீருடன் நினைவுக்குக் கொண்டு வரத் தவறுவதேயில்லை. ''எந்த அழகை எந்த விழியில் கொண்டு செல்வோமோ'' என்கிற வரி இன்னும் ஒரு அற்புதம்.

இந்துக் கல்லூரியில் கடைசி நாள். எல்லோரும் இரண்டு இரட்டை மாட்டு வண்டி அமர்த்திக்கொண்டு, லுங்கி, உட்புறத்தை வெளிப்புறமாக்கி அணிந்த சட்டை என்று நிறைய கோமாளித்தனங்களுடன் பேட்டை மீனாட்சி தியேட்டரில் இருந்து கிளம்பி னோம். எங்கள் மாட்டுவண்டிகளுக்கு முன்னால், தியேட்டர் விளம்பர வண்டிக்கு வழக்கமாக வாசிக்கிற தப்பட்டை (''டண்டனக்கான் போட்ட், போட்ட். தலைய வெட்டி தூக்க், தூக்க்''). புதுப்படமென்றால் வாசிக்கிற கிளாரினெட், பேன்ட் வாத்தியக் கோஷ்டியின் டப்பாங்குத்துப் பாட்டு ''இவ்வளவு தான் உலகம் இவ்வளவுதான்'' - முதலில் சற்று தயக்கமாய் இருந்தது. அப்புறம் பஸ் ஸ்டூடண்ட்ஸ் எல்லோரும் பஸ்ஸை நிறுத்தி இறங்கி, எங்களுடன் சேர்ந்து கொண்டார்கள். இந்த யோசனையைச் சொன்னவன் சேதுமாதவன்.

அவன் ஜங்ஷனிலிருந்து வருவான்; ரொம்ப நல்ல பையன். கை விரல் நகங்களைக் கடித்துக்கொண்டே இருப்பான். பத்து விரலிலும் தேடித் தேடிக் கடிப்பான். ''ஏல, இன்னம கடிக்கதுக்கு விரல்தானலெ இருக்கு'' என்றால், தன் மஞ்சள்பல்லைக் காட்டிச் சிரிப்பான். ஆற்றங்கரைவரை வந்து, கரையிலேயே உட்கார்ந்து மற்றவர்களின் துணிகளுக்குக் காவல் இருந்துவிட்டுக் குளிக் காமலே திரும்பி, வீட்டில் குளித்துவிட்டுக் கல்லூரி கிளம்புவான் என்று அவன் பக்கத்து வீடுகளிலிருந்து வரும் நண்பர்கள் கேலி செய்வார்கள். அவன் தங்கை பானுமதியோ, ''அண்ணா, அவன் வீட்டிலயும் குளிக்க மாட்டாண்ணா'' என்று கேலி பண்ணுவாள்.

எங்கள் தெருவிலேயே இன்னும் ஒருவன் உண்டு. குற்றாலம் கிளம்பினால், முதல் ஆளாகக் கிளம்புவான். குற்றாலம் வந்ததும், மெயின் ஃபால்ஸில் ஒரு காக்காய்க் குளியல் போடுவான். துண்டு கூடச் சரியாக நனைந்திருக்காது. வந்து தலைதுவட்டி விடுவான். அவன் தலைதுவட்டத் துண்டைத் தலையில்போட்டு முகம் மறைந்ததுமே, எல்லோருக்கும் சிரிப்புப் பொங்கி விடும். தலை துவட்டி முடிந்ததும், எல்லோரும் தங்கள் உடைமைகளை அவனிடம் கொடுத்து விடுவோம். வாட்சுகளை அவன் கையில் மாட்டி விடுவோம். ஒரு தோளில் வேஷ்டிகள், மறு தோளில் சட்டை, பனியன்கள் என்று ஒரு கோட் ஸ்டாண்டாக நிற்பான். அதற்கப்புறம் என்ன சொன்னாலும், செய்தாலும் ஒரு அருவியிலும் குளிக்க மாட்டான். ''இன்னக்கி மழை பெஞ்சு புதுத் தண்ணி வருது, இது ஒடம்புக்கு ஒத்துக்காது'' என்று சீரியஸாகச் சொல்வான். எப்பவுமே ''ஊத்துத்தண்ணி, அருவியில வந்தாதான் நல்லா குளிக்கணுமென்பான்''. நாங்களும், ''ஆமா, ஆமா'' என்று சொல்லிவிடுவோம். இல்லையென்றால் யார் சட்டை, பணம், துணிமணியெல்லாம் பார்த்துக் கொள்வது.

ஒரு தடவை ஆ.பழனி, ஒரு பவுண்டு இஞ்சி(12 அவுன்ஸ் ஜிஞ்சர் பரீஸ்) வாங்கி வந்திருந்தான். அப்போது எமெர்ஜென்ஸி நேரம்; மதுவிலக்கு அமல் இருந்தது. யாருக்கும் தெரியாது, அது இருக்கும் பையை கோட்ஸ்டாண்டிடம் கொடுத்துவிட்டுக் குளிக்க வந்து விட்டான். அது லேசாகக் கசிந்து, வாசனை குப்பென்று பரவியிருக்கிறது; ஒரு போலீஸ் மூக்கு, மோப்பம் பிடித்து விட்டது. கோட்ஸ்டாண்டைத் தவிர எல்லோரையும் அந்தப் போலீஸ்காரர், ''ஏய், வாயை ஊது'' என்று சொல்லிக் கொண் டிருந்ததை அருவியில் குளித்துக்கொண்டே பார்த்துவிட்டான்

பழனி. ''அத்தானோவ், கோட்ஸ்டாண்டிடம் சரக்கு இருக்கே; பக்கத்தில போலீஸ் விசாரிக்கிற மாதிரீருக்கே'' என்று கையைப் பிசைந்தான், இதை கோட்ஸ்டாண்ட் தம்பி- எங்களுடன் குளித்துக் கொண்டிருந்தவன் - கேட்டு விட்டான். ''கெடுத்துட்டிங்களே கூ... மவனுவளா; சொல்லியாவது தொலைச்சிருக்கலாமில்லா'' என்று சத்தம் போட்டவாறே, விறுவிறுவென்று அவனருகே போய், அந்தப் பையை பிடுங்காத குறையாய் வாங்கி, தள்ளி வந்து, வேறு இடத்தில் வைத்துவிட்டு சம்பந்தமில்லாதவன் போல, கோட்ஸ்டாண்டை நகர்த்தினான். ''ஏய்ய், பைய்யி, பைய்யி'' என்றவனை, ''சும்மா இரு'' என்று கண்ணால் சைகைசெய்து கூட்டிப் போய்விட்டான். பை அனாதையாய்க் கிடந்தது; அதற்குப் பக்கத்தில், காவலாய் போலீஸ்காரர்.

நாங்கள் எல்லோருமே ஒரு ஆறு - ஏழு பேர் இருப்போம் குளித்துவிட்டு அருவியை விட்டுத் தள்ளி வந்த பிறகு, ''என்ன விவரம்'' என்று பழனியைக் கேட்க, அவன் சொன்னான், ''ஒரு பவுண்டு இஞ்சி கிடைச்சுது; நட்டுப்பய அருணா வச்சுருந்தான்; அப்படியே வாங்கீட்டு வந்துட்டேன். வேற துட்டுகூட கையில இல்லையே. நீங்க போயிட்டே இருங்க; நைசா எடுத்துட்டு வந்துருதேன்'' என்று சொல்லச்சொல்லக் கேட்காமல் அருவிக்கு அருகே போய்விட்டான். இங்கிருந்து பார்க்கையில் போலீஸிடம் ஏதோ சல்யூட் அடித்துப் பேசிக் கொண்டிருந்தான். இரண்டு பேரும் எங்களை நோக்கி வந்தார்கள்; போலீஸ்காரர் கையில் பை. ''ஏய்ய், நம்மள என்னமோ மாட்டி விட்டுட்டான்ம்ப்பா'' என்று எங்களுக்கு உதறலெடுக்க ஆரம்பித்தது.

வந்தவன், எதற்கோ என்னைக் கையை காண்பித்தான். ''நீங்க என்ன செய்றீங்க, தம்பி'' என்று கேட்டார் போலீஸ்காரர். ''நான்.. நான்'' என்று இழுக்கும்போதே பழனி சொன்னான், ''அதான் பேங்கில வேலை பாக்காகன்னம்லா'' என்றான். நான் பேங்க் இண்டர்வியூ போய் வந்திருப்பதென்னவோ உண்மைதான்; இன்னும் வேலையெல்லாம் கிடைக்கவில்லை. ''ஆமாசார்; பேங்க் எம்ப்ளாயீ'' என்றேன். ''இந்தாங்க பை; ரூவா நிறைய இருக்கோ, கனமாருக்கே பை'' என்றார். ''இல்லை சார், எண்ணெய், பவுடரெல்லாம் இருக்கு'' என்றேன்.

அதற்குள் கோட்ஸ்டாண்ட், போலீஸைப் பார்த்து, ''வாங்க சார்; ஒரு டீ சாப்பிடலாம்'' என்றான். ''அதெல்லாம் வேண்டாம்; ஒழுங்கா ஊர் போய்ச் சேர்ற வேலையப் பாருங்க'' என்று

சொல்லிவிட்டு விசிலை எடுத்து ஊதியவாறே போய்விட்டார். ''செண்பகடாவி அருவிக்குப் போய் எல்லாத்தையும் காலி பண்ணிருவோம்ப்பா'' என்று பழனி சொன்னான். ''ஒண்ணும் வேண்டாம்; நீ பொத்திக்கிட்டு வா'' என்று சொன்னாலும்; மேலே போய், ''எனக்கு, உனக்கு'' என்று அதைக் காலி பண்ணி விட்டார்கள். என்ன, பழனிக்கு, வாங்கிய காசுகூட கொடுக்கப் படவில்லை.

சேது மாதவன் சுமாராகப் படிப்பான்; ஆனால் எழுத்து கண்கொண்டு பார்க்க முடியாது; அவன் விரல் நகம் போல மொட்டையாய் இருக்கும். மூன்று பக்கம் எழுத வேண்டியதை முக்காப் பக்கத்தில் நுணுக்கி விடுவான். திருத்துகிறவன் பாடு ரொம்பச்சங்கடம். அனேகமாய், எல்லா பேப்பரையும் செப்டம்பர் தேர்வில் எழுதித்தான் பாஸ் பண்ணுவான். அப்போதெல்லாம் மார்ச்சில் ஃபெயிலானவர்களுக்கு செப்டம்பரில் தேர்வு வைப் பார்கள். மார்ச் பரீட்சை எழுதி முடித்து ஹாலை விட்டு வெளியே வரும்போது, ''என்னடா மாப்பிள, 'கம் செப்டம்பரா' என்று கேட்போம்; இல்லையென்றால், 'Come September' படத்தில் வருகிற தீம் மியூசிக், கிடார் டியூனை வாயால் வாசிப்போம்; இல்லையென்றால், அதன் அப்பட்டமான காப்பியான 'அன்பே வா' (பெயர் கூட காப்பி 'செப்டம்பரே வா'= 'அன்பே வா') வில் வரும் தீம் மியூசிக்கை இசைப்போம். சேதுவுக்குப் பேரே 'செப்டம்பர் சேது மாதவன்'.

எங்கள் மாட்டு வண்டி ஊர்வலம் கல்லூரியை நெருங்கும் போது நல்ல கூட்டமும் உற்சாகமும் கூடிவிட்டது.எங்கள் உற்சாகம், வாசிப்பவர்களையும் தொற்றிக்கொண்டது.அதே பாட்டுத்தான். ''இவ்வளவுதான் உலகம் இவ்வளவுதான், எப்படித் தான் பார்த்தாலும், எப்படித்தான் கேட்டாலும், இவ்வளவுதான் உலகம் இவ்வளவுதான்.'' அப்போது அந்தப் படமும் பாடலும் பிரபலம். வேதா இசை. எல்லாமே ஒரிஜினல் டியூன். வேதா, ஒரு நல்ல இசையமைப்பாளர். 'அன்பு எங்கே', 'பார்த்திபன்கனவு', 'அதேகண்கள்', என்று அருமையாக, சொந்தமாக, படங்களுக்கு இசையமைத்திருக்கிறார். அவரை மாடர்ன் தியேட்டர்ஸ் படங்களில் இந்தி டியூனை காப்பி அடிக்கவைத்து விட்டார்கள். நாகேஷ் கதாநாயகன்; விஜயஸ்ரீ ஆடுகிற இந்தப் பாடல் காட்சியும் பிரபலம். எல்லா ரிக்கார்ட் டான்சுகளிலும், இதைத்தான் கடைசி ஹை லைட் பாடலாகப் போடுவார்கள்.

முதன்முதலில், ரெகார்ட் டான்ஸை லைட் ஹவுஸ் ஸ்டுடியோ பாய் தான் நடத்தினார். ஸ்ரீபுரம் அருகே ஒரு பழைய லாரி ஷெட்டை உள்ளடக்கி இருந்த காலி இடத்தில் போட்டிருந்தார். நாங்கள், லாலா மணி, சண்முகவேல், கண்ணன் என்று நாலைந்து பேர் போய்க் காத்துக் கிடந்தோம். போலீஸ் ரெய்டு வரும் என்று தாமதமாகிக் கொண்டிருந்தது. ஒரு நூறு பேர் போல அந்த இடத்தின் அருகாமையில் - அப்போது இரவில் அந்த இடம் அவ்வளவு வெளிச்சமான பிரதேசமாய் இருக்காது - அங்கங்கே கலைந்து நின்று கொண்டிருந்தோம். அப்போது பாய் வந்தார்; வாயில் சிகரெட் தொங்கப் பேசிக் கொண்டிருந்தார். ''கற்பனை என்றாலும் கற்சிலை என்றாலும்'' டி.எம்.எஸ். பாட்டை வெறுமனே ஒலிபரப்பிக் கொண்டிருந்தார்கள். ஆளுக்கு ஐந்து ரூபாய் வாங்கிக்கொண்டு உள்ளே அனுப்பினார். உள்ளே என்ன நடக்கப் போகிறது என்று ஒன்றுமே தெரியாது. ஐந்து ரூபாய் சரியாகக் கொடுக்க வேண்டும். இல்லையென்றால், நாலுபேருக்கு இருபது ரூபாய். சில்லரை மிச்சம் தருகிற சோலியெல்லாம் கிடையாது. யாரோ கேட்டார்கள், ''வாப்பாவோ, போலீஸ் வராதுல்லா ''அட போப்பா, இங்க என்ன அவுத்துப்போட்டா ஆடப் போறோம். சினிமாப் பாட்டுக்கு ஆட்டம், அவ்ளவுதான்'' என்று ரூபாயை வாங்கிப் பைக்குள் போடுவதிலேயே குறியாக இருந்தார்.

நாங்கள் பின் வரிசையில் போய் உட்கார்ந்து கொண்டோம். சும்மா, சவுக்குக்கட்டையைக் கால்மாதிரி நட்டு, அதன் மேல் ஒரு பலகை; அது சொரசொரவென்று இருந்தது. முன்னால், ஒரு சின்ன 10க்கு 10 மேடை, மூன்று புறமும் தென்னந்தட்டி நிகழ்ச்சி, இது மூன்றாவது நாள். இரண்டாவது நாள் நிகழ்ச்சியில் போலீஸ் ரைடு வந்து, ப்ரோக்ராம் நடக்கவில்லையாம். இன்று மூன்றாவது நாள். பக்திப் பாட்டாகப் போட்டுக் கொண்டிருந்தார்கள். மேடை, இருட்டாக இருந்தது. நாங்கள் உட்கார்ந்திருந்த இடத்திலிருந்து பார்த்தால் முன்னாலுள்ளவர்களின் தலை மேடையைச் சற்று மறைக்கத்தான் செய்யும். ஆனால் போலீஸ் வந்தால், பின்புறமாக ஓடி விடலாம். அப்படியே தச்சநல்லூர் கொண்டு போய் விட்டு விடும், அந்த வயல் வெளி. சிவசக்தி தியேட்டர் பிற்காலத்தில் அந்தப் பகுதியில் வந்தது.

''கார்த்திகை விளக்கு திருக்கார்த்திகை விளக்கு'' என்று ஒரு பாட்டைப் போட்டு ஒருத்தன் ஒரு காவடியை வைத்துக்கொண்டு சும்மா சுற்றி வந்தான், மேடையில். ஓவென்று ஒரே கூச்சல்;

அவன் பாதியிலெயே போய் விட்டான். நான் வாசலைப் பாத்தேன்; அங்கே பாய் இல்லை. ரூபாயைப் பிரித்துக்கொண்டு போய் விட்டார். ஐம்பது - அறுபது பேர் இருப்போம்.எனக்கு பயமாய் இருந்தது.மணியிடம் சொன்னேன், ''போயிருவமா, என்று. ''பயப்படாதலெ, பாலம் போலீஸ் ஸ்டேஷன்ல தம்பி ஜெயராமன் சம்பந்தாருதாம்லெ இன்ஸ்பெக்டர்; ஒன்னைய மட்டும் விடச் சொல்லிருவோம்'' என்றான் கேலியாய். ஆனால் எல்லோருக்கும் பயமிருந்தது. இரண்டாவது பாட்டு, 'சிவந்தமண்' படத்திலிருந்து. ''ஒரு நாளிலே உறவானதே...'' ஒரு பெண் - காஞ்சனா மாதிரி சட்டை போடாமல்; மார்பு இருக்கிற மாதிரியே இல்லை. முதலில் காவடி எடுத்தவன், இப்போது சிவாஜி ரோலில், கூட்டம் கொஞ்சம் ஆசுவாசமானது.

மூன்றாவது பாட்டு; மறுபடி காவடி ஆடியவ.'' - பாதியில் ஒரு பெண் சால்வார் கம்மிஸுடன் சேர்ந்து கொண்டது. அடுத் தாற்போல் ஈரச்சேலையுடன் ஒரு பெண், சட்டை அணியாமல், பிரேஸியர் மட்டும் அணிந்துகொண்டு, ''ஆடை முழுதும் நனைய நனைய மழை அடிக்குதடி....'' என்ற பாட்டுக்கு ஆடியது. எல்லோருக்கும் ஜிவ்வென்றிருந்தது. ஊய்ய் என்று விசில் பறந்தது.

அடுத்தாற்போல ''இவ்வளவுதான் உலகம் இவ்வளவுதான்..'' பாட்டு. அந்தப் பாட்டு முழுமைக்கும் அந்தப் பெண், கைகளின் பெருவிரல்களையும் ஆள்காட்டி விரலையும் சேர்த்து - ஒரு சாய்சதுரம் போல பாவனையில் - உடலின் பல கவர்ச்சி உறுப்பு களையும் கட்டமிட்டுக் காட்டியது. எல்லோருக்கும் உற்சாகம் கொப்பளித்தது. இதுபற்றி சண்முகவேல் மற்றும் லாலா மணி ஆகியோருக்கு தெரியும் போல. ''வாலெ இவ்வளவுதான், போவோம். இன்னமே ஒண்ணும் கிடையாது'' என்று கிளம் பினார்கள். அதுபோலவே, மேடை அதற்கப்புறம் உயிர் பெறவே இல்லை. இருளிலேயே, தட்டுத்தடுமாறி அவசரஅவசரமாக வந்தோம். வெளியே நிறைய பேர் விசாரித்துக் கொண்டிருந்தார்கள், ''என்ன என்ன, ஏதாவது காம்பிக்காங்களா...''

பின்னால், ''ஆமா ஆமா, காம்பிக்காங்க; போங்க'' என்று கேட்டது. திரும்பிப் பார்த்தேன்; கோதண்டராமன், பி.ஏ. தமிழ் லிட்டரேச்சர் மாணவன். ஹாஸ்டலிலிருந்து எப்படி வந்தான் தெரியவில்லை. கோயில்பட்டி பக்கம் ஊர். ஹாஸ்டலில் தங்கி யிருந்தான். அப்போது, நான் கொஞ்சம் கவிதை எழுத ஆரம்பித் திருந்தேன்.

> **''கல்லூரிப் பாடமதில் கம்பனது ராமகாதைச்**
> **சொல்லூற்றைக் கவிச்சாற்றை சுவைக்கின்ற நேரமதில்**
> **நாமொரு ராம நல்லோனின் உறவேற்போம்**
> **நாமவரை இனிதே வரவேற்போம்...''**

என்று எம்.ஜி.ஆர்., கல்லூரிக்கு வந்தபோது நீண்ட வாழ்த்துக் கவிதை எழுதி, வண்ணதாசனின் ஓவியங்களுடன் எம்.ஜி.ஆரிடம் கொடுத்தேன். அதிலிருந்து தமிழ் மாணவர்களிடையே நான் சற்று பிரபலமாகி விட்டேன். நான் கணிதவியல் மாணவன்.

கல்லூரிவளாகத்துக்குள் எங்கள் கடைசி நாள் ஊர்வலம் சுற்றி வரும்போது கோதண்டராமன் இணைந்துகொண்டு அழகாக ஆட்டம்போட ஆரம்பித்து விட்டான், ரெக்கார்ட் டான்ஸ் ஸ்டைலில்.

கொஞ்ச நாள் முன்னால், கணிசமான விடுதி மாணவர்கள் பக்கத்துக் கிராமத்தில் குடியேறியிருந்த பர்மா அகதிகள் குடிசைகளுக்குச் சென்று வரத் தொடங்கியிருந்தனர். உண்மையில், பர்மா அகதிகள் என்ற பெயரில் ஊருக்குள்ளிருந்து விரட்டப்பட்ட சிலரும் இருந்தனர். ஓரொருத்தராகப் போய் வந்து, விஷயம் பரவி நிறைய பேர் போக ஆரம்பித்திருந்தனர். கொஞ்ச நாளில், அங்கே போனவர்களெல்லாம் காலை அகட்டி நடக்க ஆரம்பித்திருந்தனர்.

நான் வீட்டுக்குப் போவதற்காக ஹாஸ்டல் அருகேயுள்ள சைக்கிள் ஷெட்டிலிருந்து சைக்கிளை எடுத்துக் கொண்டிருந்தேன். கோதண்டராமன் காலை அகட்டிஅகட்டி வந்தான். ''ஏய், என்னப்பா, நீயும் சுத்தமல்லி போய் தொட்டில் கட்டீட்டு வந்திட்டியா'' என்றேன், சிரித்தபடி. ''கேலிபண்ணாதப்பா; ஆமா, ஒனக்கு டவுண்தான, அங்க வேலுப்பிள்ளையோ யாரோ இதுக்கு ஒரு டாக்டர் இருக்காராமே தெரியுமா; அவர்ட்ட போகணுமே''ன்னான். வேலுப்பிள்ளல்லாம் இல்ல; வேற பேரு. இடத்தைக் காமிக்கேன்; நீயே போய்க்கோ. அவரு தாறுமாறா ஏசுவாருப்பா'' என்றேன். ''சரி, உங்கூட சைக்கிள்ல வாரேன்''னான். ''எப்பா, எனக்கு டபுள்ஸெல்லாம் வைக்கத் தெரியாது. நீ வேண்ணா ஓட்டீட்டு வான்னேன். ரொம்ப கஷ்டப்பட்டு ஓட்டி வந்தான். சாமிசன்னதியில் அவர் ஆஸ்பத்திரி. அவர், உண்மையில், ஒரு கம்பவுண்டர்; பொம்பளைச்சீக்கு ஸ்பெஷலிஸ்ட். கொஞ்சம் முரட்டு வைத்தியம். ''பெனிடியூ மாதிரி லாங் ஆக்டிங் பெனிசிலின் போடுவார்; வேற ஒண்ணும் கிடையாது'' என்று டாக்டர் பாலு சொல்வான்.

நான் கீழேயே நின்றேன். மாடியில் ஆஸ்பத்திரி; போய் நீண்ட நேரம் கழித்து வந்தான், 'யப்பா, யாத்தா' என்று முனகியபடி. ''மனுஷன் என்னப்பா, இந்த ஏச்சு ஏசுதாரு. தனி ரூமுக்குள்ள போனதுமே ஆரம்பிச்சுட்டாருப்பா. இறுத்தி புண்ணைத் தொடைக்காரு; 'வலிக்கி'ன்னா, 'ஆங் நொட்டும்போது இனிச்சுதோ'ன்னு ஏசுதாரு''ன்னான். எனக்குச் சிரிப்புத் தாங்க முடியவில்லை.

சரஸ்வதி கபேயில் சப்பாத்தி வாங்கிக் கொடுத்தான்; ''இன்னமெ இந்த சோலியே கூடாதுப்பா'' என்று புலம்பிக் கொண்டேயிருந்தான். ''ப்ரதர், வேற என்னமும் வந்திருமோ'' என்றான். ''அப்படீன்னா?'' என்றேன். ''இல்ல, இந்த குஷ்டம் அப்படி இப்படீங்காங்களே.'' எனக்கு இன்னும் சிரிப்பு வந்தது; அவன் முகம் வாடியது. ''அதெல்லாம் ஒண்ணுமில்லை வேனுன்னா என் ஃப்ரெண்டு டாக்டர்கிட்ட கேட்போம்'' என்றேன். ''சரி நீங்க கேளுங்க'' என்று சொல்லிவிட்டுப் பக்கத்தில் வந்த சுத்தமல்லி பஸ்ஸில் ஏறினான். ''ஏய் நேரா ஹாஸ்டலுக்குப் போ; சுத்தமல்லி அமுதாட்ட போயிராதே'' என்றேன். ''பாத்தேரா, ஒமக்கும் எல்லாம் தெரியும் போலிருக்கே'' என்றான். பஸ் நகர்ந்தது.

கல்லூரியை விட்டுப் பிரியும்போது என்னுடைய ஆட்டோகிராஃப் புத்தகத்தில், ''நாடாது நட்டலில் கேடில்லை, நட்ட பின் வீடில்லை நட்பாள்பவர்க்கு'' என்ற குறளின் கடைசி இரண்டு சீர்களை மட்டும் எழுதிக் கையொப்பமிட்டான்; ரொம்பப் புதுமையாய்த் தோன்றியது.

''வீடில்லை நட்பாள்பவர்க்கு''

அன்புடன்
கோதண்டராமன்

●